Unyonyaji Mkubwa

AF758796

- Toleo la 2026 - 2

Akishirikiana na - John G. Lake – Kathryn Kuhlman – Lester Sumrall –Frank na Ida Mae Hammond – Derek Prince – Riwaya Hayes – Joseph Ayo Babalola - Robert Schambach

Umezaliwa kwa ajili ya Hili - Uponyaji, Ukombozi na Urejesho - Tafuta jinsi kutoka kwa Wakuu

Mfululizo wa 1 wa Majaribio Makubwa

Na Balozi Monday O. Ogbe; Zacharias Godseagle

Table of Contents

Unyonyaji Mkubwa Zaidi - 1

-Kuhusu kitabu

Unyonyaji Mkubwa – 1 (Toleo la 2026)
Umezaliwa kwa Hili — Uponyaji, Ukombozi, na Urejesho
Sasa imetafsiriwa katika lugha 50.

Vipi kama miujiza katika Biblia haikuwa historia… bali urithi wako?
Katika *Manufaa Makubwa – 1* , unaalikwa katika safari yenye nguvu, inayoongozwa na imani ya uponyaji, ukombozi, na urejesho — iliyojengwa katika Maandiko na kuangazwa na maisha ya baadhi ya wahudumu wa uponyaji wenye athari kubwa zaidi wa miaka 100 iliyopita.
Inaonyesha maisha na ushuhuda wa:
Ziwa la John G.
Kathryn Kuhlman
Lester Sumrall
Frank na Ida Mae Hammond
Derek Prince
Norvel Hayes
Joseph Ayo Babalola
Robert Schambach
Kitabu hiki kina zaidi ya kusimulia hadithi. Kinakuandaa.
Uko Tayari kwa Uhuru?

- Je, umechoka na kukata tamaa, kukata tamaa, au mizunguko ya kushindwa?
- Je, unapambana na ukandamizaji wa kimwili, kihisia, au kiroho?

- Je, maombi yanaonekana hayajajibiwa?
- Je, una njaa ya kuhudumia uponyaji na urejesho kwa wengine?

Kitabu hiki kiliandikwa kwa ajili yako.

Utagundua Nini Ndani:

✓ Zaidi ya ushuhuda 80 wenye nguvu wa uponyaji na ukombozi

✓ Miongozo ya vitendo ya uponyaji na urejesho wa huduma

✓ Misingi ya Maandiko yenye msingi katika Marko 16:15–20 na Yohana 14:12

✓ Majibu ya maswali ya kawaida kuhusu uponyaji na ukombozi

✓ Hali saba muhimu za kiroho zinazoamsha mafanikio

✓ Safari za imani za maisha halisi zinazoonyesha kujitolea kusikoyumba

Wasomaji wanakielezea kitabu hiki kama:

"Msingi wenye nguvu na unaoendeshwa na imani kwa wasomaji wanaotafuta kuimarisha safari yao ya kiroho."

"Kuhamasisha zaidi ya dini - somo la ulimwengu wote katika kutokuwa na ubinafsi na kujitolea."

"Imejawa na maagano ya kweli ya imani na uponyaji ... yenye nguvu na utajiri."

Hii Sio Nadharia. Ni Uanzishaji.

Uponyaji. Ukombozi. Urejesho.

Sio theolojia ya dhahania — bali imani inayoweza kutenda.

Utapokea:

- Maombi
- Maandiko
- Ufahamu wa kiroho wa kimkakati
- Hatua za vitendo unazoweza kutumia mara moja

Huu ni mwongozo wa uanzishaji wa huduma uliojengwa juu ya historia ya uamsho na ushuhuda ulio hai.

Umezaliwa kwa ajili ya hili

Yesu alitangaza katika Yohana 14:12 kwamba wale wanaoamini wangefanya kazi zile zile — na kazi kubwa zaidi.
Swali si kama kuna uwezekano wa unyonyaji mkubwa zaidi.
Swali ni kama utasema ndiyo.
Kama una njaa ya imani zaidi…
Kama unataka uhuru…
Ukitaka kuwasaidia wengine kutembea katika urejesho…
Kisha songa mbele.
Unyonyaji Mkubwa zaidi unaanza sasa.

Mapitio ya Amazon

https://www.amazon.com/product-reviews/B0C7KY958F/

Kutoka Marekani

Nyota 5.0 kati ya 5 **Msingi wenye nguvu na unaoendeshwa na imani kwa wasomaji wanaotafuta kuimarisha safari yao ya kiroho**
Ilikaguliwa nchini Marekani mnamo Oktoba 22, 2024
Muundo: **Ununuzi Uliothibitishwa wa Kindle**
Mada za uponyaji, ukombozi, na urejesho zinachunguzwa kwa kina na shauku kubwa. Kitabu hiki kinashughulikia misingi ya kiroho inayohitajika kwa ajili ya ukombozi kutoka kwa nguvu hasi, kupata uponyaji wa ndani, na kurejesha amani na furaha maishani. Hizi si dhana za kufikirika tu; mwandishi huwapa wasomaji maombi, maandiko, na hatua zinazoweza kutekelezwa ili kutekeleza masomo haya katika maisha yao wenyewe.
Inasaidia

Ponn Virulrak

Nyota 4.0 kati ya 5 **Somo la Ulimwenguni kuhusu Kutojipenda na Kujitolea**
Ilikaguliwa nchini Marekani mnamo Oktoba 6, 2024
Muundo: **Ununuzi Uliothibitishwa wa Kindle**
Kama mtu ambaye si Mkristo, mwanzoni nilichukua Greater Exploits - 1 kwa sababu tu ya jalada na kichwa chake cha kuvutia. Nilikuwa na hamu ya kujua maana ya "unyonyaji mkubwa". Nilipoanza kusoma, niligundua hadithi zilizomo ndani yake kuwa za kuvutia sana, si tu kutoka kwa mtazamo wa kidini, bali kutoka kwa mtazamo wa kibinadamu sana.

Wazo la kutokuwa na ubinafsi ambalo ni muhimu kwa kitabu hiki ni jambo linalopita dini. Bila kujali imani, wazo la kuwaweka wengine mbele yako na kujali ustawi wa wengine ni thamani ya ulimwengu wote. Watu waliotajwa katika kitabu hiki—watu wenye imani kubwa—walijitolea maisha yao kuwasaidia wengine. Kilichonigusa zaidi ni jinsi walivyokuwa thabiti katika kujitolea kwao. Kuanzia mwanzo wa safari zao hadi mwisho wa maisha yao, hawakusita kamwe, hawakupoteza mwelekeo. Ni aina hiyo ya uthabiti inayowageuza watu wa kawaida kuwa hadithi.

Sikuweza kujizuia kufikiria jinsi hii inavyotumika zaidi ya ulimwengu wa dini. Kujitolea sawa kwa kuwahudumia wengine kunaweza kuonekana kwa wafadhili, wauguzi, walimu, na watu wengi wasiohesabika wanaofanya kazi kimya kimya ili kuifanya dunia iwe bora. Iwe watu hawa wanaathiri mamilioni au wanagusa maisha moja baada ya nyingine, kanuni ni ile ile—kuwasaidia wengine ndio hasa kunaacha urithi wa kudumu.

Hadithi nyingi katika kitabu hiki zilikuwa za kutia moyo sana, na nilipata mtazamo mpya kuhusu Ukristo, ambao sikuwa nimeujua hapo awali. Ninampongeza mwandishi kwa kuandika haya na kwa kuwapa wasomaji kama mimi, ambao huenda hawajui imani, mtazamo wa huruma na kujitolea kwa watu hawa.

Ningekipa kitabu hiki nyota nne kwa maudhui yake ya kuchochea mawazo na kutia moyo.
Mtu mmoja aliona hii kuwa muhimu

Neema zaidi

Nyota 5.0 kati ya 5 **Ninapenda hadithi za Uponyaji!**
Ilikaguliwa nchini Marekani mnamo Oktoba 24, 2024

Muundo: **Ununuzi Uliothibitishwa wa Kindle**
Unyonyaji Mkubwa—1: Umezaliwa kwa Hili—Uponyaji, Ukombozi, na Urejesho ni wa ajabu! Ninapenda jinsi mwandishi anavyoanza hadithi yake mwenyewe ya uponyaji na kuongoza katika hadithi zingine zenye ushuhuda wa imani na uponyaji. Kuna baadhi ya ushuhuda wa kweli wa imani hapa. Ni wa kuvutia sana na wenye nguvu. Ninapendekeza Unyonyaji Mkubwa—1: Umezaliwa kwa Hili—Uponyaji, Ukombozi, na Urejesho ili kuimarisha imani yako.
Mtu mmoja aliona hii kuwa muhimu

Unyonyaji Mkubwa Zaidi - 1

- Kuhusu Mwandishi

Balozi wa Kristo, Jumatatu Ogwuojo Ogbe ni balozi wa sokoni wa Kristo mwenye moyo wa umoja katika mwili wa Kristo. Kukutana kwake ana kwa ana na Bwana Yesu Kristo siku ya Jumamosi, tarehe 22 Aprili 2006 saa 5 asubuhi kulibadilisha mwelekeo wa maisha Yake milele.

Balozi Monday O. Ogbe ni mhudumu aliyewekwa wakfu wa Mungu katika Huduma Huria, San Diego, huduma isiyo ya kidini inayowazindua watakatifu kwa kazi ya huduma bila mipaka. Jumatatu amesajiliwa kama mwanafunzi wa maisha yote wa Taasisi ya Uongozi wa Kikristo (CLI) https://www.christianleadersinstitute.org/ na mwanachama wa Muungano wa Uongozi wa Kikristo (CLA) Spring Lake, Michigan, Marekani.

Kama mtaalamu wa TEHAMA, anatumia ujuzi wake kuwafikia wanaotafuta mtandaoni na kuwaandaa waumini kwa kazi ya huduma kupitia tovuti yake ya huduma otakada.org - Mhudumu katika Otakada Cyber Church Ministries, kanisa lisilo na kuta, mipaka na madhehebu ambapo zaidi ya maudhui milioni 2 yanayolenga Wakristo ambayo sasa yanahifadhiwa na kusambazwa kwa hadhira ya kimataifa ya wanaotafuta na Wakristo.

Maudhui ya Otakada.org yanafikia zaidi ya hadhira nusu milioni mtandaoni kila mwezi na yanaongezeka!

Jumatatu ni mwenyeji wa "Inatosha Kutekwa na karibu kwenye uhuru katika Kristo katika uponyaji, ukombozi, na mfululizo wa urekebishaji ambapo anafundisha na kuwaandaa watakatifu kuhudumu uponyaji, ukombozi, na urejesho wa nafsi na wengine ndani na nje ya mzunguko wao – Uponyaji ni mkate wa watoto na ishara kwa wasioamini ili kuthibitisha uthibitisho wa Mungu wa tumaini la wito wetu. Tumeona uponyaji wa ajabu, ukombozi na urejesho ukifanyika kwa ajili ya utukufu wa Mungu!

Ameandika vitabu kadhaa ambavyo ni: Shule ya Vitendo ya Roho Mtakatifu katika vichwa vidogo 8; Habari za Uvunjaji wa Kinabii za 2020 Sehemu ya 1 kati ya 4; 2 kati ya 4; 3 kati ya 4; Ngono katika Hekalu la Mungu – Njia 15 Rahisi za Kuelewa, Kutambua na Kushinda Uasherati wa Ngono na Mitego ya Kihisia Maishani Mwako; Bila Mipaka – Kuona na kupitia jumuiya moja ya kanisa ya waumini bila kuta, mipaka, na dhehebu; Kutoroka kwenye ulimwengu wa uelewa – dawa ya chuki dhidi ya Waislamu Wakristo na watu kila mahali; Bila Ufahamu: – Nenda Ukafanye Wanafunzi, kitabu cha vitendo cha jinsi ya kuwafanya wanafunzi; Shinda Vita vya Maisha Kila Siku – tamko la kila siku la maandiko yaliyokusudiwa kushinda maisha kila siku; Kumshirikisha Mungu Asiye wa Kawaida – Mungu ana hamu ya kusema tuna njaa ya kusikia na kujibu; Washa nguvu mbichi ya moto ndani yako – Ambapo Roho Mtakatifu anapatikana kufanya mambo mengi kupitia sisi na Vunja sala za ufufuo za mfululizo wa 12 kuanzia Januari hadi Desemba – Kuomba ufufuo katika maisha yetu katika jumuiya ya kanisa inayotuzunguka na majina mengine mengi yaliyotafsiriwa katika lugha kadhaa.

Anachapisha blogu ya kila wiki inayowafikia hadhira kwenye mitandao ya kijamii, matangazo ya Satellite na kwenye tovuti yake ya uchapishaji otakada.org.

Kiungo cha blogu:
https://www.otakada.org/category/blog/

Mwandishi wa Amazon Balozi Jumatatu O. Ukurasa wa Ogbe na Mfululizo wa Majaribio Makubwa
https://www.amazon.com/~/e/B07MSBPFNX

Ukurasa wa Amazon wa Zakaria Godseagle

https://www.amazon.com/stores/Zacharias-Godseagle/author/B0FCZ89D4K

Ameoa Comfort na ana watoto wanne ambao ni ***Diana Odjo, Joseph – Ojima, David – Ojonogwa na Isaac – Unekwu.***

Unyonyaji Mkubwa Zaidi - 1 - Jinsi nilivyopikwa na kuhamasishwa katika Huduma ya Uponyaji, Ukombozi na Urejesho

Marafiki, sijui jinsi ya kuanza sehemu hii. Lakini, jambo fupi na la muda mfupi ni kwamba tangu kutungwa mimba kwangu, uponyaji, ukombozi na urejesho vilikuwa vimeanza kutokea - tangu tumboni mwa mama yangu. Hilo likoje?

Mama yangu, muuguzi mkunga aliyefunzwa, alipogundua kwamba alikuwa na mimba ya mwanaume ambaye si mumewe - kwa sababu alikuwa ametengana na mumewe wa kwanza kwa takriban miaka 4, aliamua kutoa mimba hiyo.

Kwa msaada wa daktari mwingine, walijaribu wote walioitwa kunitoa tumboni kabla ya wakati uliowekwa lakini Mungu aliniokoa kutoka kwao - Je, niseme, kutoka kwa shetani aliyetaka kuondoa hatima ya kimungu juu ya maisha yangu? Huo ulikuwa ukombozi wa kwanza kutoka kwenye taya ya Shetani.

Ukombozi wa pili na urejesho ulikuwa kwamba, miezi michache baada ya kuzaliwa kwangu, kesi ilifunguliwa mahakamani kati ya baba yangu mzazi na mume wa kwanza wa mama yangu ili kubaini ni nani hasa anayepaswa kunimiliki. Baba yangu mzazi alishinda kesi hiyo. Huo ulikuwa ukombozi wa pili na urejesho.

Uponyaji wa tatu, ukombozi na urejesho ulikuwa nilipokuwa nikiishi na bibi yangu nikiwa na umri wa miaka mitano hivi (5), niliona soda yenye kemikali, bibi yangu aliinunua kutengeneza sabuni - ilionekana kama sukari. Nilichukua kiasi kikubwa cha soda na kuimeza. Ulimi wangu ulianza kuyeyuka, damu ilikuwa imeenea kila mahali. Ulimi wangu ulivimba. Sikuweza kuongea kwa siku nyingi! Namshukuru Mungu kwa nguvu ya Mungu ya uponyaji. Nilipona tena, nilipona na kupona. Ulimi wangu ulipona. Ninaweza kuzungumza leo kana kwamba hakuna kilichotokea kwenye ulimi wangu.

Ukombozi wa nne na urejesho ulitoka kwa bibi yangu. Alikataa kunikabidhi kwa baba yangu mzazi. Hiyo ndiyo sababu nilikuwa nikiishi naye. Lakini namshukuru Mungu, nikiwa na umri wa miaka 6, aliniacha nijiunge na baba yangu.

Uponyaji wa tano, ukombozi na urejesho ulikuwa nyumbani kwa baba yangu. Baba yangu mzazi alikuwa na wake wengi - Alikuwa na wake wanne. Siku moja, nikiwa naye, mmoja wa wake aliniita chumbani kwake. Nilipoingia, kulikuwa na mzee mmoja, mwenye ndevu ndefu. Mke alinielekeza na kumwambia mzee huyo, "huyu ndiye mvulana niliyekuambia habari zake." Nikawaacha. Usiku, nilipokuwa nikiota, nilimwona mzee huyu akinipanda kama farasi. Huo ulikuwa mwanzo wa matatizo yangu mengi.

Nilipoamka kutoka kwenye ndoto, nilianza kutapika na kutapika. Sikuweza kuweka chakula tumboni mwangu. Jaribio hili liliendelea kwa miezi kadhaa, nikawa mwembamba - mwembamba kama manyoya.

Mama yangu mzazi alikuja mjini, akanichukua na baba yangu, tukaelekea nyumbani kwa ajili ya uponyaji na ukombozi katika mji mwingine. Walipokuwa wakiniombea, ufunuo ulitoka. Roho Mtakatifu alifunua kwamba mmoja wa wake za baba yangu, aliona wakati ujao na akahisi kwamba mvulana huyu angekuwa zawadi kubwa kwa watoto wake mwenyewe. Kwa hivyo, alinikabidhi katika ulimwengu wa uovu, ili waweze kunifanya niwe mwendawazimu na kuiondoa hatima ya Mungu. Wakati nikiomba sala ya ukombozi, nywele ya mwanadamu, iliyofungwa katika umbo la mpira mdogo wa mviringo na kushikiliwa pamoja kwa sindano mbili iling'olewa kutoka kichwani mwangu. Usiku huo, wakati wa ukombozi, nywele na sindano zilichomwa moto.

Huo ndio ulikuwa mwisho wa ugonjwa na shuleni, nikawa mtaalamu wa darasa. Nilikuwa wa pili kutoka wa mwisho darasani mwangu kabla ya ukombozi huu. Sikuweza kuelewa chochote nilichofikiriwa darasani. Katika usiku mmoja, nilipona, nilijifungua na nikapona. Haleluya? Amina

Ukombozi wa sita na urejesho ulitokea nilipokuwa nikitaka kujiunga na chuo kikuu. Baba yangu, tajiri, alipata matatizo ya kifedha. Nilikubaliwa lakini ilikuwa vigumu kupata fedha za matengenezo. Niliomba ufadhili wa masomo ya nje ya nchi na katika njia za Mungu za urejesho, nchi yangu na nchi ya kigeni ziliamua kufadhili elimu yangu hadi mpango wa shahada ya uzamili katika uhandisi - Ninachofanya leo katika huduma ambapo baadhi ya maarifa nilipata kutokana na ufadhili wa masomo ambao Mungu Mwenyewe aliniwezesha. Leo, nimeelimishwa na walio bora zaidi. Bwana asifiwe!

Ukombozi wa saba na urejesho ulitokea katika ndoa yangu ya kwanza katika ndoa yangu ya pili. Mke wangu wa zamani aliamka siku moja na kusema hakuwa tena katika mapenzi na alitaka talaka. Nilimsihi, nilifanya kila niwezalo kumzuia lakini aliondoka na binti yangu. Leo, Mungu alirejesha ndoa kwa kunipa mke wake aliyewekwa wakfu kwa ajili yangu. Faraja imekuwa faraja kwangu kwa wavulana watatu.

Uponyaji wa saba, ukombozi na urejesho ulitokea kwa binti yangu. Huko Ufaransa, aligunduliwa na mfadhaiko na skizofrenia. Huo ulikuwa mwaka mmoja tu tangu kuanza programu yetu ya chuo kikuu. Aliishia hospitalini mara nyingi. Siku moja, ikiwa imesalia kama saa 24 hivi kabla ya siku yake ya kuzaliwa. Nilianza kumlilia Bwana nikitangaza kwamba hatakaa siku nyingine hospitalini na kwamba atapona siku yake ya kuzaliwa. Siku iliyofuata, madaktari walishtushwa na mabadiliko na urejesho wa ajabu na wakamruhusu kuondoka hospitalini siku yake ya kuzaliwa. Hajawahi kumuona ndege huyo wa hospitalini tangu wakati huo.

Nilikwepa ukombozi na urejesho wakati wa mshtuko wa umeme ambao karibu ukanichukua maisha, sumu ya chakula, ajali kadhaa za magari ambazo nilitoka bila kukwaruzwa, kushindwa mara nyingi kwa biashara na urejesho uliofuata kwa utukufu wa Mungu Mwenyezi - Ni nyingi mno kujumuisha katika maandishi haya!

Sasa, ninamtumikia Mungu Mwenyezi kwa moyo wote

Nimepona, Nimeokolewa na nimerejeshwa - Utukufu!

Nina deni la uwepo wangu kwa Mungu Mwenyezi. Inashangaza jinsi Mungu alivyotutia katika huduma aliyotupatia kupitia vita vya maisha yetu. Vita hivyo vikawa uwanja wa mafunzo unaozaa huduma. Kwa hivyo, usipoteze maumivu yako. Usidharau mapambano. Usiwe na aibu yoyote kwa sababu ukiweza kuona kupitia vita hivyo, utapata uzoefu wa kile ambacho Mungu amekuandalia. Kristo alijifunza utii kwa mambo aliyoteseka. Aliketi pale tulipoketi, anaishi ili kutuombea. Alionyesha Uponyaji, Ukombozi na Urejesho kwetu alipokuwa pamoja nasi na akatuamuru tufanye vivyo hivyo Marko 16:15-20

Marko 16:15-20
Biblia Iliyoongezwa Kiasi, Toleo la Zamani

15 ***Akawaambia, Enendeni ulimwenguni kote, mkahubiri na kutangaza habari njema kwa kila kiumbe [cha wanadamu wote].***

16 ***Yeye aaminiye [anayeshikamana na Injili na Yeye ambaye inamtaja] na kubatizwa ataokolewa [[b] kutokana na adhabu ya kifo cha milele]; lakini yeye asiyeamini [asiyeshikamana na Injili na Yeye ambaye inamtaja] atahukumiwa.***

17 ***Na ishara hizi zitafuatana na wale wanaoamini: kwa jina langu watatoa pepo; watasema kwa lugha mpya;***

18 ***Watashika nyoka; hata wakinywa kitu cha kufisha, hakitawadhuru; wataweka mikono yao juu ya wagonjwa, nao watapona.***

19 ***Basi, Bwana Yesu, baada ya kusema nao, akachukuliwa juu mbinguni, akaketi mkono wa kuume wa Mungu.***

20 ***Nao wakatoka wakahubiri kila mahali, huku Bwana akiendelea kufanya kazi pamoja nao na kuthibitisha ujumbe huo kwa ishara na miujiza iliyoambatana nao kwa ukaribu. Amina (na iwe hivyo).***

Vita vyako ni uwanja halisi wa mafunzo kwa ajili ya kusudi la maisha yako. Fanya hesabu ya maisha yako leo. Yaani, ikiwa unajitahidi kujua kusudi la Mungu la maisha yako.

Ili kuwatia moyo, kama jeshi la Mungu aliye hai, ninaleta mbele ya mashahidi leo uzoefu wa Kuhani wetu Mkuu - Yesu Kristo katika

Waebrania 5:7-10
Biblia Iliyoongezwa Kiasi, Toleo la Zamani
7 Katika siku za mwili wake [Yesu] alitoa maombi maalum
na ya pekee [kwa ajili ya kile ambacho hakukitaka tu [a]
bali pia alikihitaji] na dua pamoja na kilio kikali na
machozi kwa Yeye ambaye [siku zote] aliweza kumwokoa
[na] kutoka katika mauti, naye akasikilizwa kwa sababu ya
uchaji wake kwa Mungu [hofu yake ya kimungu, uchaji
wake, [b] kwa kuwa alijiepusha na vitisho vya kujitenga na
uwepo mng'aavu wa Baba].
8 Ingawa alikuwa Mwana, alijifunza utii [mtendaji,
maalum] kupitia mateso yake
9 Na, akimfanya awe mkamilifu, akawa Mwanzilishi na
Chanzo cha wokovu wa milele kwa wote wanaomtii na
kumsikiliza,
10 [c] akiwa ameteuliwa na kutambuliwa na kusalimiwa na
Mungu kama Kuhani Mkuu kwa daraja (yenye [d] cheo)
cha Melkizedeki.

Leo, Huduma za Kanisa la Mtandaoni za Otakada.org zinahudumu uponyaji, ukombozi na urejesho kupitia maudhui zaidi ya milioni 2 kwa wengi watakaojifungulia kwa ajili ya miujiza katika Kristo Yesu. Huduma hii ilikuwa huduma ambayo Roho Mtakatifu aliishusha rohoni mwangu tarehe 14 Juni 2003 nilipokuwa nikiishi Uingereza. Aliniambia, "Nataka utumie intaneti kueneza neno langu hadi miisho ya dunia." Wakati huo, hakukuwa na simu janja. Leo, zipo na neno linaenea bila kuzuiwa. Otakada.org ilizaliwa Januari 2013, miaka kumi baada ya maagizo ya Mungu.

Kama kuna chochote ninachoomba kwa ajili ya mwili wa Kristo, ni hiki - Kwamba kila mtu atakutana na Kristo kibinafsi kwa njia za ajabu ambazo zitabadilisha njia ya maisha yake milele! Amina

Hapa chini ni mkutano na Kristo mzabibu mwaka wa 2006. Endelea kubarikiwa nao.
Hii ni kutoka kwa kitabu changu - ***kumshirikisha Mungu wa ajabu!*** - Furahia

https://www.amazon.com/~/e/B07MSBPFNX

Ukurasa wa hivi punde wa Amazon - https://www.amazon.com/stores/Zacharias-Godseagle/author/B0FCZ89D4K

Hadithi ya Kweli: Kukutana Kwangu na Roho Mtakatifu huko London Jumamosi, saa 5 asubuhi, Aprili 22, 2006

Nilizaliwa katika familia ya Kikristo, nimekuwa Mkristo, mwenye shughuli nyingi kwenda kanisani, kuhudhuria shughuli na kuhudumu kadri niwezavyo hadi mkutano huu uliobadilisha maisha yangu. Mnamo tarehe 16 Machi 2006, nilikuwa nikizunguka-zunguka kwenye korido ya hospitali jijini London kwani mke wangu alikuwa tayari amekuwa na uchungu wa kujifungua kwa siku tatu. Madaktari hatimaye walihitimisha kwamba ikiwa hangepata mtoto kiasili asubuhi, angelazimika kufanyiwa upasuaji. Tusingejua, mama mkwe wangu alikuwa tayari ameona katika maono kwamba huenda asingefanikiwa kujifungua. Namshukuru Mungu kwa mama mkwe wangu. Bila shaka, mimi na mke wangu hatukujua kuhusu hili.

Ilikuwa wakati wa mwendo huu wa kupanda na kushuka ambapo nilipata msukumo mkubwa akilini mwangu wa kuanza kufunga kwa siku arobaini (40) kuanzia siku iliyofuata, ambayo ilikuwa tarehe 17 Machi 2006. Nilikuwa na wasiwasi kwa sababu sikuwahi kufunga kwa siku arobaini hapo awali. Hivi ndivyo unavyotofautisha mawazo na mawazo ya mwili yaliyotiwa ndani yako kutoka mioyoni mwetu hadi akilini mwetu na Roho Mtakatifu aliye ndani yetu. Atakuambia ufanye jambo la kimaandiko ambalo hutakubali kwa kawaida. Nilianza mazungumzo huku mawazo ya ghafla yakiangaza akilini mwangu, mawazo yakijibu mawazo, naomba kujua ningeomba nini kwa siku arobaini.

Maagizo yaliyofuata yalikuwa kwamba nichukue daftari na kalamu na nikaanza kuandika hapo hapo wodini ya hospitali hisia nilizokuwa nikipokea. Badala ya kumwombea mke wangu, niligundua kuwa sehemu za maombi zilizokuwa zikinijia akilini zilikuwa kuhusu wachungaji, makanisa, umoja katika mwili na vyote. Ndipo nilipomuuliza Mungu, kama ningefanya kazi hii, ningependa kumwona kabla ya siku hizi 40 za kufunga kuisha. Hakukuwa na jibu naamini sasa kwa sababu sharti la Yeye kujidhihirisha lingetegemea utii wangu kwa agizo la kwanza la kufunga siku 40.

Jambo la kuzingatia hapa kabla sijaendelea na hadithi ni kwamba Mungu hatachukua hatua inayofuata zaidi ya hatua yako ya mwisho ya utii. Akikuamuru kufanya jambo fulani, hulifanyi, Analifunga hadi urudi kwenye hatua ya mwisho ya kutotii na kutii. Soma simulizi la Yona. Yona alikimbia upande tofauti na mgawo wa Mungu. Katika dhoruba, mradi tu Yona alikuwa katika kutotii, Mungu hakuwahi kuzungumza, hadi Yona, baada ya jaribio lake lisilofaa la kujiiua kushindwa, alipomlilia Mungu.

Yona 2:1-10

1 Ndipo Yona akamwomba BWANA, Mungu wake, kutoka tumboni mwa samaki.

2 Akasema, Nalimlilia Bwana kwa sababu ya mateso yangu, Naye akanijibu; Kutoka tumboni mwa kuzimu nalilia, Nawe ukasikia sauti yangu.
3 Kwa maana ulinitupa vilindini, katikati ya bahari, Na mafuriko yalinizunguka; Mawimbi yako yote na mawimbi yako yote yalipita juu yangu.
4 Ndipo nikasema, Nimetupwa mbali na macho yako; Lakini nitatazama tena hekalu lako takatifu.
5 Maji yalinizunguka, hata nafsini mwangu; Kilindi kilinizunguka; Magugu yalinizunguka kichwani.
6 Nilishuka hadi kwenye vilima vya milima; Nchi na makomeo yake yalinifunga milele; Lakini umenipandisha uhai wangu kutoka shimoni, Ee Bwana, Mungu wangu.
7 "Nafsi yangu ilipozimia ndani yangu, nilimkumbuka BWANA; Na maombi yangu yakakufikia, Katika hekalu lako takatifu.
8 "Wale wanaoabudu sanamu zisizofaa huacha rehema zao wenyewe.
9 Lakini mimi nitakutolea dhabihu kwa sauti ya shukrani, Nitatimiza niliyoweka nadhiri. Wokovu unatoka kwa BWANA."
10 Basi Bwana akasema na samaki, naye akamtapika Yona kwenye nchi kavu.

Neno kwa Mtu

"Sikiliza binti mpendwa na mwana wa Mungu aliye hai, mwenye upendo. Mungu ni mwenye upendo na rehema lakini Mungu pia anacheza mpira wa miguu mgumu. Je, unataka kumshirikisha katika mechi mbaya ya mpira wa miguu? Usifikirie hata kidogo. Utaishia kuwa na viungo vilivyovimba. Hata hivyo, anakupenda na anaendelea kukupenda wewe na mimi kwa upendo wa milele. Unabeba Roho Wake ndani Yako. Uliumbwa kwa mfano na sura Yake."

Wewe ni mradi wake mpendwa, Yeye ana bidii kwako hata unapokuwa na dhambi nyingi, nzito na nzito, Anakuangalia kwa huruma, akichunguza, akipanga hali na hali itakayokurudisha kwenye sadaka Zake za upendo. Wewe si wako mwenyewe, umenunuliwa kwa bei, unasikiliza katika Kristo, katika Mungu. Wewe ni mboni ya macho Yake, wewe ni mtawala, wewe ni kuhani Kwake, wewe ni maalum. Anasema ukiweza kufikiria jinsi nyota zilivyo angavu, wewe ni angavu kuliko nyota za mbinguni. Anasema hakuna hata unywele mmoja unaotoka kichwani mwako ambao hajui. Anazihesabu na anajua idadi yao.

Luka 12:4-7

4 "Nami nawaambia ninyi, rafiki zangu, msiwaogope wale wauao mwili, kisha baada ya hayo hawana la kufanya zaidi.
5 Lakini nitawaonyesha ni nani mnayepaswa kumwogopa: Mwogopeni yule ambaye, baada ya kuua, ana mamlaka ya kumtupa katika Jehanamu; naam, nawaambia, Mwogopeni huyo!
6 "Je, shomoro watano hawauzwi kwa sarafu mbili za shaba? Na hakuna hata mmoja wao anayesahaulika mbele za Mungu.
7 Lakini nywele za vichwa vyenu zimehesabiwa zote. Kwa hivyo msiogope; ninyi ni wa thamani zaidi kuliko shomoro wengi.

Sasa mkutano unaendelea: Tazama, tarehe 22 Aprili 2006, siku tatu kabla ya mwisho wa mfungo wa siku arobaini saa 5 asubuhi, Mungu alitimiza sehemu yake ya makubaliano. Nilikuwa nimeamka nusu wakati Kiumbe huyu, katika umbo la mwanadamu, mikono yake ikiwa imekunjwa nyuma ya mgongo wake, ameinama mbele kidogo, akinitazama sakafuni, akatembea kwa upole, hatua moja baada ya nyingine, bila haraka, akatembea kuelekea kwangu ndani ya sebule kupitia eneo la dirisha. Niliweza kuona umbo lake lakini sikuweza kuona uso wake waziwazi.

Unajua aina ya mavazi ya Yesu katika filamu za mashariki ya kati tunazotazama. Mara moja alinikaribia, eneo lililozunguka miguu yangu alipokuwa amesimama lilianza kutetemeka kwa nguvu nyingi kana kwamba halijawahi kuwepo, zaidi kama eneo lililokuwa limebadilika kuwa la kimwili. Aliposogea kuelekea kifuani, shingoni na kichwani mwangu, jambo lile lile lilitokea na aliendelea kurudi na kurudi. Kila eneo aliloacha liliungana tena kama hapo awali na mchakato unaendelea kama hapo awali. Hakukuwa na maneno ya kuelezea nguvu ghafi ya uzoefu huo; nilipoteza muda na nikaogopa na nikaanza kuomba kwamba aache na aniambie kile alichotaka nimfanyie huku nikijikunja sakafuni bila kudhibitiwa. Huo ulikuwa mkutano wangu na nguvu dhahiri ya Baba yetu wa mbinguni.

Baada ya uzoefu huo wa maono, nilianza kuona maono tofauti ya mwili wa Kristo. Wakati mmoja, katika ndoto, Bwana Yesu Kristo aliingia, mwili wake wote ulikuwa umegawanyika lakini umeunganishwa na mishipa midogo ya ngozi. Kila sehemu ilikuwa huduma ya kanisa. Niliweza kutambua huduma nilizokuwa nikizifahamu. Miunganisho kati ya sehemu za mwili haikuwa imara. Sasa ninaelewa kwamba taasisi au huduma za kanisa kama tunavyozijua leo, zinagawanya mwili wake, washiriki binafsi wa kanisa lake wakiunda mwili wake kwa sababu ya kiburi, ubinafsi mdogo na tamaa zote ambazo mwili huwasilisha. Zinajidhihirisha kama ushindani kati ya kanisa, mapambano ya uongozi, upotoshaji wa washiriki, kuzidisha huduma zingine, mapigano yanayoendelea kati ya washiriki wa kanisa, wizi wa uongozi na kuishi maisha ya kifahari ambayo hayaonyeshi kiwango cha maisha cha washiriki na orodha inaendelea. Ikiwa uko hivyo, ondoka kwenye uovu, kwa sababu Mungu wetu ni moto ulao na ukumbuke dhambi ya

Balaamu ambaye kwa tamaa ya pesa, alimwakilisha Mungu vibaya na kuwakabidhi watoto wa Mungu waliobarikiwa kwa shetani kupitia ushauri mbaya kwa adui.

Sasa nilimuuliza Bwana ni wapi ningeweza kuingia katika mwili wake huu uliotengana kidogo. Aliniambia nitafute makanisa yanayofanya watu kuwa wanafunzi na kwamba nisisukumwe na idadi.

Kilichobaki ni Historia. Sasa niligundua kuwa imani yangu kwake ilikuwa imeimarika baada ya kukutana, sasa nilikuwa na hisia ya kusudi na utume. Kazi zote ambazo Mungu alinipa katika ndoto zilizofuata zilikuwa sawa na kazi hii ya kwanza. Hakujakuwa na ubishi hata kidogo. Wakati mwingine mimi huacha njia, lakini kwa upendo hunirudisha nyuma na wakati mwingine na michubuko ya kuonyesha kwa kutotii. Nguvu na uwepo wa Roho Mtakatifu umeniwezesha kutimiza mambo ambayo kwa kawaida nisingeweza kuyafikia katika eneo maalum la kazi. Mungu anatujaza Roho Wake Mtakatifu ili kutuandaa kwa ajili ya huduma. Kamwe usichukue kazi yoyote kwa ajili ya Mungu bila uwezeshaji na mgawo wa kimungu.

Ufunuo huu ulinipa ujasiri na uhakika kwamba Mungu anapatikana na anatamani zaidi kutushirikisha katika mazungumzo, ikiwa tunataka kusikiliza marudio Yake na kumwomba kwa imani. Anazungumza kupitia maono (maono wazi) kama ilivyo katika kesi hii, kupitia ndoto, kupitia hisia za picha, mawazo ya hiari yanayoangazia akili zetu, kupitia hali tunazokabiliana nazo, watu tunaokutana nao, wanaume na wanawake waliowekwa wakfu na Mungu, kupitia watoto, kupitia ukimya na kupitia neno la Mungu. Ni muhimu kutambua kwamba shahidi wa ndani na neno la Mungu lazima vikubaliane na kile ambacho tumeona, kusikia au kuvutiwa nacho akilini mwetu. Shetani na roho ya pepo pia huzungumza, kuvutiwa nacho akilini mwetu pia. Yesu ametuonya kuhusu hili katika:-

Yohana 10:27

27 Kondoo wangu huisikia sauti yangu, nami nawajua, nao hunifuata.

Kazi 1

Je, umewahi kukutana na Baba yako wa Mbinguni kama ule niliousimulia? Kama hujakutana nao, nakuhimiza uombe mmoja. Sio kwa ajili ya kujionyesha bali kwamba unatamani kujenga uhusiano imara zaidi naye kuliko ulivyo nao sasa hivi. Anza hapo ulipo. Je, unakosa lengo, anza hapo. Kumbuka mwana mpotevu, baba alimkaribisha licha ya dhambi. Huo ndio moyo wa baba. Wakati mwingine, tunaingia kwenye fujo kwa sababu hatuhisi Mungu maishani mwetu. Anasubiri, akisubiri kutushirikisha wewe na mimi.

Acha sasa hivi na uombe umwombe ajifunue kwako, namaanisha udhihirisho unaoonekana. Sio matukio yasiyo na maana ambayo unasahau ndani ya siku chache. Kila ninapokumbuka uzoefu ulio hapo juu, ni mpya kama kawaida. Umeumbwa ndani ya DNA yangu milele. Mwombe ajifunue kwa mpendwa, mke, mume, mwenzi n.k. na uamini. Tazama kitakachotokea. Mungu anataka kuaminiwa, anatamani kuaminiwa. Imani yetu inasema nakuamini na kukutegemea kufanya unachotaka kufanya.

Sasa mbali na mfululizo wa uponyaji, ukombozi na urejesho nilioupitia binafsi, matukio kadhaa yafuatayo yalichochea hasira yangu kwa mhudumu huyu - Mama yangu alifariki akiwa na umri wa miaka 44 kwa shinikizo la damu - Dada yangu mkubwa alifariki akiwa na umri wa miaka 44 kwa saratani ya matiti na baba yangu akiwa na umri wa miaka 77 kwa saratani ya tezi dume. Kwa hivyo, nina hasira dhidi ya shetani kwa kuiba kutoka kwa wapendwa wangu na nina njaa ya kupata kilicho bora kutoka kwa Mungu. Sio kwangu tu bali kwa wengine ili wasihitaji kuwapoteza wazazi wao au ndugu zao wakiwa na umri mdogo na waweze kutimiza siku zao wakiwa na afya njema na kamilifu katika jina la Yesu, amina.

Mungu aliahidi mimi na wewe hili katika:

Kutoka 23:25-27
Biblia Iliyoongezwa Kiasi, Toleo la Zamani
25 Nanyi mtamtumikia Bwana, Mungu wenu; naye atabariki chakula chenu na maji yenu, nami nitakuondolea ugonjwa kati yenu.
26 Hakuna atakayepoteza mimba yake kwa kuharibu mimba au kuwa tasa katika nchi yako; nitatimiza hesabu ya siku zako.
27 Nitatuma utisho wangu mbele yako, nami nitawafadhaisha watu wote utakaowaendea, nami nitawageuza adui zako wote wakuache.

Pamoja nanyi, ninakusudia kutimiza ahadi hiyo katika jina la Yesu, Amina. Katika kitabu hiki ***"Unyonyaji Mkubwa - 1 – Mlichomwa moto kwa ajili ya hili – Uponyaji, Ukombozi na Urejesho – Tafuta kutoka kwa Wakuu*** kutoka kwa rekodi za zaidi ya miaka 100 ya matendo ya wanaume na wanawake ya Mungu, ambayo Mungu aliyatumia kwa wakati wao. Pia ni kwa ajili yetu. Kitabu kitakuonyesha jinsi gani. Tayari tunaona matokeo kupitia matumizi ya mafunzo na wewe pia unapaswa. Amina

Unyonyaji Mkubwa Zaidi - 1

- Kuhusu Mchapishaji

Kuhusu Sisi – Huduma za Mungu za Tai (GEM)

Kupanda Mimea kwa Mataifa. Kubadilisha Maisha.
"Ili wote wawe kitu kimoja..." — Yohana 17:21–23
Maono Yetu ya Utawala
Ulimwengu wa Kikristo Ulioungana — Ulioundwa, Sio Kukusanywa Tu
Huduma za Mungu za Eagle zipo ili kushiriki katika kusudi la milele la Mungu:
Kanisa lenye umoja linalotembea katika utiifu, ukomavu, na mabadiliko yanayoonekana , lenye mizizi katika Kristo na kuongozwa na Roho Mtakatifu.
Tunaona Mwili wa Kristo wa kimataifa ambao haujaunganishwa na umoja, majukwaa, au haiba—bali kwa **utii wa pamoja kwa ukweli, ufuasi unaotegemea utii, na maisha yaliyobadilishwa** .
Umoja, kwetu sisi, si kauli mbiu.
Ni tunda la **upatanifu** , **upya** , na **Kristo aliyeumbwa ndani ya watu** .
Mamlaka Yetu ya Msingi
Mabadiliko Kulingana na Warumi 12:1–2
Yote tunayofanya—vitabu, ibada, mafundisho, filamu, sauti, video, majukwaa ya kidijitali, na teknolojia za siku zijazo—yapo kwa **kusudi moja la uongozi** :
Upyaji wa akili unaozalisha mabadiliko yanayopimika na yaliyo hai.
Mawasiliano yetu **hayajaundwa kwa ajili ya matumizi ya taarifa** , kusisimua hisia, au msukumo tulivu.
Zimeundwa kwa ajili ya:

- Toba na urekebishaji upya
- Upyaji wa mawazo
- Utii kwa Maandiko
- Mabadiliko ya herufi yanayoonekana
- Ukomavu endelevu wa kiroho

Mabadiliko hayadhaniwi.

Yameundwa **kwa ajili ya, kusimamiwa, kupimwa, na kufuatiliwa** .

"Kipimo Chetu cha Mafanikio"

Kwa lugha kama vile:

- Hatupimi mafanikio kwa trafiki pekee
- Tunapima mafanikio kwa maisha yaliyobadilishwa
- Tunathamini utii kuliko ushirikishwaji
- Tunathamini uboreshaji kuliko kuenea kwa virusi

Dhamira Yetu

Kupanda Mataifa — Maisha Moja kwa Wakati

Huduma za God's Eagle zipo kwa ajili ya:

- **Unda, kusanya, na sambaza rasilimali zenye msingi wa Maandiko** zinazoongoza kwenye mabadiliko, si maarifa tu
- **Shiriki katika uinjilisti, ufuasi, uponyaji, ukombozi, urejesho, na ushauri** , roho, nafsi, na mwili
- **Endesha safari za ufuasi zilizopangwa** ambazo huhamisha waumini kutoka mkutano hadi utii
- **Saidia utii wa kinabii na kujitolea kwa eneo** , kama inavyoongozwa na Roho Mtakatifu
- **Msimamizi wa mifumo mikubwa ya kidijitali** chini ya mamlaka ya kibiblia na uangalizi wa kibinadamu

Agizo letu si kipimo kwa ajili yake, bali **uaminifu kwa kipimo** .

Maadili Yetu ya Msingi

Maadili haya yanatawala **wizara, uchapishaji, uongozi, na teknolojia vile vile** :

- **Ujasiri na kutokuwa na woga katika Kristo**

- **Uongozi wa utumishi**
- **Ubora na uwajibikaji**
- **Uadilifu na uwazi**
- **Kasi yenye utambuzi**
- **Ubunifu uliojikita katika ukweli**
- **Ukarimu unaoongozwa na Roho**

Shauku Yetu

Tumejitolea kwa dhati kwa:

- **Umoja wa Roho na umoja wa imani** (Waefeso 4:3, 13)
- **Kuwaandaa watakatifu kwa ajili ya ukomavu na matendo mema** (Waefeso 4:11-16)
- **Uponyaji, ukombozi, na urejesho** unaodumu—sio mizunguko
- **Ufuasi unaozalisha utii, si utegemezi**
- **Kuwalea waumini ambao wanaweza kusimama, kutambua, na kuwafunza wengine**

Maelezo Saba ya Msingi ya Kazi Yetu

1. **Ushiriki wa Umoja wa Kanisa**
   Kujenga umoja wa uhusiano na malezi katika madhehebu, tamaduni, na mataifa.
2. **Maombi ya Kila Mwaka na Kufunga Duniani**
   Siku arobaini (Machi 17 - Aprili 26) zilizotengwa kwa ajili ya umoja, uamsho, upatanifu, na ufuasi. Kuomba mahsusi kwa ajili ya Kanisa na viongozi wake duniani kote. Popote walipo kwenye milima saba ya ushawishi!
3. **Uchapishaji na Usimamizi wa Maudhui**
   - vichwa vilivyoandikwa na kuchapishwa
   - Inasambazwa katika mataifa zaidi ya 66
4. **Usambazaji wa Maudhui Duniani**
   Zaidi ya **rasilimali milioni 2 za Kikristo** zilisimamiwa na kusambazwa katika mifumo ya kidijitali.

5. **Safari za Ufuasi Zilizopangwa**
   Ikijumuisha njia otomatiki na zinazoongozwa zinazoendeshwa kupitia majukwaa ya Otakada.
6. **Ushauri nasaha, Uponyaji na Urejesho**
   Mtandaoni na ana kwa ana, ukimshughulikia mtu mzima.
7. **Utii wa Kinabii na Kujitoa kwa Eneo**
   Hutekelezwa tu kama inavyoongozwa na Roho Mtakatifu, chini ya uwajibikaji.
8. **Maombi na Kufunga Kuendelea kwa Ajili ya Mataifa**

Tunakusanyika katika maombi na kufunga:
• Kila Alhamisi
• Siku tatu za mwisho za kila mwezi
Kila bara huombewa mara mbili kila mwaka, likiita utawala wa Ufalme wa Mungu katika **Milima Saba ya Ushawishi** , kulingana na Mathayo 21:13, Isaya 56:7, na Yeremia 7:11.
Tunakualika kushiriki kwa uaminifu.

Majukwaa Yetu (Mfumo Mmoja wa Ikolojia, Maadili Moja)

- **Otakada.org** — Ufuasi, mafundisho ya kinabii, safari za mabadiliko
- **Store.Otakada.org** — Maktaba ya kidijitali, vitabu, mfululizo, na maudhui ya maisha ya baadaye
- **shop.otakada.org – Mbele ya duka la vitabu**
- **Njia za Uchapishaji** — zaidi ya wasambazaji 40,000 duniani kote
- **Vituo vya Vyombo vya Habari** — Mafundisho, ushuhuda, filamu, na maudhui ya ufuasi

Majukwaa yote hufanya kazi chini ya **mkataba mmoja wa mabadiliko** , si ajenda zinazoshindana.

Ufikiaji na Usimamizi wa Kimataifa

- Ufikiaji wa kila mwezi: **500,000+**
- Rasilimali zilizosambazwa: **milioni 2+**

- Uwepo hai: **mataifa 66+**
- Upeo wa uanafunzi: **Nafsi milioni 100 ifikapo 2045**

Sisi Ni Nani

Huduma za Mungu za Eagle ni:

- **Kuongozwa na Roho**
- **Isiyo na mpaka**
- **Madhehebu hayana imani lakini yamejikita katika mafundisho**
- **Kujitoa kwa Kristo kumeumbwa ndani ya watu**
- **Kanisa lisilo na kuta, lakini si bila utaratibu**

"Kristo ndani yenu, tumaini la utukufu." — Wakolosai 1:27

Umoja, pamoja na Uwazi wa Kibiblia

- **Umoja wa Roho** (Waefeso 4:3)
  Ukweli wa sasa tunaoulinda kwa unyenyekevu na upendo.
- **Umoja wa Imani** (Waefeso 4:13)
  Matokeo ya ukuaji yanayopatikana kupitia ufuasi unaotegemea utii.

Umoja ni **wa kimahusiano na wa kimaumbile** , kamwe si wa juujuu.

Mifumo Yetu ya Huduma

- **Otakada.org** – Ufuasi, rasilimali, huduma ya kinabii
- **Shop.otakada.org** – Vitabu na zana za ufuasi wa kidijitali
- **Ukurasa wa 1 wa Mwandishi wa Amazon** – https://www.amazon.com/stores/Zacharias-Godseagle/author/B0FCZ89D4K Zacharias Godseagle/ Balozi Jumatatu O. Ogbe Ukurasa wa Mwandishi
- **Ukurasa wa 2 wa Mwandishi wa Amazon** – https://www.amazon.com/stores/author/B07MSBPFNX/allbooks . Ukurasa wa Mwandishi wa Ambassador Monday O. Ogbe

- **Kituo cha YouTube – KUU** – https://www.youtube.com/@godseagleministries — Mafundisho, ushuhuda na uhamasishaji
- **Kituo cha YouTube – Kipya Zaidi** – https://www.youtube.com/@AmbassadorMondayogbe — Filamu, na Maudhui Mengine kwa Ufuasi wa Kimataifa na Uinjilisti

Ungana na Jumuiya Zetu za Kuandaa Vifaa

- **Jumuiya ya Maombezi ya Harakati Milioni 10 - Jiunge kwenye Facebook**
- **Ufuasi wa Shule ya Roho Mtakatifu - Jiunge kwenye Facebook | Jiunge kwenye Telegram**
- **Waombezi Milioni 10 - Jiunge kwenye WhatsApp**

Huduma za Mungu za Eagle Jumuiya za WhatsApp

- **Jumuiya 1**
- **Jumuiya ya 2**

Mipango ya Saini

- **Maombi na Kufunga kwa Siku 40 kwa Mwaka Duniani: Machi 17 - Aprili 26**
- **Maombi ya Kila Mwezi na Kufunga kwa Mataifa:** Yanalenga **Afrika, Amerika, Ulaya, Asia, Mashariki ya Kati, Oceania, Mikoa ya Polar**
- **Mfululizo wa Unyonyaji Mkubwa: Majuzuu 20+** kuhusu uponyaji, uamsho, na uwezeshaji wa kiroho

Sisi Ni Nani

Huduma za God's Eagle ni **harakati inayoongozwa na Roho, isiyo na mipaka** iliyojitolea kwa:

- Kujenga **mahekalu ya kiroho** katika mioyo ya waumini
- **Kurejesha maisha** : Roho, Nafsi, na Mwili
- Kukuza **umoja wa Roho** na **umoja wa imani** *(Waefeso 4:3,13)*

"Kristo ndani yenu, tumaini la utukufu!" — Wakolosai 1:27

Tuungane

Barua pepe: ambassador@otakada.org
Simu/WhatsApp: +1 804-778-2759 (Whatsapp) | +1 302-492-2440 | +2348032835348 (Whatsapp)
Blogu: otakada.org/blog
Ushirikiano na Utoaji: Bonyeza Hapa

Uwepo Wetu wa Kimataifa

Pwani ya Mashariki Marekani: 3825 Lancaster Pike, Wilmington, DE;
Pwani ya Mashariki Marekani: 4510 Burkes Promise Drive, Bowie, Maryland
Pwani ya Magharibi Marekani: 1985 Del Amo Blvd, Torrance, CA
Makao Makuu ya Afrika Magharibi: 8 Sahaba Residence, Lugbe Abuja |
Makao Makuu ya Afrika Magharibi: 14 Olalere Close, Off Millionaire Quaters, Jos North, Jos, Plateau State

Uongozi

Balozi Monday O. Ogbe
(Jina bandia: Zacharias Godseagle)
Mwanzilishi, Mwandishi,
Huduma za Tai wa Mungu —
Kanisa Lisilo na Kuta, Mipaka, au Madhehebu

Mamlaka ya Kuishi

Kauli hii si tuli.
Inatawala:

- Uundaji wa maudhui
- Viwango vya uchapishaji
- Mifumo ya uanafunzi
- Uwasilishaji unaosaidiwa na akili bandia
- Ushiriki wa jamii
- Uwajibikaji na usimamizi

Itabadilika **katika kujieleza** , lakini kamwe si kwa **ukweli au kusudi** , kadri kazi ya Mungu inavyoenea hadi mataifa.

Unyonyaji Mkubwa Zaidi - 1

- Shukrani

Kitabu hiki hakingeonekana bila mchango kutoka kwa watu wafuataao wakuu wa Mungu kupitia nyenzo zilizokifanya kitabu hiki kuwa tajiri:

- ***Ziwa la John G.***
- ***Kathryn Kuhlman***
- ***Lester Sumrall***
- ***Frank na Ida Mae Hammond***
- ***Derek Prince***
- ***Riwaya ya Hayes***
- ***Joseph Ayo Babalola***
- ***Robert W. Shambach***
- ***Ashish Raichur***
- ***Curry Blake***
- ***Cindy Trimm***
- ***Na mengine mengi ambayo nimejifunza kutoka kwayo kwa miaka mingi***

Pia nataka kumshukuru mke wangu - Comfort na watoto wangu wanne - Diana, Joseph, David na Isaac ambao wamechangia nyenzo kupitia uzoefu wetu wa maisha. Mapambano, kupanda na kushuka, mafanikio na kushindwa ambayo yametusaidia kutuelekeza kwenye kusudi la kimungu katika Kristo. Mungu awabariki nyote kwa wingi kwa njia nyingi zisizoweza kulinganishwa katika jina la Yesu, Amina!

Unyonyaji Mkubwa Zaidi - 1 - Kujitolea

Ninaweka wakfu kitabu hiki kwa Mungu Baba kwa ajili ya kuniumba na kuhifadhi maisha yangu.
Ninaweka wakfu kitabu hiki kwa Bwana Yesu Kristo kwa ajili ya dhabihu kuu iliyonipa ufikiaji usio na vikwazo na usio na vizuizi kwa Baba na katika ushirika na Mungu Baba, Mwana na Roho Mtakatifu.
Ninaweka kitabu hiki wakfu kwa Mungu Roho Mtakatifu, kwa ajili ya nguvu na uwezeshaji, kwa ajili ya kufundisha, kwa ajili ya kuongoza na kwa ajili ya uwepo wa faraja siku zote ili niweze kuwa yote ambayo Kristo alikufa ili kunipa na kunifanya.
Ninaweka wakfu kitabu hiki kwa mke wangu - Comfort and the Children - Diana, Joseph, David na Isaka katika safari ya maisha pamoja nami bila chaguzi nyingi au bila chaguzi zozote katika na kwa yasiyojulikana katika Mungu.

Unyonyaji Mkubwa Zaidi - 1

- Utangulizi

Katika kitabu hiki, ***"Unyonyaji Mkubwa - 1 – Umezaliwa kwa ajili ya hili – Uponyaji, Ukombozi na Urejesho – Tafuta Jinsi Kutoka kwa Wakuu,"*** utapata hadithi, hadithi halisi na hadithi zaidi na zaidi ya shuhuda themanini (80) ili kuimarisha ujumbe na kuimarisha ujifunzaji wako unaoendelea kwa matumizi katika maisha yako na maisha ya wengine.

Utapata ***viungo vya sauti vya podikasti na upakiaji wa video vya sura ya 1 hadi sura ya 10 kwa ajili ya kusikiliza na kutazama kwa raha popote ulipo.***

Utapata ***walipaji wa makubaliano, maombi ya kujiponya, ukombozi na urejesho mwishoni mwa sura za 2, 4, 5, 6.7.8.9 na 10 kwa sababu hiki ni kitabu cha vitendo cha jinsi ya kufanya mwenyewe.***

Utapata ***wasifu wa watu wakubwa na kilichowafanya wawe wazuri ili uweze kujifunza mchakato huo na wewe mwenyewe uwe mkuu.***

Utapata ***ushuhuda katika miaka yote ili kuimarisha imani yako kwa Mungu kwa sababu bado yuko hapa na anapatikana kama ilivyokuwa katika siku za Biblia kufanya mambo ya ajabu, mengi zaidi ya yote unayoweza hata kufikiria, kutafakari au kufikiria kulingana na nguvu inayofanya kazi ndani yako ukimruhusu.***

Utapata jinsi *ya kubatizwa katika Roho Mtakatifu na kuanza kuangazia nuru ya Mungu kwa ulimwengu unaokufa na unaooza.*

Utapata *Tosha* ***Imetosha kutekwa na kukaribishwa kwenye uhuru katika Kristo - Kuangaza nuru ya Mungu katika Ulimwengu huu Mpotovu + Maombi ya Ubatizo katika Roho Mtakatifu + Hadithi 2 na Trevor Farrell wa Trevor Place na Robert W. Schambach kuhusu Maisha ya Mwanaume Aliyeokolewa kutoka kwa Kiti cha Umeme - Utangulizi***

Utapata ***Inatosha Kutekwa na Shetani na Karibu kwenye Uhuru katika Kristo – Tunaendeshwa na Njaa ya KUPOKEA kutoka kwa Mungu na Hasira na Ibilisi kwa kutuibia urithi wetu! + Hadithi Mbili (2) – Hadithi ya kwanza: na Norvel Hayes: Kufanya Kazi kwa Muujiza – Muujiza wa ubunifu mkononi mwa binti yake na Unyonyaji wa Robert Schambach nchini India + Hati ya Maombi ya Kujikomboa + Maombi ya Makubaliano ya Uponyaji, Ukombozi na Urejesho Sehemu ya 1***

Utapata Imetosha *Kufikia* ***Utumwani na karibu Uhuru - Jinsi ya kuponya au kuponywa COVID-19, Saratani na Nyinginezo - Sehemu ya 2***

Utapata *Tosha* ***Imetosha Kutekwa na Ibilisi na Karibu kwenye UHURU katika Kristo Yesu - Kuanza Vita vya Kila Siku – Maombi ya Tamko la Kila Siku kwa ajili ya Kujitayarisha kwa vitendo badala ya Maombi – Sehemu ya 3- Hati na Cindy Trimm***

Utapata ***Inatosha Kutekwa na Shetani na Karibu kwenye Uhuru katika Kristo - Je, Wakristo wanaweza kuonwa kuwa mapepo? Uongo ni Mtekaji, Shetani Anauza ili kuwaweka Wakristo wengi mateka kupitia Ujinga. Jinsi ya***

kugundua uwepo wao katika maisha yako na kuwafukuza + Hadithi ya kweli *kutoka* ***kwa bunge kuu husaidia ushuhuda wa kujiokoa kama ilivyosimuliwa na Derek Prince Sehemu ya 4 + Hati ya Maombi ya Kujiokoa + Maombi ya makubaliano ya Uponyaji, Ukombozi na Urejesho***

Utapata *Tosha* ***Imetosha Kutekwa na Shetani na Karibu kwenye Uhuru katika Kristo Yesu - Hatua Saba (7) muhimu za ukombozi + Jinsi ya Kutambua na Kufukuza Makundi ya Mapepo na Maono ya Mgogoro wa Mwisho na Jinsi ya Kushinda Kimkakati katika Mistari Minne (4) ya Ushiriki kama ilivyosimuliwa na Frank na Ida Mae Hammond - Sehemu ya 5 & Sehemu ya 6 + Hati ya Maombi ya Kujiokoa + Maombi ya Makubaliano ya Uponyaji, Ukombozi na Urejesho***

Utapata Yatosha Kutekwa na Shetani na Karibu kwenye Uhuru katika Kristo Yesu – NGUVU *ya* ***Roho Mtakatifu inayokaa ndani yako kwa maneno yaliyohamishwa kupitia hewa hadi MAJI na MAFUTA kama wakala wa UPONYAJI, UOKOZI NA UREJESHO katika maisha yako na kwa Wengine – Mfano wa Hati ya Maombi imejumuishwa juu ya maji na mafuta + Hadithi 2 kuhusu UOKOZI wa Mchungaji na Msichana wa miaka 6 kutoka Schizophrenia na pepo wengine wengi kama njia ya kujifunza kwako na Frank na Ida Mae – Sehemu ya 7 + Maombi ya makubaliano ya uponyaji, ukombozi na urejesho***

Utapata Tosha ***Imetosha Kutekwa na Shetani na Karibu Uhuru katika Kristo Yesu – Mapenzi na Utawala wa Mungu viko wapi duniani katika mazungumzo haya yote kuhusu UHURU? Kwa nini si kila mtu tunayemwombea ameponywa, amekombolewa au amerejeshwa? Kwa nini baadhi ni ya polepole au ya sehemu? Ni vipi vikwazo vya***

UPONYAJI, UOKOAJI na UREJESHWAJI? Na Baadhi ya Mambo ya Kufanya na Yasiyopaswa Kufanya + Hadithi Moja (1) ya Kuthibitisha kichwa hiki na kuvunja mshiko wa roho ya hofu na Ndugu Robert Schambach – Sehemu ya 8 + Hati ya Kujiokoa na maombi ya makubaliano kwa ajili ya Uponyaji, Ukombozi na Urejesho

Utapata Tosha ***Imetosha Kutekwa na Shetani na Karibu Uhuru katika Kristo Yesu - Pokea Majibu ya Maswali ya Kawaida kuhusu uponyaji, ukombozi na urejesho + Miongozo ya Vitendo ya Kuhudumu Uponyaji, Ukombozi na Urejesho + Uundaji wa Schizophrenia kama ilivyofunuliwa na Roho Mtakatifu kwa Ida Mae Hammond na jinsi ya kukabiliana na roho sehemu ya 9***

Utapata ***hitimisho ili kuthibitisha kama kitabu kimekidhi mahitaji yako na pia, ukurasa wa wokovu na viungo vya safari ya uanafunzi ya siku 40 vimejumuishwa*** .

Furahia!

Unyonyaji Mkubwa Zaidi - 1

Wasifu Fupi - John G. Lake - Kathryn Kuhlman - Lester Sumrall –Frank na Ida Mae Hammond – Derek Prince – Riwaya Hayes – Joseph Ayo Babalola - Robert Schambach

Ili kuanza kuwathamini watu na kile ambacho Mungu amewatumia katika kizazi chetu, mimi na wewe tunahitaji kuanza kutazama historia yao. Kama kuna jambo lolote ambalo wanadamu wameshindwa vibaya, ni hili - Kutoweza kutazama nyuma kwa nia ya jamaa na kujifunza kutokana na historia ili tuweze kuanza kupanga sababu nzuri na yenye taarifa nzuri ya kuchukua hatua katika siku zijazo.

Ni katika suala hili nimejumuisha katika Greater Exploits - 1 kile kilichounda mawazo yao yaliyowasukuma kufikia zaidi ya kawaida kwa ajili ya Mungu.

Kwa hivyo, jihadhari na hili, jifunze inapobidi na utumie kusonga mbele katika maisha yako na maisha ya wengine ndani na nje ya mzunguko wako kwa ajili ya utukufu wa Mungu!

Ziwa la John G.

"Yesu Mponyaji"

John Graham Lake alizaliwa Machi 18, 1870 huko Ontario, Kanada. Alipokuwa mdogo, familia yake ilihamia Michigan, Marekani. Alipokuwa bado mdogo, Lake alihudhuria mkutano wa Jeshi la Wokovu na akahukumiwa kwa hitaji lake la mwokozi, na akamwalika Yesu kuwa Bwana wa uzima. Lake aliathiriwa sana na ugonjwa. Alikuwa mmoja wa watoto kumi na sita, na katika maisha yake ya ujana, wanane kati yao walikufa. Alikua akichukia ugonjwa, huzuni, na kifo ambavyo vilikuwa sehemu kubwa ya maisha ya familia yake.

Lake alihisi wito wa kujiunga na huduma, na akasomea kuwa mhudumu wa Methodisti. Alichukua mafundisho ya Methodisti kuhusu utakaso kwa moyo wote na kuyatafuta kwa bidii. Hata hivyo, alipomaliza masomo yake, aliamua kuingia katika biashara na kuanzisha gazeti huko Illinois. Kisha akarudi Michigan na kuanza kazi ya umiliki wa nyumba. Alikutana na Jennie Stevens na kumuoa.

Ugonjwa bado uliendelea kumsumbua Lake. Kaka yake alikuwa mgonjwa, dada mmoja alikuwa na saratani kubwa, dada mwingine alikuwa na matatizo ya kutokwa na damu, na mkewe alikuwa na kifua kikuu na ugonjwa wa moyo. Mnamo 1899 familia hiyo ilikuwa imesikia kuhusu John Alexander Dowie, huko Chicago, kwa sababu alikuwa akipokea umakini mkubwa kutoka kwa vyombo vya habari. Walimpeleka kaka yake Lake kwenye vyumba vya uponyaji huko Chicago, naye akapona mara moja. Dada wote wawili walienda pia, na pia wakapona.

Hatimaye, Lake alikuwa amewasiliana na watu ili kumwombea mkewe mnamo Juni 1899, na pia akapona. Alifungua maandiko ili kuona Matendo 10:38 *"Mnamjua Yesu wa Nazareti, jinsi Mungu alivyomtia mafuta kwa Roho Mtakatifu na nguvu, na jinsi alivyozunguka-zunguka akitenda mema, na kuwaponya wote walioonewa na ibilisi; kwa maana Mungu alikuwa pamoja naye.* (NASB) Aliona waziwazi kwamba Yesu ndiye mponyaji na Shetani ndiye mkandamizaji wa wanadamu. Lake akawa mshiriki wa Kanisa Katoliki la Kikristo la Dowie na tawi lilifunguliwa huko Sault Ste Marie, ambapo alikuwa akiishi wakati huo. Lake akawa shemasi katika kanisa jipya. Mnamo Agosti 1900, mke wa Lake, Jennie, alipigwa risasi kwa bahati mbaya na mwanawe wa miaka 4. Kufuatia mafundisho ya Dowie, Lakes walikataa msaada wa kimatibabu na walitegemea maombi. Tukio hilo lilikuwa la kushangaza sana kiasi kwamba makala iliandikwa katika Chicago Daily Tribune, ambayo iliripoti mara kwa mara kuhusu shughuli za Dowie.

Mnamo 1904 Lake alihamia Chicago kufanya kazi na Dowie. Akiona nguvu ya Mungu, Lake alianza kulilia Roho Mtakatifu zaidi. Alitumia miezi tisa akitafuta kiwango kamili cha uwepo wa Mungu. Lake alienda, na mwanaume mwingine kumwombea mwanamke mgonjwa. Uwepo wa Mungu ulimshukia na kumfunika kama ambavyo hajawahi kujua hapo awali. Miezi sita iliyofuata ilionyeshwa na kusadikika, toba, na utakaso wa moyo. Karama za Roho ziliongezeka, na utambuzi na vipawa vya uponyaji viliongezeka sana. Lake alikuwa akipokea mafunzo chini ya John Alexander Dowie, lakini hakukubaliana kila wakati na njia yake ya kufanya mambo. Wakati mmoja, Dowie aliorodhesha mafanikio yake na kumwambia "Ukiwahi kukuza sifa za kujenga, sawa na uwezo wako muhimu, utakuwa mtu mkuu kuliko mimi." John Lake alijua kwamba atalazimika kuanza kazi yake mwenyewe. Alihisi ameitwa Afrika na akaenda huko mnamo 1908, baada ya kazi ya uchungaji ya muda mfupi huko Indianapolis. Kwa kipindi cha miaka mitano huko Afrika Kusini, Lake ilishuhudia waumini 1,000,000, ikaanzisha mamia ya makanisa, na kulea wachungaji wa eneo hilo zaidi ya 1000. Hata hivyo, kazi ilikuwa ngumu, na mkewe alifariki Desemba 1908. Alijitolea kuweka familia yake pamoja. Mnamo 1913, Lake alirudi Marekani, akiwa na watoto wake saba.

Mara tu aliporudi Marekani, alioa tena, na akaanza huduma ya kusafiri. Mojawapo ya maeneo aliyoombwa kuzungumzia ilikuwa Spokane, Washington. Aliombwa kuanzisha chumba cha uponyaji, naye akakubali. Kwa takriban kipindi cha miaka mitano, zaidi ya uponyaji 100,000 uliripotiwa. Spokane ilitangazwa kuwa "mji wenye afya zaidi nchini Marekani". Ingawa kanisa la Lake halikuwa kubwa kamwe, maelfu walikuja kutoka kote nchini na duniani kote kupokea maombi. Mnamo 1920, alihisi ameitwa kuhamia Portland, Oregon na kuanzisha huduma ya chumba cha uponyaji huko. Uponyaji kama huo uliripotiwa pia katika miaka hii.

Lake alifikiria kuanzisha huduma ya vyumba vya uponyaji katika miji ya juu na chini ya pwani ya magharibi. Hata hivyo, nguvu zake zilikuwa zinaanza kupungua, kwa sababu aliishi maisha kwa kasi ya ajabu. Alienda Houston, Texas kuanzisha kanisa, lakini aliitwa mbali na mgogoro wa kifamilia na hakurudi tena. Alihudumu katika makanisa huko California, kisha akarudi kuwa mchungaji huko Portland kwa muda, na hatimaye akarudi Spokane kwa maisha yake yote yaliyobaki. Alifariki Septemba 15, 1935. Chanzo https://healingandrevival.com/BioJGLake.htm

Kathryn Kuhlman

Ninaamini katika Miujiza

Kathryn Johanna Kuhlman alizaliwa Mei 9, 1907, huko Concordia, Missouri. Wazazi wake walikuwa Wajerumani na alikuwa mmoja wa watoto wanne. Mama yake alikuwa mtoa nidhamu mkali, ambaye hakuonyesha upendo au mapenzi mengi. Kwa upande mwingine, alikuwa na uhusiano wa karibu sana na uhusiano wa upendo na baba yake. Angeelezea, akiwa mtoto mdogo jinsi baba yake angerudi nyumbani kutoka kazini na yeye angemshikilia mguuni na kumshika. Mara nyingi alisema kwamba uhusiano wake na Mungu Baba ulikuwa halisi sana kwa sababu ya uhusiano wake na baba yake mwenyewe.

Kuhlman aliongoka, alipokuwa na umri wa miaka 14, katika mkutano wa injili uliofanyika katika kanisa dogo la Methodist. Alipokuwa na umri wa miaka 16 alihitimu kutoka shule ya upili, ambayo ilienda darasa la kumi pekee katika mji wao. Dada yake mkubwa Myrtle alikuwa ameolewa na mwinjilisti msafiri, Everett B. Parrott. Walitumia muda wao kusafiri na wakamwomba Kathryn ajiunge nao kwa ajili ya kiangazi. Wazazi wake walikubali na akaenda Oregon kusaidia. Alifanya kazi nao, na mara nyingi alitoa ushuhuda wake. Majira ya joto yalipokwisha alitaka kukaa, na wanandoa hao walikubali. Aliishia kufanya kazi nao kwa miaka mitano.

Timu ya uinjilisti iliundwa na watu wanne, Everette, Myrtle, Kathryn, na wapiga piano walioitwa Helen Gulliford. Mnamo 1928 Everette alikosa mkutano huko Boise, Idaho. Myrtle na Kathryn walihubiri ili kumlinda Everette. Mchungaji wa kanisa hilo alimtia moyo Kathryn ajitokeze mwenyewe. Helen alikubali kujiunga naye. Mahubiri yake ya kwanza yalikuwa katika ukumbi wa bwawa ulioharibika huko Boise, Idaho. Timu hiyo ilishughulikia Idaho, Utah, na Colorado kwa miaka mitano iliyofuata. Mnamo 1933 walihamia Pueblo, Colorado. Walianzisha ghala lililotelekezwa la Montgomery Ward. Walikaa huko kwa miezi sita.

Denver, ikiwa jiji kubwa zaidi, ilikuwa kituo kilichofuata. Walihama mara kadhaa lakini waliishia katika ghala la kampuni ya karatasi, ambalo waliliita Kuhlman Revival Tabernacle. Kisha mnamo 1935 walihamia tena kwenye gereji ya malori iliyotelekezwa waliyoiita Denver Revival Tabernacle. Kathryn alikuwa akiona mafanikio mengi huko Denver. Kanisa lilikua hadi takriban wanachama 2000. Alianzisha kipindi cha redio kinachoitwa "Smiling Through" na kuwaalika wazungumzaji kutoka kote nchini. Mmoja wao alikuwa Phil Kerr ambaye alifundisha kuhusu uponyaji wa kimungu. Mnamo 1935 mwinjilisti mwingine aliyealikwa alikuwa Burroughs Waltrip.

Waltrip ilikuwa habari mbaya kwa Kuhlman. Alikuwa mwanamume mwenye haiba na mrembo aliyemzidi umri kwa miaka kadhaa. Kulikuwa na mvuto wa haraka, na familia moja inadai kuwaona wanandoa hao wakikumbatiana mwaka wa 1935, lakini alikuwa ameoa na alikuwa na watoto wawili. Waltrip aliondoka Denver na kwenda nyumbani Austin, Texas, lakini uhusiano huo ulipungua kati ya Kuhlman na Waltrip. Mnamo 1937 alialikwa kurudi Denver kuchukua mimbari kwa miezi miwili. Muda mfupi baada ya hapo alimpa talaka mkewe na kuwaacha wanawe wawili. Kisha akaeneza hadithi kwamba mkewe alikuwa amemwacha. Alihamia Mason City, Iowa, ambapo aliwaambia kila mtu kwamba alikuwa mseja, na akaanza huduma mpya. Waltrip aliahidi $70,000 kujenga jengo la huduma linaloitwa Radio Chapel. Ilikuwa ya kisasa ikiwa na mimbari iliyotoweka na mtindo wa sanaa ya mapambo. Alionekana kuwa mhubiri aliyefanikiwa na mwenye nguvu.

Kulikuwa na uhusiano unaoendelea kati ya Kuhlman na Waltrip, na walioana mnamo Septemba 1938. Kuhlman hakuwa na ufahamu kuhusu matokeo ya chaguo lake na ndoa hiyo ilikuwa janga. Alitangaza kwa kanisa lake kwamba yeye na Waltrip walikuwa wamefunga ndoa na wangeenda kati ya Denver na Mason City wakihubiri katika makanisa yao mawili. Watu wengi katika kutaniko lake waliondoka kutokana na uhusiano wake na Waltrip. Aliacha kanisa lake huko Denver, akapoteza baadhi ya washirika wake wa karibu, na kuhamia Mason City. Mafanikio ya Waltrip yaligeuka kuwa ndoto ya kawaida pia. Kanisa la Redio lilikamilika mnamo Juni mwaka wa 1938. 1938. Kufikia Oktoba 1938 Waltrip hakuweza kulipa madeni yake. Mnamo Desemba Waltrip alikuwa akidai mshahara wa juu zaidi, hata kutokana na upungufu wa mapato. Bodi yake ya Wakurugenzi ilijiuzulu na kumwacha ashughulikie fedha. Suluhisho lake halikuwa kulipa rehani au madeni ya Kanisa. Radio Chapel ilifilisika. Mahubiri ya mwisho ya Waltrip yalikuwa Mei 1939. Familia ya Waltrip ilikuwa peke yao. Maono ya furaha ya Kathryn ya yeye na mumewe wakiruka na kurudi kati ya Denver na Mason City wakiwa na kazi nzuri ya kuhubiri yalibomolewa kabisa.

Miaka michache iliyofuata ilikuwa migumu sana kwa wanandoa hao. Walianza safari kama wainjilisti wanaosafiri, hasa wakibaki Midwest. Hawakukubaliwa katika sehemu nyingi kutokana na historia yao ya ndoa. Matangazo ya awali yalimworodhesha Waltrip kama mwinjilisti mkuu. Kisha mara kwa mara Bi. Waltrip pia alitajwa. Kufikia mwanzoni mwa miaka ya 1940, Kathryn Kuhlman Waltrip alipewa malipo sawa. Hatimaye katikati ya miaka ya 1940, Kathryn alikuwa akimtumia Kathryn Kuhlman pekee katika mikutano ambapo alikuwa mzungumzaji mkuu. Mnamo 1944, Kuhlman aliendа kwenye ziara ya uinjilisti kwenye pwani ya mashariki bila Waltrip. Huenda ilikuwa uamuzi wa makusudi kumwacha, au huenda pia alichukua fursa hiyo kutathmini upya maisha yake. Inaonekana ilikuwa polepole zaidi kwani Waltrip aliandika kuwahusu wakiwa wanandoa mwishoni mwa mwaka wa 1946. Kuhlman hakurudi Waltrip na hatimaye walitalikiana mwaka wa 1947. Aliacha ndoa yake na kuanzia hapo akafanya kana kwamba haijawahi kuwepo hapo awali.

Mnamo 1946 Kuhlman aliombwa kuzungumza huko Franklin, Pennsylvania. Alipokelewa vizuri na akaamua kubaki katika eneo hilo. Kuhlman alianza kuhubiri kwenye matangazo ya redio huko Oil City, Pennsylvania. Haya yalipata umaarufu sana kiasi kwamba yaligunduliwa huko Pittsburgh, na alikuwa akihubiri kote katika eneo hilo. Alianza kuhubiri kuhusu nguvu ya uponyaji ya Mungu. Mnamo 1947 mwanamke aliponywa uvimbe alipokuwa akimsikiliza Kuhlman akihubiri. Jumapili kadhaa baadaye mwanamume pia aliponywa alipokuwa akifundisha juu ya Roho Mtakatifu. Sasa alikuwa ameshawishika na kazi ya uponyaji ya Mungu. Jambo moja muhimu la kuzingatia ni muktadha na wakati wa kipindi hiki cha kuzuka katika maisha ya Kuhlman. 1947 ulikuwa mwanzo wa Ufufuo wa Uponyaji (wakati mwingine hujulikana kama Ufufuo wa Mvua ya Mwisho) ambao ungedumu kwa miaka 10 iliyofuata. Kilichokuwa kikiendelea katika mikutano ya Kuhlman kilikuwa kikiibuka kote Marekani. Ilikuwa katika kipindi hiki ambapo Huduma ya Sauti ya Uponyaji ilianzishwa na wanaume kama William Branham, Oral Roberts, AA Allen na wengine wengi walisukumwa jukwaani. Kuhlman hakuhusishwa na makundi hayo, lakini aliingilia kati mtiririko wa kile ambacho Roho wa Mungu alikuwa akifanya kote nchini na duniani.

Mnamo 1948 Kuhlman alifanya mfululizo wa mikutano katika Ukumbi wa Carnegie huko Pittsburgh. Hatimaye alihamia Pittsburgh mnamo 1950, na akaendelea kufanya mikutano katika Ukumbi wa Carnegie hadi 1971. Alitumiwa na Mungu kuleta ujumbe wa haiba kwa makanisa mengi ya kidini, ikiwa ni pamoja na Kanisa Katoliki. (Alipokea ukosoaji mwingi kuhusu hili na alishutumiwa kuwa Mkatoliki wa siri.) Hizi zilikuwa miaka yake inayojulikana zaidi. Mtindo wake ulikuwa wa kifahari. Angefanya ibada zake maarufu za miujiza na ukumbi ulijaa watu kila wakati. Alikuwa kwenye vipindi vya redio na televisheni. Aliwekwa wakfu mnamo 1968 na Muungano wa Kanisa la Kiinjili. Mamia ya watu waliponywa katika mikutano yake, na hata walipokuwa wakimsikiliza kwenye redio au televisheni. Watu aliowaombea mara nyingi wangepigwa na nguvu za Mungu na "kuuawa kwa Roho." Kuhlman hakuwahi kudai kwamba yeye ndiye mponyaji. Siku zote aliwaelekeza watu kwa Yesu kama mponyaji wao.

Kuhlman aligunduliwa kuwa na tatizo la moyo mwaka wa 1955. Aliweka ratiba yenye shughuli nyingi na alifanya kazi kupita kiasi, hasa katika miaka ya 1970. Alisafiri mara kwa mara kutoka Pittsburgh hadi Los Angeles, na pia kufanya safari kote ulimwenguni. Moyo wake uliongezeka na Kuhlman alifariki mnamo Februari 20, 1976, huko Tulsa, kufuatia upasuaji wa moyo. Video za baadhi ya huduma zake bado zinapatikana na zinaendelea kuwa maarufu hadi leo.

Lester Sumrall

"Uinjilisti, Uponyaji, na Ukombozi"

Lester Frank Sumrall alizaliwa Februari 15, 1913 huko New Orleans, Louisiana kwa George na Betty Sumrall. Mama yake alikuwa Mkristo mwenye nguvu, lakini baba yake alikuwa vuguvugu katika imani yake. Mama yake alimkabidhi kwa Mungu kabla ya Lester kuzaliwa na akamwomba awe mhubiri. Alizaliwa akiwa mtoto wa sita kati ya familia ambayo hatimaye ingekuwa familia ya watoto wanane. Betty angewaalika wainjilisti wanaosafiri kukaa nyumbani kwao huku mikutano ikifanyika kanisani mwao.

Hii mara nyingi ilimaanisha familia ya ziada ya kulisha na kukaa na Lester hakupenda msongo wa mawazo ulioongezeka kwa familia. Aliamua kwamba hakupenda wainjilisti na hakika hakutaka kuwa mmoja wao!

Betty Sumrall alikuwa shujaa wa maombi wa ajabu na aliiombea familia yake kila mara. Lester aliona matukio ya miujiza maishani mwao. Siku moja aligunduliwa na saratani ya matiti. Alijizungushia wanawake ambao wangemwombea mara kwa mara. Usiku katikati ya vita hivi, Yesu aliingia chumbani kwake na kumgusa. Alipona tangu wakati huo na kuendelea. Babu yake Lester alipopatwa na kiharusi, alilemaa. Hakuweza kujilisha wala kumvisha nguo. Familia ilimleta nyumbani kwao na Betty akaamua kuwaita kikundi cha maombi cha wanawake wamwombee. Walimwongoza kwa Kristo na wakaanza kuomba. Alikuwa kwenye kiti cha magurudumu na hakuweza kusogeza miguu au mikono yake. Nguvu ya Mungu ilimjia na akainuka kutoka kwenye kiti cha magurudumu na angeweza kutembea na kusogeza mikono yake. Alirudi nyumbani kuishi miaka kumi na mitano zaidi peke yake.

Lester aliingia katika "umati mbaya" na akaacha shule akiwa na umri wa miaka kumi na sita. Muda mfupi baada ya hapo alianza kuwa na matatizo ya kiafya na kutema damu. Aligunduliwa kuwa na kifua kikuu, hukumu halisi ya kifo. Aliendelea kuwa mbaya zaidi na akapungua hadi kilo 93 na akawa kitandani. Mama yake aliwaita tena mashujaa wake wa maombi ili wamwombee Lester mara kwa mara. Katika siku yake ya kuzaliwa ya kumi na saba, daktari alitangaza kwamba alikuwa karibu kufa na hata aliandika cheti cha kifo. Usiku, Mungu alimpa Lester maono. Upande mmoja wa kitanda chake kulikuwa na jeneza upande mwingine wa kitanda kulikuwa na Biblia. Alipewa chaguo wazi - ama kuhubiri injili au kufa kwa kifua kikuu usiku huo! Aliamua kuhubiri injili. Alipona na asubuhi iliyofuata alikula chakula kwa mara ya kwanza.

kwa muda mrefu, na ndani ya wiki tatu alikuwa amefunga begi lake ili aweze kuingia kwenye njia ya uinjilisti. Ilikuwa mwanzo mgumu. Lester na rafiki yake wa uvuvi, ambaye aliandamana naye kama kiongozi wa nyimbo, walifika kwenye misitu ya kusini. Hawakuwa wakorofi na wakali dhidi ya watu huku Lester akihubiri jumbe zake. Lazima kuna kitu kilikuwa kikifanya kazi kwa sababu kila mahali alipoenda alikuwa na kundi kubwa la kutosha kuanzisha kanisa na angetuma kwa dhehebu lake kutuma mchungaji kwa ajili ya kundi jipya. Mamia waliokolewa. Kwa kuona mafanikio yake walimtawaza.

Mnamo 1931 Mungu alianza kushughulikia nia za Lester. Alikuwa amekubali kuhubiri injili ili kuokoa maisha yake lakini hakuwa na wasiwasi wowote kwa watu. Mungu alimpa maono ya watu wengi katika nchi za kigeni wakienda kuzimu. Mungu alivunja moyo wake kwa ajili ya waliopotea usiku huo. Mungu alimwita kuwa mwinjilisti wa kimataifa na kuhubiri injili kwa ulimwengu wote. Hakuwa tena yuleyule. Miezi kumi na minane baadaye Mungu aliunganisha Lester na Howard Carter, mwalimu wa Biblia anayejulikana kimataifa na wakaanza kusafiri ulimwenguni pamoja. Walisafiri hadi Australia, Singapore, Hong Kong, Java, Dutch East Indies, Tibet, Manchuria, Japani, Korea, Ujerumani, Brazili, Bolivia, Ufaransa, Uhispania, Ureno, na Uingereza. Wangeenda katika eneo fulani na Howard angeenda sehemu moja kuhubiri na Lester kwenda kwingine. Uponyaji na ukombozi wa ajabu ulianza kutokea katika mikutano ya Lester. Watu walikuwa wakiponywa na kuokolewa kwa maelfu.

Wakati wa vita katika miaka ya 40, Lester alirudi Marekani, Mexico, Amerika ya Kati, na Kusini. Akiwa Argentina,

Lester alikutana na mmisionari mwingine aitwaye Louise Layman. Walikubaliana na kufunga ndoa miaka miwili baadaye. Walianza kuhudumu kama wanandoa huko Cuba, Haiti, na Puerto Rico. Wakati fulani Louise alipata malaria lakini Mungu alimponya kama jibu la maombi ya Lester. Waliendelea hadi Guyana, Surinam, Brazil, Argentina, Peru, Ekuado, Uruguay, na Panama. Walipunguza mwendo tu Betty alipojikuta mjamzito na wakarudi Marekani. Mungu aliwaita wanandoa hao kuanzisha kituo huko South Bend, Indiana kwa miaka michache iliyofuata.

Mnamo 1950, Mungu aliita familia hiyo kwenda Manila nchini Ufilipino. Kazi ilikuwa ngumu hadi msichana mmoja aliyekuwa na pepo alipoanza kutangaza habari za kitaifa. Mungu alimwomba Lester amwombee. Ukombozi na uponyaji ulikuwa wa hadharani na wa kuigiza sana kiasi kwamba magazeti kila mahali yalichapisha hadithi hiyo. Nchi nzima ikawa wazi kwa injili. Alifanya mikutano ya uamsho kwa wiki sita na umati ulikadiriwa kuwa watu elfu sitini usiku mmoja. Clifton Erickson alitoka Marekani kusaidia katika mikutano hiyo. Watu mia moja na hamsini elfu waliokolewa katika wiki hizo. Mwigizaji maarufu ambaye hakuweza kutembea alipona jambo lililowavutia zaidi wanahabari. Wakili ambaye alikuwa akitumia magongo kwa miaka kumi na miwili alitoka akiwa amewashika mikononi mwake akiwa mzima kabisa.
Mungu aliita familia hiyo irudi Marekani katika miaka ya 1960 ili kuanza kazi ya televisheni ya upainia. Mahubiri yake yalianza kusikika Marekani na duniani kote. Pia alianza huduma ya kuwalisha wenye njaa duniani kote baada ya Mungu kumpa maono yanayomwita awatunze waliokuwa wakifa. Alibaki mwaminifu **kwa maono ambayo Mungu alimpa na akaenda nyumbani kuwa na Bwana mnamo Aprili 28, 1996.**

Frank na Ida Mae Hammond

Frank Davis Hammond (Oktoba 12, 1921 - Machi 17, 2005) alikuwa mwandishi wa vitabu vinavyohusiana na Kikristo, hasa kuhusu huduma ya ukombozi. Mnamo 1980 Hammond alianzisha The Children's Bread Ministry pamoja na mkewe (na wakati mwingine mwandishi mwenza) Ida Mae Hammond. Hammond alikuwa mwanafunzi wa Chuo Kikuu cha Baylor na Seminari ya Theolojia ya Southwestern Baptist. Mafundisho Hammond alifundisha kwamba masuala ya kimaadili kama vile chuki na umbea - pamoja na masuala kama vile kula kwa kulazimishwa, kusahau, matatizo ya ngono, na ugonjwa wa akili - yalisababishwa na mapepo yanayohitaji huduma ya ukombozi, na kwamba kila mtu alihitaji ukombozi huo. Yeye na mkewe Ida Mae wameitwa "labda watendaji wenye ushawishi mkubwa wa huduma ya ukombozi."

Kitabu chao cha mwaka wa 1973, Pigs in the Parlor: A Practical Guide to Deliverance, ni mojawapo ya vitabu vyenye ushawishi mkubwa zaidi kuhusu mada hii, na kimeuza zaidi ya nakala milioni moja. Vitabu vya Hammond vilisaidia kuhamisha mawazo ya huduma ya ukombozi katika Upyaji wa Karismatiki wa Kikatoliki, hasa dhana ya ushawishi wa mapepo mbali na kumilikiwa na mapepo ambayo yanahitaji kupunga pepo na kasisi. Binafsi Alizaliwa Terrell, TX mnamo Oktoba 1921, alimwoa Ida Mae Loden (pia wa Terrell) mnamo 1948. Marejeleo ya Kushinda Kukataliwa (1987) Soul Ties (1988) Kukabiliana na Roho Zilizozoeleka: Bandia kwa Roho Mtakatifu (1988) Kukuzwa na Mungu (1989) Vita Vyetu - Dhidi ya Mashetani na Roho za Eneo (1991) Mashetani na Ukombozi katika Huduma ya Yesu (1991) Kusamehe Wengine: Ufunguo wa Uponyaji na Ukombozi (1995) Mwongozo wa Ukombozi wa Watoto (1996) Kitanda cha Ndoa (1999) Mungu Anaonya Amerika (2000) Hadithi za Wawili Wakubwa: Uzoefu Usio wa Kawaida wa Ukombozi (2000, na Frank Marzullo) Baraka ya Baba (2001) Matokeo Kutoka kwa Dhambi za Ngono (2002) Mtu Mwenye Nguvu wa Kutoamini (2002, na Dorman Duggan) Hatari ya Passivity (2004) Watakatifu Vitani (2012) Na Ida Mae Hammond Nguruwe Katika Ukumbi: Mwongozo wa Vitendo wa Ukombozi (1973) Kuishi Ufalme kwa Familia (1985) Kuvunja Laana (1993) Faraja kwa Roho Iliyojeruhiwa (1994) Tazama pia Vita vya Kiroho
https://bookpedia.co/writer/frank-hammond

Derek Prince

Peter Derek Vaughan Prince (14 Agosti 1915 - 24 Septemba 2003) alikuwa mwalimu wa Biblia ambaye kipindi chake cha redio cha kila siku, *Derek Prince Legacy Radio* , kinatangazwa kote ulimwenguni katika lugha mbalimbali.

Ndoa na ukuaji wa huduma yake

Derek Prince alifanya kazi katika Tabernacle ya Imani huko Chicago, kisha akahamia Kanisa la Good News huko Ft. Lauderdale, Florida. Mnamo Mei 1971, Derek Prince

Publications ilifungua ofisi huko Ft. Lauderdale, Florida. Derek Prince Publications ikawa Derek Prince Ministries mnamo Desemba 1990.

Wakuu walisafiri sana katika huduma hadi mkewe Ruth alipofariki tarehe 29 Desemba 1998. Orodha ifuatayo ya nchi inashughulikia huduma yao kuanzia 1993 hadi 1998. Baadhi ya nchi hizi zilitembelewa zaidi ya mara moja: Urusi, Ujerumani, Kazakhstan, Hungaria, Afrika Kusini, Kenya, Indonesia, Malaysia, Singapore, Uturuki, Poland, Bahrain, Cuba, Kolombia, Uswisi, Ufaransa, Ureno, India na Uingereza.

Yeye ndiye mwandishi wa vitabu 51, sauti 600 na video 100, ambazo nyingi zimetafsiriwa na kuchapishwa katika lugha zaidi ya 60. Baadhi ya mada zinazozungumziwa katika mafundisho yake ni sala na kufunga, misingi ya imani ya Kikristo,[5] vita vya kiroho,[6] upendo wa Mungu na ndoa na familia.[8] Redio yake ya kila siku hutafsiriwa kwa Kiarabu, Kichina (Amoy, Cantonese, Mandarin, Shanghainese, Swatow), Kikroeshia, Kijerumani, Malagasi, Kimongolia, Kirusi, Kitamil, Kisamoa, Kihispania, Kibahasa Kiindonesia, Kitonga, Kitelugu, Kimalayalam, Kikannada, Kihindi na lugha zingine nyingi. Kipindi cha redio kinaendelea kuwafikia watu wengi kote ulimwenguni. Huduma za Derek Prince ziliendelea kwa maisha yake yote kusambaza mafundisho yake na kuwafunza wamishonari, viongozi wa makanisa, na makutaniko.

Mashetani na ukombozi

Akiwa Mpentekoste, Prince aliamini katika uhalisia wa nguvu za kiroho zinazofanya kazi duniani, na nguvu za mapepo kusababisha magonjwa na matatizo ya kisaikolojia. Alipokuwa Seattle aliombwa kufanya upuuzi kwa mwanamke, na akaamini kwamba Wakristo wangeweza "kupewa pepo" (kawaida huelezewa kama "kumilikiwa" na mapepo - Prince aliepuka neno hili linalomaanisha 'umiliki'). Hili lilikuwa kinyume na mtazamo wa kawaida wa Kipentekoste kwamba mapepo yangeweza "kuwamiliki" wasioamini, lakini yangeweza "kuwakandamiza" Wakristo tu. Prince aliamini kwamba huduma yake ya ukombozi ilitumia nguvu ya Mungu kuwashinda mapepo.

Israeli

Kaburi la Derek Prince katika Makaburi ya Kimataifa ya Kanisa la Alliance, Yerusalemu

Prince alipinga vikali theolojia mbadala. Kitabu chake The Destiny of Israel and the Church kinasema kwamba Kanisa halijachukua nafasi ya Israeli na kwamba agano ambalo Mungu alifanya na taifa la Israeli bado lipo hadi leo. Prince pia aliamini kwamba kuumbwa kwa taifa la Israeli kulikuwa utimilifu wa unabii wa kibiblia. Derek anasema katika kitabu chake Ahadi Land, "Mada kuu ya unabii wa kibiblia, kama inavyofunuliwa katika wakati wetu, inazunguka nchi na watu wa Israeli. Mungu anatekeleza mpango wake uliopangwa awali wa kuwakusanya tena Wayahudi kutoka katika utawanyiko wao wa duniani kote na kuwarudisha katika nchi yao ya kale."

Harakati ya Uchungaji

Prince aliunda Harakati ya Uchungaji akiwa na wahudumu wenzake Don Basham, Bob Mumford, Charles Simpson na Ern Baxter, ambao walikuja kujulikana kama 'Fort Lauderdale Five.' Walijaribu kukabiliana na kile kilichoonekana kama kupita kiasi ndani ya Harakati ya Karismatiki, kwa kusisitiza ufuasi na utunzaji wa kichungaji. Zoezi la 'unyenyekevu binafsi kwa mamlaka ya kiroho' lilizingatiwa kuwa la utata. Uhusiano wa Prince na Harakati ya Uchungaji ulitoa mwanga wa kimataifa. Baada ya kuacha harakati hiyo, alijikita katika huduma yake ya kimataifa.

Machapisho

Prince alichapisha vitabu vingi na kurekodi mahubiri zaidi ya 600 ya kufundisha kwa sauti na mafundisho 100 ya video. Vitabu vyake ni pamoja na

- ***Mfululizo wa Misingi* (1966)**
- ***Kuiombea Serikali* (1970)**
- ***Kuunda Historia Kupitia Maombi na Kufunga* (1973)**
- ***Miadi huko Yerusalemu* (1975)**
- ***Imani ya Kuishi Kwayo* (1977)**
- ***Neema ya Kukubali* (1977)**
- ***Agano la Ndoa* (1978)**
- ***Nchi ya Ahadi* (1982)**
- ***Neno la Mwisho kuhusu Mashariki ya Kati* (1982)**
- ***Mungu ni Mpatanishi* (1986)**
- ***Baraka au Laana: Unaweza Kuchagua* (1990)**
- ***Hatima ya Israeli na Kanisa* (1992)**
- ***Je, Ulimi Wako Unahitaji Uponyaji?* (1992)**
- ***Suluhisho la Mungu kwa Kukataliwa* (1993)**
- ***Ulinzi dhidi ya Udanganyifu* (1996)**
- ***Watafukuza Mashetani: Unachohitaji Kujua Kuhusu Mashetani - Adui Zako Wasioonekana* (1998)**
- ***Roho Mtakatifu ni nani?* (1999)**
- ***Waume na Baba* (2000)**
- ***Hukumu: Lini? Kwa nini? Jinsi gani?* (2001)**
- ***Kupitia Zaburi na Derek Prince* (2002)**
- ***Vita Mbinguni: Vita Vikuu vya Mungu dhidi ya Uovu* (2003)**
- ***Ilinunuliwa kwa Damu* (2007, iliyochapishwa hapo awali mwaka wa 2000 chini ya kichwa cha habari *Upatanisho, Miadi Yako na Mungu*)**
- ***Kuingia Uweponi mwa Mungu: Kusonga Zaidi ya Sifa na Shukrani hadi Ibada ya Kweli***

- ***Lusifa Afichuliwa: Mipango ya Ibilisi ya Kuharibu Maisha Yako***
- ***Mwongozo wa Kinabii wa Nyakati za Mwisho*** **(2008)**
- ***Sheria za Ushiriki: Kujiandaa kwa Jukumu Lako katika Vita vya Kiroho*** **(2006)**
- ***Siri za Shujaa wa Maombi*** **(2009)**
- ***Kubadilishwa kwa Ajili ya Maisha: Jinsi ya Kumjua Mungu Vizuri Zaidi na Kumpenda Zaidi*** **(2002)**

https://sw.wikipedia.org/wiki/Derek_Prince

Riwaya ya Hayes

Dkt. Norvel Leon Hayes, mwenye umri wa miaka 91, alifariki Jumamosi, Oktoba 6, 2018, nyumbani kwake. Alizaliwa Aprili 20, 1927, kwa marehemu Charles na Arizona Lewis Hayes.

Alitoka katika familia ya wafanyakazi wenye bidii na wakulima, na Norvel alipokua alianza kazi yake ya kwanza kama kijana wa basi akipata $2 kwa siku. Siku alipoanza kufanya kazi ilibadilisha maisha yake. Kwa miaka mingi, akawa mmoja wa wafanyabiashara maarufu na kuanzisha biashara nyingi huko Indianapolis, Ind.

Alikutana na mke wake wa kwanza, Noreen Langdon, na pamoja wakapata binti, Zona Hayes. Zona alikuwa mboni ya jicho la Norvel. Zona alipokuwa na umri wa miaka 9, aliamua kurudi Cleveland, ambapo alianza migahawa na biashara chache. Kwa kweli alikuwa mtu wa kwanza kuleta pizza Cleveland. Pia alikuwa mmiliki wa Huduma ya Teksi ya Yellow Cab hapa Cleveland.

Norvel aliishia kutoa maisha yake kwa Bwana, na akawa mmoja wa wahudumu maarufu wa injili ambao ulimwengu umewahi kuwahi kuona. Alisafiri kote ulimwenguni, akieneza neno la Mungu kutoka Hong Kong, hadi Afrika, hadi Australia, na nchi nyingi zaidi, ikiwa ni pamoja na hapa Marekani. Alianzisha Chuo cha Biblia cha New Life mwaka wa 1977, ambapo aliwafundisha watu jinsi ya kushinda roho na kutembea kwa imani. Pia alianzisha jiko la jumuiya mwaka wa 1988, lililoko Cleveland, ambapo aliwalisha watu kila siku mlo wa moto. Maono hayo bado yanaendelea hadi leo, akiwalisha zaidi ya watu 1,300 kwa mwezi. Norvel pia alianzisha Shule ya Biblia ya New Life na nyumba ya watoto nchini India, na Huduma za New Life Maternity Homes na Campus Challenge katika vyuo na vyuo vikuu kadhaa. Pia aliandika zaidi ya vitabu 50, na kutengeneza video na CD nyingi.

Alikutana na mke wake wa pili, Maggie Combs, katika miaka ya 1980. Walioana mwaka wa 1997, hadi alipokwenda nyumbani kuwa na Bwana mwaka wa 2016. Kwa miaka mingi, na hadi alipokwenda nyumbani kuwa na Bwana, Norvel aliishi maisha ya tabia na

uadilifu na hakuacha kamwe kile alichohisi Bwana alitaka afanye. Huduma ambayo ameijenga itaendelea kuendelea na kufikia ulimwengu mara nyingine tena kupitia mjukuu wake, Lee Cornelison.
Ataendelea na huduma na maono ambayo Mungu alimpa Norvel, kwa msaada wa wafanyakazi wa Kanisa la New Life Bible na Chuo cha Biblia.

Ndugu Hayes alianzisha Chuo cha New Life Bible, kilichopo Cleveland, Tennessee, mnamo 1977. Kanisa la New Life Bible lilitokana na huduma za kanisa la shule za Biblia. Miongoni mwa huduma zake nyingi za uhamasishaji, kanisa huhudumia Neno la Mungu, na milo ya moto kila siku kwa maskini kupitia Jiko la New Life Soup.

Ndugu Hayes pia ni mwanzilishi na rais wa New Life Maternity Home, huduma iliyojitolea kwa mahitaji ya kiroho, kimwili, na kifedha ya wasichana wadogo wakati wa ujauzito; Campus Challenge, huduma ya uinjilisti katika vyuo vikuu kote Amerika; Street Reach, huduma iliyojitolea kwa vijana waliokimbia iliyoko Daytona Beach, Florida; na Children's Home, nyumba ya watoto yatima na kituo cha elimu kilichoko India.

Akijulikana kimataifa kwa ufafanuzi wake wa nguvu wa Neno la Mungu, Ndugu Hayes hutumia muda wake mwingi akifundisha na kuhudumia nguvu za ukombozi na uponyaji za Mungu katika makanisa, madarasa ya vyuo vikuu, mikusanyiko, na semina kote ulimwenguni.

Huduma ya Dkt. Hayes ilidumu kwa zaidi ya miaka hamsini na kugusa maisha ya maelfu ya watu, na akaenda kuwa na Bwana mnamo Oktoba 2018.

Joseph Ayo Babalola

Joseph Ayo Babalola (25 Aprili 1904 - 26 Julai 1959) alikuwa Mwinjilisti Mkuu wa kwanza wa Kanisa la Kristo la Kitume, maarufu kwa jina la CAC nchini Nigeria. Alipewa sifa ya kuwa na nguvu za uponyaji.

Maisha ya awali

Babalola alizaliwa na wazazi wa Yoruba huko Odo-Owa, Jimbo la Kwara, Nigeria. Alilelewa kama Mwanglikana. Alisajiliwa katika shule ya msingi huko Oto-Awori kwenye Barabara ya Badagry, Jimbo la Lagos, mnamo 1914. Alifika darasa la nne, kabla ya kuwa mwanafunzi wa uhunzi na alijifunza kwa miaka miwili, kabla ya kuwa mwendeshaji wa steamroller chini ya PWD (Idara ya Kazi za Umma), kisha chini ya udhibiti wa Uingereza, akijifunza kuwa dereva wa steamroller. Baada ya siku 15 za kujifunza kuendesha kiwavi, aliweza kukiendesha bila msaada wowote. Baada ya miezi tisa; akawa bwana darasani mwake. Alipewa steamroller kwa mara ya kwanza mnamo 1 Aprili 1928 kufanya kazi kwenye barabara ya Osogbo - Ilesha. Mnamo Juni 14, 1928, alihamishiwa barabara ya Akure - Ilesha.

Babalola alibatizwa katika ziwa la Lagos mnamo Desemba 1929.

Huduma na uponyaji

Mnamo 1931, Faith Tabernacle ilishirikiana na Kanisa la Kitume lenye makao makuu makuu nchini Uingereza (na sio Kanisa la Kitume la Uingereza, kama waandishi wengine walivyoliita kimakosa). Kisha kufuatia mgawanyiko katika Kanisa la Kitume yapata mwaka 1940, Babalola alienda na kundi lililoongozwa na Wachungaji JB Akinyele na DO Odubanjo kuunda kanisa jipya huru, Kanisa la Kitume la Kristo (CAC), ambapo aliendelea na shughuli zake za uponyaji na uamsho hadi kifo chake. CAC inamwona Babalola kama mtume, huku kwa maana halisi kwa kuwekwa wakfu kwa kanisa halisi hakuwekwa wakfu katika ofisi hiyo wakati wowote kihistoria. Kituo cha mapumziko cha CAC kilijengwa huko Ipo Arakeji, Jimbo la Osun ambapo Babalola aliitwa kwa mara ya kwanza mnamo 1928. Hata hivyo, Babalola hakuwa mwanzilishi pekee wa CAC kama wengi wanavyodai leo lakini mmoja wa watatu wa Mababa Waanzilishi wa CAC.

Kanisa la Kristo la Kitume halijakufa pamoja na Mtume Joseph Ayo Babalola mwaka wa 1959. Kwa kweli, limekua kwa kasi zaidi ya miaka, huku makanisa mengi yakiwa chini ya jina la Kanisa la Kristo la Kitume lakini kila kanisa likiwa na jina maalum la tawi. Chuo Kikuu cha Joseph Ayo Babalola (JABU) chuo kikuu cha kibinafsi cha Nigeria kilichopo Ipo Arakeji na Ikeji-Arakeji, jumuiya mbili jirani katika Jimbo la Osun, kilichoanzishwa na Kanisa la Kristo la Kitume (CAC) Duniani kote kimepewa jina lake, kilichopo mahali ambapo anasema aliitwa na Mungu mwaka wa 1928.

https://sw.wikipedia.org/wiki/Joseph_Ayo_Babalola

Katika kesi ya mwinjilisti mkuu na mfufuaji wa Afrika, Mtume Joseph Ayodele Babalola, utendaji wa miujiza wa Mungu ulidhihirika waziwazi. Kama Babalola angekuwa mmishonari mweupe, watu weusi, la, Waafrika labda wangeona nguvu za Roho Mtakatifu kama hazina ya pekee ya wanaume weupe. Utukufu kwa Mungu kwa kumpa mtu mweusi halisi nguvu isiyo ya kawaida ya Roho Mtakatifu ambayo aliweza kuiharibu ngome ya shughuli za kishetani.

KAZI YA KUZALIWA, ELIMU NA KAZI

Joseph Ayo Babalola alizaliwa Odo-Owa (Jimbo la Kwara) tarehe 25 Aprili 1904. Baba yake alikuwa Marehemu Pa David Rotimi, Baba Ijo wa kwanza (Rais Mlei) wa Kanisa la Anglikana la Mtakatifu Petro huko Odo-Owa katika Jimbo la Kwara la sasa. Mama yake alikuwa Madam Marta Talabi. Mtoto Ayo alikuwa zawadi ya Mungu kwa wazazi hawa Wacha Mungu. Baba yake alikuwa Mkristo mcha Mungu aliyeanzisha Ukristo kwa Odo-Owa na vijiji vingine vya jirani. Kuzaliwa kwa Ayo Babalola kulikuwa kwa ajabu. Kulingana na chanzo cha kuaminika, jambo lisilo la kawaida lilitokea siku ile ile mtu wa Mungu alipozaliwa, sauti ilisikika kutoka juu kama radi na kutikisa wingu.

Tangu utoto wake, siku zake, alikuwa ameonyesha ishara za mtumishi maalum wa Mungu. Uchunguzi ulionyesha kwamba akiwa mtoto alikuwa akisema mambo fulani ambayo yalikuwa juu ya hekima na maarifa ya wenzake. Alikuwa mkarimu kwa marafiki zake wa utotoni.

Kufikia Januari 18, 1918, Babalola aliandamana na binamu yake wa kwanza, Bw. MO Rotimi hadi Lagos. Binamu huyo alikuwa Katekista chini ya Jumuiya ya Wamisionari wa Kanisa (CMS) huko Ifo, karibu na Lagos. Akiwa huko, Babalola alianza elimu ya msingi kabla ya baadaye kuhamishiwa Shule ya Methodisti, Ago Ijaye huko Ebute

Meta, Lagos. Babalola alipata vikwazo katika mahudhurio ya shule na vipindi vya masomo kutokana na uhamisho wa mara kwa mara na wa mara kwa mara wa mshauri wake kutoka eneo moja hadi jingine. Baadaye aliendelea na Shule ya Anglikana ya Watakatifu Wote, Oshogbo ambapo aliacha shule katika Nigeria Reader IV. (Darasa la IV).

Babalola alipata mafunzo ya kwanza yasiyo ya kitaaluma kama msambazaji wa dawa za kulevya katika Hospitali ya African Oshogbo. Baadaye, alijifunza sanaa ya uhunzi na ufundi. Baada ya hapo, Babalola alianza kujifunza kuendesha gari kwa kutumia mashine za kuteleza chini ya Idara ya Ujenzi wa Umma (PWD). Aliweza kujitofautisha katika mafunzo hayo ambapo mwishoni alipelekwa Ilesha kwa ajili ya matengenezo ya barabara ya Ilesha-Akure Federal. Aliwekwa kwenye kiwango cha mshahara cha pauni nne kama naira nane kwa mwezi. Alikuwa na wafanyakazi zaidi ya sitini chini yake na mradi mzima ulikuwa chini ya usimamizi wa mzungu aliyeitwa Bw. Fergusson.

WITO WA BABALOLA KWA WIZARA

Babalola alipokuwa akifanya kazi na trekta kutoka igbara-Oke hadi Owena na kabla ya kufika katika mji wa Ikeji Arakeji, alifika mahali panapoitwa Mto Ariran, hapo trekta ilikataa kufanya kazi. Babalola alijaribu kila kitu ndani ya uwezo wake wa kibinadamu kuifanya trekta ifanye kazi, lakini yote hayakufanikiwa. Aliwaita wataalamu wengine akiwemo msimamizi wake, Fergusson, lakini hawakuweza kuifanya ifanye kazi. Hakukuwa na hitilafu yoyote ya kiufundi inayoonekana kwenye trekta, ukweli huu ulimfanya Babalola kuchanganyikiwa na kuhangaika.
Yapata saa sita mchana mnamo Oktoba 9, 1928, Babalola alisikia sauti inayosikika ikimwita Joseph! Joseph!! Joseph!!! Usipoacha kazi hii utakufa mwaka huu. Babalola

hakuzingatia kwa uzito sauti inayosikika ambayo yeye pekee ndiye angeweza kuisikia. Ujumbe huo huo uliwasilishwa kwake kwa njia ile ile kwa wakati uleule siku ya pili, lakini Babalola hakuzingatia kwa uzito.
Siku ya tatu, Oktoba 11, 1928, sauti iliyosikika ilirudia tena kwamba stream-roller haitawahi kufanywa kazini isipokuwa Babalola ajiuzulu. Ni kifungu hiki kilichomfanya Babalola kuwa mzito na mwenye hasira. Kisha akauliza unaniita nani na unataka nifanye kazi gani? Jibu alilopata lilikuwa kwamba ukijiuzulu na kuacha kazi hiyo nitakuonyesha la kufanya.

Babalola aliwauliza wale waliokuwa naye kama walisikia sauti ikizungumza naye, wakasema hapana, walisikia tu jibu alilopewa kwa sauti hiyo.
Aliondoka eneo la tukio na kwenda nyumbani kwake Ipetu-Ijesa ambapo sauti hiyo ilimwelekeza tena aanze kufunga kwa siku nne bila chakula ili ajue ni nani alikuwa akizungumza naye. Siku ya nne alipokuwa bado anafunga, sauti hiyo ilimwomba aongeze siku zingine tatu na kufanya kufunga kwa siku saba. Ilikuwa siku ya saba, Babalola alishuhudia kutembelewa kukubwa na Bwana Yesu Kristo.
Kabla ya wito huo, Babalola alikuwa na usiku wa wiki nzima bila usingizi katika kipindi hiki ambapo hakuweza kulala mchana na usiku. Ilikuwa katika kipindi hiki aliweza kusoma vitabu vyote vya Zaburi kuanzia 1-150, jambo ambalo angeweza kufanya bila kufikiri hadi tafsiri yake hadi utukufu.

KUTEMBELEA KWA YESU

Wakati wa usiku wa mwisho wa mfungo wa siku saba, Babalola aliona mwonekano wa Bwana Yesu Kristo. Chumba chake kilikuwa kimejaa mwanga wa mbinguni.
Mwanga uliotengenezwa na mwanadamu kutoka kwenye taa iliyowekwa mezani ulizimwa. Watu wengine wote

waliokuwamo chumbani walikuwa wamelala wakati Babalola alipokutana na Bwana Yesu Kristo. Alipoamka, alitetemeka kwa maono aliyoyaona. Bwana Yesu alimjia akiwa ameambatana na malaika ambaye kichwa chake kiligusa mbingu. Babalola alisimama uchi alipoulizwa kama alitaka kula na akajibu ndiyo. Malaika aliyekuja na Yesu kisha akampa nusu ya kipande cha viazi vikuu vilivyopikwa. Aliambiwa kwamba nusu nyingine ya viazi vikuu ilikuwa ikitumika kuwalisha wanadamu wengine.

Katika ziara hii kubwa, Bwana Yesu alimpa Babalola kengele ya maombi ya mkono kwa maelezo kwamba sauti ya kengele ingewafukuza pepo wabaya kila wakati. Yesu Kristo aliyevaa vazi jeupe hapo awali alikuwa amemwonyesha Babalola ua lenye vichwa vitatu kama ishara ya kimungu. Babalola pia alipewa fimbo ya chuma yenye tafsiri yake iliyotolewa katika Zaburi 2:8-9. Pia alipewa chupa ya maji kwa ajili ya uponyaji wa magonjwa ya kila aina. Alihakikishiwa kwamba wakati wowote na mahali popote alipoomba majini, uponyaji wa hisia ungetokea.

Babalola aliagizwa asijadiliane na mtu mwingine yeyote kuhusu baadhi ya jumbe na mafunuo ambayo Bwana alimpa. Aliambiwa kwamba Mungu alikuwa kinyume na matumizi ya dawa na Wakristo na kwamba walipaswa kumwamini kwa ajili ya uponyaji wa kimungu.

Babalola aliogopa uwepo wa nguvu za kishetani katika jamii na kwa hivyo alileta suala hilo kwa Bwana. Lakini alipata uhakikisho wa kimungu kwamba mamlaka yote yamepewa Bwana Yesu Kristo na kwa hivyo hakuna nguvu ya adui ambayo ingemshinda.

MACHIZI MATATU YA MCHIZI

Ili kuonyesha zaidi nguvu za Mungu, Babalola aliombwa kwenda mahali aliposimamisha matawi matatu ya mitende yapata siku kumi na mbili zilizopita. Alipofika huko baadaye, moja lilikuwa limekauka kabisa, la pili lilikuwa limekauka huku la tatu likiwa bado jipya kama lilivyokatwa. Maana halisi ilitafsiriwa kwake kama ifuatavyo. Wale wanaokataa kukubali injili ya Yesu Kristo kama alivyokabidhiwa wangekuwa kama jani la kwanza la mitende lililokauka. Wale wanaokubali injili nusu joto wangekuwa kama jani la mitende lililopasuka huku wale wanaokubali injili kwa moyo wote wangekuwa kama jani jipya la mitende.

KUINGIA KWA KWANZA ODOOWA BAADA YA KUPIGWA SIMU

Baada ya ziara kuu ya Bwana Yesu Kristo, Babalola aliagizwa na Bwana kuanza kufunga kwa siku kumi na tisa akijiandaa kwenda Odo-Owa. Alichopaswa kufanya ni kuelezwa kikamilifu. Kwa hivyo Babalola alifika Odo-Owa, mji wake wa nyumbani kwa mara ya kwanza akiwa bado anafunga ifikapo Oktoba mwaka wa 1928. Ilikuwa siku ya soko alipoingia mjini, kama alivyoagizwa na Bwana, alikuwa uchi kabisa, alivaa majani ya mitende na kupaka mwili wake mkaa. Watu wengi walimchukulia kama mtu mwendawazimu.

Alianza kuhubiri ujumbe wa Mungu kwa watu akiwaita watubu njia zao mbaya na kumgeukia Mungu vinginevyo wangepigwa na mnyama wa porini kabla ya siku thelathini na tano. Badala ya kutii onyo lake kuhusu hatari iliyokuwa mbele yao, watu wa mji wake waliamua kumtesa.
Babalola aliburuzwa mbele ya Emir wa Ilorin ambaye alihamisha kesi yake kwa Afisa wa Wilaya ambaye hatimaye alimweka kizuizini kwa wiki mbili kabla ya kuamua kesi yake. Hata hivyo, Afisa huyo wa Wilaya kutoka nchi za nje alimtoa na kumwachilia huru kwani hakuweza kuona ushahidi wowote wa kuthibitisha madai ya fujo ya umma dhidi ya Babalola.

Wakati huo huo watu wa Odo-Owa walikuwa wamejihami kikamilifu tayari kujilinda dhidi ya mnyama mwitu ambaye tayari alitabiriwa na Babalola. Lakini kwa mshangao wao, watu wachache baada ya kuruhusiwa kutoka hospitalini na karibu wakati aliotaja, "mnyama mwitu" aliyeonekana alikuwa ugonjwa wa kutisha wa ndui. Ni wale tu Babalola walioombewa ndio walionusurika, wengine wote walikufa kutokana na ugonjwa huo. Lakini watu wengi hawakuwa tayari kukubali ujumbe wake. Waliamua kumuua kwa kutumia huduma ya mtaalamu wa mitishamba mwenye nguvu ambaye aliahidi kumuua ndani ya siku saba. Ndani ya kipindi hiki, Babalola alisema alikuwa akiwaona viumbe vya pepo wakimfuata lakini wakati fulani malaika wa Mungu alitokea ghafla na kuharibu nguvu za uovu. Wakati siku ya saba ilipoisha, Babalola alikuwa bado hai, mtaalamu wa mitishamba aliitwa tena kwenye ikulu kuelezea kwa nini hakuweza kumuua kama alivyoahidi hapo awali. Mtaalamu wa mitishamba aliwaambia watu wamwache Babalola peke yake na kwamba ni Mungu pekee angeweza kumuua.

Kufikia wakati huu, Babalola alikuwa akiendesha mikutano yake ya maombi katika Kanisa la Anglikana ambapo baba yake alikuwa Rais mlei. Watu wengi walikuwa wakihudhuria mikutano hiyo kutokana na ishara na maajabu waliyokuwa wakishuhudia hapo. Hapa tena, mateso yalizuka dhidi yake. Maombi yamemfikia Askofu Smith ambaye alikuwa msimamizi wa Dayosisi ambayo Shemasi Mkuu wa Ilorin alikuwa chini yake, kwamba kanisa la Ilofa lilikuwa likitekwa nyara na waonaji, wale wanaonena kwa lugha na wale wanaosali kwa msukosuko. Nguvu ya Pentekoste yenye ishara na maajabu ambayo yangeweza kuleta baraka za kiroho na kimwili kwa kanisa la mahali hapo ilikatishwa tamaa kabisa. Babalola na wafuasi wake inadaiwa waliamriwa na Askofu Smith kuondoka kanisani. Babalola alianza kupanga maombi yake ya kawaida katika nyumba ya kibinafsi ya Bw. Oluyemi, Msomaji wa Kanisa. Kuanzia hapa Mungu alikuwa akionyesha nguvu zake kupitia Babalola huko Ilofa na viunga vyake.

Chombo cha heshima ambacho Mungu alikitumia katika kuunganisha Babalola na ulimwengu wa nje kilikuwa mzaliwa wa Ilofa Mzee David Ajibola ambaye alikuwa mwanachama wa kikundi cha Faith Tabernacle na ambaye alikuwa na makao yake Ibadan wakati huo. Alimwalika Babalola Ibadan na baadaye akawasiliana na Mchungaji DO Odubanjo wa Makao Makuu ya Wamisionari wa kikundi hicho huko Lagos.

Kufikia Novemba, 1929, Babalola alifanya mkutano na ndugu huko Lagos. Alielezea maelezo kamili ya wito wake wa kichungaji kwa mamlaka ya Usharika wa Faith Tabernacle na wote wawili walikubaliana kuhusu mafundisho sahihi ya Biblia. Kwa hivyo, Babalola alibatizwa huko Lagos na Mchungaji JB l. Shadare (alias Esinsinade). Baada ya ubatizo wa maji, aliondoka kwenda Odo-Owa na Mzee (Baadaye Mchungaji JA Medaiyese).

Kurudi nyumbani, Mchungaji KP Titus, mhudumu wa Kanisa la SIM (ECWA) alimwalika kwa ajili ya mpango wa uamsho katika eneo la Yagba katika Jimbo la sasa la Kogi. Mungu alimtumia Babalola kwa nguvu. Hakutumia mafanikio yaliyorekodiwa katika mpango huo wa uamsho kuanzisha kanisa lake jipya. Afadhali angewaambia wafuasi wake kuhusu uanachama wake wa Usharika wa Faith Tabernacle. Kwa kuwa bado alikuwa mgeni katika usharika, aliamua kutembelea mamlaka huko Lagos kwa lengo la kuwa na ufahamu zaidi wa mafundisho, kanuni na taratibu za utawala za kanisa. Aliandika barua akionyesha nia yake ya kutembelea Lagos kwa hivyo. Akijibu barua hiyo, aliombwa kusubiri mamlaka husika huko Ibadan.

Mamlaka ya Faith Tabernacle ilitaka kutumia fursa ya mkutano muhimu huko Ilesha kumtambulisha Babalola kwa kusanyiko huko Ilesha, na pia kumruhusu kwenda Makao Makuu ya Kanisa huko Ijebu-Ode baada ya hapo kwa madhumuni ya kujifunza zaidi kuhusu mafundisho ya kanisa. Kwa hivyo katika jibu la ombi lake aliombwa kusubiri ujumbe wa Lagos katika makazi ya marehemu Mchungaji IB Akinyele (ambaye baadaye alikua Olubadan wa Ibadan na Rais wa kwanza wa Kanisa la Kristo la Kitume).

Mkutano wa Ilesha kimsingi ulikusudiwa kuwa mkutano wa amani wa upatanisho. Kulikuwa na kutoelewana kati ya marehemu Mchungaji JA Babatope ambaye aliongoza Makao Makuu ya Eneo la Ilesha la Usharika wa Faith Tabernacle na suala la ndoa za wake wengi miongoni mwa mambo mengine. Ili kumaliza haraka mzozo huo, mkutano wa Ilesha ulipangwa. Hata hivyo, uligeuka kuwa tukio kubwa zaidi kuwahi kushuhudiwa katika historia ya Ukristo nchini Nigeria.

Uamsho Mkuu wa 1930

Mkutano wa amani ulitangazwa kufanyika Julai 9 na 10, 1930, huku mambo ishirini na manne yakiwa kwenye ajenda. Jambo la kwanza kwenye orodha ya ajenda lilikuwa suala la ndoa za wake wengi kwa Wakristo huku jambo la pili likihusu matumizi ya dawa kwa ajili ya uponyaji wa Wakristo. Wajumbe walikuwa wakijadili kuhusu jambo la pili wakati Mungu aliye hai alipoamua kugeuza siku hiyo kuwa siku ya Pentekoste ya Nigeria. Mtoto aliyekufa alikuwa akipelekwa kwenye majengo ya kanisa jambo ambalo lilivuruga umakini wa wale walioshiriki katika mkutano huo wa amani.

Mtoto aliyekufa aitwaye Obi Ogundipe alikuwa na umri wa miaka 10 hivi.

Mama yake alilazimika kutumia huduma za waabudu sanamu kwa lengo la kumfufua mwanawe lakini yote hayakufanikiwa. Akiwa ameazimia kutomwacha mwanawe wa pekee, na bila shaka, ili utukufu wa Mungu udhihirike kikamilifu, alisisitiza kumleta mwanawe aliyekufa kanisani Oke-Oye angalau ili kuona kile kinachoitwa "dini ya wazungu" kingeweza kufanya. Wakati maiti ilipoletwa kwenye uwanja wa kanisa, kulikuwa na ghasia kila mahali. Babalola ambaye alikuwa amelazwa katika chumba tofauti alisukumwa na roho ya Mungu kuzuia hali hiyo. Na kwa msaada na kutiwa moyo na wahudumu wa Mungu waliokuwepo, akaanza kuchukua hatua. Nabii Babalola aliamuru kwamba mvulana aliyekufa awekwe chini ya jukwaa ambalo angesimama juu yake kuendesha ibada ya uamsho ya siku hiyo. Mwishoni mwa ibada, Babalola alishuka kutoka jukwaani na kwenda moja kwa moja kumhudumia maiti. Aliita jina la mvulana huyo mara tatu, akammiminia maji kwa kengele ya mkono na ghafla na kimiujiza, mvulana aliyekufa akajibu jina lake mwenyewe - alikuwa amefufuka!

Kulelewa huku kwa mtoto kimiujiza kulimfanya mama wa mtoto huyo kuachana na ibada ya sanamu, akaleta sanamu zake zote kwa ajili ya kuchomwa moto. Watu wengi walianza kueneza habari kwamba nabii wa ajabu alikuwa amekuja Ilesha. Taarifa hiyo iliwafanya watu wengi kukimbilia eneo la tukio katika Mtaa wa Oke-Oye huko Ilesha. Matukio yaliyofuata hayakuweza kuwawezesha wajumbe kuendelea na majadiliano yao. Jambo la Kipentekoste lilikomesha mkutano ghafla.

Umati uliongezeka na ikabidi wahamishiwe kwenye eneo kubwa lenye vichaka. Watu walitumia miguu yao kusugua vichaka vyote vilivyozunguka uwanja wa wazi wa uamsho. Ishara na maajabu yakawa utaratibu wa siku hiyo. Uponyaji wa kimiujiza ulirekodiwa kupitia matumizi ya kengele ya maombi na kunywa kijito kilichowekwa wakfu (Omi Ayo) kilichoelekezwa na Mungu kwa Babalola kwa kusudi hilo.

Nguvu kutoka juu ilimshukia Nabii. Vipofu walifanywa kuona, viwete wakaanza kutembea, viziwi walifanywa kusikia, mabubu walifanywa kusema. Wapumbavu walipata ukombozi wao. Wakoma walitakaswa. Wanawake ambao walikuwa tasa kwa miaka mingi walipata uzazi.

Mimba zilizokuwa zimechelewa zilitolewa kwa amani. Waasherati, walevi, wavutaji sigara walikuja kwa ajili ya toba. Watu wengi waovu waliokuja kujaribu nguvu za Mungu huko Babalola walikamatwa na Roho wa Mungu, na wakakiri matendo yao ya aibu, wakaacha hirizi zao kwa ajili ya kuungua katika ardhi ya uamsho.

Wagonjwa wengi katika hospitali mbalimbali na nyumba za uponyaji walipelekwa kwenye uwanja wa ufufuo na walipokea uponyaji wao. Watu walikuja kwenye uwanja wa ufufuo kwa maelfu kwa miguu kutoka sehemu za mbali. Nguvu ya Mungu ilidhihirika sana kama umande ulivyokuwa ukimwangukia watu hata wakati jua lilikuwa linawaka mchana.

Mungu alimfunulia Babalola hitaji la kuchoma mti mkubwa mbele ya mtawala wa kitamaduni wa Ilesha-Owa wa Ijeshaland. Mti huo uliogopwa kuwa mahali pa kukutana na wachawi na wachawi. Kulikuwa na makuhani wa juju ambao kwa kawaida hutoa dhabihu kwa mapepo waliokuwa wakiishi ndani ya mti huo mkubwa. Babalola alipouchoma mti huo, kulikuwa na watu wengi waliofikiri huo ungekuwa mwisho wa maisha yake. Lakini hakuna kitu kibaya kilichomtokea nabii na wafuasi wake. Huduma yake iliendelea kuwa na nguvu zaidi kwa utukufu wa Mungu. Tukio hilo la pekee lilimfanya Mfalme, wakuu wake wakuu na watu muhimu katika mji huo kumheshimu Nabii Babalola zaidi.

Makanisa yaliyopo Ilesha na viunga vyake yalikuwa karibu yameachwa huku waumini wakijazana katika uwanja wa uamsho kupokea mafundisho na baraka za kiroho kutoka kwa mtu wa Mungu. Wengi wao ghafla waligundua umuhimu wa Biblia Takatifu, wale waliokuwa na Biblia walianza kuzitafuta na kuzisafisha kwa ajili ya matumizi huku wale ambao hawakuwa na nakala zao wenyewe. Hata hivyo, uamsho huo ulisababisha uchungu kutoka kwa mashirika ya kidini kama vile Anglikana, Methodisti, Katoliki ya Roma na Baptisti. Hawakufurahi kupoteza waumini wao kutokana na uamsho mkubwa uliokuwa ukiendelea.

Wengi wa waumini wa makanisa ya Orthodox waliotelekezwa waliteswa katika maeneo ya kodi ya mapato, kukataa kuwasajili watoto katika shule zao za msingi na kufukuzwa kazi. Habari njema, bila shaka, ilikuwa kwamba waongofu walipata kibali cha Mungu katika yote waliyoweka mikono yao.

KUENEA KWA UAMSHO KWENYE SEHEMU NYINGINE

Watu wengi waliokuja kwenye uwanja wa uamsho walirudi kwenye miji yao mbalimbali wakitangaza habari njema. Kwa hivyo, walikuwa wamelowanisha ardhi tayari kutumika kama wenyeji iwapo nabii angetembelea mji wao. Lakini Nabii Babalola hakuamua tu kwenda popote isipokuwa Roho wa Mungu alimwelekeza ipasavyo. Na hivyo baada ya mpango wa uamsho wa Ilesha, aliongozwa kwenda moja kwa moja Odo-Owa mji wake wa nyumbani mnamo Septemba 1, 1930. Alimkabidhi Nabii Daniel Orekoya huduma ya uamsho wa Ilesha. Mara tu watu walipogundua nia yake ya kwenda Odo-Owa, wengi wao walimfuata. Kwa bahati mbaya watu wa Odo-Owa katika kipindi hiki hawakuwa tayari kukubali habari njema. Muda mfupi baadaye, Babalola aliongozwa hadi mahali pa upweke kama kilomita 60 kutoka mji mkuu. Huko hakumwona mtu yeyote, alikuwa peke yake na Mungu aliye hai akipokea maelekezo kutoka kwa majeshi ya mbinguni. Baadaye aliagizwa kurudi mji mkuu kwani wageni kutoka sehemu zingine walikuwa wamekusanyika kumwona. Baada ya hapo, alipanda juu ya kilima kinachojulikana sasa kama Mlima wa Maombi wa Mtume Ayo Babalola huko Odo-Owa.

Kutoka Odo-Owa, Babalola aliagizwa kwenda Offa katika Jimbo la Kwara la sasa. Waislamu mjini humo walimwomba Afisa wa Wilaya msaada wa kumtoa mjini kwani waliogopa uwepo wake ungeathiri vibaya dini yao.

Kutoka Offa, Nabii Babalola alikwenda Usi katika Jimbo la Ekiti la sasa. Alipokelewa hasa na watu ambao hapo awali walikuwa wameshuhudia uamsho mkubwa wa Ilesha. Alipofika Usi, aliongozwa hadi kwenye kichaka ambapo mti ambao ulikuwa umekatwa hadi sasa lakini ukainuka na kusimama wima tena. Alipofika mahali hapo Babalola na wafuasi wake waliomba kwa nguvu na baada ya hapo wakaukata mti huo ili usiinuke tena.

Kutoka Usi, alienda Efon-Alaye pia katika Jimbo la Ekiti la sasa. Mtawala wa kitamaduni wa mji huo, Alaaye, alikuwa amemwomba Nabii Babalola na wafuasi wake wasiingie katika nyumba nyingine yoyote kwa ajili ya malazi zaidi ya jumba lake la kifalme. Kwa ombi hili, mtu wa Mungu alimtumia mfalme ujumbe kwamba wasaidizi wake walikuwa wengi na wakiruhusiwa kuja kwenye jumba hilo la kifalme, wangeweza kuharibu mahali hapo. Lakini Alaaye alikuwa mkaidi, akajibu tena kwamba hata kama wafuasi wake wataharibu jumba hilo la kifalme, hangejali kutumia mikono yake mwenyewe kulisafisha. Hii ilimfanya Nabii aje moja kwa moja kwenye jumba hilo la kifalme na kukaa kwenye ghorofa ya juu ambayo tayari ilikuwa imetengwa kwa ajili yake na wafuasi wake.

Uamsho ulipoanza, ikawa muhimu kutafuta uwanja mpana wa wazi wa uamsho. Kwa hili, Mfalme alimpa Mtume uhuru kamili wa kuchagua eneo lolote aliloona linafaa katika mji mzima. Na nabii alipochagua mahali paitwapo "Igbo Airo" (kichaka kilichohifadhiwa), mfalme na watu wa mji waliogopa. Walimshawishi Mtume asichague eneo hilo kwa sababu ya asili yake ya ajabu. Ilihofiwa kwamba hakuna mtu ambaye angesafisha kichaka na kunusurika mchakato huo. Lakini kwa utukufu wa Mungu, Babalola na wafuasi wake walisafisha kichaka na kugeuza mahali hapo kuwa uwanja wazi wa uamsho na maombi. Hakuna kitu kibaya kilichotokea kwa yeyote kati yao kutokana na uchakavu wa kichaka.

Kisha Nabii Babalola alimwelekeza kila mtu aliyekuwa na sanamu na hirizi kuziteketeza. Na jibu lilikuwa la kutia moyo kiasi kwamba Mfalme aliogopa, lakini nabii alipomwambia asijali, Alaaye mwenyewe alitoa sanamu na hirizi zote zilizokuwa ndani ya jumba la kifalme kwa ajili ya uharibifu kamili.

Ishara na maajabu yalifuata haraka. Miujiza mingi ilitendeka na hii, iliwavutia watu wengi kwa Efon-Alaaye. Watu wa miji walikubali Ukristo kwa kiwango kikubwa sana. Mfalme alibatizwa na jina lake likabadilishwa kuwa Solomon Aladejare Agunsoye - Mfalme ambaye aliacha hirizi za asili ili kukumbatia maji ya uzima. Mfalme hakuishia hapo, pia alimpa rafiki yake ujumbe wa wokovu, Mfalme wa Aramoko, ambaye pia alibatizwa kwa jina Hezekia Adeoye.

Kutoka Efon-Alaaye, Nabii Babalola aliweza kueneza injili ya Yesu Kristo katika sehemu zote za Ekiti, Akoko, Owo kwa ufanisi.

KIFUNGO CHA MTUME BABALOLA

Wakati wa kipindi cha kwaresima cha 1932, Nabii Babalola alikuwa katika mji wake wa asili, Odo-Owa kwa ajili ya mafungo ya maombi. Hapo ndipo hati ya kukamatwa ilitolewa dhidi yake. Madai ya uwongo kabisa yalitolewa dhidi yake na wanawake wawili huko Otuo (sasa katika Jimbo la Edo) kwamba Babalola aliwalazimisha kunywa mimea yenye sumu ya kienyeji inayotumika kugundua uchawi na ambayo tayari ilikuwa imepigwa marufuku na serikali. Licha ya kukataa kwa dhati kuhusika kwake katika zoezi hilo na kwamba hajawahi kukutana na mwanamke yeyote, Babalola alifungwa jela kwa miezi sita katika Jela la Benin. Ni muhimu kusisitiza hapa kwamba Bwana alikuwa tayari amemtahadharisha Babalola kuwa tayari kwenda mahali pabaya ili kumwokoa mtu anayestahili. Na Babalola alipofika gerezani, Mungu alimfunua mtu huyo, mwanaume Mgiriki anayeitwa Bw. Cyprian E. Ufon. Afya yake ilikuwa imezorota lakini Babalola alipomwombea, alipata uponyaji wake mara moja.

Ua wa gereza haukuweza kuzuia shughuli za kimisionari za Babalola kwani sehemu ya kufungiwa ikawa kituo kingine cha uamsho na uponyaji. Walinzi wa gereza walinufaika sana kutokana na uwepo wake kwani waliwaleta jamaa zao pia kwa maombi. Mchungaji George Perfect na Idris Vanghan walipokuja Nigeria kutoka Ulaya, kwa shughuli za kimisionari, waliongozwa na Mchungaji JA Babatope kumwona Nabii Babalola katika ua wa gereza.

Babalola alikuwa amekubali hapo awali kumfuata Bw. Ufon hadi mji wake wa asili, Kigiriki huko Calabar baada ya kutoka gerezani. Hata hivyo, Babalola ilibidi aende Efon-Alaaye alipotoka gerezani. Ilikuwa kutoka Efon ambapo yeye na Bw. Ufon walienda Calabar kwa ajili ya mpango wa uamsho. Bila shaka, Mungu alitumia kifungo chake kufungua shughuli zake za kimisionari hadi sehemu ya mashariki ya Nigeria. Inafaa kutaja hapa kwamba Babalola alikaribishwa kwa ushujaa kutoka gerezani na watu wa Efon-Alaaye na Mungu aliye hai alifungua mbingu kwa ajili ya mvua ambayo ilikuwa imenyesha kwa muda mrefu kabla ya wakati huo.

Nabii Babalola aliporudi kutoka safari yake ya kimisionari huko Calabar, alitulia kidogo. Kufikia mwaka wa 1935, alimwoa Dorcas na ndoa hiyo ikabarikiwa na watoto watatu wa kike ambao ni Apeke, Wura na Abiye.

Mnamo 1936, Babalola alienda Ghana (zamani Gold Coast) akiwa na Mwinjilisti Timothy Bababusuyi. Wale walioshuhudia uamsho mkuu wa Ilesha waliweza kumtambua na haraka wakajiunga katika kuhamasisha watu kwa ajili ya kampeni ya kiinjili iliyofanikiwa kabla ya kurudi Nigeria.

SIFA ZA UONGOZI

i. Unyenyekevu: Mtume Ayo Babalola alikuwa mhudumu mnyenyekevu wa Mungu. Hakujiruhusu kamwe kutawaliwa na kiburi. Hata katika hatua ya awali ya wito wake, hakujaribu kuanzisha shirika lake la kidini. Aliwaheshimu kila mtu hasa wazee. Hakuwahi kumdhihaki hadharani mtu yeyote aliyekuja naye.

ii. Ukarimu: Kama kiongozi, Nabii Babalola alitekeleza na kuwafundisha wafuasi wake kuhusu hitaji la kuonyesha huruma na wema kwa watu. Chochote alichokuwa nacho, alikishiriki na watu waliokutana naye. Alikuwa mkarimu sana kwa maskini, wajane na wenye uhitaji katika jamii.

Alifadhili sherehe za harusi za watu wengi chini ya huduma yake. Kwa vile alipokea zawadi kutoka kwa kila aina ya maisha, ndivyo pia alivyozishiriki kwa ukarimu. Hakuwa na akiba ya kibinafsi, nguo zake hazikuwa na mifuko. Kufikia wakati mtu huyu mkuu wa Mungu alipokufa, pesa pekee zilizopatikana kwenye begi lake la mkononi (pauni ishirini na tatu (karibu Naira Sita) ndizo pesa pekee alizokuwa nazo. Hakupata mali yoyote ya ardhi. Alichokuwa nacho tu kilitumika kubariki.

watu waliomzunguka. Nyumba pekee aliyokuwa nayo ilijengwa kwa ajili yake na watu wa Efon-Alaaye.

iii. Maombi: Mtume Babalola alionyesha kwamba maombi ndiyo ufunguo mkuu unaoweza kufungua hazina za Mungu. Angeomba na kuomba kwa saa nyingi zaidi bila kuonyesha dalili yoyote ya uchovu. Hata usiku wa kuamkia safari ya kihistoria kwenda Ilesha kwa ajili ya uamsho mkuu, Mchungaji I.

B. Akinyele (Rais wa kwanza wa CAC na Olubadan wa zamani wa Ibadan) ambaye alikuwa mwenyeji wa Babalola usiku huo alisimulia jinsi Mtume alivyoomba kwa nguvu huku sauti yake ikirudia zaidi ya maelfu ya ngurumo. Aliwaagiza wafuasi wake na washirika wake kusali bila kukoma. Nabii Babalola angejificha kwenye milima iliyochaguliwa kwa ajili ya maombi. Miongoni mwa vilima vya maombi alivyovitumia mara kwa mara ni pamoja na Ido Ajinare, Erio, Efon Alaaye katika Jimbo la Ekiti la sasa.

Katika moja ya kipindi cha maombi ya Mtume katika kilima cha Ido-Ajinare, Ido-Ile (Jimbo la Ekiti) chatu mkubwa alitambaa kuelekea kwake kwa lengo la kumdhuru mtu wa Mungu lakini joto katika mwili wa nabii huyo likawa sumu kwa nyoka hatari ambaye baadaye alimwacha afe na kukauka mara moja.

iv. Kufunga: Kufunga ilikuwa silaha yenye nguvu katika huduma ya Mtume Ayo Babalola. Hata katika

Mwanzoni mwa huduma yake ya hadharani, alikuwa kwenye mfungo alipofika katika mji wake wa nyumbani, Odo-Owa.

Mara nyingi alianza kufunga kwa siku arobaini, mbali na kufunga kwa siku 40 kwa Kwaresima karibu alianzisha. Jumatano na Ijumaa zilichaguliwa kama siku za kufunga kwa ajili ya upyaji wa nguvu na mfufuaji mkuu.

v. Kujifunza Biblia: Sifa kubwa ya Ayo Babalola ilikuwa katika neno la Mungu. Hakuruhusu ratiba zake zenye shughuli nyingi zimkengeushe mawazo yake kutoka kwa kujifunza Biblia kwa bidii. Angeweza kusoma kitabu cha Zaburi kuanzia 1 hadi 150.

vi. Ushirikiano na Roho Mtakatifu: Mtume Ayo Babalola alimchukulia Roho Mtakatifu kama mshirika wake mkuu. Hakufanya uamuzi wowote katika huduma bila kwanza kutafuta mwongozo wa kiroho.

TAFSIRI YAKE KWA GREAT BEYOND

Tafsiri ya Mtume Babalola hadi kwenye ulimwengu mkuu wa mbali iliwashangaza watu wengi. Hakuwa mgonjwa, alikuwa na utulivu na moyo mkunjufu na alikuwa akifanya kazi kwa bidii katika huduma yake ya hadharani. Hapo awali, kulikuwa na nyakati ambapo Bwana alifunua mpango wake wa kumchukua kwa sababu ya tabia mbaya ya baadhi ya watu waliomzunguka. Hata hivyo, baada ya maombi mfululizo ya kuomba msamaha, Mungu angemwokoa tena. Lakini wakati huu, hakuna ufahamu kama huo uliotolewa na kwa hivyo ulikuja kama shuti kutoka kwa huzuni.

Katikati ya Julai, 1959, Mtume Babalola aliondoka Odo-Owa na kuelekea Sapele na Warri kwa lengo la kutatua mgogoro fulani ndani ya kanisa la mtaa na pia kufanya kampeni ya kiinjili katika Jimbo la sasa la Delta. Baada ya hapo, alikwenda Ibadan mnamo Julai 24, 1959 kwa ajili ya mkutano wa Kamati Kuu ya Utendaji ya Kanisa huko Olugbode, Ibadan.

Mtume Babalola aliomba kama kawaida kwa ajili ya sehemu zote za jamii. Kabla ya kuondoka Ibadan kwenda Ede, dada yake mdogo marehemu Bi. Orangun alimuuliza ni lini angetembelea Ibadan tena, lakini Mtume alimjibu kana kwamba anatania kwamba hangerudi Ibadan tena.

Kutoka Ibadan, Mtume Babalola alisimama Sekona na baada ya hapo akaenda Ede mnamo Julai 25, 1959. Alilala Jumamosi usiku kama mgeni wa marehemu Nabii Akande (Baba Abiye).

Mnamo tarehe 26 Julai 1959 Nabii Babalola alihudhuria Ibada ya Jumapili huko CAC Oke Talafia,

Ede ambapo alisali sala ya kwanza huku mkono wake wa kulia Mchungaji Medayese akihubiri mahubiri. Baada ya Ibada ya Jumapili, Nabii Babalola alihutubia wajumbe kutoka wilaya tofauti za kanisa waliokuwa wamekusanyika Ede kujadili kuhusu kituo cha uzazi cha kanisa. Baada ya hapo alistaafu hadi chumbani kwake. Mwenyeji wake, Mchungaji Akande, alihisi ana mafua, na matokeo yake alimtengenezea Nabii Babalola chai na kumpa kitambaa kingi cha kufunika. Wakati huo huo, Mchungaji Babajide, Mchungaji Odutola na Mchungaji Medayese walikuwa waliingia chumbani kumwombea. Hata katika sala hiyo, Mtume mwenyewe aliomba kwa nguvu na kusema neema na wachungaji watatu wakamwacha chumbani.

Muda mfupi baada ya maombi yapata saa 5:00 jioni siku ya hatima ya Julai 26, 1959, Mtume Babalola alilia kwa sauti kubwa: kwa jina la Baba, Mwana na Roho Mtakatifu na akafariki hadi sehemu kubwa ya ng'ambo. Wanafunzi wawili waliokuwa naye chumbani, Michael Osabi na Samuel Oluwatusin, walikumbuka jinsi chumba kizima kilivyotikiswa hadi msingi wake wakati wa kifo chake. Kulingana na maagizo yake bora, Nabii Babalola alipelekwa

Efon-Alaaye siku hiyo hiyo. Habari za kifo chake cha ghafla zilienea kama moto wa porini hadi pembe zote za taifa. Waumini walimjia Efon-Alaaye kwa wingi.

Mtume Babalola alizikwa kando ya kaburi la baba yake katika Shule ya Msingi ya St. Stephen, Efon Alaaye mnamo Julai 27, 1959. Hata baada ya kifo chake, kazi zake zinaendelea kusema na maisha yake yanaendelea kutumika kama chanzo cha msukumo kwa watu wengi wanaoamini katika nguvu za Kipentekoste kama zamani.

Robert W. Schambach

Alihubiri ujumbe wa imani usioyumba, ukifuatiwa na ishara na maajabu mengi.

Robert W. Schambach alikuwa mhubiri wa televisheni wa Marekani, mchungaji, mponyaji wa imani na mwandishi. Kipindi chake cha televisheni, *Power Today* , kinaweza kuonekana kwenye mtandao wa DayStar Christian TV na pia kwenye mtandao katika podikasti zinazotiririshwa.

Kuzaliwa na Maisha ya Awali

Robert W. Schambach alizaliwa Aprili 3, 1926, huko Harrisburg, Pennsylvania, kwa Harry Ellsworth na Ann Moyer Schambach.

Akiwa kijana mchangamfu, alizaliwa mara ya pili kwenye kona ya barabara wakati mwinjilisti (CM Ward) alipotoa wito wa madhabahuni baada ya kuhubiri injili ya Yesu Kristo kwa umati uliokusanyika. Robert alihisi wito wa haraka wa kuhubiri, lakini aliamua kufuata ndoto zingine kwanza. Hatimaye alijiunga na Jeshi la Wanamaji la Marekani, na akahudumu kama mtengenezaji wa boiler wa jeshi la majini kwenye meli ya kivita huko Pasifiki Kusini na Asia wakati wa Vita vya Pili vya Ulimwengu. Baada ya kuona Mungu akihifadhi maisha yake wakati wa mapambano mengi hatari na kushuhudia kurejeshwa kwa wafungwa wa Kivita wa Marekani, RW alijisalimisha kabisa kwa Mungu na akaazimia kuhubiri injili popote alipotumwa na Mungu, ili kuwaona wengine wakifunguliwa kutoka gerezani na utumwani wa dhambi na kupata furaha ya kweli ya uhuru kupitia Kristo.

Wizara

Aliporudi kutoka vitani, Schambach alijiunga na shule ya Biblia, ambapo alikutana na mke wake, Winnie na kumuoa. Aliwekwa wakfu na CM Ward na kuanza kuchunga kanisa. Alipata mafunzo yake rasmi katika Taasisi ya Biblia ya Kati huko Springfield, Missouri, katikati ya miaka ya 1940.

Robert alishawishiwa na mikutano ya hema ya TL Osborn na baadaye na AA Allen. Miujiza mingi ya ajabu ilitimizwa kupitia huduma ya watu hawa na RW alijua kwamba Mungu alikuwa amemwita kuwa sehemu ya hili. Mojawapo ya mikutano ya misa ya AA Allen ilipofikia mwisho, aliuliza. RW kuwa sehemu ya timu yake. Hii ilianza miaka kadhaa ya kusafiri kote Marekani akisaidia katika mikutano ya kidini, akihubiri baadhi ya ibada, na kufanya kazi ya maendeleo. Hatimaye, alihisi Mungu akimwita kuanza huduma yake mwenyewe. Alianzisha 'makanisa 4 ya mahema' katika miji mikubwa na kuanza kipindi chake maarufu cha redio, The Voice of Power. Msemo wake wa biashara, "Huna shida yoyote. Unachohitaji ni imani katika Mungu" umechochea imani kwa watu wengi.

Huduma ya Ndugu Schambach kwa walioumia imepokelewa katika mataifa mengi duniani: kote Ulaya, Urusi, India, Asia, Ufilipino, Afrika, West Indies, Amerika ya Kati, na Amerika Kusini. Anaendelea kushirikiana kifedha na uanzishwaji wa makanisa na shule za Biblia nchini Urusi na Uchina; akiwa na kituo cha watoto yatima nchini Indonesia na Haiti; akiwa na kituo cha miji mikubwa huko Mexico City; na akiwa na kituo cha mijini huko New York City.

Alihubiri neno la imani lisiloyumba, likifuatiwa na ishara na maajabu.

Maisha na Kifo cha Familia

Schambach aliolewa na Mary Winifred Donald (aliyezaliwa Septemba 3, 1926, huko Philadelphia, Pennsylvania). Alikutana naye alipokuwa mwanafunzi katika Taasisi ya Biblia ya Mashariki ya Assemblies of God huko Valley Forge, Pennsylvania, mwaka uliofuata, wakati mnamo Septemba 4, 1948, (siku 1 tu baada ya siku ya kuzaliwa ya Mary), wanandoa hao walifunga ndoa, na wakazaa wana wawili na binti mmoja: Bobby, Bruce na Donna.

Donna Schambach ni mchungaji na mponyaji wa imani katika eneo la Tyler.

Schambach alikuwa na wajukuu sita: Rachel, Bobby III, Mark, Amanda na Christi.

Alimuoa mke huyo kwa miaka 61 kabla ya kifo chake kutokana na sababu za asili huko Tyler, Texas, Aprili 20, 2010, akiwa na umri wa miaka 83.

Miaka miwili baadaye (Januari 17, 2012), Schambach alifariki kutokana na mshtuko wa moyo akiwa na umri wa miaka 86.

Alizikwa karibu na mkewe katika Kanisa Kuu katika Makaburi ya Pines huko Tyler, Texas.

https://believersportal.com/biography-evangelist-rw-schambach/

Charles S. Bei

Alikuwa mmoja wa Wainjilisti wa Uponyaji mashuhuri wakati wa nusu ya kwanza ya karne ya ishirini. Alizaliwa Sheffield, Uingereza, alihamia Kanada na kisha Spokane, Washington. Alizaliwa tena katika Misheni ya Methodist huko Spokane, aliingia katika huduma ya muda wote katika Kanisa la Methodist.

Alizaliwa: 1887, Uingereza, Uingereza
Alifariki: Machi 8, 1947

"Injili Kamili"

Charles Sydney Price alizaliwa na Mary Hannah Bee na Charles Henry Price nchini Uingereza mwaka wa 1887. Mama yake alifariki akiwa na umri wa miaka minne na baba yake baadaye akaoa tena mwanamke ambaye Charles alimpenda na kumheshimu. Price alihudhuria darasa la kwanza hadi shule ya upili ya wasomi wa Methodist kuanzia yapata mwaka 1899-1904. Ingawa ilijulikana kama Chuo cha Wesley, iliwaweka wanafunzi pekee hadi walipokuwa na umri wa miaka 18 katika maandalizi ya uwezekano wa kuhudhuria Chuo Kikuu cha London. Akihangaika na la kufanya baada ya kuondoka Wesley, Price alijiunga na Jeshi la Wanamaji la Kifalme mwaka wa 1906 kama msaidizi wa ghala, lakini aliachiliwa ndani ya miezi michache kutokana na goti lake kuuma. Baadaye alisema alienda Shule ya Sheria ya Oxford kwa muda, lakini Oxford haina rekodi ya kuhudhuria kwake. Mwaka wa 1907 Price alihamia Kanada kutafuta kazi na kuishia katika timu ya reli. Kisha akahamia Spokane, Washington akitarajia kupata kazi huko. Alienda kwenye ibada ya kanisa katika Misheni ya Methodist Huru na akaongoka. Aliamua kubaki na misheni kama mfanyakazi na akatawazwa kuwa mchungaji wa Methodist mwaka huo huo. Pia alikutana na Bessie Rae Osborn na kuolewa naye. Wanandoa hao wangeendelea kupata watoto wao wanne na binti mmoja kutoka Uingereza.

Price aliathiriwa na theolojia ya "kisasa" au ya kiliberali. Mafundisho hayo yalijumuisha ukosefu wa imani katika Biblia kama Neno la Mungu, na kukataa miujiza. Aliacha kanisa la Methodisti na kuwa mchungaji wa Congregationalist. Baadaye angeelezea kipindi hiki cha maisha yake kama mtu ambaye alikuwa 'kipofu kiroho, akiwaongoza watu wake shimoni'. Alihudumu hivi kwa miaka kumi na miwili. Price alihamia California ambapo alikuwa mchungaji wa Kanisa la Kwanza la Congregational la Lodi. Mnamo 1921 kulikuwa na uamsho ulioongozwa na Aimee Semple McPherson huko San Jose, California. Mmoja wa waumini wa kanisa lake alimwambia jinsi alivyohudhuria uamsho na kupata uzoefu wa kujazwa na Roho Mtakatifu. Muda si mrefu hili lilianza kuenea kupitia waumini wengine wa kanisa lake pia. Alienda kwenye mikutano kukusanya ushahidi wa kufundisha dhidi ya fundisho hili. Badala yake alishawishika sana kuhusu utupu wake mwenyewe. Usiku wa tatu alikuwa ameketi jukwaani pamoja na wachungaji wengine. Wito wa madhabahu ulipofika kwa wenye dhambi kuokolewa , Price aliitikia hadharani. Alijawa na furaha. Alihudhuria baadhi ya "mikutano ya kusubiri" katika kanisa la Baptist na akapokea "kujazwa na Roho" usiku chache baadaye, na akaanza kunena "kwa lugha nyingine".

Price alirudi kanisani kwake mara moja na kutoa ushuhuda wake. Waumini 1000 walianza kufanya mikutano ya watafutaji wakimlilia Mungu kwa ajili ya uwepo Wake. Uamsho ulianza. Mojawapo ya matokeo yalikuwa kwamba waumini 1000 wa kanisa hilo walianza huduma za kiinjilisti. Price alianza kuona watu wakiponywa katika mikutano yake. Viongozi wa madhehebu walikosoa kile kilichokuwa kikiendelea kanisani mwake. Price aliwaacha Wakorintho ili kuanzisha Hekalu la Lodi Bethel. Mnamo 1922 alianza kufanya mikutano ya kiinjilisti ya mzunguko huko Oregon na British Columbia. Kulikuwa na uponyaji wa kimiujiza sana huko Victoria, British Columbia. Mnamo 1923 Price alihubiri kwa zaidi ya watu 250,000 katika kipindi cha wiki tatu na wengi waliponywa. Mnamo 1923 alifanya mkutano wa uponyaji ambapo Lorne Fox na familia yake yote waliponywa. Lorne na dada yake walianza huduma yao ya kiinjilisti na uponyaji muda mfupi baadaye.

Price alifanya mikutano huko Calgary, Edmonton, Winnipeg, Toronto, Minneapolis, Duluth, St Louis na Belleville, Illinois. Mnamo 1926 Price alianza kuchapisha jarida la "Golden Grain", ambalo lilijumuisha ushuhuda mwingi wa uponyaji na miujiza. Mnamo 1928 Price alipata pigo wakati wakili wake alipotoroka na fedha zake zote. Wafuasi wake walisaidia kukusanya baadhi ya pesa hizo, lakini aliamua kununua hema la kufanya mikutano, ili asilazimike tena kulipa gharama kubwa za ukumbi. Aliiita Kanvas Katherdral. Imeripotiwa kulikuwa na waongofu 1000 kwa siku katika siku 10 za mwisho za mikutano ya Belleville. Aliendelea kusafiri kupitia kaskazini magharibi kwa miaka kadhaa iliyofuata. Kila mahali alipoenda aliona uponyaji wa kimiujiza katika mikutano yake na maelfu wakamjia Kristo. Alihesabu waongofu 35,000 mnamo 1928 pekee. Kusafiri mara kwa mara kuliweka mkazo kwenye ndoa yake. Kufikia 1930 yeye na mkewe walitengana. Hatimaye walitalikiana katika miaka ya 1930.

Ingawa huduma nyingi zilifungwa au zilipunguzwa sana wakati wa miaka ya 1930, kutokana na mdororo wa uchumi, Charles S. Price aliendelea kuwavutia maelfu ya watu kwenye mikutano yake. Mwishoni mwa miaka ya 1930 alihudumu nchini Norway, Uingereza, Misri, Palestina, Uturuki, Syria, Lebanon, Italia, na pia kuendelea kuongea kote Marekani. Alianza kujiita Dkt. Price, jina ambalo linaonekana kuwa cheo cha heshima badala ya cheo cha kielimu. Mnamo 1939 Price alikadiria kwamba alikuwa amesafiri zaidi ya maili milioni moja kwenye kampeni za uinjilisti tangu alipoanza mwaka wa 1922. Ratiba yake ilikuwa ngumu. Katika mikutano ambapo alikuwa mzungumzaji mkuu angezungumza mara mbili au tatu kwa siku na mara nyingi aliomba uponyaji hadi usiku. Wakati wa miaka ya vita ilikuwa vigumu zaidi kuvutia umati mkubwa wa watu na Price mara nyingi alizungumza makanisani na mikutano ya kambi. Mnamo 1940 kati ya katikati ya Machi na katikati ya Agosti alihubiri mara 218 mbali na kufanya ibada 35 za uponyaji, alikaa masaa mengi akiwaombea wagonjwa, alitoa hotuba kadhaa za kijamii kwa vikundi kama Rotary Club, alifanya hotuba za redio, yote haya huku akisafiri maili 2700 kwa treni na maili 8500 kwa gari. Katika siku moja pekee alizungumza mara 5 huko Springfield, Missouri.

Price hakuwa na uhusiano na dhehebu fulani na mikutano yake mara nyingi iliungwa mkono na makanisa mengi ndani ya eneo. Alikuwa na uhusiano maalum na uongozi wa madhehebu ya Assembly of God na alizungumza mara kwa mara kwenye mikutano yao ya kambi na mara nyingi alialikwa kuzungumza katika makanisa yao. Alikuwa mwandishi mahiri. Aliandika vitabu kadhaa vikiwemo: *And Signs Followed the Life Story of Charles S. Price* , *The Potter and the Clay, Spiritual and Physical Health, Made Alive, Two Worlds, The Real Faith, You Can Know God Here and Now, Divine Intervention* , na *Miracles* mbali na kutoa Jarida lake la Golden Grain kuanzia 1926 hadi 1947. Alitumia redio sana na mara nyingi alihubiri kutoka Los Angeles, California alipokuwa hayupo barabarani. Pia alifundisha katika Chuo cha Biblia cha Southern California na mara nyingi aliombwa kujaza nafasi za wachungaji katika eneo la Los Angeles. Mnamo 1945 alihisi kwamba Bwana alikuwa akimwita atumie muda nyumbani. Miaka miwili iliyofuata ililenga kuandika, kuhubiri ndani ya eneo, na kupumzika na kusali. Alifariki Machi 8, 1947.

Stephen Jeffreys

Stephen Jeffreys alikuwa Septemba 2, 1876, wa tatu kati ya wana wanane wa Thomas na Kezia Jeffreys. Thomas alikuwa mfanyakazi wa migodi lakini alikuwa na pumu na alipambana na matatizo ya kupumua. Ili kusaidia familia, Stephen akawa mfanyakazi wa migodi akiwa na umri wa miaka kumi na miwili. Angetumia miaka 24 iliyofuata akifanya kazi migodini. Afya ya baba yake haikuweza kusaidia kazi hiyo, na alifariki alipokuwa na umri wa miaka 47 pekee. Ndugu wanne wa Stephen na dada pia walifariki. Kaka yake George alikuwa mgonjwa. Ilikuwa maisha magumu. Stephen alipokuwa na umri wa miaka 22 alimwoa Elizabeth Lewis, binti wa mkulima wa eneo hilo. Hatimaye walizaa watoto wanne, wasichana watatu na mvulana mmoja. Binti mdogo alifariki alipokuwa na umri wa miezi sita pekee.

Wanafamilia walikuwa waumini wa kawaida wa kanisa. Walikuwa wa kanisa huru la Wales. 1904 ulikuwa mwaka muhimu kwa Wales. Evan Roberts alisema 'Nina maono ya Wales yote ikiinuliwa mbinguni. Tutaona uamsho mkuu zaidi ambao Wales imewahi kuujua, na Roho Mtakatifu anakuja hivi karibuni, kwa hivyo lazima tujiandae.' na hivyo ndivyo hasa ilivyotokea. Stephen, na kaka yake George, walibadilishwa wakati wa Uamsho katika Kanisa Huru la Shiloh huko Nantyfyllon, Wales mnamo Novemba 20, 1904.

Miezi kumi na tatu iliyofuata mashambani kote yalitetemeka kwa uwepo wa Mungu. Stephen hakuwa na mafunzo rasmi ya kitheolojia na hakuwa na mipango ya kuwa mhudumu na bado Mungu alimwita kutoka migodini na kuingia kwenye mimbari.

Stephen alianza kuhubiri mitaani. Katika mji wa Maesteg alihubiri kwa muda mrefu sana kiasi kwamba giza likaingia na ikabidi wamletee taa ili aendelee. Mungu alikuwa amemwita kuwa mwinjilisti. Evan Roberts alikuwa kiongozi wa harakati hiyo kali huko Wales. Baadaye maishani mwake alipoulizwa ni nani alikuwa muhimu katika uamsho alisema "Zaidi ya wale wote ninaowajua - Stephen Jeffreys." Jeffreys aliendelea kufanya kazi migodini lakini alihubiri kila alipopata fursa. Mahubiri yake yalikuwa rahisi na yaliwaita watu kwa Kristo.

Uamsho wa Wales ulianza kupungua. Mmoja wa wahudumu waliokuwa wamehusika katika uamsho huo alikuwa Alexander. A. Boddy. Akiwa na njaa ya uwepo wa Mungu zaidi, Boddy alisikia kuhusu kumiminwa kwa Wapentekoste huko Oslo, Norway chini ya Thomas Barrat. Kwanza alienda Oslo na kisha Barratt akaja kanisani kwake huko Sunderland, Uingereza mnamo 1907. Likawa kituo cha uamsho wa Wapentekoste. Mnamo Desemba 1907, mchungaji wa Wales wa eneo hilo aitwaye Thomas Madog Jeffreys alijazwa Roho Mtakatifu alipokuwa akikutana na mchungaji mwingine ambaye alikuwa amepokea ubatizo wa Roho Mtakatifu huko Sunderland. Stephen na kaka yake George mwanzoni walikuwa na wasiwasi kuhusu hatua hii mpya. Hata hivyo, mtoto wa Stephen, Edward, alipata uzoefu wa Wapentekoste alipokuwa likizoni na akarudi kuiambia familia yake kuhusu hilo. Mnamo 1908 mikutano ilianzishwa huko Maestag na Stephen na George wakaenda kujionea wenyewe. Walibatizwa kwa Roho Mtakatifu na wakaanza kunena kwa lugha. Stephen aliona ongezeko la haraka la ufanisi katika kazi yake ya uinjilisti.

Ndugu yake Stephen, George, alihisiwa kuitwa kwenye huduma. Alijiunga na Umoja wa Wamishenari wa Kipentekoste mnamo 1912. George alimwomba Stephen ahubiri katika mji mdogo unaoitwa Cwmtwrch mnamo Oktoba 1912. Iliendelea vizuri sana kiasi kwamba waliomba arudi Desemba kwa siku tatu zaidi. Mkutano wa Desemba uligeuka kuwa uamsho mdogo na Stephen akaishia kukaa huko kwa wiki saba. Uponyaji wa ajabu uliashiria mikutano. Ndugu yake George alikuja kuungana naye na kusaidia katika mikutano. Kutoka hapo alienda Pen-Y-Bont ambapo mwanamke ambaye mguu wake ulikatwa alipona mara moja. George alirudi kwenye masomo yake lakini Stephen akaenda Llanelly ambapo alihubiri na kuanzisha kanisa lake mwenyewe. Alikaa huko kwa miaka saba.

Ilikuwa huko Llanelly ambapo muujiza mkubwa ulitokea. Usiku mmoja alipokuwa akihubiri, maono yalionekana ukutani mwa kanisa. Kwanza ilikuwa ni mwana-kondoo na kisha uso wa Yesu kama mtu wa huzuni, akiwa na machozi usoni mwake. Mamia ya watu waliona maono hayo ambayo yalidumu kwa saa nyingi watu walipokuja na kuingia ndani ya patakatifu. Stefano alipoomba kuhusu maono hayo alihisi kwamba yalionekana kama ishara ya mateso makubwa ambayo yalikuwa karibu kutokea. Wiki chache baadaye Vita vya Kwanza vya Dunia vilianza. Stefano akawa maarufu sana hivi kwamba aliombwa kuzungumza katika makanisa mengi. Alibaki mchungaji hadi 1920, lakini mara nyingi alikuwa akisafiri katika kipindi hiki.

Mnamo 1920 Stephen alijiunga na kaka yake George kufanya kazi katika Muungano wa Kipentekoste wa Elim wa George. Alifanya mikutano huko Dowlais na kuanzisha kanisa na kuwa mchungaji wake. Mnamo 1924 Stephen na

George walienda Marekani na Kanada. Walienda Los Angeles ambapo walimwona Aimee Semple McPherson katika Hekalu la Angelus. Aliwapa ndugu athari kubwa. Baada ya kurudi walienda London na kuanza kufanya mikutano. Walimwalika Aimee Semple McPherson na kisha wakafanya mikutano peke yao. Hii ilidumu kwa takriban miaka miwili.

Kulikuwa na mzozo unaoongezeka kati ya George na Stephen. Haiba zao zilikuwa tofauti kabisa. Huenda Stephen alikuwa na kipawa zaidi kati ya hao wawili, lakini George alikuwa na vipawa vikali vya kiutawala. Mara nyingi Stephen alikubali mikutano katika zaidi ya sehemu moja kwa tarehe fulani. Angeruhusu mikutano iendelee bila kuchukua sadaka au kuwaacha wengine wafanye sehemu zao. Stephen angesema kile kilichokuja akilini mwake, bila kujali matokeo yake. Pia alikuja kuamini kwamba George alikuwa na wivu naye. Mnamo 1926 Stephen aliacha harakati za Elim na kujiunga na Bunge la Mungu la Uingereza na Ireland. Mambo yaliendelea kuwa magumu kati ya ndugu kwa miaka kadhaa iliyofuata.
Kila mahali ambapo Stefano alienda, uponyaji wa ajabu na miujiza ya ubunifu ilitokea.

Alienda Marekani, New Zealand, Australia, na Afrika Kusini. Maelfu ya watu walikuja kwenye mikutano yake. Mnamo 1933 alisafiri hadi Sweden na Norway kuhubiri. Alijisukuma usiku na mchana, akipuuza maonyo ya madaktari kuhusu afya yake. Mambo yalibadilika sana katikati ya miaka ya 1930. Mikutano mikubwa ya kidini ilikuwa ikipungua umaarufu na kutofanikiwa kuwafikia waliopotea. Ratiba ya Stephen ilikuwa ikimsumbua na afya yake ikaanza kudhoofika. Akawa mlemavu wa yabisi-kavu.

Mnamo 1940 George aliacha makanisa ya Elim aliyoanzisha ili kuanzisha Ushirika wa Kanisa la Biblia.

Alifanikiwa kuwashawishi Stephen na mwanawe Edward wajiunge na harakati zake mpya za kanisa. Kutokana na matatizo ya kiafya, Stephen hakuweza kuunga mkono kazi hiyo kikamilifu. Aliishi miaka minane ya mwisho ya maisha yake akiwa amestaafu kimya kimya na binti yake May huko Porthcawl, Wales. Alisaidiwa na madaktari kutoka Chuo cha Biblia cha Wales, kilichokuwa kikiongozwa na Rees Howells. Alifariki Novemba 17, 1943.

Unyonyaji Mkubwa Zaidi - 1 - Ushuhuda

Kwa wahudumu tofauti wa Mungu katika vizazi vingi ili kujenga imani yako kwamba Mungu bado anafanya kazi leo na milele.

Charles S. Price - Viungo Vipya vya Kike Vimeundwa

Dkt. Charles Sydney Price alikuwa mmoja wa wachungaji wenye ushawishi mkubwa wa karne ya ishirini. Alipata kuwa mchungaji mwaka wa 1909 akiwa na umri wa miaka 22 na akatumia miaka 12 akichunga chini ya ushawishi wa theolojia ya kiliberali inayoendelea.

Kulikuwa na mhudumu aliyehudhuria ambaye alitusimulia hadithi ya ajabu. Alikuwa kasisi wa Anglikana hapo awali aliyekuwa karibu na Saskatoon. Miaka iliyopita, tulipokuwa na bahati ya kuzungumza katika Uwanja wa Michezo katika mji huo, alihudhuria mikutano. Mkewe alikuwa amefanyiwa upasuaji ambapo viungo vya mwili wake vilikuwa vimeondolewa. Hakuweza kupata mtoto. Na kwa ajili ya mtoto walikuwa wametamani na kuota. Aliletwa kwa ajili ya maombi. Wakosoaji wanasema hakuna uponyaji wa kikaboni. Lakini Mungu alijibu maombi na mtoto alizaliwa katika nyumba hiyo. Muujiza ulitokea. Viungo LAZIMA vilikuwa vimekua tena. Hakuna maelezo mengine. Huu ulikuwa ushuhuda tuliopewa kutoka kwa midomo ya mhudumu huyo ambaye sasa aliamini na kufanya uponyaji wa kimungu kwa moyo wake wote.

Macho Mapya Yameundwa

Mmoja wa mamia ya waongofu katika ziara hiyo mashuhuri alikuwa kijana mmoja aliyeitwa Tom Wilson. Mama yake alihudhuria moja ya mikutano ya jioni mapema katika kampeni na alichelewa sana kurudi nyumbani. Tom na baba yake walikuwa wanaanza kuwa na wasiwasi, wakihofia jambo fulani limemtokea, hivyo aliporudi hatimaye walitaka kujua alikuwa wapi. Alipoeleza kwamba alikuwa amehudhuria mkutano wa kidini katika Ukumbi wa Mji, mumewe hakuamini na alitaka kujua ni mkutano wa kidini wa aina gani ulioendelea kwa saa nyingi. Akiwa amejaa msisimko, alianza kuwaambia: "Mnamjua msichana kipofu Celia Brown; vizuri anaweza kuona."

"Usiwe mjinga, mama," alisema Tom, "hilo haliwezekani; sote tunajua kwamba Celia hana hata macho, kwa hivyo anawezaje kuona? Macho yake ni kama mashimo matupu."

"Nakuambia," mama yake akajibu, "wakati Mwelsh huyu, Stephen Jeffreys, alipomwombea usiku wa leo, alipata macho mawili ya bluu na anaweza kuona."

Celia alikuwa na umri wa miaka kumi na tatu na anajulikana sana katika eneo hilo. Bado hawakuweza kuamini kile ambacho Bi. Wilson alikuwa akisema lakini waligundua haraka kuwa ni kweli. Hili, pamoja na miujiza mingine ya uponyaji, likawa gumzo la mjini.

Kasisi wa Wall, Mchungaji JW Adams, alikuwa rafiki sana na Stephen na alisaidia katika kampeni huko Walworth, Kensington, Bedford, Southend-on-Sea, Chelmsford, Askofu Auckland, Sunderland, Maidstone, Tunbridge Wells, Wakefield na wengineo. Hakuwepo kwenye mkutano Celia alipoponywa lakini alifika baadaye kidogo kwenye kampeni na akapata maelezo ya Stephen mwenyewe:

Mnamo Machi 11 alikuja kwa ajili ya maombi. Wakati huo hakuonekana kuwa na macho yoyote hata katika hali ya kiinitete na hakuwahi kujua tofauti kati ya mwanga na giza, mchana na usiku. Mara tu baada ya kuwekewa mikono, ulimwengu mpya ulianza kufunguliwa kwa ajili yake: kwa macho yake mapya na madogo sana alitambua tofauti kubwa kati ya mwanga na kivuli. Siku iliyofuata aliona wazi zaidi, na nguvu ikaanza ndani yake ya kuhesabu na kuchukua senti kutoka kwenye kitambaa cheupe cha meza.

Bw. Adams mwenyewe alishuhudia: "Nimemwona na kuzungumza naye tangu mara kadhaa na kila wakati macho yake yalikuwa yamekua kidogo kwa ukubwa na uwezo. Angeweza kuhesabu vidole vilivyoshikiliwa mbele yake na kutengeneza makadirio ya umbali. Katika hili alikuwa kama mtoto mchanga akijifunza kuona. Macho yake ni ya bluu na kama yale ya baba yake."

Sehemu kutoka kwa "Seven Pentecostal Pioneers" na C. Whittaker. Gospel Publishing House, 1985

Mchungaji Lee Stoneking Alifufuka Kutoka kwa Wafu

Mchungaji Stoneking anaanza ushuhuda wake katika Umoja wa Mataifa kwa kauli "unatazama muujiza." Mnamo Novemba 2003 alianguka na kufa kutokana na mshtuko mkubwa wa moyo katika uwanja wa ndege huko Sydney, Australia. Alikufa kimatibabu kwa dakika 45. Walimpa CPR na kutoa matibabu 10 ya mshtuko wa umeme kwenye moyo wake. 3 au 4 kwa kawaida ndio wengi zaidi wanaotoa

Marekani na Australia. Damu ilikuwa imekusanyika katika viungo vyake. Hakukuwa na tumaini lolote kwake. Alikuwa maiti tu. Walimweka kwenye gari la wagonjwa. Gazeti lililotangaza kuwa amekufa lilikuwa tayari limekamilishwa hospitalini. Katika gari la wagonjwa, Yesu aliingia na moyo wake ukaanza kupiga na pumzi yake ikarudi. Dereva na mhudumu wa afya walishtuka. Baadaye wangesema hawajawahi kuona mtu yeyote akipona kutokana na yaliyompata. Ndani ya wiki chache alirudi nyumbani Marekani peke yake, alikuwa amepona kabisa.

Baada ya kurudi Marekani aliendа hospitalini huko Jackson, Tennessee kwa uchunguzi mkubwa. Walifanya uchunguzi wa damu, ikiwa ni pamoja na kipimo cha DNA. Daktari alitangaza kwamba alikuwa muujiza. Sio tu kwamba alikuwa katika afya njema lakini alama ya kijenetiki ya ugonjwa wa moyo ilikuwa imeondolewa kutoka kila seli ya mwili wake! Daktari alisema hilo haliwezekani, ni Mungu pekee angeweza kufanya jambo kama hilo. Mungu hakumfufua tu bali alimponya kabisa kwa kila njia. Daktari alimwambia "umekiuka sheria zote za sayansi ya matibabu." Mchungaji Stoneking alisema "Sikufanya hivyo lakini namjua yule aliyefanya hivyo na jina lake ni Yesu."

https://youtu.be/a_-s-KobZ64

Uponyaji wa Leukemia katika Mkutano wa Tommy Hicks

Katika mkutano huko Karlsruhe, Ujerumani, ushuhuda ufuatao ulitumwa kwa Tommy Hicks miaka miwili baada ya kufanya mkutano huko.

Niliugua Leukemia nikiwa katika hali ya kufa. Maumivu yalikuwa mabaya sana. Nilikuwa karibu kufa, ilikuwa ni jambo la dakika chache. Mnamo Desemba 28, 1955 nilibebwa kwa machela hadi kwenye mkutano wa Tommy Hicks huko Sporthalle kwenye uwanja wa maonyesho wa Beplaz. Ndugu Hicks aliomba pamoja na kutaniko lote, lakini sikuhisi nafuu. Mara moja wazo lilinijia akilini: Sasa nimeombewa na mwinjilisti. Sasa lazima niachilie imani yangu na lazima nitende kulingana na imani yangu. Nilitupa mikono yote miwili nyuma, nikashuka kwenye jukwaa, nikitetemeka na kutetemeka, na kutembea peke yangu bila mtu yeyote kunisaidia . Ni sasa tu ndipo nilipogundua jinsi ugonjwa huo ulivyoniacha moyoni na tumboni. Nilisimama tuli, baadaye nikashika mto wangu, nikakimbilia jukwaani na kumsifu Mungu kwa wokovu wake wa ajabu na Neema. Tangu siku hiyo nilihudhuria mikutano kila usiku. Leo niko mzima kabisa (Agosti 1, 1957). Haleluya!

Bibi Erna Schaudt, Karlsruhe, Bachstrasse

Mvulana Aliponywa Ugonjwa wa Kupooza kwa Ubongo Kupitia Charles na Frances Hunter

Mvulana mdogo alizaliwa na ugonjwa wa kupooza ubongo na hakuwahi kutembea maishani mwake. Wazazi wake walisoma kitabu cha Hunter "Waponyeni Wagonjwa" na walihisi mwana wao anapaswa kupokea maombi. Waligundua kuwa Wawindaji wangekuwa wakizungumza kwenye mkutano uliokuwa umbali wa maili 160 hivi. Mvulana huyo alikuwa na vishikio miguuni mwake ili kumsaidia kusimama lakini hakuwahi kutembea. Wawindaji walimwombea mvulana huyo kisha wakawaomba wazazi

wavue vishikio hivyo ili aweze kujaribu kutembea. Mvulana huyo alichukua hatua moja na kisha nyingine na hatimaye akakimbia hadi nyuma ya kanisa ambapo babu yake alikuwa amekaa. Kisha akageuka na kukimbia kurudi mbele. Mvulana huyu mdogo ambaye hajawahi kutembea aliruka juu ya Frances Hunter na kumkumbatia mara kwa mara. Miaka 32 baadaye Frances alikuwa akifikiria tukio hilo na akamwita mtu aliyeponywa. Bado alikuwa mzima kabisa baada ya miaka hiyo yote!
Hadithi kamili asilia kama ilivyosimuliwa na Frances Hunter inaweza kupatikana hapa: http://www.sidroth.us/2013/05/30/our-guest-frances-hunter/

Uponyaji wa Jack Hayford

Nilipokuwa na umri wa mwaka mmoja, nilitakiwa kufa. Nilipozaliwa, kulikuwa na tatizo shingoni mwangu ambalo madaktari hawakuweza kurekebisha, na ilikuwa lazima kwamba baada ya muda, hali hiyo hatimaye ingeipotosha shingo yangu na ningekufa. Daktari alijua hakuna angeweza kufanya ili kuibadilisha.

Miezi mitano, mara tatu kwa wiki mama yangu alinipeleka kwa matibabu ili kupunguza maumivu yangu kwa muda. Lakini daktari alikuwa na uhakika kwamba hakukuwa na chochote ambacho kingeweza kufanywa kurekebisha, aliwatoza wazazi wangu gharama za matibabu sita tu ingawa alitoa kati ya 50 na 60.

Wazazi wangu hawakumjua Bwana. Binamu yake mama yangu naye hakumjua Bwana, lakini alikuwa amesikia kuhusu Kanisa la Foursquare huko Long Beach, California. Alikuwa amesikia kwamba katika kanisa hilo, Yesu aliwaponya watu, na aliandika tatizo langu na akapeleka ujumbe huu kanisani. Huko alimpata mtu na akauliza, “Kuna mtoto mdogo anayekufa, nami nimeleta ujumbe huu. Je, mtamwombea mtoto huyu?" Watu wakasema, "Tutamwombea." Waliuleta katika mkutano wa maombi wa Jumatano usiku wa kanisa hilo.

Siku iliyofuata, wazazi wangu walianza kugundua kuwa mambo yalikuwa yamebadilika. Binamu wa mama yangu alikuwa amemwambia kwamba alikuwa amepeleka ombi la maombi kanisani. Ndani ya siku chache zilizofuata, daktari alisema, "Mtoto huyu yuko sawa. Hakuna tatizo lolote kwake." Na daktari hakunitangaza tu kwamba niko sawa, bali pia alikataa kuchukua pesa kutoka kwa wazazi wangu kwa malipo machache aliyokuwa akitaka kutoza, kwa sababu, alisema, "Sikuwa na uhusiano wowote na uponyaji wa mtoto huyu. Hili lazima liwe ni jambo ambalo Mungu alifanya."

Hadithi hii inaweza kupatikana kwenye Blogu ya Jack Hayford katika https://www.jackhayford.org/teaching/articles/my-personal-testimony-of-healing

Uvimbe Hutoweka kwa Mtoto Baada ya Maombi na AA Allen

Ushuhuda huu ulichapishwa katika jarida la Voice of Healing la Januari 1951.
"Nilikuwa nikimpeleka mtoto wangu katika Hospitali ya Highland tangu Agosti 16, 1949. Kidonge au uvimbe ulikuwa umeanza kukua shingoni mwake, na kichwa chake kilikuwa kimeanza kukua na kuanza kurudi nyuma. Kidonge kiliendelea kukua. Kichwa cha mtoto wangu kilirudishwa nyuma katika hali hiyo kwa hivyo angeweza kukigeuza tu upande mmoja. Kwa kuwa hakupata nafuu yoyote niliacha kumpeleka kwa madaktari. Nilimkanda shingo kila siku

lakini ilizidi kuwa mbaya. Muuguzi alikuja na kujaribu kunifanya nimrudishe kwa matibabu zaidi, lakini wakati huo huo nilikuwa nikimsikia Mchungaji AA Allen akihubiri kuhusu uponyaji na nilikuwa nimeamua kumwamini Mungu.

Nilimpeleka mtoto wangu kwenye mstari wa uponyaji. Ndugu Allen aliweka mikono yake juu ya mtoto wangu na kulaani uvimbe huo kwa jina la Yesu na kuamuru upotee. Inaonekana hakuna kilichotokea hadi nilipofika nyumbani na nilikuwa nikimtayarisha mtoto wangu kwa ajili ya kulala. Mama yangu alikuwa nami na sote tulikuwa tukiangalia uvimbe huo mbaya. Tulipoangalia wote wawili ulitoweka ghafla na kutoweka. Mimi na mama yangu tuliuona, lakini pia mimi nilipokuwa na mtoto wangu mikononi mwangu na nikahisi unaondoka. Nina taarifa kutoka kwa daktari ikisema mtoto wangu amepona kabisa.
Thelma Phillips
San Leandro, CA

Mwanamke Aponywa Ugonjwa wa Kupooza kwa Ubongo Baada ya Mungu Kumpa Maono

Marlene Klepees alizaliwa kabla ya wakati akiwa na uzito wa chini ya kilo mbili alipozaliwa. Alipata ugonjwa wa kupooza ubongo na akawa kilema. Kisha alipokuwa na umri wa miaka miwili wazazi wake walikufa katika ajali ya pikipiki. Aliishi na babu na bibi zake, familia za walezi, na babu na bibi. Akiwa na umri wa miaka 12, vijana wengine walimleta kwenye mkutano wa vijana ambapo alimpa Kristo maisha yake. Alidhani alikuwa na ugonjwa wa kupooza ubongo kwa sababu Mungu alikuwa amemuumba hivyo.

Marlene alijitahidi alipoingia katika ujana wake na kuanza kupata mikazo mikali. Ilikuwa mibaya sana hivi kwamba walezi waliishia na mifupa iliyovunjika. Baada ya mkazo mmoja aliachwa karibu amepooza kabisa, na babu na bibi yake hata waliambiwa kwamba ubongo wake ulikuwa umekufa. Maono yake yalikuwa yakizidi kuwa mabaya na alihisi maisha yake hayawezi kuvumilika.

Kama hatua ya mwisho alipelekwa kwenye Kliniki ya Mayo huko Rochester, Minnesota. Hawakuweza kumsaidia katika miezi mitatu aliyokaa huko. Marlene alikuwa karibu kupelekwa kwenye nyumba ya wazee bila matumaini ya kupona. Alimlilia Mungu. Alihisi joto likimjia na kumfunika. Kisha Mungu akampa maono kwamba angepona. Alimwonyesha ni nani angemwombea, angekuwa amevaa nini, angekuwa amevaa nini, jinsi ndani ya kanisa ilivyokuwa, na hata akampa tarehe - Machi 29.

Kwa msisitizo wa Marlene, nesi wake alimsaidia kutazama kurasa za njano kwenye makanisa na tangazo moja la Kanisa la Biblia Huria liling'aa kwenye ukurasa huo. Alijua hili ndilo sahihi. Muuguzi hakuamini na akapiga kitabu cha simu chini. Baadaye muuguzi angempigia simu mchungaji na kumpa nambari ya chumba, lakini si jina la hospitali.
Mchungaji hakuwa na uhakika kuhusu hilo, lakini alimtafuta Marlene. Alipofika Marlene alimwambia anafanana na mtu aliyemwombea katika maono. Emmerson alikubali kumwombea na akapanga aletwe kanisani kwake. Ilibidi afungwe kwa sababu alikuwa akitetemeka sana.

Mchungaji Emmerson hakuwahi kutokea muujiza kanisani mwake. Kulikuwa na watu 7 pekee katika ibada ya Jumapili usiku. Watu walikusanyika kumzunguka kuomba. Emmerson alimpaka mafuta na kumwomba Mungu amponye Marlene kuanzia juu ya kichwa chake hadi ncha ya vidole vyake. Kisha akamuuliza Marlene kama alitaka kusimama kwa imani. Mara tu alipoanza kusimama Marlene alihisi nguvu ikiingia kwenye miguu yake. Miguu yake ilipogusa sakafu alihisi sakafu kwa mara ya kwanza maishani mwake. Magoti na vidole vyake vilikuwa vimeelekezwa ndani lakini kwa kila hatua vilinyooka. Alizidi kuwa na nguvu zaidi na zaidi kwa kila hatua. Alichukua hatua chache peke yake kisha akawa akikimbia kuzunguka kanisa. Mungu alimwambia avue miwani yake na macho yake yakapona kimiujiza pia.

Alirudi kwenye Kliniki ya Mayo akitembea, jambo ambalo hajawahi kufanya tangu alipolazwa kwenye kitengo hicho. Aliruhusiwa siku iliyofuata. Aliporudi kwa uchunguzi wiki chache baadaye alikuwa ameimarika zaidi. Dalili zote za tatizo lolote zilikuwa zimetoweka! Hata uchunguzi wa ubongo haukuonyesha dalili zozote za kupooza kwa muda uliopita. Alikuwa akitembea kawaida na alikuwa na uwezo wa kuona vizuri zaidi ya 20/20.
Maisha ya Marlene yamekuwa ya kawaida tangu wakati huo. Yeye hushiriki ushuhuda wake mara kwa mara na kuwaombea wagonjwa. Anaweza kufanya kila kitu ambacho mtu mwenye afya njema anaweza kufanya. Maisha yake yamerejeshwa kabisa.
Ushuhuda Kutoka kwa Onyesho la Sid Roth:

https://youtu.be/4bsKnpOYMUs

https://youtu.be/z4TN2uxS7DA

Muujiza Baada ya Mishipa Kulipuka

Chris Robinson alikuwa mwalimu na mnyanyuaji wa vyuma. Alikulia katika nyumba ya Kikristo na alimjua Mungu. Ndoa ngumu ilimletea hasira nyingi maishani

mwake na akaamua kuwa ni kosa la Mungu na akageuka kutoka kwake.
Siku moja Chris alikuwa kwenye ukumbi wa mazoezi ya kuinua uzito akiwa na mwanawe wa kambo. Ghafla alihisi moyo wake ukipasuka na hakuweza tena kuhisi mguu wake wa kulia. Alifika nyumbani na kuanguka kitandani. Mkewe alipompeleka kwenye chumba cha dharura, uchunguzi wa paka ulionyesha mishipa yake ilikuwa imepasuka na damu yake yote kutoka moyoni mwake ilikuwa ikimiminika tumboni mwake. Hakukuwa na damu inayoenda kwenye viungo vyake au kwenye ubongo wake. Daktari wa upasuaji aliingia na kumwambia "Sielewi jinsi unavyozungumza sasa hivi. Watu wengi wenye hali yako wamekufa."

Walimpeleka Chris kwenye upasuaji na kumfanyia kazi kwa saa 9. Hawakuweza kurekebisha uharibifu huo na daktari aliamua kuacha kwa sababu hakukuwa na tumaini. Kufikia wakati huu marafiki, familia, na wanafunzi walikuwa hospitalini wakiomba na watu kote ulimwenguni pia walikuwa wakimwombea Chris. Daktari mwingine alimuuliza daktari wa upasuaji kama angeweza kuomba naye. Ingawa daktari wa upasuaji hakuamini maombi, alikubali. Baada ya maombi alihisi kusukumwa kurudi ndani na kujaribu tena. Alikuwa akiangalia mishipa ya Chris na ghafla wimbi la nguvu ya Mungu likapita kwenye chumba cha upasuaji. Daktari wa upasuaji alipokuwa akiangalia kifuani mwa Chris mishipa yote iliyokuwa ikivuja damu ilikusanyika ghafla, bila daktari wa upasuaji kuigusa, na ikaacha kutokwa na damu. Daktari wa upasuaji alimfungia Chris na kwenda kuzungumza na familia yake.

Daktari wa upasuaji aliiambia familia ya Chris kwamba bado yuko hai lakini labda angekuwa mboga mboga na kupoteza viungo vyake. Hajawahi kuwa na mgonjwa aliyeishi kwa muda mrefu hivyo bila damu kwenye viungo muhimu. Watu waliendelea kuomba. Chris aliwekwa kwenye koma iliyosababishwa ili kumzuia asisogee.

Wakati mmoja Chris aliamka, akagundua kuwa hakuwa amekufa na akaanza kuzungumza na Mungu. Alipomuuliza Mungu kwa nini bado alikuwa hai, aliingia katika maono. Alijiona katika chumba cha upasuaji na viumbe wawili weusi walikuwa juu ya meza ya upasuaji. Alijua walikuwa pale kuzuia upasuaji kufanya kazi. Aliwaona kila mtu katika chumba cha upasuaji na jinsi walivyohisi. Kisha akaona kiumbe mkubwa wa malaika akiingia chumbani. Alisema angeweza kuona kwamba malaika alikuwa na urefu wa ghorofa 3. Malaika akasema "anakaa." Viumbe weusi waliondoka.

Mara tu Chris alipoamka aliweza kuzungumza na viungo vyake vilikuwa vikifanya kazi. Daktari wa figo alikuja na kumwambia kwamba figo zake zilikuwa zimepungua na kufa. Angelazimika kwenda kwenye dialysis. Chris alimwambia "hapana Mungu ndiye aliyefanya muujiza huu na figo zangu zitafanya kazi." Daktari alidhani alikuwa mwendawazimu lakini akasema atarudi siku iliyofuata. Siku iliyofuata figo zake zilikuwa zimerudi katika ukubwa wa kawaida na zikaanza kufanya kazi. Daktari alirudi na kumwambia angehitaji shunt kwa sababu figo moja ilikuwa imeziba. Chris alisema tena "hapana Mungu ndiye aliyefanya muujiza na figo zake zingepona kabisa." Siku iliyofuata daktari aliporudi figo zilionyesha utendaji kazi kamili.
Huu ulikuwa muujiza ambao haungeweza kuelezewa. Kila mtu hospitalini wakiwemo madaktari, wauguzi, na wafanyakazi walisikia kuhusu hilo kwa sababu lilikuwa la kushangaza sana. Kristo anaendelea kutoa ushuhuda wake popote anapoweza.

Unaweza kutazama video nzima ya ushuhuda hapa:

https://youtu.be/VHzZE7a72Xw

Macho yaliyoundwa wakati Mel Bond Alipoomba

Mel Bond alikuwa na timu na walikuwa wakihudumu huko Chinandega, Nikaragua mnamo Januari 2000. Walikuwa wakikutana katika uwanja wa mji na kulikuwa na watu kati ya 3000 na 3500 waliohudhuria. Mel alikuwa amewaleta wanawake kadhaa mbele ambao walikuwa vipofu na kuwaombea. Wote wawili walipata kuona. Kulikuwa na mama mmoja katika hadhira ambaye alisukuma mbele na binti yake ambaye alikuwa na umri wa miaka sita au saba. Macho ya binti zake yalikuwa meupe na kitambaa chenye uvimbe mahali ambapo macho yanapaswa kuwa na yeye alikuwa kipofu kabisa. Hakukuwa na mboni ya jicho au hata mfano wa mboni ya jicho. Mama huyo alimuuliza Mel "Je, Mungu wako anaweza kumponya binti yangu?" Nilimwambia "bila shaka Mungu wangu anaweza." Alikuwa ameshawishika kwamba mambo yote yanawezekana kwa Mungu. Mel alifumba macho yake ili aweze kuzingatia na kuomba kama Yesu alivyomfundisha. Ingawa macho ya Mel yalikuwa yamefumbwa, mchungaji aliye nyuma yake, Mchungaji Eddie Rogers, aliona vimbunga vyeupe au vimbunga vikija na kutulia juu ya kila jicho.

Hilo liliendelea kwa sekunde 60 hadi 90. Mel alipoacha kuomba, vimbunga vilikuwa vimetoweka na kulikuwa na macho mawili mazuri ya kahawia. Msichana huyo alionekana tofauti sana kiasi kwamba Mel alipofungua macho yake alifikiri kuna mtu alikuwa amemtoa msichana huyo mdogo na mwingine alipokuwa akiomba. Mchungaji Rogers angeweza kushuhudia kwamba alikuwa msichana yule yule. Aligeuka na kumwona mama yake kwa mara ya kwanza. Kila mtu alikuwa akilia. Mchungaji Rogers

anashuhudia kwamba ulikuwa muujiza wa kushangaza zaidi kuwahi kuonekana.
Hadithi kamili inaweza kupatikana kwenye kipindi cha Sid Roth:
https://youtu.be/NgNiGyds4EA

Figo Zilizokufa Hufufuka

Charles Shamp alikuwa akihudumu huko Reno, Nevada aliposhiriki ushuhuda wa mwanamke aliyeponywa ugonjwa wa figo. Kurt, mwanamume kutoka kanisani alisikia hadithi hiyo na akaanza kulia bila kukoma. Figo zake zilikuwa zimezimwa na alikuwa akitumia dialysis kwa miezi 5. Watu katika kanisa lake walijua hali yake na wakamzunguka ili kumwombea na kumwekea mikono. Mwanamke mmoja alimtia moyo ajitokeze katika huduma. Alipomwendea Roho Mtakatifu alimwambia Kurt amwambie Charles "Ninahitaji figo mpya." Charles alimwombea na akaanguka chini ya Roho wa Mungu. Alipokuwa akipokea maombi figo zake zilianza kufanya kazi kwa mara ya kwanza katika miezi 5! Aliishia kutumia choo mara 3 usiku huo, jambo ambalo halikuwezekana katika hali yake. Kanisa lake lilimsisimua sana baadhi ya watu hata walimfuata hadi chooni ili kuthibitisha mabadiliko!
Hapa kuna video asilia ya ushuhuda huo na Charles anawaombea watu wanaoutazama pia:
https://youtu.be/6tNAsEUd-5A

Muujiza wa Ubunifu Kupitia Charles Shamp

Charles Shamp alikuwa Perth Australia ambapo mwanamke mmoja anayeitwa Deborah alitoa ushuhuda wake wa muujiza wa ubunifu. Aligunduliwa kuwa na saratani ya matiti iliyoenea na lymphoma. Ilibidi afanyiwe upasuaji ili kuondoa matiti yake yote mawili na ingawa alikuwa na vipandikizi vilisababisha matatizo zaidi na hatimaye akaviondoa. Wakati wa mkutano Charles alishiriki ushuhuda wa muujiza wa ubunifu ambapo Mungu alirejesha titi la mwanamke lililokuwa limeondolewa. Deborah alishika neno hilo na kugundua kuwa alikuwa anahisi kitu kinachotokea. Joto lilianza katikati yake kisha likaingia kwenye eneo la kifua chake. Kisha likawa na miiba na joto. Kisha viungo vyake vya bandia vikawa na joto pia. Aliposhuka kwenye gauni lake aligundua kuwa alikuwa akipasuka. Alienda chooni na kuangalia na akashtuka kuona kwamba matiti yake yalikuwa yakikua. Rafiki ambaye alikuwa muuguzi pia aliangalia na kukubali kwamba matiti yake yalikuwa yakikua. Ushuhuda wake ni kwamba Mungu anaweza kufanya chochote.

Ushuhuda wa awali wa video unaweza kuonekana hapa: https://youtu.be/CVnjjH8Jo1I

Herb Mjorud Amfufua Mwanamke Kutoka kwa Wafu

Mchungaji Mjorud alipoitwa mbele ya Baraza la Kilutheri la Marekani kutetea matendo yake ya haiba, hadithi ifuatayo ni moja ambayo ilibidi aieleze. Ilitokea wakati wa ibada ya uinjilisti katika Kanisa la Kilutheri. Ingawa watu wengi wangeiona kama muujiza wa ajabu, hawakukubaliana. Alifukuzwa kazi kama Mwinjilisti wa Kilutheri.

Mwishoni mwa ibada ya jioni, niliwaomba wale waliotafuta wokovu waombe kimya kimya kwa ajili ya msamaha. Nilipendekeza kwamba wale waliotaka kumpokea Yesu Kristo kama Mwokozi wainue mikono yao. Mikono mingi iliinuka mara moja. Kisha mwanamke mmoja aliyekuwa nyuma akainua mkono wake, kisha akauangusha kwa ulegevu, kana kwamba alikuwa amezimia. Mwanamke mwingine, ambaye niligundua baadaye alikuwa muuguzi aliyesajiliwa, alienda kumsaidia haraka.

Lakini nilikuwa nimejishughulisha na mwaliko. Mikono iliendelea kuinuka. Karibu watu arobaini na tano waliinua mikono yao kumpokea Kristo. Niliomba, nikatoa maneno ya mafundisho, na nikamkabidhi mchungaji ibada ili ifungwe. Tuliimba wimbo wa mwisho, akatoa baraka, kisha akaniomba nijiunge naye nyuma ya kwaya kuwasalimia watu mlangoni walipokuwa wakitoka.

Karibu katikati ya sherehe hii ya kuaga mlangoni, mwanamke mmoja alinijia kwa nguvu akipita katikati ya umati. Alikuwa akilia. "Ee Mchungaji Mjorud," aliomba "tafadhali njoo utusaidie. Bi. Ford ama anakufa au amekufa. Njoo uombe pamoja nasi."

Niliacha kushikana mikono na kuelekea mara moja kwenye benchi la nyuma. Wauguzi wawili walikuwa wamesimama nyuma ya Bi. Ford ambaye alikuwa amelala kwenye benchi. Nilipoingia kwenye benchi mbele ya Bi. Ford, nesi mmoja alitikisa kichwa (kunitahadharisha lakini si kumkasirisha Bw. Ford), kana kwamba anasema "hakuna unachoweza kufanya." Mtu alisema Bi. Ford ana vipindi vya kuzimia. "Ndiyo najua," nesi aliyesajiliwa alisema, "lakini unapozimia kuna mapigo ya moyo. Bi. Ford hana mapigo ya moyo."
Sikujua la kufanya na niliomba msaada wa Mungu. Roho wa Mungu alianza kunijia tena. Siwezi kukuonyesha hili, ni ufahamu tu unaoujua. Niliweka mkono wangu kwenye uso wa Bi. Ford. Kulikuwa na baridi na baridi. Niliweka sehemu ya nyuma ya mkono wangu chini ya pua yake ili kuhisi pumzi. Sikuweza kuhisi hata moja. Niliinua mkono wake uliolegea ili kuhisi mapigo ya moyo. Nilisubiri kuhisi mapigo ya moyo, hayakuwapo. Muuguzi alitikisa kichwa.

Niliwaambia watu waliokuwa nyuma ya kanisa kwamba Bi. Ford alikuwa amefariki. Nikasema "mahali pazuri na njia ya kuondoka, hapa kanisani, miongoni mwa marafiki na wapendwa." Lakini ghafla kwa maneno hayo Roho wa Mungu aliniambia: "Paulo alifanya nini Eutiko alipoanguka katika sinagogi na kuokotwa amekufa?" Nilikumbuka kile Paulo alichofanya. Alimwombea mtu huyo na akafufuka.

Kisha nikafanya jambo bila kufikiria. Nikanyoosha mkono wangu na kuuweka juu ya Bi. Ford na kuomba. "Hili ni kwa ajili ya utukufu wa Mungu. Hakuna lisilowezekana kwetu sisi tunaomwamini Yesu Kristo. Ni jambo rahisi sana kwako, Ee Bwana, kumfufua dada yetu mpendwa. Bwana funua utukufu wako na umrudishie mwanamke huyu uhai." Nilihisi kitu kikitokea mwilini mwake. Niliweka mkono wangu usoni mwake. Wakati huu niliweza kuhisi pumzi kidogo sana. "Bi. Ford anapumua." Nilisema. Muuguzi alichukua mkono wake na kusema "hawezi kupumua kwa sababu hakuna mapigo ya moyo." Kisha kifua cha Bi. Ford kikaanza kutetemeka na nikasema "Anapumua angalia kifua chake." Muuguzi akasema "hilo lazima liwe aina fulani ya kitendo cha kutafakari kwa sababu hakuna mapigo ya moyo. Subiri, subiri kidogo. Moyo wake umeanza, mapigo yake ya moyo yanadunda."

Kisha Bi. Ford akafungua macho yake na kusema "Lazima nirudi nyumbani." Muuguzi akasema "huwezi kwenda nyumbani bado tumempigia simu daktari na gari la wagonjwa." "Oh niko sawa Bi. Ford alimwambia nesi." Akigeuka kwangu alinishika mkono kwa utulivu na kusema "Asante Mchungaji Mjorud kwa mahubiri hayo mazuri sana." Kisha daktari akaja na kutoa stethoskopu yake na kusikiliza moyo wa Bi. Ford. Alipima mapigo ya moyo wake, akachukua taa ya kalamu na kumtazama machoni.

Hatimaye akasema “Hakuna tatizo kwako Bi. Ford unaweza kwenda nyumbani.” Kwa hiyo akafanya hivyo.

Nimefikiria kuhusu hali zilizozunguka kupona kwa Bi. Ford mara kwa mara. Ingeondoa matatizo ya kila aina kwani ningefuata tu maoni haya maarufu. Kila mtu alikuwa akinisubiri niseme "Bi. Ford alizimia na akapona baada ya kumwombea." Lakini nilikuwepo! Kwa dhamiri njema sikuweza kufanya hivyo. Wauguzi wote wawili waliomhudumia Bi. Ford walitangaza kwamba amekufa. Sote tuliamini wakati huo, na baadaye, kwamba alikuwa amefufuliwa kihalisi kutoka kwa wafu. Kwa kweli, hakuna daktari aliyekuwapo na vifaa vya matibabu vya kumchunguza hadi baada ya kufufuka. Lakini nilipomchunguza kwa njia yangu ya juu juu, niliamini kwamba alikuwa amekufa. Ninaamini Roho Mtakatifu pia alimjua kwamba alikuwa amekufa. Roho Mtakatifu aliniongoza kufanya kile Paulo alichofanya alipomfufua Eutiko kutoka kwa wafu. Katika akili yangu alikuwa amekufa. Sala yangu haikuwa kwamba atoke katika uchawi wa kuzimia. Bali kwamba Bwana amrudishe kwenye uhai.

Kwa kweli nilihisi uhai ukirudi mwilini mwake huku mikono yangu ikiwa juu yake. Wote waliokuwepo, wauguzi, mumewe, jamaa zake, Mchungaji, na hata Bi. Ford mwenyewe, waliamini kwamba alikuwa amefufuka kutoka kwa wafu.

Sehemu kutoka kwa “Mamlaka Yako ya Kuponya” na Herbert Mjorud. Imechapishwa na Creation House mnamo 1975.

Mchungaji Supressa Sithole Anamwombea Mwanamke Aliyepokea Macho Mapya

Mchungaji Supressa (Mshangao) Sithole anahusishwa na Iris Ministries na Rolland na Heidi Baker. Anasimulia hadithi ya mwanamke aliyeombewa kwenye mkutano. Alikuwa na ugonjwa alipokuwa akiishi Malawi ambao ulishambulia macho yake. Mara tu ugonjwa ulipoanza kwa mtu, mboni za macho hatimaye ziliharibika na kutoweka. Macho ya mwanamke huyu yalikuwa yamekwisha kabisa alipoombewa. Watu kadhaa walimwombea, lakini hakuna kilichoonekana kubadilika. Usiku huo alilala na akaota ndoto nzuri. Aliota kwamba angeweza kuona na akatoka nje hadi bustanini na kuanza kuimba. Wanawake waliokuwa naye walitoka na kumuuliza jinsi alivyotoka nje. Aliwaambia "Ninaota kwamba naweza kuona." Walimwambia "huoti!" Alikuwa na macho mapya kabisa. Hadithi hii na nyingine ikijumuisha moja kuhusu msichana aliyefufuliwa kutoka kwa wafu inaweza kusikika katika mahojiano ya Mchungaji Sithole na Sid Roth. https://youtu.be/9d-ncO92hr0

Florence Hedges aliponywa Lupus kupitia maombi mwaka wa 1998

Miaka minane iliyopita nilimtunza mume wangu katika miezi sita ya mwisho ya maisha yake. Muda mfupi baada ya kifo chake nikawa mgonjwa. Nilipata maumivu na maumivu. Nilikuwa na maumivu karibu ya kuendelea mgongoni mwangu. Mara nyingi ilihisi kama kisu, na ilipunguza sana uhamaji wangu. Sikuwa na nguvu na nilitaka tu kulala wakati wote. Baada ya safari kadhaa kwa daktari, alinipeleka kwa mtaalamu wa magonjwa ya baridi yabisi, na akapanga vipimo vingi vya damu. Matokeo yalikuwa yasiyo ya kawaida, lakini hayakuweza kutambua chanzo. Hatimaye, baada ya miezi kumi na minane na kipimo cha DNA, ugonjwa wa autoimmune lupus uligunduliwa. Niliendelea na vipimo vya damu vya kila mwezi na nilipewa dawa, d-penicilimine, ambayo ilisaidia kupunguza dalili, lakini haikuweza kuniponya.

Licha ya dawa, kwa miaka iliyofuata nilikuwa mgonjwa karibu kila mara. Sikuweza kufanya mipango ya kutoka nje, kwa sababu sikujua kama ningekuwa mzima vya kutosha. Mara nyingi nilikuwa nimechoka sana. Mara nne nilipata shambulio kali ambalo lilinipeleka hospitalini, ambapo nilipewa oksijeni. Shambulio la mwisho kama hilo lilikuwa Mei mwaka jana. Lilikuwa shambulio baya zaidi kuwahi kutokea. Nilikuwa hospitalini kwa siku tano.

Katika miezi michache baada ya kutoka hospitalini, nilikuwa kwa madaktari kila mara. Mnamo Septemba, niliwauliza mtazamo ulikuwaje, na wote wawili wakaniambia kwamba kile nilichokuwa nacho ndicho nilichopaswa kuishi nacho. Wangeweza kunisaidia na dawa za kutuliza maumivu, lakini hilo ndilo waliloweza kufanya.

Nilivunjika moyo sana baada ya habari hizi, kiasi kwamba niliamua kutafuta msaada kutoka kanisani. Ilikuwa Jumatano na ningempigia Richard, mchungaji, alasiri hiyo. Hata hivyo, alinipigia simu kwanza. Nikasema “Richard, hutaamini hili, ningekupigia simu tu”. Alisema, “Nilikuwa nimekaa hapa tu, na maneno “piga Flo” yaliendelea kunijia akilini, kwa hivyo nikapiga simu.

Nilimwambia kile madaktari walisema na nikamuuliza kama kanisa lingeweza kuniombea Jumapili. Jumapili ilipofika, nilikuwa na uhakika kabisa kwamba Mungu angeniponya. Katikati ya ibada kulikuwa na mwaliko wa jumla, kwa yeyote mwenye magonjwa sugu kupokea maombi. Kundi kubwa la watu lilikusanyika karibu nami, wakaniweka mikono na kuomba. Baada ya ibada, mmoja wa wanawake ambao hawakuweza kunifikia kabla, aliuliza kama angeweza kuniombea pia. Alipokuwa akiomba nilihisi hisia inayowaka kwenye uti wa mgongo wangu.

Kisha nikaenda kula chakula cha mchana na dada yangu. Mlo ulipoisha, aliniuliza kama nilikuwa sawa. Nikasema "kwa nini unauliza". Akasema "kwa sababu unaonekana wa ajabu". Kisha nikasema "Ed, maumivu yangu yamekwisha. Siwezi kuamini!"

Tangu siku hiyo, maumivu mgongoni mwangu yametoweka kabisa. Dalili zingine hazikuwepo kabisa. Niliendelea na dawa. Kipimo changu kilichofuata cha damu kilifichua kilichotokea. Matokeo yalikuwa hapana hayakuwa ya kawaida tena, yalikuwa ndani ya kiwango cha kawaida. Mtaalamu wangu aliniambia sikuwa na Lupus tena, na akasema "Hii lazima iwe kazi ya mtu aliye juu yetu. Hatuwezi kufanya hivi!" Waliniambia vipimo vya damu vilikuwa wazi, na kwamba niendelee tu na vipimo vya kila mwezi na dawa. Vipimo hivi vyote vimekuwa wazi. Ninajua kwamba Mungu ameniponya na ninaendelea kumsifu kwa hilo!
Kiungo cha asili kinaweza kupatikana hapa: http://jesusreal.org/HealedOfLupus.htm

Uponyaji Kupitia Gayle Jackson

Ilikuwa uamsho mwaka wa 1980 huko Salem, MO. Mwinjilisti niliyemjua alikuwa kaka Gayle Jackson. Nilikuwa na umri wa miaka 7. Nilivaa miwani ya macho yaliyovuka mipaka nikiwa na umri wa miaka 2 hivi na kwa kweli nilikuwa nimefanyiwa upasuaji wa kurekebisha bila madhara yoyote. Nilichukia miwani yangu, nilidhihakiwa kila mara. Usiku nilipohudhuria uamsho ilibidi nijiongeze ujasiri, kulikuwa na watu wengi pale. Lakini nilijua nilitaka macho yangu yaponywe. Nilimwendea Ndugu Jackson na kumwambia kile nilichotaka kiponywe. Aliweka mikono yake juu ya macho yangu na tukaomba. Aliinua mikono yake na nitakumbuka maneno yake milele. "Nyoosha kama mshale!" Njia nzima ya kurudi nyumbani nakumbuka nikiorodhesha vitu vyote ambavyo nisingelazimika kuvumilia kwani sikulazimika kuvaa miwani tena!

Siku chache baadaye dada yangu pacha alipata matokeo yaleyale! Aliombewa na akapona pia! Nilienda shuleni siku iliyofuata na mwalimu wangu akaniuliza miwani yangu iko wapi. Msichana huyo mdogo wa miaka saba alimtazama moja kwa moja machoni na kumwambia "Sihitaji miwani yangu tena, Yesu aliponya macho yangu!" Usiku huo nilikuwa nimejifunza kwamba shule iliwasiliana na mama yangu na kumwambia kwamba tunapaswa kuvaa miwani yetu hadi mtihani utakaposema vinginevyo. Mama yangu aliwaambia kwa upole. Tutapimwa, si kwa ajili yetu bali kwa ajili yenu, na hawataivaa hadi daktari aseme lazima wavae.

Sisi sote, mimi na pacha wangu, tulirudi kwa daktari yuleyule tuliyekuwa tumemwona tangu mwanzo. Namkumbuka akiangalia machoni mwangu huku mashine zake zikiwa zimekaa nyuma na kumtazama mama yangu kwa mshangao, akiangalia tena kisha akaketi nyuma akimtazama mama yangu na kusema "ulifanya nini!! Hawahitaji tena miwani!!" Hii imekuwa na athari kubwa katika maisha yangu na imani yangu. Ninapenda kuwaambia watu hadithi yangu!
Malinda Hagenhoff (Varner)
Asante Malinda kwa kushiriki ushuhuda huu mzuri!

Uponyaji wa Mama yake Lester Sumrall

Sumrall alipokuwa mvulana, mama yake, Betty, alikuwa na saratani ya matiti. Alikuwa na kidonda wazi chenye ukubwa wa dola moja. Kwa sababu ya maumivu, kwa usiku mwingi alilia hadi akalala. Katika siku hizo, muda mfupi baada ya Vita vya Kwanza vya Dunia, madaktari wa upasuaji hawakuwa na mbinu au dawa ambazo madaktari wa kisasa hutumia. Daktari wake alisema ikiwa angejaribu kuondoa saratani, angekufa. Alifunga kidonda na kukiweka safi.
Usiku mmoja, Betty alitembea sakafuni karibu usiku kucha, akimlilia Mungu ampe nafuu kutokana na maumivu yake. Kabla tu ya jua kuchomoza alianguka kitandani mwake na kulala. Mama yake Sumrall aliota kwamba Yesu aliingia chumbani kwake na kumtazama kwa huruma. Alimgusa kifua kwa upole. Baada ya kuamka alimwambia baba yake Sumrall, George, kuhusu ndoto hiyo. Alikuwa na shaka.
Siku chache baadaye George aliuliza kuhusu maumivu yake. Betty alisema alikuwa "karibu amesahau kuhusu saratani." Aliongeza "maumivu yamekwisha." Baadaye Betty alipoingia chumbani kwake, saratani ilidondoka mwilini mwake.
Betty Sumrall aliishi zaidi ya miaka 40 baada ya uponyaji huo. Alifariki akiwa na umri wa miaka 87 kutokana na sababu za asili.
Sehemu kutoka kwa "Ninaamini katika Uponyaji" na Cecil Murphey.

Si Kilema Tena - Uponyaji Kupitia John na Olive Kellner

wetu alizaliwa akiwa amekua na nyonga yake ya kulia ikielekea nje. Matokeo yake, mguu wake wa kulia na goti lake vilipinda sana, na mguu wake uligeuzwa kabisa kulia. Hakuweza kusimama huku miguu yake yote miwili ikiwa imelala sakafuni. Mguu wake wa kulia ulikuwa mfupi zaidi. Hakuweza kuukanyaga. Alipoketi kwenye kiti cha juu, mguu wake ungeinama chini yake. Hakuweza kuning'inia mguu wake kutoka kwenye kiti alipokuwa ameketi.

Tulimpeleka binti yetu kwa madaktari wawili wa upasuaji wa mifupa. Wote wawili walimwagiza vishikio vya viatu hadi nyonga yake ikue kawaida, jambo ambalo lingemfanya binti yetu kuwa mgonjwa kidogo. Tulinunua vishikio hivyo, na tulikuwa tunasubiri tu vifunikwe, wakati kampeni ya mikutano ya wokovu ilipoanza kanisani kwetu (Novemba, 1954). John na Olive Kellner walikuwa wainjilisti. Tuliamua kuwaomba wainjilisti wamwombee binti yetu kabla ya kufungiwa vishikio vya viatu.

Dada Kellner alipoomba, mguu wa msichana wetu ulinyooka na kurefuka mara moja. Aliweza kusimama wima kwa mguu wake! Sasa anaweza kupiga hatua kawaida, kusimama kawaida, na kukaa kawaida huku mguu wake ukining'inia juu ya kiti cha kiti chake. Sasa ninapowaambia watu kuhusu muujiza huo, mimi humsimamisha na kuwauliza wakisie ni mguu gani Mungu aliunyoosha. Kawaida huchagua mguu wa kushoto, na ninapowaambia ulikuwa mguu wa kulia wanakubali kwamba Bwana alifanya kazi nzuri ya kuuponya. Nilimpeleka kwa daktari na akaniuliza kilichotokea. Alisema mguu wake ni wa kawaida sasa.

Bi. William J. Madden, Njia ya 3, Barabara ya Chapin, Ngome Mpya, Pa. (Imeidhinishwa na SW Brewer, Mchungaji wa Kanisa la Pentecostal First, Ngome Mpya, Pa.)

Imechapishwa tena kutoka kwa Evangel ya Pentecostal ya Novemba 1955

Uponyaji wa Sauti ya Mchungaji - Zaburi 103

Mchungaji Dwayne Miller anatoa ushuhuda wake kuhusu uponyaji wake katika kanisa la Baptist.
Januari 17, 1993

William Jefferson Clinton alikuwa akijiandaa kwa sherehe yake ya kuapishwa, Cowboys waliwashinda 49ers, na Mungu akajionyesha Mwenyewe kuwa mwenye nguvu na wa kisasa katika darasa la Shule ya Jumapili katika Kanisa la Kwanza la Baptist la Houston huko Houston, Texas.

Somo la asubuhi hiyo lilikuwa kutoka Zaburi 103, hasa mstari wa 1-5. Daudi anajisemea na kujifundisha "Mhimidini Bwana" ambayo ina maana ya kumsifu au kumshukuru Mungu. Kisha anaorodhesha baadhi ya sababu za yeye mwenyewe kufanya hivyo.
Yeye (Mungu) hunisamehe dhambi zangu zote; huponya magonjwa yangu yote; hunikomboa maisha yangu na kaburi, shimoni, na uharibifu; hunivika taji ya upendo na rehema, na fadhili; na hurejesha ujana wangu kama tai.

Nilisimama kufundisha darasa la watu 150 au zaidi asubuhi hiyo. Sikuwa nimechoka kihisia zaidi kuliko asubuhi hiyo. Sikuwa nimewahi kuwa na imani kidogo kuliko asubuhi hiyo. Shimo ambalo Daudi alielezea lilikuwa likinimeza. Lakini Mungu (je, maneno hayo makubwa kutoka katika Maandiko?) hayakubadilisha kila kitu. Acha nieleze…

Hadithi ya Nyuma

Mnamo 1990, nilikuwa nikihudumu kama Mchungaji Mkuu katika Kanisa la First Baptist huko Brenham, Texas na nilikuwa nimehudumu kwa muda. First Baptist ilikuwa kanisa kubwa na Kanisa la kihistoria la Southern Baptist. Mnamo Januari, niliambukizwa virusi vya mafua ambavyo hatimaye vilipenya kwenye sehemu ya ndani ya mikunjo ya sauti yangu na kuharibu tishu za neva kiasi cha kutoweza kurekebishwa.

Katika kipindi cha miaka mitatu iliyofuata nilionwa na wataalamu zaidi ya 63 na timu zao (jumla ya madaktari zaidi ya 200) walipokuwa wakijaribu kunitambua na kunitibu. Nilikuwa nimeachwa na sauti iliyosikika kama kisa kibaya zaidi cha laryngitis ambacho umewahi kusikia, na ningeweza tu kufanya hivyo ikiwa ningepiga kelele kwa nguvu zangu zote. Binti zangu wote walikuwa wanafunzi huko Baylor na sikuweza hata kupiga simu kwenye bweni lao kwa sababu nilisikika kama mpiga simu mchafu.

Ingawa kutaniko lilikuwa na subira kubwa na ulemavu wangu, nilijiuzulu kwa sababu zilizo wazi mwaka wa 1991. Kila kitu nilichowahi kufanya ili kujipatia riziki kilikuwa kimeunganishwa na uwezo wangu wa kuzungumza na ghafla "vifaa vyangu" vikatoweka.

Tulikuwa tumerudi Houston na mke wangu alikuwa mlinzi mkuu wa familia yetu. Rafiki mpendwa alinipa kazi kama mpelelezi wa kibinafsi akifanya kazi katika eneo ambalo sauti yangu haikuwa muhimu, lakini nilitamani kufanya huduma ambayo nilikuwa nimeitwa.

Darasa la Makaburi

First Houston ilikuwa na darasa la Shule ya Jumapili ambalo lilikutana kwa mara ya kwanza katika chumba cha chini cha kanisa, hivyo basi "Makaburi ya Watakatifu." Kundi zuri la watu ambao nilikuwa nimebahatika kuwafundisha kabla sijaenda Brenham na ambao mawasiliano yao hayakupotea kamwe. Walipogundua kwamba tulikuwa tunarudi Houston, walikuja Brenham wakiwa na miili na malori na kutuhamisha...au, kama mmoja wa wakurugenzi wetu alivyosema, "Walituruidisha".

Ilikuwa ni katika Kanisa la Kwanza la Baptisti la Houston ndipo tuliporudi na kwenye darasa hilo kama washiriki. Uungwaji mkono na ushirika wao ulikuwa (na una thamani zaidi kuliko maneno yanavyoweza kuelezea.
Mnamo Aprili, 1992, mwalimu wa Catacombs alilazimika kuchukua muda wa mapumziko kwa sababu za kibinafsi. Wakurugenzi wetu (mume na mke) waliniuliza kama ningejaza nafasi wakati mtu mwingine wa kudumu anatafutwa. Nilipinga kwamba nilikuwa mgumu sana kuelewa jambo ambalo lilikubaliwa na "tutasikiliza KWA makini SANA." Nimeelewa kwamba waliniuliza, si kwa sababu nilikuwa mwalimu mwenye bidii sana, bali kwa sababu walinipenda na walijua jinsi nilivyohitaji kufundisha kwa bidii.
Nusu ya wanawake wa timu yetu ya wakurugenzi walikuwa wakisisitiza kuhusu mimi kuwa mwalimu wa kudumu hata wakati wafanyakazi wa elimu wa kanisa hilo walipoonyesha mashaka yao kwa sababu ya sauti yangu. Aliwaambia kwamba alikuwa na uhakika kwamba Mungu alitaka nifundishe darasa hilo kadri awezavyo na hatimaye walikubali.

Yeye, wao, au mimi hatujui kweli kile ambacho Mungu alikuwa akiandaa.

Wakati
Kama nilivyosema hapo awali, nilikuwa kwenye shimo baya nilipopanda jukwaani asubuhi hiyo. Siku mbili zilizopita, nilikuwa nimekaa kwa saa nyingi sebuleni kwangu nikiwa na bunduki mdomoni mwangu na nilikuwa nimefikia kikomo. "Kumtukuza Bwana" ilikuwa ngumu kwangu. Kwa kweli, sababu pekee niliyokuwepo ni kwa sababu sikuweza kupata mbadala na sikuweza tu kutofika. Kwa hivyo

mafundisho yangu asubuhi hiyo yalikuwa ya kidesturi, hakuna kingine zaidi.

Nilipoanza muhtasari nilijadili neno "wote." Kihalisi linamaanisha "kila mtu bila ubaguzi." Msamaha wa Kristo wa dhambi zangu *zote* ndio unaofanya Habari Njema KUWA KUU. Sikuwa na tatizo na mjadala huo.

Lakini, nilipoanza kuzungumzia uponyaji, maneno yangu yalikuwa, "Bado naamini Mungu huponya," huku mawazo yangu yakiwa, "lakini kwa nini isiwe mimi?" Nilipitia majadiliano hayo kwa uaminifu niwezavyo na kuanza wazo langu la tatu..." Anakomboa maisha yangu kutoka shimoni."

Nilianza hotuba yangu, "Nimekuwa na, na wewe umekuwa na, katika nyakati zilizopita, uzoefu wa shimo." Kuhusu neno, "shimo," shinikizo lililokuwa kooni mwangu kwa miaka mitatu lilitoweka kana kwamba mtu alikuwa ameondoa mkono wake kutoka kwa kunisonga. Niliendelea, kwa mshangao, "Sote tumewahi kuwa na nyakati ambapo maisha yetu yalionekana kuwa shimoni, kaburini, na hatukuwa na jibu la shimo tunalojikuta ndani yake." Nilipokuwa nikizungumza, nilikuwa nikimeza bila kusongwa, na sitasahau kamwe wazo langu..." je, ndivyo ninavyofikiri ndivyo ilivyo?"

Tangu Wakati huo

Madaktari walithibitisha kwamba ndivyo nilivyofikiria nilipowaona siku zilizofuata. Sauti yangu imerejeshwa kabisa, na kumnukuu daktari wangu mkuu, "Siwezi kupata ushahidi wowote kwamba umewahi kuwa na tatizo la sauti."

Tukio hilo lilitokea Januari 17, 1993, Jumapili ya tatu ya mwezi...leo. Tukio hilo lilirekodiwa kwenye kanda kwa njia ya kawaida sana. Tukio hilo lilibadilisha maisha yangu na limeathiri mamilioni ya watu duniani kote.

Darasa la Catacombs lilianza kurekodi masomo miongo kadhaa kabla ya Jumapili hiyo. Katika kundi kubwa, mahudhurio ya 100% hayawezekani. Ili kuwa wa ibada, kurekodi kaseti kulifanywa bila kujali ni nani aliyefundisha, na nakala moja au mbili zingepatikana Jumapili iliyofuata. Kaseti zingekuwa tu kwenye meza ya nyuma na kama ungetaka moja, ilikuwepo. Ninaposema, "hakuna shida kubwa," namaanisha, "hakuna shida hata kidogo!" Lakini katika kanisa hilo lenye zaidi ya wanachama 20,000 hilo ndilo darasa pekee lililorekodi masomo yao. Mahali pengine popote lisingekuwa na athari ambayo Mungu alikusudia.
Sikuomba kufundisha darasa, mkurugenzi wetu alijitahidi kunifundisha. Sikuandika nyenzo zangu mwenyewe, nilikuwa nikitumia kile kilichoitwa, "Mfululizo wa Vitabu vya Biblia" nyenzo zilizotumika katika Mkutano mzima. Na, usisahau, sikutaka kuwa hapo. Je, kuna matukio ya bahati mbaya? Nadhani sivyo.
Kuanzia siku hiyo hadi leo ninasherehekea kurejeshwa kwa uwezo wangu wa sauti. Niliandika kuhusu tukio hilo wiki iliyofuata na kulielezea kwa maneno yaliyomfananisha na Lazaro akitoka kaburini. Shukrani zangu na hisia zangu hazijapungua kwa miaka 20.

Nimezunguka nchi hii na ulimwengu mzima nikisimulia hadithi ya wakati huo. Mungu amenitumia kama somo la neema na nguvu Zake. Nimeonekana kwenye kipindi cha Oprah na nimeshiriki hadithi yangu na mwanamke mmoja mdogo katika nyumba ya wazee ambaye hakuweza kuzungumza, lakini alilia niliposimulia hadithi isiyo na mwisho ya Wema Wake. Bado ninaenda popote ninapopewa fursa ya kushiriki hadithi hiyo na nitafanya hivyo hadi nitakapokuwa sina uwezo wa kufanya hivyo kimwili.

Kama ungependa kusikia "Wakati wa Uponyaji" mwenyewe, nenda kwenye video ya youtube https://www.youtube.com/watch?v=NuBV3uPxaAc .

Taarifa zaidi zinapatikana kwenye tovuti yake http://www.nuvoice.org

"Kuona" kwa Ronald Coyne kwa muujiza

Mnamo 1951, jicho la kulia la (Roscoe) Ronald Coyne liliharibika kwa sababu kipande cha waya kilikuwa kimekwama ndani yake. Maambukizi yalianza na jicho hilo ilibidi liondolewe kwa upasuaji. Alipewa jicho la plastiki ili alivae ili hasara isionekane wazi. Jicho halikuonekana la kawaida kabisa kwani halingeweza kusogea jicho lingine liliponaswa.

Mnamo 1952 familia ya Coynes ilihudhuria Mkutano wa Hema la Miujiza ulioongozwa na Mwinjilisti Daisy Gillock, dada yake Dkt. TL Osborn. Mama yake Ronald alimpeleka kwenye mstari wa maombi kwa sababu alikuwa na matatizo ya koo. Gillock alipomuuliza alitaka maombi kwa nini, alisema ana matatizo ya koo. Aliomba na Coynes akaanza kumsogelea . Alimsimamisha na kumuuliza ni nini kilikuwa na tatizo na jicho lake kwani halikuonekana la kawaida. Alisema alikuwa kipofu katika jicho hilo (bila kutaja kwamba lilikuwa limeondolewa.) Aliomba muujiza wa kuona na jambo la kushangaza zaidi likatokea. Ronald alianza kuona kutoka kwa jicho, ingawa hakukuwa na jicho la kuona kutoka! Alipimwa na madaktari na kwa kushangaza walifikia hitimisho kwamba kuona kwake hakuwezekana kwa njia yoyote ya kawaida. Haijalishi kama jicho lake la plastiki lilikuwa ndani au nje. Bado alikuwa na maono ya kimiujiza.

Kwa maisha yake yote yaliyobaki Ronald Coynes alisafiri duniani kote akitoa ushuhuda wake wa kuona miujiza. Hatimaye akawa mchungaji mwenye huduma ya kusafiri. Alikabiliwa na ukosoaji mkali na wa mara kwa mara kwa sababu watu wengi hawakuamini kwamba Mungu angefanya jambo kama hilo. Alitoa ushuhuda wake katika mikutano ya Kikristo, kwenye vipindi vya televisheni, makanisa, na mahali popote ambapo Mungu alimfungulia mlango. Sharti lake pekee lilikuwa kwamba apate fursa ya kuwasilisha injili. Katika maisha yake yote mamilioni ya watu walisikia injili ya Kristo na ushuhuda wake wa Mungu anayefanya miujiza.

Ili kuona video ya Coynes akiwa na ushuhuda wake, tazama video hii ya YouTube:
https://youtu.be/FD9ULJyRBg4

Mwanamke Mwendawazimu Azaliwa Katika Uamsho wa Charles Finney huko Antwerp

Kulikuwa na visa viwili vya kushangaza sana vya uongofu mahali hapa; na kulikuwa na visa viwili vya kushangaza sana vya kupona papo hapo kutokana na wazimu wakati wa uamsho huu. Nilipoingia mkutanoni alasiri ya Sabato moja, niliona wanawake kadhaa wameketi kwenye benchi, na mwanamke aliyevaa nguo nyeusi ambaye alionekana kuwa na huzuni kubwa ya akili; walikuwa wamemshikilia kwa sehemu, na kumzuia kutoka nje. Nilipoingia, mmoja wa wanawake alinijia na kuniambia kwamba alikuwa mwanamke mwendawazimu. Nilimwambia maneno machache; lakini lazima aende; na kwamba hakuweza kusikia maombi yoyote, au kuhubiri au kuimba; kwamba kuzimu ilikuwa sehemu yake, na hakuweza kuvumilia chochote kilichomfanya afikirie mbinguni.

Niliwaonya wanawake faraghani wamweke kwenye kiti chake, kama wangeweza, bila kuvuruga mkutano. Mara tu uimbaji ulipoanza, alijitahidi sana kutoka nje. Lakini wanawake walimzuia kupita; na kwa upole, lakini kwa kuendelea walimzuia kutoroka. Baada ya muda mfupi alinyamaza, lakini alionekana kuepuka kusikia au kuhudhuria uimbaji wote. Kisha nikaomba. Bwana alinipa roho kubwa ya maombi na andiko kutoka kwa Waebrania: "Na tukikaribie kiti cha neema kwa ujasiri, ili tupate rehema na kupata neema ya kutusaidia wakati wa mahitaji."

Lengo langu lilikuwa kuhimiza imani, ndani yetu wenyewe. na ndani yake; na ndani yetu wenyewe kwa ajili yake. Nilipoendelea alianza kuinua kichwa chake polepole na kunitazama kutoka ndani ya kofia yake ndefu nyeusi. Nilipoendelea kuwasihi watu watoe dhabihu ya upatanisho kwa Kuhani wetu Mkuu mkuu. Mara moja aliwashtua waumini kwa kutoa kilio kikubwa. Kisha akajitupa karibu kutoka kwenye kiti chake, akainamisha kichwa chake chini sana, na niliweza kuona kwamba "alitetemeka sana." Nilipoendelea alianza kutazama juu tena, na mara akaketi wima, uso wake umebadilika ajabu, ukionyesha furaha na amani ya ushindi. Kulikuwa na mwangaza mwingi usoni mwake ambao sijawahi kuuona katika uso wowote wa mwanadamu. Furaha yake ilikuwa kubwa sana kiasi kwamba hakuweza kujizuia hadi mkutano ulipoisha; na kisha haraka akawafanya kila mtu aliyemzunguka aelewe kwamba alikuwa huru. Alimtukuza Mungu na kushangilia kwa ushindi wa ajabu. Karibu miaka miwili baada ya kukutana naye, na nikamkuta bado amejaa furaha na amani.

Imechukuliwa kutoka kwa wasifu wa Charles Finney.

Msichana ambaye ubongo wake "umegeuka kuwa uyoga" sasa amepona na anahitimu shule ya upili

Hadithi hii inasimuliwa na mama yake Taylor, Stacy Henningsen.
Mnamo Septemba 2011, wiki mbili tu baada ya mwaka wake wa kwanza, Taylor Hale alipata jeraha la ubongo lililomsumbua alipokuwa akiendesha farasi na marafiki baada ya mchezo wa mpira wa miguu wa shule ya upili. Aliteleza kutoka kwenye kofia ya gari na kujigonga kichwa, kwa nguvu, kwenye barabara. Njia yake ya ajabu - kuanzia kutangazwa kuwa amekufa akili, kulingana na familia yake, hadi sasa akijiandaa kwenda chuo kikuu - iliandikwa kwa mara ya kwanza katika Jalada la Des Moines.

Mashine zilifuatilia uvimbe kwenye ubongo wa Taylor. Mtiririko wa mara kwa mara wa familia na marafiki walikuja kumwona, lakini madaktari waliwaonya wageni kwamba hawangeweza kuzungumza au kutoa sauti yoyote kubwa ambayo ingemchochea Taylor kupita kiasi. Karibu wiki moja baadaye, hali ya Taylor ilizidi kuwa mbaya: Alipata kutokwa na damu kwenye ubongo. "Ubongo wake ulikuwa umeingia kwenye uti wa mgongo wake ... Ubongo ulikuwa umegeuka kuwa uyoga," Henningsen alisema. "Ilibidi wafanye CPR na kupitia hatua kali ili kumrudisha."
"Siku iliyofuata, [madaktari] walisema, 'Tunaomba radhi — hakuna kingine tunachoweza kumfanyia. Labda unapaswa kusema kwaheri," Henningsen alisema. "Tulianza kuzungumzia mipango ya mazishi." Madaktari waliiambia familia ya Taylor kwamba walikuwa na uhakika wa asilimia 95 hadi 99 kwamba hataamka tena, Henningsen alisema.

Wakitangaza kuwa ubongo wake umekufa, walimtoa dawa na oksijeni. Familia iliomba. Daktari wa tiba ya mifupa ambaye alikuwa akimtibu shangazi yake Taylor pia alimwombea msichana huyo, akimtembelea chumba chake cha hospitali ili kuweka mkono wake nyuma ya shingo yake. "Saa chache baadaye, daktari aliingia na kimsingi akatuambia, 'Hatujui jinsi ya kuwaelezea hili kimatibabu, lakini anapumua peke yake,'" Henningsen alisema.

Taylor alifungua macho yake na kusogeza vidole vyake vya miguu. Lakini madaktari waliionya familia hiyo kwamba uwezekano wa kutembea tena ulikuwa mdogo, na kwamba ikiwa angetembea, angeunganishwa na mrija wa kulisha maisha yake yote. Kupitia kazi ngumu na uvumilivu, Taylor polepole alipata tena uwezo wa kutembea, kula, na kufanya karibu kila kitu kingine alichokuwa akifanya hapo awali, mama yake alisema.

Siku ya Jumatatu, atahitimu kutoka shule yake ya upili. Alizungumza kwenye gazeti la News kati ya madarasa yake ya mwisho shuleni na safari ya kwenda kwenye duka kubwa kununua gauni kwa ajili ya sherehe yake ya kuhitimu — siku ambayo mama yake hakuwa na uhakika kama angekuja kumchukua Taylor baada ya ajali yake. "Nafikiria mara nyingi," Hennsingsen alisema. "Hakika ni muujiza."

Mkazi wa Pheonix Aliponywa Saratani Kupitia William Branham mnamo Machi 1948

Septemba iliyopita nilienda kwa Dkt. Weldon Baker, North Second Street, Phoenix, Arizona. Na akanifanyia eksirei mbili. Aligundua kuwa nilikuwa mgonjwa sana wa ugonjwa wa kolitis, kwamba moyo wangu ulikuwa umeongezeka kutokana na sumu, kwamba ni moja ya tano tu ya ini langu lilikuwa likifanya kazi, na kwamba kulikuwa na mawe kadhaa makubwa kama kidole gumba upande wa kulia wa ini langu. Nilianza matibabu ya wiki sita, lakini nikawa mgonjwa sana. Dkt. Anderson alinihudumia na akasema nilikuwa na saratani, lakini nilikuwa nimesubiri kwa muda mrefu kabla ya kupata msaada. Nikawa mgonjwa sana na sikuweza kuchukua matibabu mengine zaidi. Utumbo wangu wa ndani ulilazimika kufunguliwa ili kuruhusu uchafu kupita. Nilikuwa na spell mbaya sana. Dkt. Baker alikuja, na watakatifu walikuwa wakiomba alipofika huko. Aliniambia baadaye kwamba nilikuwa nimekufa kwa dakika mbili, lakini kwamba Yesu alikuwa amesikia kilio cha watakatifu.

Nilikuwa kitandani kwa wiki tisa na nikapunguza uzito wa pauni 40. Wakati mwingine nilikuwa mgonjwa sana kiasi kwamba sikuweza kumeza maji kwa siku tano. Kisha likaja tangazo kwamba William Branham alikuwa anakuja Phoenix tarehe 2 Machi kuwaombea wagonjwa na wanaoteseka. Mume wangu alikuwa kanisani mapema Jumapili hiyo ya kwanza usiku, lakini Ndugu Branham hakuweza kunifikia. Wala hakuweza kunifikia usiku uliofuata, ingawa niliona miujiza mingi ya uponyaji wa wengine. Siku iliyofuata nilichukuliwa tena, lakini nilipofika kanisani nikawa mgonjwa sana. Waliniletea kitanda, lakini sikumbuki nilipolala.

Mara ya kwanza nilipojua, Ndugu Branham alikuwa ananizungumzia, akisema: "Niangalie dada." Mwanzoni ilikuwa ni minong'ono hafifu tu, lakini mara ya tatu alipoirudia nilijaribu kufungua macho yangu. Baada ya muda niliweza kuona dalili na akaniuliza kama niliamini alichoniambia. Nikasema, "Ndiyo, kwa sababu ningeweza kumwona malaika aliyesimama kando yako." Kisha Ndugu Branham akasema, "Dada, imani yako imekuokoa. Saratani hiyo ilikuwa tumboni mwako kote, lakini Mungu amekuponya. Kila mzizi umelaaniwa na utakuwa mzima ukiendelea kuamini, ingawa itachukua mwezi mmoja au wiki sita kwa hili kuoza. Katika saa 72 kuanzia sasa utakuwa mgonjwa sana na una maumivu makali, lakini amini tu kupitia yote." Kisha Bwana akazungumza kupitia Ndugu Branham, na mafuta ya joto yakaanza kupitia kichwa changu nje na ndani na kusimama. Yalipopungua, maumivu yaliondoka kabisa na nilihisi nguvu sana. Nilishuka kwenye kitanda nikipiga kelele na kucheza na niliweza kuhudhuria ibada zingine tano zilizofanywa na Ndugu Branham huko Phoenix.

Saa 72 zilipoisha, niliugua sana, na kuumia vibaya sana hata sikuweza hata kulia. Nilikuwa mgonjwa sana kwa zaidi ya wiki mbili, kisha nikaanza kula chochote nilichotaka, ambapo kabla sijaishi kwa juisi za matunda na supu. Wiki saba baada ya kuombewa, nilipigwa picha za eksirei kadhaa zaidi na hizi zilionyesha kuwa nimepona kabisa. Dkt. Baker aliniambia kwamba naweza kusimulia haya yote, na angeonyesha kwa furaha eksirei hizo kwa mtu yeyote ambaye angependa kuziona, au angezungumza nao kibinafsi. Ninamsifu Yesu kwa hilo!

BI. Hattie Waldrop Adams Street Phoenix, Arizona

Mwanamke Anayekufa Aponywa Chini ya John Alexander Dowie

Ushuhuda huu ulichapishwa katika Jarida la Leaves of Healing la Februari 5, 1897. (Kumbuka: matumizi yalikuwa jina la zamani la kifua kikuu.)

GRIFFITH, IND. Januari 20, 1897.

Wapendwa Dkt. na Bi. Dowie,

Nahisi ni furaha pamoja na wajibu wangu kuongeza ushuhuda wangu kwa mamia ya wengine wengi—wa uponyaji wangu kamili—wa magonjwa mengi, kupitia Bwana wetu Yesu Kristo.

Sikuwa na afya njema na, baada yangu, safari ndefu kwenda Pwani ya Atlantiki, Oktoba, 1894, na niliporudi mara moja nilianza tena kazi zangu za ofisini, nilifanya kazi kupita kiasi, na Novemba 3 nilipatwa na Kutokwa na Damu Kwenye Mapafu.

Kwanza tulimwajiri Dkt. Pettibone, wa Crown Point, Ind. Alinitibu, nadhani, kwa takriban miezi miwili, lakini hakunipa nafuu yoyote. Hata nilizidi kuwa mbaya. Sio tu kwamba kutokwa na damu kuliendelea, bali pia magonjwa mengine yalianza. Alifanya yote aliyoweza kwa ajili yangu.

Mume wangu Januari 1, 1895, kisha akamwajiri Dkt. Vincent, mmoja wa madaktari wa zamani na hodari wa Valparaiso, Ind. Alitangaza kesi yangu kuwa nzito sana. Hata hivyo, sikufaidika na mabadiliko ya madaktari. Bado niliendelea kuwa mbaya zaidi.

Wakati huo nilikuwa nikiteseka kwa kusujudu kwa neva, kutokwa na damu kwenye mapafu, maji kuzunguka moyo, kifua kikuu, vidonda vya saratani kwenye koo, ini lililojaa, na kile kinachojulikana kama Consumptian of the Bowels. Ilionekana kama uchakavu wa utumbo. Kipindi cha kuzama, ingawa mwanzoni kilikuwa kifupi, sasa kiliendelea kwa saa nyingi, na Daktari alifikiri singeweza kuishi mwezi mzima wa Machi. Hata hivyo, yeye bado aliendelea kunitibu hadi nitakapofikiria kuhusu mwezi wa Juni.

Kisha akamwambia mume wangu kwamba hafikirii kama kuna nafasi yoyote kwangu kupona, na kwamba haikuwa na maana kwake kuendelea na ziara zake tena. Pia aliwaambia marafiki zangu huko Valparaiso kwamba ilikuwa suala la muda mfupi tu nami. Kwa wiki mbili zilizofuata nilitumia dawa kidogo sana, na cha ajabu kwangu nilipata nguvu kidogo. Tulitiwa moyo sana, na tulihisi hatupaswi kukata tamaa, lakini jaribu daktari mwingine mzuri.

Rafiki yetu alipendekeza Dkt. Hilldebrand, wa Chicago. Baada ya uchunguzi wa kina alitamka kuwa ni Matumizi, yaliyochanganywa na magonjwa mengine ambayo nimeyataja hapo awali. Kwa kuzungumza kuhusu koo langu (baadhi ya tishu laini zililiwa) kwamba kile kilichokuwa kimetoweka hakingeweza kubadilishwa. Vidonda vilikuwa vikitoka kila wakati, na paa la mwezi lilikuwa la manjano. Baada ya kutumia dawa aliyoiandika kwa koo; vidonda zaidi vilifunguka, na chini ya matibabu yake nilishindwa haraka sana.

Kisha niliamua kutotumia dawa nyingine yoyote, na nikagundua kuwa maisha yangu yalikuwa na thamani zaidi bila dawa hiyo kuliko kuwa nayo. Rafiki yetu, Bw. Wood, anayedai kuwa wakala wa C. & GTRR, aliniambia kuhusu mtu mzuri huko Chicago ambaye angeweza kuponya magonjwa ya kila aina bila kutumia dawa yoyote. Sikuweza kumpongeza, lakini aliendelea kunihimiza niende, na akasema alifikiri bado kuna nafasi kwangu ya kupona.

Nilikubali, mradi tu ningeweza kufika huko. Tulikutumia ombi la maombi, na nilipata nguvu kidogo kiasi kwamba katika muda wa takriban wiki moja (ingawa nilikata tamaa na marafiki na daktari akanitangaza kuwa sina matumaini) mume wangu, mnamo Agosti 18, alinipeleka kwenye Nyumba ya Uponyaji ya Mungu Nambari 1, 6020 Edgerton Avenue.

Nilikuwa nimevimba sana (kusababishwa na maji kuzunguka moyo) kiasi kwamba sikuweza kuvaa gauni langu lolote; lilikuwa dogo sana karibu inchi tatu. Ilinibidi kuvaa gauni zilizolegea. Baada ya kuwekewa mikono na kuniombea Jumatatu, siku iliyofuata baada ya kufika kwangu, maji kuzunguka moyo yalionekana kudondoka na uvimbe wote ulinitoka. Niliwaandikia watu wangu (wanaoishi umbali mfupi tu kutoka jijini) waniletee gauni langu. Walifanya hivyo, na sikupata shida kuvaa yoyote kati ya hayo.

Mara ya pili ulipoweka mikono na kuomba pamoja nami, niliponywa kutokana na kusujudu kwa neva, maji kuzunguka moyo, kutokwa na damu kwenye mapafu, matatizo ya figo, baridi yabisi ya misuli, vidonda vya tumbo, utumbo wa kawaida kabisa. Lakini ugumu mbaya wa koo ulibaki. Nilikuomba Jumanne iliyofuata, yapata wiki moja baada ya kuwa hapo, katika moja ya Mikutano ya Nyumbani uniweke vidole vyako kwenye koo. Ulifanya hivyo, kwa jina la Yesu, na magonjwa hayo mabaya ambayo kwa miezi mingi yalikuwa yakiharibu maisha yangu yote yaliharibiwa na mkono wa Mganga Mkuu kupitia wakala wako, ambaye Mungu amembariki kwa Karama za Uponyaji.

Nilikuwa Nyumbani baada ya wiki mbili tu, na Sabato tulipoanza kurudi nyumbani hatukuweza kuunganisha magari ya barabarani, na mume wangu alisema nilitembea karibu maili mbili, na sikuhisi uchovu hata kidogo. Miezi miwili baada ya kurudi nyumbani nilijifunza kufanya kazi za nyumbani, na nimefanya kazi zangu mwenyewe tangu wakati huo.

Imekuwa mwaka mmoja na miezi minne tangu nilipopona. Isipokuwa mafua mawili, nimekuwa na afya njema, na siwezi kumsifu Mungu vya kutosha kwa baraka nyingi ambazo amenimiminia. Vidonda vyote vimetoweka, na sehemu laini zilizoliwa na kutenganishwa na ugonjwa zimeungana na kupona. Sauti yangu imekuwa kali sana. Nilikuwa nikifanya mipango ya kuchukua masomo katika 'utamaduni wa sauti' nilipopatwa na mafua makali sana.

Nilienda Zion Home kwa muda mfupi. Uliomba pamoja nami, nami nikapona.

Sasa nina afya njema. Ninapenda sana kutembelea Zion Home na kusikiliza maagizo mazuri tunayopokea kutoka kwako na mpendwa Bi. Dowie kuhusu njia nzuri ya Mungu ya kuwaponya "watoto wake wagonjwa" ikiwa tu wataweka tumaini lao kwake pekee.

Natumaini kweli kwamba Ushuhuda huu unaweza kuwafikia wengi wanaoteseka, na kwamba wanaweza kuongozwa kumtafuta Mganga Mkuu kwa ajili ya uponyaji wao wa Roho, Nafsi na Mwili. Ninaona kadiri ninavyokaa karibu na miguu ya Yesu ndivyo karama zake zinavyozidi kuwa nyingi kwangu.

Wapendwa Dkt. na Bi. Dowie, ninaomba kila siku kwamba mfanikiwe katika "Mwendo wenu wa Kusonga Mbele kwenda Sayuni," na kwamba nyote wawili msipoteze miaka mingi sana hadi injili hii nzuri itakaposambaa duniani kote.

Kwa uaminifu wako katika Yesu,

BI LULU DAYTON

PTSD na Uharibifu wa Mishipa Yamepona

Dave alirudi nyumbani kutoka vitani akiwa na dalili kali za PTSD na uharibifu wa neva. Alikuwa kwenye kiti cha magurudumu na alihisi kama alikuwa akikatwa kwa wembe, ngozi yake ilihisi kama asidi ilikuwa ikimiminwa juu yake, na alihisi mifupa yake ikipondwa. Alikuwa nyeti sana kwa taa angavu na sauti kubwa. Hakuweza hata kuhisi mkono wake mmoja. Hali yake ya kihisia ilikuwa ya hofu na uangalifu wa kila mara. Hakuweza kushughulikia umati wa watu na hakuweza kutumia muda mwingi na familia yake.

Maisha yake yalikuwa ya kuvunjika kimwili na kihisia. Aliwaona madaktari wengi, lakini hakupata nafuu.

Dave alienda kwenye mkutano wa Randy Clark ambapo alienda kwa Randy kumuuliza swali. Hakuwa na uhakika hata jinsi alivyofika mbele kwa kuwa kulikuwa na msongamano mkubwa wa watu. Randy aliondoa kipaza sauti chake na kusikiliza hadithi ya Dave. Randy alimwomba mshiriki wa timu ya maombi anayeitwa Mike amwombee Dave. Mike alimshika mkono Dave, jambo ambalo lilimfanya awe na wasiwasi sana. Mike pia alimtazama Dave moja kwa moja machoni na hakumruhusu ainamishe kichwa chake kwani alikuwa amezidiwa na hatia na aibu ya kile kilichompata wakati wa vita. Alikuwa amesumbuliwa na picha hizo na maumivu ya kihisia yaliyoambatana nazo.

Dave alianza kutokwa na jasho na kuhisi kama anataka kuondoka. Mike alimshikilia na kumpeleka katika hatua za uponyaji. Haikuwa muda mrefu wa maombi, labda kama dakika 5. Dave alisema kwamba ilikuwa kama Yesu akimgusa. Amani ilimjia kama ambavyo hakuwa amehisi tangu alipokuwa mtoto. Alipofika nyumbani Dave alisema ilikuwa kama kuelea ndani ya nyumba yake. Mkewe aliona tofauti mara moja na akauliza kilichotokea. Alipiga kelele tu "Niko huru." Mkewe akamwambia "Mpenzi inaonekana kama umepunguza pauni 2000 kutoka mabegani mwako na sijui wewe ni nani."

Dave ametoka kwenye kiti chake cha magurudumu na kuacha dawa zake. Anacheza na watoto wake, anawakumbatia, na haogopi wakati wote. Alienda kwenye mkutano wa Randy Clark unaofuata. Mkono wake wa kushoto ulikuwa bado haujafa ganzi lakini alimwambia Yesu "angalia yote uliyonifanyia. Usiku wa leo nitakapoenda kwenye mkutano itakamilika. Sihitaji mtu yeyote aniombee, nataka tu kutukuza ulichonifanyia."

Alipokuwa ameketi kwenye ukumbi akisubiri milango ifunguliwe, ghafla alihisi mkono wake wa kushoto. Alisema "mkono ... umerudi." Hakuna mtu aliyemwombea. Hakuna muziki wa ibada uliokuwa ukichezwa. Alipiga simu na kumpigia simu mkewe na kusema sasa si mimi tu huru lakini sasa naweza kugusa mkono wangu, naweza kuhisi mkono wangu, naweza kuhisi vidole vyangu. Ninaweza kucheza na hainidhuru na taa hazinidhuru. Niko huru na Yesu alifanya hivyo!

Imechukuliwa kutoka kwa ushuhuda wa ibethel tv wenye kichwa cha habari Post Traumatic Stress Disorder Healed! – Machi 05, 2013. (ibethel.tv ina maudhui ya bure na mengine yanayolipishwa lakini lazima ujiandikishe ili kuyatumia)

Uponyaji wa Jo Gummelt Kupitia Kathryn Kuhlman

Jo Gummelt alikuwa mke wa mchungaji wa Southern Baptist. Alikuwa mgonjwa sana na ugonjwa wa figo usio wa kawaida unaoitwa renal papillary necrosis. Madaktari katika eneo la Washington, DC hawakuwa wamewahi kuuona hapo awali. Madaktari waliamini kuwa ulikuwa ni mzio wa dawa ya maumivu ya kukabiliana na dawa. Figo zote mbili ziliharibiwa kwa 1/3. Madaktari walitumaini kwamba wangeweza kutuliza uchakavu. Jo alipimwa kila kitu iwezekanavyo. Alikuwa amelala kitandani saa 12-14 kwa siku. Nywele zake zilikuwa zikitoka. Madaktari walimwonya kwamba maambukizi ya bakteria yanaweza kuziba figo zake. Walielezea figo zake kama sifongo dhaifu ambazo zingeweza kushambuliwa kwa urahisi.

Rafiki alimwalika aende kwenye Mkutano wa Uponyaji wa Wafanyabiashara wa Full Gospel. Hakutaka kabisa kwenda. Kwa kweli alivaa kofia ya manyoya iliyovutwa chini usoni mwake kwa sababu hakutaka mtu yeyote amtambue. Ibada ya uponyaji haikuwa ya heshima kwake. Aliihusisha na mkutano wa hema pembezoni mwa mji. Kisha Kathryn Kuhlman alipotangazwa alifikiri "oh mimi si mhudumu mwanamke." Alikuwa dhaifu sana na amechoka kutokana na hali yake. Mkutano ulikuwa umejaa watu na yeye na rafiki yake walifika wakiwa wamechelewa saa moja na nusu. Jo hakuweza kusimama kwani alikuwa amechoka sana. Waliishia kukaa kwenye ngazi za chumba cha mkutano.

Mungu aliwaamuru watu wawili wasimame na kuwapa wanawake viti vyao kwani walilazimika kuondoka. Viti vilikuwa katika sehemu ya pili karibu na mbele. Jo alidhani alikuwa amemtambua Mungu. Alikuwa Mbatisti wa Kusini maisha yake yote. Aliamini kila ushuhuda ulikuwa umepandwa. Hakuamini chochote alichokiona. Alikuwa na shaka kabisa. Bado kuna kitu kilikuwa kikimsisimka moyoni mwake.

Mwishoni mwa ibada, Kathryn Kuhlman aliwaomba kila mtu kwenye mkutano ainue mikono yake na kuimba "Bwana nakupokea." Jo alianza kuimba kwa sababu aliujua wimbo huo, lakini hakutaka kuinua mikono yake. Tendo lake la kwanza la imani lilikuwa kuinua mikono yake juu kidogo. Kisha akasema Roho Mtakatifu alichukua nafasi. Kabla hajajua mikono yake ilikuwa imeinuliwa juu kabisa. Alikuwa chini ya uwepo wa Mungu. Ilihisi kama miguu yake ilikuwa ikinyoosha na alikuwa ameinama. Kisha mikono yake ilielekezwa juu katika mtazamo wa kupokea.

Wakati huo hisia ya kutostahili, uchafu na unyenyekevu ilimjia Jo. Hakuwahi kupata uzoefu huo hapo awali. Kichwa chake kiliinama sana. Hakuweza kukiinua. Alihisi kama mtoza ushuru ambaye hakuweza hata kuinua macho yake mbinguni kwa sababu ya kutambua dhambi yake. Jo alianza kulia na kisha chemchemi ya maji ya uzima ikaanza kujitokeza ndani yake.

Kwa mbali alisikia sauti ya Kathryn ikisema "Ee Bwana, kuna Utukufu juu ya hili." Wakati huo Jo hakujua maana yake, lakini baadaye aligundua kwamba Bwana alikuwa pamoja naye. Kisha Jo akaanza kuhisi hisia ya maji ya uvuguvugu yakimtiririka. Kathryn alimjia Jo na kumgusa kifundo cha mkono. Uwepo wa Mungu uliongezeka hadi kufikia hatua ambapo alihisi "ameondoka kwenda angani." Alikuwa na hisia kwamba alikuwa mwepesi na akielea kwenye maji ya uvuguvugu na Bwana alikuwa amemshikilia.

Ingawa Jo alijua kwamba amepona, hakudai mara moja kwamba amepona kimwili. Alianza kuishi maisha yake ya kawaida tena. Hakukaa kitandani tena. Aliacha kutumia dawa. Aliacha kwenda kwa daktari. Alishika Neno kwa njia mpya. Kisha akapata ujazo wa Roho Mtakatifu. Maisha yake yalibadilika. Maisha yake ya maombi yakaanza.

Katika safari ya kifamilia muda baadaye, Jo ghafla aligundua kuwa nywele zake zilikuwa zikiota tena. Kwake hii ilikuwa ishara maalum ya kupona kwake. Mumewe alisisitiza arudi kwa madaktari na kufanyiwa vipimo tena. Daktari aliangalia eksirei na kusema "Ninafunga kitabu kuhusu kisa hiki kwa sababu umepona kabisa. Ukiwa na matatizo mengine ya figo, hayatakuwa na uhusiano wowote na ugonjwa huu."
http://www.youtube.com/watch?v=vZF23Gjq0Q0

Mwanadamu alifufuliwa kutoka kwa wafu kupitia daktari bingwa wa moyo

Dkt. Chauncy Crandall ni daktari bingwa wa magonjwa ya moyo na Mkristo. Aliitwa Jeff Marken alipofika katika chumba cha dharura na kupata mshtuko mkubwa wa moyo. Mwanamume huyo alikuwa amekufa kwa dakika 30 na wafanyakazi walikuwa wakimfanyia kazi kwa muda wote huo. Dkt. Crandall alipofika, mtu huyo alikuwa amekufa waziwazi. Kwa kweli Dkt. Crandall alisema "alikuwa mtu aliyekufa zaidi ambaye nimewahi kumuona." Mwili wake wote ulikuwa mweusi - mikono yake, miguu yake, miguu yake, uso wake. Inaitwa cyanosis.

Dkt. Crandall alimwambia daktari wa chumba cha dharura amtangaze Bw. Marken amekufa. Wafanyakazi walijaza makaratasi na nesi akaanza kuondoa mirija na kuandaa mwili kwenda kwenye chumba cha kuhifadhia maiti. Dkt. Crandall alipogeuka kutoka chumbani alimsikia Bwana akisema "Geuka na umwombee mtu huyo." Aliendelea kutembea na mara ya pili Bwana akasema "Geuka na umwombee mtu huyo." Dkt. Crandall aligeuka na kwenda kumwombea. Hakuwa na uhakika wa kuomba nini, lakini aliposimama hapo Roho Mtakatifu akachukua nafasi. Aliomba "Baba Mungu ninalia kwa ajili ya roho ya mtu huyu. Kama hakujui wewe kama Bwana na Mwokozi wake, mfufue kutoka kwa wafu sasa, kwa jina la Yesu." Muuguzi alifikiri alikuwa mwendawazimu. Mkono wa Jeff Marken ghafla uliruka juu hewani. Daktari wa chumba cha dharura aliporudi chumbani, Dkt. Crandall alisema "mshtue mtu huyu mara moja zaidi." Daktari wa chumba cha dharura hakutaka, lakini alifanya hivyo ili kuheshimu ombi la Dkt. Crandall. Alimshtua mgonjwa mara moja zaidi na mara moja mapigo ya moyo kamili yakatokea kwenye kifaa cha kuchungulia. Madaktari na nesi walishangaa. Kisha kifua kikaanza kusogea na tumbo, mikono na miguu. Walimkimbiza kwenye chumba cha wagonjwa mahututi. Ilikuwa Ijumaa usiku. Dkt. Crandall alimpigia simu mwenzake na kumwambia Jeff Marken alikuwa amefufuliwa kutoka kwa wafu na kwamba angeishi kwa sababu ni wazi alikuwa na wito wa Mungu maishani mwake.

Dkt. Crandall alipoingia Jumatatu asubuhi na Jeff Marken akiwa ameketi kitandani. Dkt. Crandall alimuuliza Jeff amepitia nini alipokuwa akifanyiwa kazi hospitalini. Jeff alielezea kuwa peke yake katika jeneza mahali penye giza kwa kile kilichoonekana kama milele. Kisha viumbe vingine vilimfunga na kumtupa kama takataka. Jeff alifadhaishwa sana na yale aliyopitia. Dkt. Crandall alimwambia kama angemkubali Yesu hangekuwa peke yake na hangetupwa kamwe. Jeff alimkubali Yesu mara moja.

Jeff amepewa nafasi ya pili na Yesu. Hana matatizo yoyote kutokana na kuwa amekufa kwa zaidi ya dakika 40. Anafanyiwa uchunguzi wa mara kwa mara lakini hana matatizo ya moyo. Dkt. Crandall anasema hiyo haikuwa siku ambayo alikuwa na "imani kubwa" bali alitaka tu kuendelea na kazi yake. Hata hivyo, kwa sababu alisimama na kuomba kwa imani ndogo aliyokuwa nayo, Mungu alimtumia kwa njia hii ya kimiujiza. Dkt. Chauncey ameandika kitabu kuhusu uzoefu wake kinachoitwa "Kufufua Wafu." (Tunabeba kitabu hiki katika duka letu la vitabu.)

Sikiliza ushuhuda kamili aliotoa Dkt. Crandall kuhusu CBN kwa Pat Robertson.
http://www.youtube.com/watch?v=EL2i64j2FZE

Hadithi ya kushangaza ya uponyaji wa kimiujiza mwishoni mwa miaka ya 1700

Sehemu kutoka kwa "Other Faith Cures" iliyochapishwa na Dkt. Charles Cullis mnamo 1885. Simulizi ifuatayo ya tiba ya kipekee zaidi, ambayo ukweli wake unathibitishwa vyema kiasi cha kuiweka mbali na shaka, imenakiliwa kutoka kwa jarida la zamani la London la mwaka 1788. Mungu katika vizazi vyote hakujiacha bila ushuhuda wa nguvu zake za milele na Uungu, kama itakavyoonekana katika simulizi ifuatayo.

Kanisa huko Tiverton, Magharibi, likiwa limekusanyika pamoja, na likiwa na mmoja wao ambaye walimtengenezea mchungaji wao, barua ilitumwa kwa idhini au amri yao, kwa kanisa huko Colchester kwa ajili ya kumfukuza mshiriki mchungaji wao aliyekusudiwa; na vivyo hivyo kifungu katika barua kwa ajili ya maelekezo katika kuwekwa wakfu, kama iliamuliwa kuwa ni muhimu kuweka mikono. Kanisa lililotajwa hapo juu huko Colchester likiwa na mchungaji wao hayupo, nilitakiwa kujibu barua iliyotajwa hapo juu, na nilipokuja kujibu hoja hiyo kuhusu kuwekwa wakfu, niliandika kama ifuatavyo, "Kuwekea mikono ni kitu kisicho na maana, kuashiria tu mtu aliyewekwa wakfu, bila uwezo wa kuwasilisha karama zozote za kihuduma kwa mtu aliyewekwa wakfu hivyo, badala yake tunaihukumu kuwa sherehe ya zamani, kama vile kupakwa mafuta wagonjwa, na kuoshwa kwa miguu, ambayo ilikoma na maisha ya Mitume, na karama za ajabu za uponyaji."

Barua hii, iliyoandikwa hivi, ililetwa kanisani ili ikubaliwe, na kuandikishwa nao; lakini baadhi waliikataa, na wakajibu kwamba waliamini kupaka mafuta, na pia kuwekewa mikono, yalikuwa maagizo kanisani, na yanapaswa bado kuhubiriwa; jambo ambalo nililipinga na kunukuu waandishi niliokuwa nimesoma dhidi yake; lakini bila kusudi, kwa sababu barua hiyo hawakuisaini, na nyingine iliandikwa kulingana na mawazo yao wenyewe.

Tangu wakati huo niliachwa katika giza kubwa la roho, kiasi kwamba mara nyingi nilijiuliza nia yangu katika Kristo Yesu, na niliendelea kufunga na kuomba kwa siku nyingi kwa ajili ya kurudi kwa nuru ya uso wa Mungu; na hivyo niliendelea kwa muda wa miezi miwili, hadi mwishowe, nikiwa katika Kanisa la St. Edmund's Bury, huko Suffolk, kuelekea mwisho wa Desemba, nilitamani kuomba na mwanaume na mwanamke ambaye alikuwa ameteseka kwa muda mrefu na nilipokuwa nikiomba, nilikuwa gizani sana na nilifikiri nilikuwa na haja zaidi ya kujiombea kuliko wengine, jambo ambalo nilifanya kwa maneno haya "Kwa nini umeniacha, Ee Bwana, kwa nini umenificha uso wako? Rudi, rudi, Ee Bwana, na uniinulie nuru ya uso wako." Ombi ambalo nilijibiwa mara moja kwa mawazo yasiyo na msingi, kwamba nilikuwa nimekataa maagizo yake, yaani, upako, na kuwekewa mikono. Nilijibu tena katika nafsi yangu mwenyewe "Bwana, kama ningejua kwamba yalikuwa maagizo, nisingeyakataa kwa hiari, wala mengine."

Kwa hivyo basi nilikuwa na uhakika kwamba agizo la kuwekewa mikono na kupaka mafuta liliendelea kanisani; na kama ningelifanya hivyo, Bwana angevimiliki. Kisha, kwa uamuzi huu wa akili, nilipata matamanio yangu, kwani Bwana aliinua nuru ya uso wake juu yangu, na sala yangu ikageuzwa kuwa sifa; na nilipomaliza sala yangu, mwanamke huyo mpole akiwa kiwete cha kupooza upande mmoja. Nilimwambia "Bibi, naamini kama ungepakwa mafuta kwa jina la Bwana, kwamba viungo vyako vitarejeshwa kwani ninaamini cha ajabu zaidi, kuhusu kile ambacho nilipinga muda mfupi uliopita, kwa nguvu kubwa." Aliniambia hangeweza kukubali, wala hakuamini. Nilitumia hoja kadhaa naye, lakini bila kusudi.

Kwa hiyo siku hiyo nilirudi Colchester, na nilipoenda kwa mmoja, Bi. Mary Munnings, mjane aliyekuwa na duka la msagaji karibu na soko, nilimwambia jinsi nilivyokuwa nimeshawishika na agizo la kupaka mafuta na zaidi nikamwambia, niliamini kabisa kwamba Mungu angekuwa na agizo lake mwenyewe. Alishangaa sana, akijua jinsi nilivyopinga kwa nguvu, lakini muda mfupi uliopita; na akidhani ni jambo la ajabu, aliuliza, kama nilikuwa na imani yoyote katika matumizi yake kwa binti yake, ambaye alikuwa kiwete, kama itakavyoonekana wazi katika simulizi hili. Nilimwambia ndiyo, nilikuwa na imani, na nikamuuliza kama aliamini kuwa ni agizo? Alisema, aliamini.

Kisha nikaangalia ndani ya chumba ambacho binti yake aliyetajwa hapo juu alikuwa ameketi, na kusema, "Mtoto! Unaamini kwamba Bwana anaweza kukuponya ?" Akajibu, "Mkono wa Bwana haukufupishwa kwamba hauwezi kuokoa, wala sikio lake si zito kwamba hawezi kusikia." "Naam," nilijibu, "ikiwa unaamini uwezo Wake, naamini utayari Wake. Kisha mama yake akaniuliza kama ningependa kumtolea agizo hilo? Nilimwambia ningefanya hivyo, lakini hii ikiwa siku ya mwisho ya juma, singeweza sasa, kwa sababu ya masomo yangu. Kwa hiyo niliwaacha, na siku ya pili ya juma lililofuata, ikiwa ni kuelezea, kulingana na desturi yangu ya kawaida, Bi. Munnings aliyetajwa hapo juu, akiwa pale, aliona ni wakati mwafaka zaidi wa kumtolea binti yake agizo hilo, huku mimi nikiwa nimeathiriwa na Roho na neema ya Mungu. Kulingana na ombi lake, nilienda naye nyumbani kwake; naye akamtuma mjakazi wake kwa senti moja ya mafuta, na akaniambia anatumaini ningekuwa sawa na neno langu, kumtia mafuta binti yake. Nilimwambia ahadi mbaya ilikuwa bora ivunjwe kuliko kutekelezwa, lakini kama ningeweza kupata kibali katika Neno la Mungu ningefanya hivyo. Nikiita Biblia, nilitamani nisikatizwe, na nikatafuta kutoka upande mmoja hadi mwingine kwa muda wa saa tatu, kuanzia saa tisa hadi kumi na mbili, ambapo nilikuwa nimekusanya sehemu nyingi za Maandiko, zote mbili kwa ajili ya agizo, na kwa ajili ya kutia moyo imani, kama Yakobo mst: 14, Marko mst:13, Marko mst:24, ambayo mwishowe niliita muhuri kwa agizo langu.

Baada ya kufanya hivyo nilifunga Biblia, na kumwambia mama na dada mwingine aliyekuwepo "Sijapata tu agizo, bali pia muhuri wake." Kwa hiyo nilijielekeza kwenye agizo hilo kwa njia ifuatayo: Kwanza nilienda kwenye maombi, ambayo yangeinua imani yetu katika agizo hilo, na kwamba pia tuweze kushikilia ahadi; kisha nilitenga mafuta kutoka kwa matumizi ya kawaida hadi maalum, kwa maombi.

Kisha nikampaka mafuta kwa jina la Bwana Yesu Kristo wa Nazareti, mahali penye huzuni, mara tatu, kulingana na idadi ya watu wa Utatu; lakini kumbuka, nilipokuja kumtia mafuta kifundo cha mguu, nilishangaa, kwa sababu kilema chake kilikuwa kinafuata: mfupa wake wa nyonga ulikuwa umeota chini ya mkono wake; mguu wake ulikuwa umepinda na kifundo cha mguu wake kilitoka mahali pake, hivi kwamba ndani hakukuwa na kitu chochote kilichoonekana, mguu wake wa kushoto ukiwa kama kisiki, kando na udhaifu wake mwingine wa mwili kwa sababu ya upungufu wa viungo vyake. Mama yake anasema hajui kama alizaliwa hivyo au la, kwani alitambua tu alipokuwa katika mstari wake wa mbele, na akiwa na umri wa karibu miaka kumi na sita, mama yake aliwatumia wengi kama msaada lakini bila kusudi, bado alikua: mbaya zaidi na zaidi.

Mwishowe aliomba kwa daktari bingwa wa upasuaji, ambaye alimwambia hangechukua pesa zake, kwani hakuna mtu duniani angeweza kumsaidia, wala kupunguza mifupa katika sehemu zake zinazofaa, mishipa ikiwa imepungua na kukusanyika chini ya ham yake kubwa kama mkono wa mwanaume, na upande mzima ukiwa dhaifu sana kiasi kwamba hangeweza kubeba uzito wa pauni nne upande huo." Nilipoona mguu wake ukiwa umeharibika sana, kwani sijawahi kuuona hapo awali, uso wangu ulikunjamana, na nikasema moyoni mwangu "Hakika, mimi ni mbaya kuliko mwendawazimu, — je, mifupa iliyopinda inaweza kunyooka?" na kwa hilo tetemeko kubwa lilinishika kiasi kwamba sikuweza kuzuia mkono wangu (lakini kwa msaada wa mwingine) kumtia mafuta, na nilipokuwa katika mkanganyiko maandishi haya yalinijia akilini mwangu, "Ingawa huamini bado kwamba anabaki mwaminifu na hawezi kujikana Mwenyewe."

Kwa hivyo, mara tu nilipompaka mafuta, nilipiga magoti, kana kwamba ni kwa uchungu, na kusema maneno haya: "Bwana, nimefanya sehemu yangu, nimeenda nje ya agizo langu; Bwana, naacha kazi mikononi Mwako ikamilike!" Na nilipokuwa nikisema hivi, nilianguka kama vile ni kwa furaha kubwa, na tazama kama vile mbingu zilivyofunguka, na Kristo akiwa mkono wa kuume wa Baba akitoa ombi. Kisha nikalia "Bwana, hilo ndilo ombi letu, nasi tunangojea jibu."

Mama na dada walishangaa kwa usemi huo; lakini mara tu niliposema hivyo, nililetewa maneno haya, "Na iwe kwako kulingana na imani yako." Nilijibu, "Naamini atapona." Kisha nikapata jibu hili, "Nitafanya – atapona." Kisha, kabla sijaacha kupiga magoti nilimsifu Mungu kwa kumponya; na nilipomaliza, niliinuka na kuzunguka chumba; kisha nikaketi, na kumkazia macho, nikasema: "Mtoto, Bwana amekuponya." Mama yake akajibu, "Bwana, unamaanisha nini kusema hivyo kabla hujajua?" Nilijibu, "Kutokuamini simama karibu! Mtoto, Bwana amekuponya."

Mama yake alijibu kama hapo awali; nami nikamjibu mara ya tatu, kwa dhati zaidi kuliko hapo awali, "Mtoto, Bwana amekuponya." Kisha akasimama, akasema, "Nimrudishie Bwana nini kwa wema wake wote! Kwani uliponitangaza kuwa mzima mara ya pili, mifupa yangu ilivunjika bila maumivu yoyote, na imerudi mahali pake." Na kwa mshangao wetu tulimwona akiwa amenyooka na mzima, na upana wa mkono mzima mrefu kuliko hapo awali. Kwa hiyo akaunyosha mguu wake, akatuonyesha kifundo cha mguu wake, na yote yalikuwa sawa; udhaifu wake wa mwili pia uliondolewa, na roho yake, pamoja na yetu, imejaa wema wa Bwana, hata hatukujua jinsi ya kujizuia.

"Njooni," niliwaambia mama yake na dada yake, "tuimbe sifa za Bwana." "Hapana," mama yake alisema, "majirani watatusikia. Ni saa tisa tu siku ya Mwaka Mpya jana, asubuhi." Nilijibu "Tukinyamaza, mawe barabarani yatatulilia." Kwa hiyo tuliimba kwa sauti ya nje na kumalizia asubuhi kwa baraka na kumsifu Mungu. Asubuhi mama yake alisema, "Nenda, kaone kama kaka yako hatalia." Alipanda ghorofani na kumpeleka chini, akiwa mtoto mwenye tamaa karibu na umri wa miaka mitano. Kwa hiyo siku iliyofuata, wakati baadhi ya waumini wa kanisa walipoitwa pamoja, alitumia muda wake kumsifu Mungu.

Imesainiwa katika mkutano wetu wa kanisa; Sisi ambao majina yetu yameandikwa (wanachama wa jamii moja) tunashuhudia ukweli wa hili, na hatujui njia nyingine yoyote iliyotumika, ila kwamba Mungu ameonyesha nguvu zake kuu hapa — Thomas Power, Nathaniel Hicks. John Blackfill, Thomas Pettly, Daniel Hart, Robert, Harris, Benjamin Smith, William Rawlings, John Maxey, Samuel Todd, John Browne, Joseph Ellingsford, Francis Howard, Philip Stowars, Jeremiah Baxter." Simulizi hapo juu imesainiwa na kuapishwa na idadi kubwa zaidi, miongoni mwao akiwa daktari wa upasuaji ambaye alimchunguza na kumhudumia msichana huyo.

Mwanamke Aponywa Uziwi katika Mkutano wa George Jeffries

Ushuhuda zaidi wa wema wa uponyaji ni ule wa mwalimu mpendwa wa shule ambaye aliponywa kwa njia ya ajabu wakati Mkuu wa Shule Jeffreys alipokuwa akihubiri. Hili lilitokea Hull mnamo 1922. Miaka kadhaa iliyopita dada huyu alikuwa amekumbana na ajali mbaya sana, ambapo msingi wa fuvu ulivunjika, na ubongo ukapata mshtuko. Mfupa mdogo ulivunjika kichwani, ambao ulikuwa umetoboa ngoma ya sikio la kushoto, na kumfanya jiwe lake kuwa kiziwi. Daktari mmoja alisema kwamba hakuna kitu kingine ila muujiza ungeweza kurejesha usikivu.

Kutokana na ajali hiyo dada huyu alipata maumivu makali kichwani. Ilikuwa wakati wa moja ya mikutano maalum iliyofanyika Hull mwaka wa 1922 ambapo Mungu alileta ukombozi huu wa ajabu. Bila mkono mmoja kuwekwa juu yake alipona mara moja na kabisa. Anaongeza, "Bwana alinipa sikio jipya." Uzima wa Kimungu ulijaza mwili wake wote kwa utukufu usioelezeka.

Sehemu kutoka kwa "Mionzi ya Uponyaji" na George Jeffreys.

Mwanamke nchini Australia Aponywa Magonjwa Mengi

Habari, Jina langu ni Lars na ningependa kukuambia jinsi Mungu alivyomponya rafiki yangu Rebecca kimiujiza kutoka kwenye orodha nzima ya magonjwa, ikiwa ni pamoja na uziwi, fibromyalgia, ugonjwa wa uchovu sugu, ugonjwa wa utumbo wenye hasira, tinnitus, na rhinitis.

Rebecca alienda shuleni na Claudia na Billy, ambao walikuwa Wakristo kwa muda mrefu katika Bunge letu. Muda mfupi baada ya kuwajua wazazi wa Rebecca walimwambia asijihusishe nao, kwa sababu walidhani kwamba walikuwa sehemu ya dhehebu, jambo ambalo halikumzuia Rebecca na urafiki mzuri ukaibuka kati yao. Hata hivyo, kwa miaka mingi walipoteza mawasiliano, kwani Rebecca alikuwa amehamia Dunfermline alipokuwa na umri wa miaka 19, ili kusoma.

Wakati huo alikuwa kiziwi katika sikio lake la kulia: Aliugua ugonjwa wa kuzaliwa nao wa neva wenye hisia. Madaktari walikuwa wamegundua ugonjwa huo alipokuwa na umri wa miaka 4, na alipofikia umri wa ujana wake ilibidi aanze kuvaa kifaa cha kusaidia kusikia. Aligunduliwa na fibromyalgia alipokuwa na umri wa miaka 14, ingawa alikuwa ameugua ugonjwa huo pamoja na matatizo mengine mengi ya kiafya kwa muda fulani hapo awali. Baadhi ya haya ni pamoja na: ugonjwa wa uchovu sugu, TMJD (maumivu ya viungo vya taya), epicondylitis (kiwiko cha tenisi), ugonjwa wa patellofemoral (goti la mfanyakazi wa nyumbani), ugonjwa wa utumbo wenye hasira, tinnitus, na rhinitis.

Hadi Rebecca alipokuwa na umri wa miaka 19, alikuwa ameweza kuishi na afya yake jinsi ilivyokuwa. Ilikuwa ni mapambano kila wakati lakini kwa namna fulani bado aliweza kwenda shuleni, kwenda kazini, na kuwa na maisha ya kijamii. Lakini basi, muda mfupi baada ya kuhamia Dunfermline alianza kuugua sana. Maumivu yakawa makali sana, na uchovu ukazidi sana kiasi kwamba hakuweza kutoka kitandani. Muda si mrefu ikawa vigumu kwake kuishi maisha ya kawaida. Maumivu na uchovu ukawa mzito sana kiasi kwamba masomo yake yalipungua na akajitahidi kukabiliana na kazi yake ya muda. Zaidi ya hayo, alikuwa amepatwa na glossopharyngeal neuralgia, ambayo ni wakati ateri na neva zikiegemeana nyuma ya ubongo; hii ilisababisha maumivu makali sana, ilikuwa kama vile kuchomwa kisu moja kwa moja kupitia sikio la kushoto hadi kichwani. Kulikuwa na siku nzuri mara kwa mara ambapo angeweza kwenda nje kwa matembezi madogo, hata hivyo mara nyingi alikuwa kitandani.

Ikiwa umewahi kuteseka na yoyote kati ya hali hizi za kiafya au zinazofanana nazo utaelewa maumivu makali na usumbufu aliokuwa nao. Ili kukabiliana na maumivu alienda hospitalini kwa sindano za steroidi na pia alikuwa akitumia aina nyingi tofauti za dawa kali za kutuliza maumivu na dawa za kutuliza maumivu ikiwa ni pamoja na tramadol (inayotokana na morphine) na diazepam. Zaidi ya hayo, pia alikuwa akitumia dawa kali za kupunguza uvimbe kama vile arthrotec, ambayo ilimpa vidonda vya tumbo. Kuhusu glossopharyngeal neuralgia, madaktari walitaka kumfanyia upasuaji: kufungua fuvu lake na kuweka kipande kidogo cha mto kati ya mshipa wa damu na neva kwenye ubongo wake. Hii ilikuwa ni kujaribu kuondoa maumivu kabisa, na kulikuwa na uwezekano wa 80% kwamba upasuaji huo ungefanikiwa.

Kufikia hatua hii alikuwa amepoteza matamanio yake yote, alihisi amenaswa na kutengwa na ulimwengu: Hakuwa na maisha ya kijamii tena, ilibidi aache masomo yake na kazi yake ya muda pia. Madaktari walisema hangepata nafuu na akaenda kumuona mwanasaikolojia kwa sababu ya mfadhaiko na kukata tamaa aliyokuwa nayo. Mawazo yake ya kila siku yalikuwa "Hii inawezaje kuwa hivyo?" "Nilifanya nini ili nistahili hii?" na "Je, kuna maana yoyote tena?"

Alipokuwa katika hali ya chini kabisa, alisumbuliwa na mawazo ya kudumu ya kujiua. Ilibidi arudi nyumbani kwa wazazi wake, kwani hangeweza tena kuishi peke yake. Hapo ndipo alipoanza kumlilia Mungu na kutaka kuwasiliana na rafiki yake Claudia tena. Wiki chache baada ya kurudi nyumbani kwa wazazi wake, alikutana na Claudia, ambaye hatimaye alimwalika aje kwenye mkutano wa kanisa. Hapa ndipo nilipokutana na Rebecca kwa mara ya kwanza. Rebecca alituambia jinsi alivyohisi nyumbani kwetu na kutokana na ugonjwa wake, ilikuwa wiki chache zaidi kabla ya kurudi tena. Wakati wa mkutano huu tulizungumzia kuhusu nguvu za Mungu na kwamba Mungu anataka watu wawe na afya njema na anatarajia wafuasi wake wawaombee wagonjwa. Tulisoma maandiko mengi kama MARKO 16:15-20, ISAYA 53:5, MATHAYO 4:23, na WAEBRANIA 13:8 na kuyaelezea.

Watu wengi walipokea maombi katika mkutano huo na Rebecca aliomba maombi kwa ajili ya ugonjwa wake wa neva wa glossopharyngeal aliokuwa nao. Tulimwekea mikono na kuomba kwa jina la Yesu (MARKO 16:18). Hapo awali alikuwa bado na maumivu, kana kwamba mtu alimchoma kwa kisu, lakini mara tu alipotoka nje alipotoka mkutanoni maumivu yalipotea kabisa; kwa mara ya kwanza katika miaka 3.5 na hadi leo maumivu hayajarudi tena. Aligundua kuwa Mungu ni halisi na akarudi wiki iliyofuata, licha ya wazazi wake kumtishia kumfukuza ikiwa angeenda tena. Tulitokea kuwa na usiku wa maombi Ijumaa hiyo na tukamwongoza Rebecca katika Maandiko kuhusu jinsi ya kuokolewa. Tuliangalia Maandiko kuhusu ubatizo kwa kuzamishwa na kisha Rebecca akaomba abatizwe, jambo ambalo tulifanya mara moja kwenye beseni la kuogea ghorofani. Baadaye tuliangalia Maandiko kuhusu kupokea Roho Mtakatifu (MATENDO 2:4, LUKA 11:13), na kisha tukamwekea mikono na kumwomba Mungu amjaze Roho Mtakatifu. Matokeo yake alianza kunena kwa lugha mpya na akazaliwa mara ya pili.

Kisha tukamwekea mikono tena na kumwomba Mungu amponye kabisa, kutokana na orodha nzima ya matatizo ya kiafya aliyokuwa nayo, ikiwa ni pamoja na uziwi kwenye sikio lake la kulia na Mungu akamponya mara moja, kutokana na kila kitu! Mara tu baada ya kuzungumza kwenye sikio lake la kulia karibu aruke juu kwa sababu ilikuwa na kelele nyingi. Upande wote wa kulia wa ulimwengu wake ulikuwa umejaa sauti! Hakuwa kiziwi tena na aliondoa kifaa chake cha kusaidia kusikia. Fibromyalgia ilikuwa imeisha pia na maumivu yote aliyokuwa ameyapata kwa miaka yalikuwa yametoweka tu. Alisema alihisi tu kukimbia, kwani alikuwa amejaa nguvu. Zaidi ya yote usiku huo, kwa mara ya kwanza baada ya muda mrefu aliweza kulala.

Ushuhuda kutoka kwenye tovuti ya Christian Assemblies International Dhehebu la Pentekoste nchini Australia.

Mmisionari wa Iris Ministries Aponywa Kupitia Bill Johnson - Ushuhuda wa Video

Melissa McKinney ni mmishonari wa Iris Ministries ambaye aliugua sana akiwa ng'ambo. Baada ya kuwaona madaktari kadhaa bila matokeo, katika ndoto Yesu alizungumza naye na kumwambia aende Kanisa la Betheli huko Redding, CA ambapo angepokea uponyaji kamili. Video hii ni ushuhuda wake.
Tazama video hii ya youtube ukiwa na ushuhuda wake.
http://www.godtube.com/watch/?v=YLLYGNNX

Uponyaji wa Ajabu Kupitia Charles F. Parham

Watu wengi humhusisha Charles Parham na Harakati ya awali ya Pentekoste lakini alikuwa na huduma ya uponyaji maisha yake yote. Mnamo 1905 alikuwa akifanya mikutano ya uponyaji huko Houston, Texas. Mwanamke mmoja alikuja kwenye mikutano ambaye alikuwa amepata ajali ya gari la mtaani mwaka 1902 na alikuwa amepooza na alikuwa amefungwa kwenye kiti cha magurudumu.

Baada ya maombi "Aliinuka kutoka kwenye kiti chake na kutembea ukumbini akiwa na furaha tele, akipiga kelele, akipiga makofi, na kumsifu Bwana kwa ajili ya urejesho. Tukio hilo lilileta msisimko mwingi. Bi. Dulaney alishuka chini kutoka ukumbini, na kurudi nyumbani. Alihudhuria mikutano yao kila siku tangu wakati huo, lakini si kwenye kiti"

Sehemu kutoka kwa The Houston Suburbanite.

Muujiza katika Kata ya 17 - Mungu Alimtumia Agnes Sanford

Miongoni mwa hao watatu kulikuwa na muujiza wa Frederick. Alilala katika seli ya faragha, ambayo ilimaanisha, kulingana na matumizi ya hospitali hiyo, kwamba kifo chake kilikuwa karibu. Alikuwa mwembamba sana na aliyepooza hivi kwamba alionekana kama tumbili mzee mwenye kichaa. Ngozi yake ilikuwa ya manjano, mbavu zilitoka, na ngozi ilipepea kati yake alipokuwa akipumua. Kulikuwa na mirija puani zote mbili na kuunganishwa kwenye vifundo vya mikono vyote viwili. Na kwa kawaida kulikuwa na daktari au nesi pamoja naye. Nilipopita seli, kila mara nilimtupia sala ya haraka, lakini sikuthubutu kuingia ndani na kumwekea mikono yangu. Na sala ya jumla kutoka mbali haikutosha. Ilihitaji uwepo wa haraka na neno la imani na ikiwezekana kuwekewa mikono ili kutoa njia ya kutosha kwa nguvu ya uponyaji ya Mungu.

Hata hivyo, siku moja alikuwa peke yake na macho. Nikiwa jasiri sana, lakini nikisukumwa na huruma, niliingia. Katika miaka hii yote nimeona nia moja tu inayofaa ya uponyaji: huruma. Ikiwa tunatamani kumponya mtu kwa nguvu za Yesu ili kumtukuza Yesu, basi kwa namna fulani kwa kawaida tunashindwa kumfikia mtu huyo. Bila shaka, Yesu hutukuzwa kupitia kila uponyaji, lakini tu wakati sisi, kama Yeye, "tunasukumwa na huruma" (Marko 1:41).

"Unaonekana kama umeoshwa," nilisema. (Nilikuwa nimegundua kuwa wanaume walipenda mbinu hii ya moja kwa moja, isiyo na vazi.) "Ndiyo," alisema. "Shida ni nini?" Niliuliza; sikuweza kuona majeraha yoyote, wala sikuweza kunusa osteomyelitis yoyote. "Damu iliyoganda," alijibu, bila kuangazia. Hili, nilidhani, halipaswi kuwa gumu sana kuponya. Kwa hivyo nilimwambia kuhusu nguvu ambayo inaweza kumsaidia kupona. Hakupendezwa. Kwa kweli, alifumba macho yake, jambo lililonifanya nijisikie vibaya. Lakini baada ya kuingilia kesi hii, sikusukumwa kukata tamaa kwa urahisi. "Sikiliza," nilisema hatimaye, nikimfanya kwa sauti yangu ya nguvu kufungua macho yake. "Ukiniacha tu nijaribu, jinsi nilivyokuambia, naahidi sitataja jambo hilo tena, kushinda au kupoteza. Sasa vipi kuhusu hilo?" "Sawa," alisema kwa uchovu, na kwa ukosefu wa shauku dhahiri.

Ndipo alipotoa shuka, na kwa hofu yangu nikaona tumbo lake likionekana kama dimbwi la damu nyeusi, lililofunikwa kidogo na utando mwembamba. "Matumbo yametolewa," alisema, akiona kufadhaika kwangu. "Hawakutaka kunibeba kutoka uwanja wa vita, lakini niliwaambia walipaswa kufanya hivyo." Hapa kulikuwa na nia ya kuishi ikiwa ingekuwapo! Alikuwa amehifadhiwa hai kwa miezi kadhaa kwa kulishwa kwa mishipa, dawa za kulevya, na vichocheo. Kama ningeona tumbo lake mwanzoni, bila tumbo au kiungo kingine chochote cha kumeng'enya chakula kwa kadiri niwezavyo, nisingesema neno la imani. Lakini hapo ndipo, na sikuweza kulirudisha nyuma. Kwa hivyo niliweka mikono yangu pande mbili za dimbwi hili jekundu la damu na nikawazia tumbo na viungo vingine vyote vikiwa vikamilifu na nikamwita Bwana alete hili.

Nilipofika nyumbani nilipiga simu kwa kila kundi lenye nguvu la maombi nililolijua na kuomba msaada kutoka kwa "Mkristo wa chini ya ardhi" kama rafiki alivyowahi kuiita kwa mshangao wake, bila kujua kwamba kuna watu kote nchini wanaoamini kwamba Yesu yu hai na huponya leo na ambao wataitikia wito wa maombi. Na mimi mwenyewe niliomba muujiza ufanyike Frederick. Hii ingehitaji muujiza wa nje na nje . Hii haikuwa kuharakisha michakato ya kawaida ya uponyaji. Hakuna kitu kingeweza kufanya hivi isipokuwa kazi ya moja kwa moja ya Mungu kupitia Yesu Kristo.

Wiki iliyofuata nilipita chumbani kwake kwa hofu na kutetemeka, lakini alikuwa amelala nami sikuingia. Wiki moja baadaye, wiki mbili baada ya maombi yetu, nilipita tena chumbani kwake. Kilikuwa tupu. Hakuwa kitandani mwake. Lakini njia ya kitanda ilikunjamana, vitu vyake vilikuwa vimetawanyika, na jina lake bado lilikuwa mlangoni. Niliendelea hadi chumba cha kawaida mwishoni mwa chumba ambapo wanaume walikuwa wamekaa kwenye viti vya magurudumu, lakini sikumwona. Upande wa pili wa chumba macho yangu yalimtazama mwanamume kijana, mtanashati, mwenye sura nyekundu ambaye hakuwa na sura kama ya nyani mzee mwerevu ambaye nilikuwa nimemwombea nikiwa chumbani. Kijana huyu alinitazama kwa kung'aa machoni mwake na tabasamu la kujua wakati huo niligundua kuwa kulikuwa na kivuli kidogo cha kufanana.

“Huwezi kuwa Frederick, sivyo?” Nilimuuliza. Tabasamu lake liliongezeka. “Ndiyo mama, mimi ndiye,” alisema. Nikikumbuka ahadi yangu, sikutaja hili lakini nikasema tu, “Utafanya nini sasa?” “Nadhani nitaenda Amerika Kusini na kupata kazi,” alijibu. “Hilo linaonekana kama wazo zuri,” alisema 1. “Ndugu yangu alifanya kazi huko milimani.

Alipenda." Nami nikatazama mkokoteni wangu, "Chukua tufaha." Alikuwa na tufaha, nami nikageuka kuondoka.

Aliongea tena, nami nikatazama nyuma. "Naam, lakini miguu yangu bado inavimba," alisema. "Hiyo ni kwa sababu tu hawajazoea msimamo wako wakati huo," nilijibu. "Hivi karibuni watakuwa sawa." Na kwa neno hili la kutia moyo niliondoka. Wiki iliyofuata hakuwa kwenye seli yake. Aliruhusiwa na alikuwa nyumbani. Wakati mmoja nilikuwa na mazungumzo mafupi na kasisi. Nilisimulia hadithi ya Frederick, kwani nilijua kwamba alitembelea Wadi ya 17 na lazima alikuwa amemwona kijana huyo.

"Je, ndivyo ilivyomtokea?" alilia kwa mshangao. Hakuzungumzia uponyaji wa mwili wa kijana huyo, bali kuamka kwa roho yake. "Mara tu alipoweza kutoka kitandani, alikuwa amelala kitandani kila siku," alisema kasisi huyo. "Alitaka Biblia. Alitaka kujua yote kuhusu Mungu na kuhusu Yesu Kristo." Miezi mitatu baadaye, kwa mshangao wangu mkubwa, nilipita kwenye seli hiyo katika Wodi ya 17 na kuona jina la Frederick mlangoni tena. Ndani ya seli hiyo alisimama kijana mrefu, mnene, mtanashati ambaye alionekana kama mlinzi wa maisha huko Atlantic City. "Huwezi—" Na tena akasema, "Ndiyo mama, mimi ndiye." "Unafanya nini hapa?" "Nimekuja tu kwa ajili ya uchunguzi wangu wa siku tisini," alijibu. "Nilikuwa na manjano ya njano, lakini yote ni sawa sasa."

Sikumwona tena. Lakini ninamwomba Mungu kwamba apate njia ya kumwongoza kijana huyu kwa upole katika malisho Yake na kumlinda kutokana na upotovu mbaya wa kanisa lisiloamini. Labda Frederick ni mmoja wa wale wanaothubutu kusema ukweli, na kusaidia kumwamsha jitu la kanisa lililolala kuingia katika maisha mapya.

Sehemu kutoka kwa kitabu "Sealed Orders: The Autobiography of a Christian Mystic" kilichoandikwa na Agnes Sanford. Kilichochapishwa na Bridge-Logos Publishers Desemba 1972.

Uponyaji Kupitia James Moore Hickson

(Mtindo wa kuripoti uliopitiliza, lakini ukweli unabaki vile vile…)

Ripoti ya Uponyaji huko Paris Kupitia James Moore Hickson

Mwigizaji maarufu wa Paris, aliyejeruhiwa kifuani na mpenzi wake aliyekata tamaa ambaye alikataa kuolewa naye, alimsihi mganga huyo afunge majeraha yake na kumwondolea maumivu makali ya moto yaliyomfanya awe na siku ngumu na usiku wake kuwa mateso.

Kwa pumzi nyingi, kutaniko lilisubiri kitendo cha mponyaji, yule mtu wa dini ambaye alitaka kufuata kanuni za Ukristo kihalisi. Je, angekuwa na mtazamo gani kwa mwanamke wa ngazi ya juu ambaye taaluma yake ilikuwa ya kuwafurahisha wapumbavu?

"Katika mazingira haya ya msisimko na msisimko uliokandamizwa na katikati ya ukimya usio na hofu, Bw. Hickson aliweka mikono yake kwa mpenzi mzuri wa jukwaani, ambaye uso wake ulikuwa mweupe kama petali za gardenia, na akaomba! Hakuuliza maswali, hakutoa mawaidha. Alikubali tu ombi lake la msaada wa kiroho na alitumia nguvu zote alizoamini mwenyewe kuziamuru katika kumsaidia mgonjwa kupata tena nguvu na afya yake."

Mwishowe, kuwekeana mikono kuliisha. Mhubiri na mwigizaji walikabiliana. Ghafla mwanamke huyo alirarua gauni refu lililoficha majeraha yaliyofika karibu katikati ya koo. "Vidonda vilivyosababishwa bila huruma na kisu cha mtu huyo mwendawazimu vilikuwa bado wazi, lakini havikuwa vyekundu tena na kuonekana kuwa na hasira! Vilikuwa vyeupe zaidi na vilionyesha kila dalili ya kupona. Sasa inasemekana kwamba mwigizaji huyo amekuwa mzima kabisa, na kwamba majeraha haya, ambayo yalikuwa yamebaki wazi kwa karibu midomo kumi na moja, yalipona ndani ya wiki mbili baada ya matibabu ya Bw. Hickson – bila kuacha kovu lolote.

Imechapishwa tena kutoka kwa Gazeti la Advocate, Burnie Tasmania Januari 22, 1929. Hickson alijulikana sana nchini Australia kutokana na Misheni zake za Uponyaji za 1923.

Kufufuliwa Kutoka kwa Wafu Huko Oregon

Hadithi kamili iliyoandikwa ya Thomas M. Welch, ambaye alianguka na kufa umbali wa futi 55. Alibaki chini ya maji kwa angalau robo tatu ya saa kabla ya mwili wake kupatikana. Alifufuliwa kwa sala ya imani na akarudi kazini wiki hiyo hiyo! Huu ni mmoja wa miujiza mikubwa zaidi ya karne ya 20.

Kwa kiungo
http://www.healingandrevival.com/OregonMiracle.pdf

Kuponywa kwa Arthritis Kupitia William Branham

JH Gunderson wa Portland, Oregon, alituma ushuhuda ufuatao kwa Jarida la Voice of Healing. Waliuchapisha mnamo Mei 1948.

Nilikuwa na ugonjwa wa yabisi-kavu ambao ulikuwa ukinisumbua kwa miezi kadhaa. Nilikuwa nimeombewa mara kadhaa. Kwa hivyo nilienda kwa daktari na akasema nilikuwa na ugonjwa mbaya, na kwenye viungo. Alinipa sindano 36 mikononi mwangu, lakini hakukuwa na nafuu sana. Nilikuwa nao mikononi, miguuni, na kila kiungo. Nilikuwa katika hali mbaya sana. Sikuweza kuinua mikono yangu juu kuliko mdomo wangu na ilinibidi kutembea sakafuni kwa muda mrefu kabla ya kuvaa. Kisha nikamwambia mume wangu kwamba nitaacha kwenda kwa daktari na badala yake ningeenda kwenye mkutano wa maombi kila asubuhi. Bado sikuwa na nafuu.

Nilifanikiwa kupata anwani ya Ndugu Branham, kwa hivyo nilituma leso ili ipakwe mafuta na kuombewa. Mnamo Desemba 29, asubuhi niliamka na maumivu yote yalikuwa yamekwisha. Nilivaa na kwenda kazini kusafisha jikoni. Niliosha vyombo na kazi za mbao, nikihisi vizuri.

Siku tatu baadaye nilipata leso hiyo kutoka kwa Ndugu Branham, na nikaangalia alama ya posta na kugundua asubuhi hiyo aliomba na nikapona. Bado nimepona kabisa.

Uponyaji Kupitia Kitambaa cha Maombi – Charles & Frances Hunter

Kwa sababu tunaamini vipande hivyo vidogo vya nguo tulivyovipaka mafuta, watu wengi wameponywa tulipovituma!

Mojawapo ya matukio ya kusisimua zaidi yalianza tulipopokea barua kutoka kwa bibi mmoja huko Failsworth, Uingereza. Alikuwa amesikia kuhusu huduma yetu ya uponyaji na akatuandikia barua. Ndani yake, alituambia kuhusu mjukuu wake ambaye alizaliwa na kasoro ya nyonga ya kuzaliwa nayo, pamoja na hydrocephalus (umbo la maji kwenye ubongo). Mtoto mwenye hydrocephalus mara chache huishi muda mrefu sana kwa sababu hiyo ni kasoro kubwa sana ya umbo la mwili, kutoka kwa shetani pekee, na hakika haitolewi na Mungu.

"Kama huwezi kuja. Uingereza," aliandika, "Tafadhali unitumie kitambaa kidogo cha maombi?" Uingereza iko mbali sana na Houston, Texas, kwa hivyo sisi na wafanyakazi wetu wote wa ofisi tuliweka mikono yetu kwenye kipande kidogo cha kitambaa. Tulimwomba Mungu aruhusu nguvu zake za uponyaji ziingie ndani yake, na pamoja nacho, ili kitakapowekwa juu ya mtoto, nguvu za ufufuo zitoke kwenye kitambaa hicho ziingie mwilini mwa mtoto, na mtoto apone kabisa kwa nguvu za Mungu! Tuliamini kwa imani isiyo ya kawaida tulipokuwa tukisali juu ya kipande hicho kidogo cha kitambaa na kukipeleka kwenye mzigo wake wa kimungu. Mtoto alikuwa amelala alipofika, kwa hivyo bibi alichukua kipande kidogo cha kitambaa, akakikunja na kukiingiza ndani ya mkono wa mtoto. Huo ndio ulikuwa ndio mwelekeo wake wa kuwasiliana!

Bibi aliandika na kutuambia kwamba kofia ya pili kabisa ya kitambaa kidogo cha maombi iligusa sehemu ya ndani ya ngumi ya mtoto, fuvu la kichwa likapungua mara moja hadi ukubwa wa kawaida. MTOTO HUYO HAKUWA NA HYDROSEFALU TENA. Mtoto aliponywa kabisa na mara moja kwa njia ya ajabu kwa nguvu za Mungu!

Barua yetu kwa bibi huyo Mwingereza ilibidi ipitie njia yote kuvuka Bahari ya Atlantiki. Ingawa ilikuwa kwenye bahasha ya karatasi tu, upako wa Mungu ulibaki kwenye kitambaa cha maombi ulipokuwa ukitoka Houston, labda hadi New York, na kisha kutoka New York hadi London na kisha kwenye aina nyingine ya mbebaji kutoka London hadi

Failsworth, Uingereza. NGUVU YA MUNGU BADO ILIKUWA IKO HUKO! Labda wiki moja au siku kumi zilipita kati ya wakati ilipoombewa na wakati ilipowekwa mkononi mwa mtoto huyo, lakini nguvu haikuwa imepungua! Nguvu hiyo ilikuwa na nguvu kama tulivyoomba, na ndivyo imani ya bibi huyo ilivyokuwa!

Wiki mbili baadaye walimrudisha mtoto huyu kliniki ambapo alikuwa ametibiwa hapo awali, na daktari alipopima nyonga za mtoto kwa x-ray, alipata soketi mbili kamili za nyonga. Mtoto alikuwa amezaliwa bila soketi za nyonga kabisa, na sasa alikuwa na mbili! Bibi alisimulia kwamba daktari katika kliniki alisema, "Huyu si mtoto yuleyule ambaye tumekuwa tukimtibu. Rekodi za kimatibabu zinaonyesha kwamba mtoto hana soketi za nyonga. Rekodi za kimatibabu zinaonyesha kwamba mtoto ana ugonjwa wa ubongo unaosababishwa na maji. Ulimletea huyu kwa ajili ya nini? Huyu hana maji kwenye ubongo na ana soketi mbili za nyonga." Haleluya!

Sehemu kutoka kwa "Jinsi ya Kuponya Wagonjwa" iliyoandikwa na Charles na Frances Hunter. Wameenda kuwa na Bwana, lakini binti yao Joan Hunter anaendelea na huduma yao na anauza vifaa vyao vya mafunzo pamoja na vyake mwenyewe. Pata maelezo zaidi katika: www.joanhunter.org

Mwanadamu Anatembelea Mbinguni Baada ya Kufa Lakini Anarudishwa Kwenye Uzima

Jim Anderson alikuwa anakufa kutokana na mshtuko mkubwa wa moyo. Dalili pekee za matatizo zilikuja mwaka mmoja mapema, lakini daktari wake aliziita dalili zake "zinazohusiana na msongo wa mawazo." Jim alikuwa akifanya kazi saa 12 kwa siku kama msimamizi katika kiwanda cha kutibu maji machafu. Lakini wakati huu, Jim alijua ilikuwa zaidi ya msongo wa mawazo. "Nilikuwa nimepumzika chumbani kwangu na ghafla, nilikuwa na maumivu makali kifuani mwangu; na maumivu yalitiririka kwenye mkono wangu na juu ya shingo yangu," Jim alisema. "Sikuweza kupumua. Na nikampigia simu binti yangu na kusema, 'Utalazimika kunipeleka hospitalini. Sitapona.'"

Katheta ya puto iliingizwa kwenye mshipa wake wa damu. Aliimarishwa na kuwekwa kwenye orodha ya watu waliopandikizwa moyo. Lakini siku mbili baadaye, Jim alikuwa amelala chini. Jim anakumbuka, "Niliweza kuwaona kila mtu akikimbilia chumbani, lakini sikuweza kusikia kengele zikilia. Ni kama nilikuwa nimezama majini. Kusikia kulikuwa kumeisha tu. Hapo ndipo nilipoanza kuomba. Nilijua nilikuwa nakufa. Haikuwa kuomba kwa woga. Ilikuwa ni kwa bidii."

"Nilipoomba giza lilizidi kuwa kali hadi giza likawa nyeusi," Jim alisema. "Kitu kilichofuata nilichokijua, kwa mbali, niliona mwanga mweupe. Ulikuwa mzuri. Haukuwa wa kupofusha, bali safi na kamilifu. Nilipoanza kuelekea kwenye mwanga, niliweza kuona nje; ukingo wake wa nje ulianza kuzunguka. Na sikuweza kujua ni nini hicho. Lakini nilipokaribia, niliweza kuona ni maneno ya maombi yakizunguka. Maneno yalikatika, yakiingia kwenye mwanga. Nami nikafuata mwanga."

"Kitu kilichofuata nilichohisi ni kukumbatiwa ... salama na salama. Ilihisi vizuri sana. Ilihisi kama upendo kamili," Jim alisema. "Kitu kilichofuata nilichojua, nilikuwa nikitazama chini kwenye chumba ambacho mwili wangu ulikuwa. Niliweza kuona kila mtu akinifanyia kazi. Niliweza kusikia walichokuwa wakisema. Kulikuwa na wauguzi wawili nje ya chumba wakiangalia ndani. Mmoja alimwambia mwenzake, 'Kwa nini wanafanya kazi kwa bidii sana?

Ameenda. Wakimrudisha, atakuwa mboga.' Baadaye nilimwambia alichosema. Alikuwa karibu kuzimia."

Kisha Jim akajiuliza, "Debbie yuko wapi?" Kisha, mara moja akaingia chumbani alipokuwa. Mke wa Jim, Debbie, alikumbuka, "Nilikuwa nimemaliza tu na sala hiyo. Unajua, 'Ni wako, Bwana,' kwa sababu nilijua hiyo ndiyo njia pekee angerudi kwetu...kama Mungu angemtaka." Jim alikumbuka, "Alipofanya hivyo, nilimtazama usoni. Na nilipoona uso wake, niliona kila kipengele cha maisha yetu pamoja; tangu siku ya kwanza tulipokutana, ndoa yetu, kuzaliwa kwa watoto wetu, hisia zote ambazo tumeshiriki... sikuweza kumwacha. Sikuweza kumwacha tu." "Nilimlilia Bwana na kusema, 'Bwana, nakupenda sana, lakini tafadhali niruhusu nirudi.' Nikasema, 'Mke wangu ananihitaji, watoto wangu wananihitaji sana. Tafadhali niruhusu nirudi.' "

Madaktari na wauguzi hawakukata tamaa. Walimshtua Jim mara nyingi sana kiasi kwamba mwili kifuani mwake uliungua. Kisha madaktari wakasikia mapigo ya moyo. "Nilirudi kwenye ulimwengu wa maumivu," Jim alisema. "Walinishtua mara nyingi sana. Ni kama kurudi kutoka majini. Usikivu wangu ulirudi. Niliweza kuwasikia wakiniambia, 'Siwezi kuamini amerudi ... amerudi!' Wakasema, 'Je, mnanisikia?' Nami nikavuta pumzi hiyo ya kwanza peke yangu. Je, umewahi kuonja honeysuckle? Hiyo ndiyo hasa pumzi hiyo ya kwanza ilivyokuwa na ladha. Ilikuwa tamu sana, ya ajabu sana. Nami nilimshukuru Bwana tu."

Jim alikuwa hai... lakini moyo wake bado haukuwa ukifanya kazi vizuri. "Walimtia kwenye koma, koma ya kimatibabu, ili kuruhusu mwili wake kupona. Kwa hivyo, sikuweza kuzungumza naye kwa siku nyingi," Debbie alisema. Jim alitumia siku 17 zilizofuata katika chumba cha wagonjwa mahututi. Alijilaza foleni mara kadhaa zaidi. Na kila wakati, Yesu alimuuliza swali… "Mara zilizofuata nilipomkamata na kwenda kwenye mwanga, angeuliza, 'Una uhakika hiki ndicho unachotaka?' Na kila wakati ningeomba kurudi ," Jim alisema. Jim aliamka kutoka kwenye koma yake iliyosababishwa na kimatibabu. Moyo wake uliongezeka katika utendaji kazi — kutoka asilimia tano hadi asilimia 30. Hakuhitaji tena kupandikizwa moyo. "Ilikuwa mchakato mrefu, lakini kimsingi ilikuwa vizuri kusikia sauti yake tena," Debbie alisema.

Daktari wake alimpandikiza kifaa cha kurekebisha mwendo kifuani mwake. Siku chache tu baadaye, Jim aliweza kufika nyumbani kwa wakati kwa ajili ya kuhitimu kwa binti yake. Daktari mmoja alimwambia Jim kwamba alikuwa na mwaka mmoja tu wa kuishi. Hiyo ilikuwa zaidi ya miaka saba iliyopita. "Imetuleta karibu zaidi ... karibu zaidi pamoja. Tunazungumzia mambo sasa, na ni chochote kinachohitaji kufanywa kwa siku hiyo, kimekamilika. Unajua, hatuzingatii mambo yasiyo na maana," Debbie alisema.

Jim anajua kwamba kila siku anayoifanya na familia yake ni baraka kutoka kwa Yesu Kristo. "Ninajaribu kumshuhudia angalau mtu mmoja kwa siku ... ili kuwajulisha kuwa hii hainihusu mimi ... ni kuhusu maisha yao! Na kujua kwamba Yeye yuko kwa ajili yao, na anawapenda," Jim alisema.

Kutoka kwa Ushuhuda wa CBN "Mbingu Inaweza Kusubiri."

Uponyaji wa Saratani ya Kibofu

"Niligunduliwa na saratani ya tezi dume (hatua za juu) miaka 1 ½ iliyopita. Baada ya kufanyiwa mpango wa daktari wa Tiba ya Homoni, PSA yangu iliongezeka hadi 95 baada ya kupunguzwa hadi 15.7. Mchungaji wangu aliniambia kuhusu Huduma ya Vyumba vya Uponyaji. Tulifanya safari ya maili 90 hadi Vyumba vya Uponyaji vya Austin, na tukapokea maombi, na nikadai Nguvu ya Uponyaji ya Mungu. Ninajua kwamba Mungu aliponya saratani yangu usiku huo. Nilirudi kwa maombi mara kadhaa zaidi kabla ya miadi yangu ijayo ya Daktari. Wakati mwingine walipoangalia PSA yangu, ilikuwa imeshuka hadi 31.7, na Daktari alikuwa na wakati mgumu kupata tezi dume yangu kwa sababu ilikuwa imepungua sana. Asante Austin Healing Rooms kwa huduma yako ya Bwana na Mwokozi wetu."

Ushuhuda huu unatoka kwa Chama cha Kimataifa cha Vyumba vya Uponyaji kutoka kwa Bruce ambaye aliutoa baada ya kupokea maombi katika Vyumba vya Uponyaji vya Austin. Unataka kujua zaidi kuhusu IAHR? www.healingrooms.com

Muujiza wa Ubunifu - Moyo Mpya Ulioundwa Ndani ya Mtoto

Miaka mitatu iliyopita, kufuatia ujauzito wa kawaida, Jamie alijifungua mtoto wake wa pili, Audrey. Kwa mtazamo wa kwanza mtoto alionekana kuwa na afya njema kabisa, na yeye na mumewe, Tom, walifurahi kupata mtoto wa kike. Hata hivyo, madaktari walikuwa na wakati mgumu kumfanya Audrey awe na rangi ya waridi, kwa hivyo walimpeleka katika Kitengo cha Uangalizi Maalum wa Watoto Wachanga (NICU). Huko, madaktari waligundua kuwa sehemu ya moyo wa mtoto huyo haikuwepo na kwamba hakukuwa na mishipa mikubwa inayotiririka kutoka moyoni hadi kwenye mapafu. Kisha mtoto huyo alihamishiwa hospitali tofauti jijini inayojulikana kwa huduma yake bora ya moyo.

Jamie anakumbuka hasira iliyomjia ndani yake na akahisi Roho Mtakatifu akimkumbusha yale aliyojifunza kutokana na mafundisho ya Andrew. Katika fursa iliyofuata alipomwona mtoto Audrey, aliweka mikono yake juu yake na kuamuru moyo wa Audrey uwe hapo, na akazungumza 1 Petro 2:24 juu yake, "...Kwa mapigo yake uliponywa." Ingawa alikuwa akimtazama mtoto wake mdogo, mweupe, aliyeunganishwa kutoka kichwani hadi vidoleni, Jamie alihisi amani ikimjia alipokuwa akiomba. Aliporudi chumbani kwake hospitalini jioni hiyo, Jamie alimsikia Roho Mtakatifu akisema, "Niangalie nikifanya kazi." Jamie alijua hisia zake za amani zilitokana na uhusiano wake na Baba—kumjua Yeye, na kile ambacho neno Lake linasema. "Singejua hilo kama ningeendelea kwenda kanisani nililokuwa nikihudhuria kabla ya kupata huduma ya Andrew, kwa sababu hawakuwahi kufundisha kwamba Mungu anakutaka upone."

Kwa mara nyingine tena akichochewa na Roho Mtakatifu, Jamie alipiga simu kwenye simu ya usaidizi katika Huduma za Andrew Wommack ili kumfanya mhudumu wa maombi akubaliane naye katika maombi. Imani yake iliimarishwa aliposikia mamlaka ambayo mhudumu huyo alizungumza nayo kuhusu uponyaji na afya kuhusu Audrey. Baadaye siku hiyo, wataalamu walipotoa habari mbaya kuhusu umri mbaya wa kuishi wa mtoto wake wa kike, Jamie alisimama imara kwenye ukweli, akijua kwamba Mungu wake hakuumba matatizo haya, na kwamba alikuwa amemfanya Audrey kuwa mzima.

Asubuhi iliyofuata, Jamie alipiga simu hospitalini kumchunguza mtoto wake na nesi akamwambia kwamba mambo yamebadilika. Wakati wa usiku, mtaalamu wa moyo alikuwa amempa Audrey echogram nyingine akijiandaa kwa upasuaji ujao akijiandaa kwa upasuaji ujao. Jamie Scott Familia ya Scott, wakiwemo kaka Josh na William Walipofanya echogram, waliona kwamba moyo wa Audrey ulikuwa umeumbwa kabisa. Jamie aliacha simu huku machozi yakimtiririka usoni na kumwambia Tom, “Wanauona moyo wake.” Familia ya Scott ilifurahi, wakijua kwamba haikuwa madaktari waliomfanyia Audrey chochote, bali Mungu. “Nilijua Mungu wangu alikuwepo na mkono wake ulikuwa ndani yake, na aliwaonyesha [wauguzi na madaktari] kwamba kuna nguvu ya juu zaidi.”

Jamie na Tom walipokutana na madaktari kujadili matokeo mapya ya vipimo, waliambiwa kwamba bado kulikuwa na "mkunjo" katika mshipa wake wa damu, na kwamba upasuaji mdogo ungeshughulikia suala hilo. Lakini tena, Jamie alisimama kwenye neno la Mungu huku akijiwazia, "Mungu wangu hatafanya chochote katikati, atakamilisha jambo lote, na hatahitaji upasuaji." Jamie alikuwa sahihi, na ilikuwa wakati wa uzoefu huu ndipo alipogundua kwamba kumjua Mungu, kupitia ufunuo aliokuwa amepokea, kulikuwa na thamani kubwa.

Wiki moja baada ya Jamie kujifungua Audrey, alipitia mlango wa nyumba yake akiwa na mtoto wake mrembo na mwenye afya njema mikononi mwake. Msemo, "Nimeumbwa kwa njia ya kutisha na ya ajabu" ulikuwa ukimjia akilini Jamie kila mara katika kipindi cha wiki aliyokaa hospitalini. "Hafanyi chochote katikati. Yeye ni Mungu mwema na Baba mwaminifu," Jamie alisema. Leo, Audrey ni mtoto wa miaka mitatu mwenye afya njema na mchangamfu.

Huu ni ushuhuda kutoka kwa Huduma za Andrew Wommack. Unataka kujua zaidi? www.awmi.net

Muujiza wa Ubunifu Kupitia Matt Sorger

Sitasahau kamwe wakati msichana wa miaka 12 alipopanda jukwaani huku miujiza ikitokea kote uwanjani. Bwana aliniongoza kuomba masikio ya viziwi yafunguliwe. Uwepo na utukufu wa Mungu ulipojaza angahewa, masikio ambayo hayakuweza kusikia yalianza kufunguka ghafla. Ushuhuda ulipotoka, timu yangu ilimleta msichana mdogo jukwaani. Walipomsugua nywele zake ndefu za kahawia nilishangazwa na tukio hilo. Alizaliwa bila masikio. Kulikuwa na mashimo madogo tu upande wa kichwa chake. Upako wa Mungu ulipomjia, aliweza kusikia mlio masikioni mwake. Ghafla, Bwana alipotoa muujiza wa ubunifu, maganda ya masikio yalitengenezwa ndani ya kichwa chake na kusikia kwake kukafunguliwa kwa mara ya kwanza maishani mwake. Nilijua muujiza huo haukuwa na uhusiano wowote nami. Jukumu langu lilikuwa tu kuwaongoza watu katika ibada hadi utukufu uje na kisha kumwacha Mungu afanye mengine. Usiku huo huko Mexico tuliona wengi wakiponywa kwa nguvu za Mungu, hata vilema kadhaa. Unataka kujua zaidi kuhusu Matt? www.mattsorger.com

Timu ya Randy Clark - Mguu Unakua Inchi Mbili

Usiku mmoja mapema katika kanisa la mchungaji Alda, nilimwona mtu akitembea akiwa amechechemea. Kiatu chake cha kulia kilikuwa na jukwaa la inchi tatu juu yake hivyo ni wazi kwamba mguu huo ulikuwa mfupi kuliko wa kushoto. Wakati wa huduma ulipoanza, nilimchukua mtafsiri na kumpata. Nilimuuliza kama ningeweza kumwombea mguu wake ukue na akasema ndiyo. Ndani ya dakika tano za kuomba, maumivu yalionekana usoni mwake. Nilimuuliza kupitia mtafsiri nini kilikuwa kikiendelea. Alisema, “Inauma!” Nilimuuliza kama ilikuwa jeraha baya. Alisema, “Hapana, inakua!” Ilikua kwa muda wote wa huduma kama inchi moja hadi inchi moja na nusu. Nilikata tamaa tulipoondoka kwa sababu haikuwa imepona kabisa. Usiku uliofuata, Ijumaa 07/08/05, alikuwepo tena, akichechemea kwenye viatu.

Alikuja kwangu kwa maombi zaidi. Tulichimba hadi kwenye mzizi wa tatizo. Niligundua kwamba alipokuwa na umri wa miezi 8, benchi la mbao lilikuwa limeanguka upande wake wa kulia wa nyonga na sehemu ya juu ya mguu wake wa kulia. Baada ya upasuaji, aliachwa bila gegedu kati ya fupa lake la paja na tundu kwenye nyonga yake. Alipokua, kusaga kwa mfupa kuliufanya mguu huo kuwa mfupi kuliko mwingine. Alikuwa amelala sakafuni huku miguu yote miwili ikiwa imenyooka. Kwa kujua mzizi wa tatizo, niliamuru gegedu ikue. Mguu wake wa kulia ulipinda ghafla kwa pembe ya digrii 90.

Alisema, "Singeweza kufanya hivyo hapo awali!" Wakati wowote angekaa au kusimama, ingeweza kusababisha maumivu kwa sababu mifupa ingesaga na hakuweza kuipinda sana. Sasa hakukuwa na maumivu na alikuwa na unyumbufu kamili. Kisha nikaamuru femur ikue na inenee. Uso wake ulionyesha maumivu na akasema, "Inahisi kama Mungu yuko ndani na lori la kuvuta likiinyoosha." Ilifika ndani ya sentimita chache na akaniomba niache kuomba. Alisimama na kutembea bila maumivu na bila kiatu chake kilichoinuliwa. Bado nimekata tamaa haikuwa hata na mguu wake wa kushoto lakini alisema kwamba aliamini ungeendelea kukua usiku kucha. Iwe inaendelea au la, Mungu alimpa gegedu mpya, akachukua maumivu, na akaufanya mguu wake ukue kama inchi 2!

Imeripotiwa na Michael Clancey wa Timu ya Huduma ya Randy Clark mnamo Julai 8, 2005
kutoka safari ya Uamsho wa Ulimwenguni hadi San Paulo, Brazil. Ripoti ya tarehe 12 Julai,
2005. Imetumika kwa idhini yao.

AH Dallimore - Uponyaji wa Margaret MacPherson

Ushuhuda ufuatao unavutia kwa sababu ni wa mwanamke ambaye hakuamini
kwamba Mungu aliponya na umeandikwa katika kitabu na mwandishi ambaye hakuamini
kwamba Mungu huponya na bado...

Margaret Macpherson alikuwa amedhoofika kwa wiki kadhaa kila msimu wa baridi kwa kutumia lumbago (malalamiko ya ufafanuzi usio sahihi wa kimatibabu). Alipokuwa katika hali hii mwaka wa 1931, aliishia kwenye mkutano wa Dallimore. Alivutiwa: Hakuwa mpiga shoo. Alivaa suti ya kawaida ya kupumzika, hakukuwa na majoho. Taa zilimwangazia kwa nguvu. Hakuna sauti hafifu za kidini, hakukuwa na athari za jukwaani. Kitu kimoja tu kilikuwa cha kuvutia na cha kuvutia. Kadri ibada ilivyoendelea, aura yake iliongezeka kwa mwangaza. Mimi si mmoja wa watu wa akili ambao kwa kawaida huona aura. Hapana, huu ulikuwa mwangaza halisi, ambao kundi langu lote lingeweza kuuona waziwazi. Hata ulifuta mwangaza mweupe wa taa ya umeme iliyokuwa juu yake, Dallimore alimtambua - tayari alikuwa amekutana naye barabarani - na kumwita mbele. 'Kabla sijaweza kusema "Kisu!" alikuwa ametengeneza msalaba wake kwenye paji la uso wangu na mimi nilikuwa nimelala chali na wengine.' Baadaye, baada ya kuamka na kutoka ukumbini aliulizwa na mmoja wa kundi lake kwa nini alianguka. Jibu lake lilikuwa, 'Nilienda huko kwa sababu tu ya upendo na adabu kwa mtu huyo. Sikuweza kutikisa imani yao kwa kusimama: Sikuweza tu.' Kisha mhoji wake akasema kwamba alikuwa amepuuza jambo moja aliposimulia hadithi yake: 'Margaret, UMEPONYWA! Ulikimbia barabarani! Fimbo yako iko wapi? Uliiacha mkutanoni!' Ilikuwa kweli. AH Dallimore (au tuseme nguvu aliyopata) aliniponya mgongoni baada ya kusimama kwa zaidi ya miaka ishirini.' Sehemu kutoka kwa *"Miracles, Messiahs and the Media: the Ministry of AH Dallimore in Auckland in the Auckland in the 1930s"* na Laurie Guy.

Maria Woodworth-Etter – Mwanamke Mwenye Uvimbe Aliyepona

Ninamshukuru Mungu kwa kumleta Dada Woodworth kusini mwa jiji milele, kwani kupitia mahubiri yake mume wangu aliponywa kutokana na jeraha, na, Mungu asifiwe, niliponywa roho na mwili. Nilikuwa nimepotea, lakini Yesu alinipata. Nilikuwa mgonjwa, lakini Yesu aliniponya. Kumbuka Yesu anafanya mambo yote vizuri. "Yesu Kristo, yeye yule jana, leo na hata milele." Waebrania 13:8 Nilipoenda madhabahuni nilikuwa na uvimbe upande wangu wa kushoto. Ulitokana na kuanguka niliyokuwa nayo miaka tisa iliyopita. Kuanzia wakati huo na kuendelea nilikuwa katika taabu, mateso, na maumivu makubwa—wakati mwingine mabaya zaidi kuliko wengine. Hakuna mtu anayeweza kusimulia mateso yangu.

Hakuna hata mmoja wa jamaa zangu aliyewahi kujua jinsi nilivyofikiria kujiua, mateso yangu yalikuwa makubwa sana. Ni maombi na wema wa mume wangu pekee ndio ulionizuia. Pamoja na uvimbe nilikuwa na magonjwa mengine kadhaa - kutokwa na damu kwenye viungo vya chini vya matumbo, mirundiko, kutema damu na baridi yabisi. Miaka mitatu iliyopita nilikuwa nimelemaa kabisa na baridi yabisi ya uchochezi kwenye miguu yangu, kisha kwenye mkono na mkono wangu wa kushoto. Tulijaribu madaktari wengi wa kidunia, katika jiji hili na kwingineko, lakini bila mafanikio, kwani tulinusurika kidogo tu. Madaktari walisema kwamba hata upasuaji haungenisaidia. Kisha tukajua hakukuwa na msaada zaidi kwangu duniani, ila kifo cha polepole, kinachoendelea, labda miezi au miaka, lakini hatimaye ingechukua maisha yangu. Ingawa nilikuwa macho na kuzunguka wakati huo, ningeweza kuficha maumivu na taabu zangu mbele ya ulimwengu, lakini oh zilikuwa usiku mrefu mbaya kwangu.

Sitasahau kamwe siku niliyoenda madhabahuni mnamo Agosti 10, 1893. Nilikuwa mwenye dhambi maskini, mwenye huzuni. Niliweka dhambi zangu zote, na mwili huu mgonjwa, uliolemaa kwa unyenyekevu miguuni pa Yesu. Yesu, katika wema na rehema zake za upendo, alimdharau maskini kama mimi, na mara moja nikawa mzima kabisa, roho na mwili. Ni nani ambaye hangehisi kufurahi na kumsifu Mungu, kuwa na uhakika huo mbarikiwa kwamba Yesu ni wangu, na maumivu na maumivu yatatoweka mara moja? Loo, jinsi ninavyomshukuru Mungu kwa rehema zake nyororo kwa watoto. Natumaini na kuomba ushuhuda huu utaleta roho nyingi zenye ugonjwa wa dhambi miguuni pa Yesu. Mungu ambariki Dada Woodworth na wafanyakazi wenzake, popote walipo. Mungu ambariki pia Ndugu Spiher. Niombee ili niweze kuwa waaminifu.
Wako katika Kristo.
BI. M. FALKENRATH
St. Louis, Missouri

Sehemu kutoka kwa "Tabibu wa Dunia, Kristo Bwana" na Mzee HH Spiher.
Mzee HH Spiher alikuwa mchungaji wa Kanisa la Mungu (Winebrenner) ambaye alimsaidia Maria Woodworth kuanzisha makanisa kutokana na mikutano yake ya uinjilisti angalau mara mbili.

TW Ratana (Mganga wa Kimaori) - Uponyaji wa Fannie Lammas

Kati ya uponyaji mwingi uliochapishwa, kulikuwa na miwili iliyopata umakini mkubwa kutoka kwa baadhi ya makanisa. Uponyaji huu uliathiri viongozi na makutaniko kadhaa ambao walifikiria kwa undani na kwa maombi kuhusu huduma ya Uponyaji wa Kimungu. La kwanza lilikuwa kisa cha Bi. F. Lammas, mshiriki wa Kanisa la Baptist huko Nelson.

Bi Lammas alikuwa amefungwa kwenye fremu ya chuma kutoka kichwani hadi miguuni kwa miaka 19 na alikuwa amepokea huduma bora ya kimatibabu katika kipindi hiki. Mnamo 1921 alimwandikia Ratana na baada ya kupokea jibu lake alitumia muda mrefu katika maombi. Akiwa akifanya hivyo, nguvu ya Mungu ilimwezesha kukaa, kusimama na kisha kutembea bila msaada. Wote waliomjua walishangaa. Daktari wake wa eneo hilo alithibitisha kwamba alikuwa amepona. Bi Lammas alijitolea kushiriki ushuhuda wake wa uponyaji na miezi sita tu baada ya uponyaji wake alitumia miezi 6 kusafiri, akitembelea makanisa mengi ya Kibaptisti, ikiwa ni pamoja na Maskani huko Auckland, akizungumzia nguvu ya Mungu ya kuponya na kuleta shauku ya haraka katika mafundisho ya Uponyaji wa Kimungu.

Hadithi ya uponyaji wake ilisimuliwa kikamilifu kwa Mchungaji Joseph Kemp' ambaye alichapisha ushuhuda wake katika kijitabu cha ajabu kilichopitia matoleo manne, cha kwanza kikiuzwa wiki tatu baada ya kuchapishwa.

Maelezo yake ya matukio, yaliyosababisha uponyaji halisi yanafuata: "Daktari wangu aliniambia matokeo ya mashauriano na akasema hakuna kinachoweza kufanywa. Nilikuwa nimepoteza tumaini kabisa. Nilimuuliza kama alikuwa amesikia kuhusu Ratana mtu wa miujiza. Alisema "kidogo tu." Kisha nikamwambia kuhusu mtu huyo wa ajabu na uponyaji wa ajabu na nikampa karatasi za kusoma. Aliketi karibu na kitanda changu na kuzisoma zote. Alivutiwa sana kiasi kwamba hatimaye alinihimiza niandike.

Alisema kama ningekuwa na imani ya kutosha kuamini hangeona ni kwa nini nisiponywe sana ... karibu dhaifu sana kushika kalamu niliweza kumwandikia Ratana kwa ufupi kuelezea kesi yangu ... Sikufanya chochote zaidi hadi nilipopokea jibu la Ratana wiki moja baadaye. Aliniambia nimwamini Bwana Yesu Kristo kwa moyo wangu wote na roho yangu yote na katika nguvu zake za kuponya, kuomba kwa bidii na bila kuchoka, na kurudia maombi yangu. Alisema angeniombea mimi pia.

Alinukuu mstari — "Hamwezi kumtumikia Mungu na mali." Haikuwa aina ya barua niliyotarajia lakini kadiri nilivyoisoma ndivyo ilionekana kuwa na zaidi ndani yake. Niliazimia kufanya sehemu yangu, kwa hivyo nilitumia karibu siku nzima katika maombi ya dhati. Niliomba kila wakati kwamba niko peke yangu, niliomba na kuomba kwa moyo wangu wote na roho yangu yote hadi nilipoanza kusali kwa uchungu . . . Usiku ulikuja na nilihisi vibaya zaidi kuliko hapo awali. Nilikuwa nimechoka sana na kuomba kwa dhati sana hivi kwamba nilimwambia Mungu kwamba ilikuwa kazi Yake na nikaiacha kabisa kwake.

Kisha nikaenda kulala. Kila nilipoamka niliomba na mapema asubuhi iliyofuata nilijitwika mzigo tena kwani nilikuwa nimeazimia kufanya sehemu yangu. Ilikuwa vizuri kujua kwamba Ratana alikuwa akiniombea kwa hamu kubwa. Niliomba kwa uchungu, nikimsihi kwa uchungu aniponye. Maneno machache ya mwisho nayakumbuka vizuri. "Ee Mungu, Wewe ni mkuu, Mwenyezi; Mwenyezi. Unaweza kufanya mambo yote. Laiti kama ni mapenzi yako niponye hata sasa."

Mara moja muujiza mkubwa ulitokea. Uzima na nguvu zilinitiririka. Kutokana na hisia ya udhaifu na ugonjwa mara moja nilikuwa IMARA NA SIFA njema. Mabadiliko yalikuwa makubwa sana hivi kwamba nilijiinua kitandani bila maumivu na bila msaada! ! Niliweka miguu yangu nje ya kitanda na kuomba nguvu nilisimama na kutembea kwa urahisi na uhuru kamili. Sikuwa hata na kicheko. Nilijua, mara moja kwamba nilikuwa nimepona kweli; kama vile Yesu Kristo alivyowafanya watu kuwa wakamilifu alipokuwa duniani, ndivyo alivyonifanya niwe mzima. Ingawa nilikuwa dhaifu kama mtoto mchanga na mifupa kamilifu, nguvu kubwa ilipoingia ndani yangu nilihisi vizuri kabisa. Niliangalia saa yangu ili kurekodi wakati wa tendo la ajabu kama hilo. Ilikuwa saa 5:30 kamili mnamo Februari 24, 1921. Ni ajabu sana kuandika kuihusu, maneno hayawezi kusema au kuandika kwa kalamu kuhusu kitu chochote cha ajabu kama hicho.

Ilitokea saa kumi na tisa kamili baada ya kupokea barua ya Ratana. Mara moja nilimshukuru na kumsifu Mungu kwa wema wake wa ajabu kwangu. "Kisha nilipofika mlangoni niliwaita wazazi wangu kwamba nimepona. Waliamka na kuingia haraka wakitabasamu kwa furaha na shukrani. Sitasahau kamwe nyuso zao zinazong'aa maadamu ningali hai . . . Mwanamume mwenye nguvu zaidi aliyeishi, hata kama angekuwa amelala chali kwa karibu mwaka mmoja, asingeweza kuamka na kutembea bila hisia ya kicheko na udhaifu kwani ni kinyume cha sheria za asili. Lakini ingawa nilikuwa mlangoni pa kifo hadi wakati huo ambao hautasahaulika kamwe, mara moja nilikuwa mzima kiasi kwamba hii pekee inaonyesha jinsi muujiza huo ulivyo mkubwa.

Sehemu kutoka kwa *"Historia ya Harakati za Kikarismatiki huko New Zealand"* na Mchungaji JE Worsfold. Simulizi asilia ilichapishwa kama *"Jinsi*

Nilivyoponywa, Muujiza wa New Zealand" na Mchungaji Joseph Kemp. 1921

FF Bosworth - Watoto Sita Viziwi Waponywa Katika Usiku Mmoja

Vijana sita ambao kwa kawaida huwa na akili katika mji mdogo wa Rochelle, Illinois walikaa katika darasa maalum katika chumba cha chini cha Kanisa la Baptist asubuhi ya leo na kurudia maneno rahisi ambayo mwalimu wao aliwatia moyo . Hivi karibuni watajua alfabeti nzima, aliwaambia, na wataweza kuzungumza.

Hakuna tatizo lolote katika akili au miili ya wasichana wawili na vijana wanne darasani. Lakini mwezi mmoja uliopita hawakuweza kuongea na hawakuweza kusikia. Walikuwa viziwi tangu kuzaliwa, wanne katika familia moja.

Mwezi uliopita, na mshiriki wa kanisa la zamani mjini, alienda nyumbani kwa Houston na kusema kwamba Mungu angewaponya watoto hao wanne viziwi ikiwa wangekuwa na imani. Huko Chicago yuko Mchungaji FF Bosworth akihubiri katika Maskani ya Injili. Maelfu ya wagonjwa wamepona baada ya mtu huyu kuwaombea, aliongeza. Kwa nini tusiwapeleke watoto Chicago?

Watoto wanne wa Houston na wengine wawili walitumwa Chicago. Katika ibada katika maskani usiku mmoja walienda jukwaani wakati Mchungaji Bosworth alipouliza kama kuna mgonjwa au mlemavu yeyote aliyetaka kuombewa. Uponyaji ulikuwa wa papo hapo kwa wote sita usiku huo, wanashuhudia. Siku iliyofuata darasa lao katika orofa ya kanisa huko Rochelle liliendelea, lakini mwalimu na wanafunzi walikabiliwa na mapinduzi ya kielimu. Nukuu kutoka Los Angeles Times Mei 6, 1928.

Imetolewa kwa Dystrophy ya Misuli

Niliruhusiwa kutoka hospitali ya Youngstown nikiwa na ugonjwa unaonisumbua, Muscular Dystrophy. Madaktari walichukulia mgonjwa wa mv kuwa hana matumaini. Mwaka mmoja baadaye mimi ni mzima na mwenye afya njema. Ilhali mwaka mmoja uliopita sikuweza kuchukua glasi ya maji, leo ninatunza nyumba ya vyumba nane, mume, na watoto wawili wadogo. Ni Yesu pekee ndiye aliyeweza kuleta mabadiliko haya ya kimiujiza katika hali yangu.

Shida yangu ilianza katika kiangazi cha mwaka wa 1956 nilipojikuta nimechoka sana. Tulikuwa tunahamia katika nyumba mpya kwa hivyo nilifikiri labda hiyo ndiyo sababu nilihisi nimechoka sana wakati wote. Kisha nikagundua kuwa ningepata mtoto wangu wa pili. Nilizidi kuchoka. Karibu mwezi wa tatu nilianza kupoteza usawa wangu. Ningeanguka kwa urahisi sana na mara nyingi sana. Nilikuwa na wasiwasi sana kuhusu mtoto lakini Bwana alinipa uhakikisho wa ndani kwamba mtoto angekuwa sawa.

Katika miezi iliyofuata nilianza kudhoofika sana. Sikuweza kung'oa viazi, kuinua lita moja ya maziwa, au hata kujilisha. Ilinibidi kutembea nikiwa na miguu migumu ili nisianguke. Daktari wangu alichanganyikiwa kuhusu hali yangu lakini sikuweza kufanyiwa uchunguzi muhimu kutokana na ujauzito wangu. Kwa msaada wa Bwana nilijifungua msichana mdogo. Alikuwa mtoto mwenye afya njema. Alizaliwa Juni 20, 1957, na daktari alinitoa hospitalini akitumai sitapata shida zaidi. Hata hivyo, nguvu zangu zilianza kupungua tena. Hali yangu ilizidi kuwa mbaya hadi sikuweza kumwinua au kumbadilisha mtoto. Sikuweza hata kufungua au kufunga pini ya usalama. Mtu mwingine alilazimika kumvisha nguo kila siku. Nilihimizwa kutumia kiti cha magurudumu lakini nilikataa, kwani maombi yalikuwa yametolewa kwa ajili yangu na nilikuwa nikimwamini Mungu aniponye. Ningetembea kidogo mara kwa mara, hatua chache tu kwa wakati mmoja. Lakini nilikuwa nimejifungia kwenye kiti karibu kila siku.

Wakati huo sikuweza kushikilia Biblia yangu, kwa hivyo nilifurahi sana kila mchungaji wangu, Ndugu Roy Armstrong, aliponitembelea. Angesoma Biblia kwa sauti na ningemwomba Roho Mtakatifu anisaidie kukumbuka kila kitu alichokuwa amenisomea. Mnamo Julai niliendelea kushindwa haraka na nilijua singeishi muda mrefu isipokuwa Bwana afanye muujiza. Misuli ilidhoofika hadi mwili ukaning'inia kwenye mifupa yangu kama kitambaa juu ya mstari. Sikuweza kujilisha au kujitunza kwa njia nyingi. Nililazwa hospitalini na kwa siku kumi na tatu nilifanyiwa vipimo vya maabara. Nilipokuwa hospitalini nilianza kukata tamaa. Nilimwambia Bwana nilijua hakuna tumaini la kidunia la kupona kwangu. Nilimwambia kwamba nilikuwa nikimwamini Yeye aniponye, na nilimuomba afurahie kuanza kazi ya uponyaji mara moja na hapo.

Kwa hivyo nilianza kuthibitisha ahadi za Bwana. Mwanzoni sikuweza hata kuinua mkono wangu juu ya uso wangu nilipokuwa nimelala hospitalini, lakini kila asubuhi ningeomba na kujaribu kushikilia mkono wangu hapo. Ndani ya siku tano niliweza kuudhibiti na kugusa uso wangu. Hii ilinitia moyo kuamini kwamba Mungu alikuwa akijibu maombi na sikuwa na hofu.

Mnamo Agosti 10, 1957, daktari alimwambia mume wangu kwamba nilikuwa na aina ya Muscular Dystrophy iliyoendelea sana na akasema labda ingesababisha kifo. Walinirudisha nyumbani na kunifanya nijisikie vizuri iwezekanavyo, wakifikiri ingekuwa suala la muda tu. Daktari hakujua ni nguvu gani kubwa ya uponyaji ilikuwa tayari inaanza kazi yake yenye nguvu ndani yangu. Siku zilipoendelea nilifanya mazoezi ya mwili wangu yote niwezayo na polepole nguvu zangu zilirudi. Kila niliposogea nilitoa sala ya imani. Nilichukua hatua kadhaa. Nilianza kufungua milango ya kabati langu la jikoni. Nilifanikiwa kufungua droo na kutoa vyombo vya fedha.

Niliendelea tu, nikimtegemea Bwana anisaidie; na oh, nilikuwa na amani na furaha kubwa nilipoona kilichokuwa kikiendelea. Badala ya kifo Mungu alikuwa akinipa maisha mapya, nguvu mpya, tumaini jipya. Wakati mwingine nilikata tamaa, kwani ilikuwa vigumu kuvumilia wazo kwamba bado sikuweza kuwatunza watoto wangu. Nilidai ahadi za Neno la Mungu na kupigana na adui wa roho yangu. Nilimwomba Bwana aniruhusu niwatunze watoto tena, ingawa ilionekana haiwezekani wakati huo. Bado sikuweza kufunga pini ya usalama. Lakini niliendelea kusoma Biblia na nilipata mengi ya kunitia moyo.

Bwana asifiwe! Ndani ya wiki tano niliweza kumnyanyua mtoto kutoka kitandani hadi kwenye begi langu. Niliweza kumwogesha, kumfunga pini, na kujivalisha. Karibu nilishangaa kwa furaha. Polepole nilianza kufua, kupiga pasi, kufanya kazi za nyumbani, na kupika. Ilionekana kadiri nilivyozidi kufanya ndivyo Bwana alivyoniwezesha kufanya zaidi. Kufikia kiangazi cha 1958 nilikuwa karibu kawaida. Ilikuwa ni vita vya imani vinavyoendelea lakini Bwana alikuwa akinipa ushindi. Nilishuhudia kanisani kwamba nilikuwa karibu nimepona kabisa lakini nikasema bado siwezi kukimbia na siwezi kuvaa visigino virefu. Hata hivyo, nilisema Bwana angeendelea kunisaidia na misuli hiyo ingekua kikamilifu. Miezi miwili baadaye niliweza kukimbia vizuri sana na nilikuwa nimevaa viatu vyenye visigino virefu.

Leo, mwaka mmoja tangu nilipopelekwa nyumbani kufa, nina afya njema na ninafurahi kutambua kwamba Yesu hawezi tu kutuokoa kutoka kwa dhambi lakini pia anaweza kuponya miili yetu, bila kujali jinsi hali yetu inavyoonekana kuwa isiyotibika.

Ushuhuda uliotolewa na Bi. Howard Fowler katika "Injili ya Kipentekoste ya Novemba 16, 1958."

Rolland na Heidi Baker - Mbingu Iliyofunguliwa Juu ya Cabo Delgado

Viongozi wa Kiislamu wanakubali kwamba jimbo hili la kaskazini zaidi katika pwani ya Msumbiji, ambalo hapo awali lilichukuliwa kuwa "haliwezi kufikiwa" na wataalamu wa misioni, linapotea kwa Wakristo. Maendeleo ya shule yetu ya msingi na ya kimisheni katika eneo kubwa zaidi linalopatikana katika jiji la bandari la Pemba yamesababisha msukosuko mkubwa. Injili inaendeleza vijiji vizima kwa wakati mmoja huku nguvu ya Roho Mtakatifu ikimiminwa.

Hili linatokeaje? Hapa kuna mfano mmoja. Felito Utuie, mwinjilisti mwenye umri wa miaka 22 ambaye tumemlea katika Bwana, alikuwa akijaribu kumfanya chifu Mwislamu wa kijiji fulani atoe ruhusa ya kuwafikia watu. Chifu alikataa mara kwa mara. Felito alimwambia kwamba Yesu angewaponya wagonjwa. Hatimaye, chifu aliuliza, "Ukija, je, nitashuhudia hilo likitokea?" "Ndiyo!" Felito alijibu kwa urahisi. Kwa hiyo chifu alikubali mkutano ufanyike kijijini mwake.

Usiku wa uhubiri, mkutano ulianza kwa mazingira tulivu na wazi, tofauti na baadhi ya mikusanyiko tuliyo nayo ambapo mwanzoni tunakabiliwa na usumbufu mkubwa wa kipepo. Felito alihubiri Injili safi na rahisi na kuuliza, "Nani anatambua hitaji lao la Mwokozi?" Sauti zililia gizani, "Nataka msamaha! Nataka msamaha!" Kelele kubwa zilizuka huku watu wakiomba wokovu na kumiminika mbele kuomba. Kisha Felito akatangaza kwamba yeye na timu yake wangewaombea wagonjwa. Uponyaji ulitokea mmoja baada ya mwingine. Mama mmoja alimleta mvulana wake wa miaka minane ambaye alikuwa kiziwi, naye akapona mara moja.

Felito alimuuliza mkuu, "Unaona?" Mara moja mkuu aliomba kipaza sauti na kuwaambia watu wake, "Hili ni kweli! Hakuna mtu anayeweza kufanya hivi! Mungu pekee ndiye anayeweza kufanya hivi! Walete wagonjwa wengi zaidi! Walete wagonjwa wote!" Mwanamume mmoja alimleta binti yake mdogo wa miaka 7 ambaye alikuwa kipofu kabisa. Alipokea maombi, na baba yake akamuuliza kwa haraka, "Unaona?" Na kisha machozi yakaanza kutiririka usoni mwake binti yake alipomtazama na kuuona uso wake kwa mara ya kwanza maishani mwake! Na uponyaji uliendelea usiku huo.

Mwaka huu wote uliopita, huduma zetu za kuwafikia watu zimekuwa zikizaa matunda ya aina hii mara kwa mara. Hatuhubiri kwa muda mrefu au kuwa magumu. Watu huitikia kwa imani rahisi, na mara tu wanapoona Yesu ni halisi na atawagusa kimiujiza, wanamtaka! Wanataka wokovu, wanataka kanisa, wanataka mchungaji, sasa! Wakuu wao wanatusihi, "Msituache! Hamwezi kutuacha hivi! Hatujawahi kuona miujiza kama hii!

urudi utufundishe!" Heidi hasa amepokea upako maalum kwa viziwi, vipofu na vilema, na huwaona wakiponywa karibu kila mahali. Wakati mmoja alimwombea mtu mlemavu na kipofu usiku sana ambaye hakuponywa mara moja. Lakini aliwaambia kijiji watume mkimbiaji amwambie mara tu alipoponywa. Kwa hivyo siku iliyofuata alikuwa na rafiki mwema Mwislamu na mfanyabiashara mkuu mjini wakati mkimbiaji mmoja alipokimbia hadi dirishani mwa gari walilokuwamo. "Amepona! Anaweza kutembea na kuona!" Mkimbiaji alikuwa amekimbia kwa saa saba tu kumwambia... Kwa machozi na mshangao, rafiki yetu Mwislamu alilia, "Niombee! Niombee sasa!"

Ripoti kutoka kwa Jarida la Iris Ministries, wizara hiyo ilianzishwa na Rolland na Heidi
Baker, mnamo Septemba 14, 2005. Unataka kusoma zaidi? Tembelea tovuti yao kwa: www.irismin.org

Timu ya Randy Clark - Mvulana Aliyelemaa Tangu Kuzaliwa Amepona

Mama mmoja alimleta mvulana wake wa miaka 5 kwenye mkutano huko Guntur, India. Alikuwa mlemavu tangu kuzaliwa. Mkono wake na mkono wake ulikuwa umepooza. Vidole vyake vilikuwa vigumu kabisa na vimeinama nyuma kwa pembe ya digrii 45. Nilipopiga magoti kando yake Roho Mtakatifu alinimiminia huruma kubwa moyoni mwangu kwa ajili ya mtoto huyu. Mkono wake ulikuwa umelegea kabisa na mkono wake ulikuwa umepooza. Baada ya kumshika mkono huku akiomba kwa takriban dakika 5, kulikuwa na mtetemo kwenye kidole chake chenye rangi ya waridi. Nilisisitiza katika maombi nikisimama mara kadhaa ili kuangalia maendeleo yake ya uponyaji. Nina mtoto mdogo wa kiume wa umri kama wake na Mungu aliendelea kuniambia niombe kama vile ni mwanangu. Kumtazama mtoto huyu machoni kulinifanya nitokwe na machozi.

Bwana alimponya kabisa na kumrejeshea mkono, mkono, na vidole vyake.
Imeripotiwa na Carey Cramer wa Timu ya Huduma ya Randy Clark mnamo Januari 26, 2005.
Kutoka Ripoti ya Uamsho wa Dunia ya Januari 31, 2006. Imetumika kwa idhini yao.

Ethel Willitts - Msichana Aliyeharibika Amepona

Familia yangu ilihudhuria HUDUMA ZA UPONYAJI zilizofanywa na Ethel R. Willitts huko Akron, OH mnamo 1938. Bi. Willitts alikuwa akifanya ibada katika maskani kubwa sana ya plywood inayobebeka. Mikutano ilifanyika kila usiku na Jumapili alasiri. Jengo kwa kawaida lilikuwa limejaa watu. Kila mkutano, magari mengi ya wagonjwa yangesimama kando ya maskani na kuachilia vizuizi mbele ya jengo kwa safu mbili. Kila ibada watu wangeponywa na kurudi nyumbani. Bi. Willits angehubiri kipindi cha mafundisho, akiwafundisha watu kuhusu kupokea uponyaji na kumpokea Yesu Kristo katika maisha yao kabla ya ibada ya uponyaji. Kisha angewaombea wagonjwa katika kila mkutano. Ukuta wa mbele wa maskani, nyuma ya spika, ulikuwa umejaa mikongojo na vishikizo.

Uponyaji mmoja mzuri tulioupata kibinafsi, ulikuwa wa mtoto mdogo wa kike aliyekuwa ameharibika. Hakuwa na kidevu kinachoonekana, uvimbe nyuma ya shingo yake na mikono na miguu yote miwili ilikuwa rungu. Alipelekwa mbele kwa ajili ya maombi na akapona mara moja. Kwa sababu ya umati hatukumwona usiku huo, lakini tulikaa nyuma yake na wazazi wake usiku uliofuata. Mtoto mdogo alikuwa na kofia kuzunguka kidevu kilichoonekana na uvimbe nyuma ya shingo yake. Alikuwa akichezea miguu yake kwa mikono yake midogo. Alipona kikamilifu na akapona kwa NGUVU ya YESU KRISTO.

Ushuhuda Binafsi wa Paul Chidester. Umetumika kwa idhini yake.

Stephen Jeffreys - Mwanamke Mwenye Kiwete Anaponywa Anapomwona Yesu Kwenye Mkutano

Mtu hushindwa kupata maneno ya kuelezea maana ya hii baada ya maisha ya mateso makali. Tangu utotoni nilikuwa mgonjwa kila wakati, sikuwahi kwenda mwaka mzima bila kuwekwa kando. Kisha, mnamo 1900, siku chache kabla ya ndoa yangu, nilisaidia kuinua msongo wa mawazo, na kujiumiza ndani. Wiki tano tu baada ya ndoa, hii iliniweka kando kwa wiki kumi, kisha nikaanza kutembea tena, lakini nilikuwa na maumivu kidogo wakati wote. Hii iliendelea kwa miaka mingi, wakati mwingine niliweza kutembea, lakini mara nyingi zaidi kitandani. Katika kiangazi cha 1906 tulikuwa tunaishi mahali paitwapo Thorne, karibu na Doncaster (hapo awali tuliishi mahali pa mwisho, ambapo nilikuwa chini ya matibabu kutoka kwa madaktari wasiopungua sita, pamoja na kuwa mgonjwa wa nje katika chumba cha wagonjwa, na niliambiwa mara kwa mara kwamba hakuna kinachoweza kufanywa).

Huko Thorne nilikuwa na ugonjwa wa meningitis na kwa wiki kadhaa nilikuwa karibu kufa. Maombi yalitolewa hata katika Kanisa la Parokia pale kwa ajili ya kupona kwangu. Kwa ajili ya mtoto mmoja ambaye Mungu ametupa, Mungu alisikia maombi mengi, maisha yangu yakiokolewa, lakini nililazimika kuvaa miwani nyeusi; mishipa ya macho iliathiriwa sana hivi kwamba mwanga ulisababisha maumivu makali - kile daktari alichokiita ugonjwa wa ubongo. Kutembelea Peterborough miezi kadhaa baada ya haya, marafiki zangu huko wangeniomba niombe ushauri kutoka kwa daktari wao, na pia katika Hospitali ya

Peterborough, kwani maisha yangu yalikuwa maumivu marefu. Kama nisingejua kitu kuhusu raha na amani inayotoka kwa Yesu, nisingeweza kuishi na kuvumilia. Asifiwe Mtu wa Kalvari, Yesu mwenye huruma, ambaye alifungua macho yangu ya kiroho, na kunifanya nione hitaji langu la Mwokozi; na ingawa kumkubali akiwa na umri wa miaka ishirini na moja kulimaanisha kufukuzwa kwangu nyumbani. Haleluya! Anaridhisha zaidi.

Daktari huko Peterborough, baada ya uchunguzi wa kina, alithibitisha kile ambacho madaktari wa awali walisema, hakuna tiba; uamuzi ulikuwa huu, ugonjwa wa moyo, matatizo ya mapafu, kwa kweli, alimwambia rafiki yangu faraghani kwamba nilikuwa nimejaa magonjwa, hakuna kiungo chochote mwilini mwangu, saratani, msokoto mdogo kwenye utumbo. Alimalizia kwa kusema ndani yangu kulikuwa kama sifongo iliyooza na hatimaye kama ningeishi ningepofuka kabisa, na, hata hivyo, utukufu kwa Yesu, sihitaji miwani hata kidogo sasa. Mimi ni mzima kabisa. Ninasifu Jina Lake mpendwa. Ee Haleluya, kwa yale ambayo Bwana amenitendea. Sitaacha kamwe kumsifu! Mnamo 1910, tulikuja hapa Grimsby (mume wangu anafanya kazi kwenye reli).

Nilifika hapa Desemba 26, nikiwa na uwezo wa kuendelea kama kawaida, nikiwa na maumivu makali, hadi Aprili 5, 1911, ambapo ilinibidi nilale tena. Daktari alipokuja alisema wiki mbili kwa muda mrefu zaidi angeona mwisho. Nilikuwa katika hali mbaya sana hivi kwamba hakufikiri ningeweza kudumu hata wiki mbili, na bado wiki, miezi, ndiyo, na hata miaka ilipita, kila mara nikiwa kitandani, na oh, uchungu, ingawa nilikuwa na morfia ya kupunguza maumivu, kwa viwango vinavyoongezeka hivi kwamba baadhi wanaojua kiasi hicho wanashangaa kwamba hakuna hamu ya dawa hiyo. Msifuni, afanyaye maajabu! Mara kwa mara mume wangu ametumwa, kuondoka kazini mara moja ikiwa alitaka kuniona nikiwa hai. Nimekuwa karibu sana na kifo hivi kwamba wanawake wamekuwa ndani ya nyumba kuandaa mwili wangu kwa mazishi; mara mbili mahali hapo pameshika moto na nimekuwa hoi na ningeungua hadi kufa kama msaada wa nje usingekuja.

Miaka mitatu ya kwanza nilipolala, sikuwahi kuwa nje ya nyumba. Tamaa ya kutoka nje wakati wa kiangazi cha nne ilikuwa kubwa sana hivi kwamba mume wangu alikodi gari maalum (kwani ilinibidi nilale, kiti cha kuogea hakikuwa na maana). Msimu uliofuata wa joto tulitengeneza moja huko Hull, na kwa hivyo nilitolewa nje, nikiwa nimeinuliwa kutoka kitandani jikoni hadi kitandani kwenye gari la mgongo. Hilo la mwisho liliendeshwa karibu na kitanda changu. Sikuwahi kuvaa nguo kwa kweli niliachana na nguo na buti zangu zote, nikifikiri sitazihitaji tena. Kwa hivyo miaka ilipita, na, ingawa nilimjua Yesu, nilifikiri kabisa ilikuwa mapenzi Yake kwamba ningepaswa kuteseka na niliomba tu neema na uvumilivu wa kudumu. Loo, nilikuwa kipofu jinsi gani, kufikiria ilikuwa mapenzi Yake kunifanya niwe
kumtesa mtoto Wake.

Mungu asifiwe, ukombozi ulikuja. Mume wangu alisoma kuhusu visa fulani vya uponyaji huko London,
kupitia huduma ya mmoja wa watumishi Wake, Mchungaji Stephen Jeffreys. Tuliomba kwamba ikiwa baraka yoyote ingenisubiri aniletee mjumbe wake Grimsby. Alikuja, na baada ya kuwa kwenye ibada na kusikia maneno ya ajabu ya Uzima katika Yesu, nilimwomba Bwana aniongoze. Alinielekeza kwenye James v, 14, 15. Katika ibada iliyofuata niliweza kuwa
Nilikuwepo. Nilitii Neno Lake; nilipakwa mafuta katika Jina la Bwana. Nilipokea upako mzuri sana wakati huo, lakini sikupona. Haleluya, jibu lilikuja wiki mbili baadaye, mnamo Machi 5, 1922, yapata saa 3.30 usiku Yeye, Aliyefufuka,

alikuja kwa nguvu na kuniinua kutoka kwenye gari. Utukufu kwa Jina Lake la thamani! Kusubiri kwa wiki mbili hakukuweza kufifisha imani aliyokuwa amenipa; nilijua hangeniangusha.

Mnamo Februari 28 nilimwomba mume wangu aninunulie viatu, kwa hivyo nilikuwa na uhakika kwamba Yeye ni mwaminifu, ingawa miguu yangu haikuwahi kugusa sakafu kwa karibu miaka kumi na moja. Utukufu kwa Yesu! Alinifanya nisubiri. Ijumaa usiku, Machi 3, maumivu yalikuwa mabaya sana; ilionekana kana kwamba Ibilisi alijua muda wake katika mwili huu wa kibinadamu ulikuwa mdogo. Ilikuwa uchungu, lakini Bwana alinileta kuona usiku huo ambao morfia ilibidi iondoke. Nilitaka Yesu atukuzwe, na kwa hivyo nikasema, "Ndiyo, Bwana, hata kama inamaanisha kifo, mimi ni wako, nitendee upendavyo. Tafadhali nipe Roho yako ili niwe mwaminifu kwako."

Kuanzia Ijumaa hadi Jumapili alasiri - saa zilikuwa ndefu, pambano na Adui, kujaribu kupata utulivu kidogo na hali ya kuchanganyikiwa, lilikuwa gumu, lakini alikuwa akiniombea na kunipa ushindi. Nilipopelekwa kwenye Bandari ya zamani ya Kimbilio katika Mtaa wa Freeman, ambapo mkutano ulifanyika, nilikuwa nimejaa mateso na nikiwa sina msaada zaidi kuliko hapo awali, lakini nikimsifu Mungu wakati wa mkutano, ambao ulikuwa mkutano wa ushuhuda, nilimwona Yesu, Mtu wa thamani wa Kalvari.

Alisimama na kutazama, akiwa na upendo na huruma machoni Pake; kisha ilionekana kuwa na nguvu. Mikono iliwekwa chini yangu, nami nikainuliwa juu na juu, hadi nilipofikiri nimefika mbinguni, kisha nikashushwa chini kwa upole, na nikaona bado nilikuwa kwenye mkutano, lakini nilihisi mwanga kama hewa. Loo furaha, loo unyakuo, nilipogundua kwamba Mponyaji Mwenyewe alikuwa amekuja na kuleta uzima mpya, maisha halisi ya ufufuo, ambapo kulikuwa na kifo kilicho hai tu. Kwa Jina Lake, niliinuka kutoka kwenye gari, nikatembea kuzunguka ukumbi nikiwa na macho yanayotiririka na mikono ikiwa imeinuliwa, huku watu wakiimba tena na tena, "Sifuni nguvu zote za Jina la Yesu!" Haleluya! Haleluya! Hakuna mkono wa kibinadamu ulionigusa. Mchungaji na wafanyakazi walikuwa jukwaani, alipokuja. Ilikuwa Yesu, Mwokozi wangu, ndiye aliyeleta mabadiliko haya ndani yangu. Nataka wengine wamjue na wawe na Uzima Wake. Sio uponyaji, ni Mponyaji Mwenyewe, ndiye anayeleta Uzima na Afya, na nguvu.

Mamia ya watu huko Grimsby na kwingineko wameniona nikitembea huku na huko kwa miaka mingi, nikionekana kama maiti. Sasa wananiona nikitembea mitaani, nikifanya kazi zangu za nyumbani, hata kuosha nguo zangu mwenyewe. Yote ni Yesu. Ninamdai yote. Madaktari na wauguzi, wanaume kwenye reli, polisi na wengine, wanashangaa wanapoona, ingawa hawawezi kuelewa, mabadiliko ya ajabu ambayo yametokea. Kwa miaka kumi na miezi kumi na moja nilikuwa kiumbe asiyejiweza kitandani.

Sasa nimejaa uzima, naweza kutembea maili nyingi, afya bora zaidi kuliko nilivyowahi kuwa nayo. Yote yalinunuliwa kwa ajili yangu pale Kalvari, na sasa Yesu ametoa ukamilifu, Ubatizo katika Roho Mtakatifu, kunena kwa lugha zingine, yote ili kumtukuza. Loo, moyo wangu umejaa Yeye sana. Nataka Yeye pekee atukuzwe. Mimi ni mwenye dhambi tu niliyeokolewa kwa neema Yake ya ajabu. Mahali pangu ni miguuni Pake pa thamani inayovuja damu. Natamani wengine waje katika yote anayotamani kutoa. Uzima ni, Loo, tofauti sana. Ninamtazama tu na kumtarajia aje, Yesu Mtakatifu mkarimu, Bwana harusi mbarikiwa wa moyo wangu. Hata hivyo, njoo haraka, Bwana Yesu.

Ningependa kusema hapa madaktari wanasema hakuna dalili ya ugonjwa iliyobaki. Ninaweza kuona kusoma na kushona bila miwani, nikiwa na umri wa miaka hamsini na miwili. Utukufu kwa Yesu! Ee Mungu asifiwe. Ninamsifu! Haleluya! – Bi. B. ALTOFT, 6 Stansted Street, Grimsby

Sehemu kutoka kwa "Stephen Jeffreys" iliyoandikwa na Agnes Adams

Raymond T. Richey - Uharibifu Mkubwa wa Vita Umepona

Akiwa amelewa na homa kali, LC DeWeese, wa Houston, Texas, wa Kikosi cha Kwanza cha Jeshi, Kikosi cha Upelelezi cha Marekani, alichukuliwa kutoka Msitu wa Argonne mnamo Novemba 13, siku mbili baada ya kusainiwa kwa Mkataba wa Kusitisha Uhamisho. Alipelekwa kutoka hospitali moja hadi nyingine, ambapo madaktari na madaktari bingwa walifanya kazi kwa miezi kadhaa, hatimaye wakitangaza kwamba kesi hiyo haikuwa na matumaini. Walimkabidhi mgonjwa huyo kwa wahudumu wa ndani hospitalini ili kusubiri kifo, cheti tayari kikiwa kimetolewa. Alipopelekwa hospitalini kwanza, askari huyu alikuwa akitapika na kuugua sana. Kutoka hospitalini hii alihamishiwa Hospitali ya Msingi 119 huko Vichy, inayosimamiwa na serikali katika eneo hili maarufu la maji. Hapa alikaa miezi kadhaa, hali yake ikizidi kuwa mbaya. Kutoka hapa alipelekwa Bordeaux kupelekwa Marekani.

Alikuwa karibu amejifungia kitandani mwake kila mara, hali yake ikiwa mbaya sana kuweza kujiunga na kikosi chake. Hatimaye alitua New York na kuhamishiwa Hospitali ya Debarkation Nambari 3. Kutoka hapo alihamishiwa hospitali kuu katika Kambi ya Jefferson, St. Louis, Mo. Hapa picha za X-Ray zilipigwa, zikionyesha kwamba tumbo lilikuwa limeliwa kabisa, na linafanana na sifongo. Kufuatia hili, upasuaji ulifanywa Mei 8, 1919. Wakati wa upasuaji huu, kiambatisho, sehemu kubwa ya matumbo na sehemu ya tumbo viliondolewa. Upasuaji huu ulikuwa mbaya sana kiasi kwamba uhai ulionekana kupita kutoka mwilini na mapigo ya moyo yalipungua sana kiasi kwamba madaktari hawakuweza kugundua mapigo ya moyo au kupumua, na figo zilikataa kufanya kazi, maji yote yakikauka na maumivu yakaanza kutoka kifuani hadi chini. Sasa ilikuwa dhahiri kwamba kesi hiyo haikuwa na matumaini na cheti cha kifo kilitolewa.

Kutoka katika hali hii ya kukosa fahamu, chembe ndogo sana ya uhai ilionekana na mgonjwa akaanza kupona. "Sasa," alisema DeWeese, "Bwana ambaye nilikuwa nimemkataa, alianza kuzungumza nami, huku wale waliokuwa nyumbani wakiomba kwamba maisha yangu yaokolewe. Madaktari waliohudhuria walikiri kwamba walikuwa wamefikia kikomo cha ujuzi wao. Mungu pekee ndiye anayepaswa kufanya mengine. Baada ya kuimarika vya kutosha kuondoka hospitalini, nilianza mafunzo ya ufundi katika Chuo cha Jimbo la Iowa, Ames, Iowa. Lakini wiki tatu zilitumika hapa, na ilikuwa muhimu kwangu kurudi tena hospitalini. Kisha nikarekebisha hadi Des Moines, Iowa. Hapa ilibainika kuwa ni lazima nifanye upasuaji mwingine. Baada ya kufanya chale, madaktari walihitimisha kwamba hawakuweza kuendelea zaidi, nao wakanishona. Niliarifiwa kwamba walikuwa wamefanya yote waliyoweza na ilikuwa suala la muda mfupi hadi kifo kingenichukua. Niliondoka hospitalini kuelekea nyumbani, ambapo ningekufa."

"Nilipokuwa Houston, nilisikia kuhusu Ufufuo wa Zamani na uponyaji wa ajabu unaofanywa kwa kujibu maombi. Nilihudhuria mkutano na kumsikiliza Mwinjilisti Raymond

T. Richey, na nikapendezwa na mikutano. Hapa nilihukumiwa kwa dhambi zangu na kujisalimisha maisha yangu kwa Mungu. Siku chache baadaye niliombewa na kuponywa kimiujiza. Nina urefu wa futi tano inchi kumi na moja, na nilikuwa nimepungua hadi uzito wangu haukuwa zaidi ya pauni mia moja. Sasa nina uzito wa takriban pauni mia mbili, ninakula vizuri, na ninafurahia afya njema. Wakati wa ugonjwa wangu nilizuiliwa kabisa shuleni kwa misingi ya ulemavu wa kudumu, daktari akisema sitaweza tena kuendelea na masomo yangu na Ofisi ya Maveterani ya Marekani Bodi ya Mafunzo ya Ufundi Nilipewa daraja la "D."

Dondoo kutoka kwa "What God Has Wrought" na Eloise May Richey

Smith Wigglesworth - Muuguzi Amepona Ugonjwa Unaosababisha Kulemaa

Bi. H. Todd wa Naremburn, NSW, alishuhudia: "Nilipokuwa nikifanya kazi yangu kama muuguzi huko Sydney nilikutana na ajali mbaya, nikivunja kofia ya goti na kuondoa gegedu ya ndani, ambayo ilisababisha sinovitis na arthritis (sugu). Nilikuwa na ujuzi bora wa kimatibabu huko Sydney na Orange bila unafuu wowote wa kudumu. Niliamka kwa muda kisha nikarudi kitandani tena, na kadhalika kwa miezi kumi na minane; na miezi mirefu, yenye uchovu ilikuwa, hasa wakati, baada ya kama miezi kumi na minne, nilipata bahati mbaya ya kupasuka nyuzi za misuli ya mguu mwingine, ambayo ilisababisha kuwa na layup kwa wiki sita. Wakati mwingine maumivu yalikuwa makali zaidi. Nilikuwa mgonjwa sana bila matarajio ya kuwahi kufuata taaluma yangu tena. Kwa kuwa vinginevyo nilikuwa na afya njema kabisa, ilikuwa vigumu kuangalia katika siku zijazo nikiwa na miguu yote miwili ikiwa imelemaa, kutegemea wengine kunitunza na kunitunza.

"Nilikuwa kipofu kiasi gani, kwani tangu niliposhindwa na Orange nilikuwa nimeishi miongoni mwa watu walioamini na kujaribu kunifanya nisikilize mafundisho ya Kimaandiko ya uponyaji wa kimungu, lakini nilifikiri tofauti. Kweli Biblia ilisimulia mambo ya ajabu katika siku zilizopita, lakini kwangu mimi siku hizo zilikuwa zimepita na mambo yalikuwa tofauti sasa. Kulikuwa na mazungumzo mengi kuhusu Mwinjilisti Smith Wigglesworth, lakini sikuwa na nia. Baada ya mwinjilisti huyo kuanza utume wake, ambao ungedumu kwa siku tano tu, kaka yangu, pamoja na wengine, walizungumza nami kwa njia ya kusadikisha kuhusu ukweli wa mafundisho ya Maandiko kuhusu uponyaji wa kimungu, na ingawa nilikuwa nimepinga hadi wakati huo, nilirudi kwenye Biblia yangu tena na, nikiwa kama mwana mpotevu, mwishowe, mimi pia niliongozwa kusema, 'Nitaondoka na kwenda kwa Baba yangu.' Na, Bwana mpendwa asifiwe, baraka alizokuwa nazo zikinisubiri. Nilikuwa Mkristo kwa miaka mingi, lakini ilinibidi niamshwe kabla sijasikia sauti Yake na kumfanya anipake mafuta machoni. Nilipokuwa nikisoma Maandiko nilikamatwa na maneno, 'Najua neno moja, kwamba, ingawa nilikuwa kipofu, sasa naona.' Yohana 9:25. Hili liliendelea kunijia akilini siku nzima Ijumaa na Jumamosi; pia maneno ya Mungu, 'Mimi ni Bwana, usibadilike.' Maandiko haya yaliendelea kunijia kwa ukaidi kiasi kwamba niliamua kwenda usiku huo kwenye misheni ya maombi.

"Kwenye mguu mmoja nilikuwa na kifaa cha chuma na ngozi ili kuzuia kiungo cha goti kisijifunge na kubanwa, jambo lililosababisha maumivu makali, na kingine kilikuwa kimefungwa bandeji zilizobana. Kwa msaada wa mikongojo nilitoka nje hadi kwenye gari ili nipelekwe kwenye mkutano, na ingawa nilikuwa nikiteseka sana, niliamini ningepona.

Baada ya hotuba nilijiunga na wale waliopaswa kuhudumiwa, na mwinjilisti aliponiwekea mikono na kuomba nilipata uzoefu wa ajabu lakini mzuri kana kwamba maji baridi kwa nguvu kubwa yalikuwa yakinyunyiziwa kwenye ndege kwa viungo vyangu vyote viwili vilivyokuwa vimeteseka ambapo walikuwa wamejeruhiwa. Nguvu hiyo ilionekana kuwa na nguvu sana kiasi kwamba iliniumiza, na nilijua ni Bwana, lakini nilipogeuka kuondoka sikuhisi vizuri zaidi, na nilionyesha kukata tamaa kwa wawili au watatu.

"Njia yote nilipokuwa nikirudi nyumbani nililia sana, na nikammiminia Mungu moyo wangu, na kuendelea kusema, 'Bwana, naamini, nisaidie kutokuamini kwangu.' Nilipofika nyumbani, nilisaidiwa kutoka kwenye gari, na baada ya kutembea hatua chache, nikasema kwamba nilidhani naweza kutembea peke yangu. Nilipofika tu kwenye kizingiti cha mlango, ukuta wa mwanga mkali uliong'aa ulinikabili, mkali sana kiasi kwamba karibu ukaniyumbisha, na mara moja nikalia, 'Utukufu kwa Mungu, nimepona,' na kweli nilipona. Nilipita ndani ya nyumba nikimsifu Bwana, na juu na chini kwenye varanda ya nyuma, nikimtukuza Mungu na kutembea kama nilivyofanya kabla ya kukutana na ajali. Nilipoona magongo, nikasema, 'Rudisheni hayo kwa rafiki mwema aliyenikopesha. Sitayataka tena.' Kwa hiyo magongo yalirudishwa kabla ya usiku wa manane. Haleluya! Nilipoamka asubuhi iliyofuata nilitupa msaada wa chuma na ngozi na bandeji, na sijawahi kuzigusa tangu wakati huo, kwani nilikuwa mzima kabisa.

"Siku mbili baadaye nilibatizwa kwa Roho Mtakatifu kwa utamu kulingana na Matendo 2:4. Biblia yangu ina maana zaidi kwangu sasa kuliko hapo awali. Sasa ninamwona Bwana wangu kama Mwokozi wangu kutoka kwa dhambi, Mganga Mkuu, Yule anayebatiza kwa Roho Mtakatifu, na Yule anayekuja kuchukua bibi harusi wake hivi karibuni."

Sehemu kutoka kwa Miracles in Australia and New Zealand na Smith Wigglesworth.

AJ Byers - Mwanamke Aliyeponywa Baada ya Miaka 35 ya Mateso

Nilizaliwa nikiwa na matatizo na sikutarajiwa kuishi. Kwa miaka thelathini na tano sikujua maana ya kuvuta pumzi moja yenye afya na ya kawaida, na mara nyingi ningemuuliza Mungu kwa nini ilinibidi kuteseka hivyo. Alijibu, "Ili nionyeshe nguvu zangu kupitia wewe." Nikasema, "Bwana, ikiwa ndivyo, nataka kujisalimisha kwa mapenzi yako." Katika mwaka mmoja nilienda hospitalini mara tano na kila wakati nilikuwa karibu kufa. Nilikuwa na neva sugu ya moyo, kansa sugu ya mfumo mzima, matatizo ya figo na wanawake. Karibu nipoteze uwezo wa kuona macho yangu. Yalikuwa dhaifu maisha yangu yote, na kuhitaji upasuaji nilipokuwa mtoto na kuvaa miwani kwa miaka mingi.

Tulikuwa na madaktari na madaktari bingwa wa upasuaji wakati wote, lakini ilionekana hawakuweza kunisaidia chochote. Hatimaye waliniambia kwamba upasuaji ungenipa nafasi ya kupona. Sasa, sikufikiri ningeweza kunusurika upasuaji, lakini nilimwambia Bwana kwamba ikiwa hiyo ndiyo njia angenipeleka nyumbani, nilikuwa tayari, lakini kwamba ikiwa alikuwa na njia nyingine au mipango bora zaidi kwangu, anijulishe. Nikasema, "Bwana, najua kwamba unaweza kuniponya bila upasuaji ukitaka, kwa sababu Neno lako linasema, 'Yesu Kristo, yeye yule jana, leo, na hata milele,' na kwamba wale wanaokutumainia hawataaibika." Na katika mateso yangu nilipumzika tu katika Bwana. Sikuwa nimesikia ukweli kwa ukamilifu wake ukihubiriwa na bado sikuwa nimewapata watakatifu wa kweli wa Mungu; lakini wakati watu walionizunguka walikuwa wakingoja nife, Mungu aliwatuma wahubiri wake wawili wa kweli wa injili kuniona (Ndugu Kriebel na Crose). Niliwaambia nilijua Mungu alikuwa amewatuma. Walisema wangeniombea.

Siku chache baadaye nilitolewa hospitalini na kupelekwa Oakland. Nilikuwa nimemwomba Mungu aniongoze, kwa hivyo nilikuwa nikimsubiri tu. Siku moja nilipokuwa karibu kufa tena, Mungu aliniambia nimwambie Ndugu Crose aitwe. Alikuja siku iliyofuata. Katika kujibu maombi niliweza kutoka kitandani. Ndugu C. alinitia mafuta kwa jina la Yesu na kuomba maombi ya imani. Nilikuwa na uhakika kwamba maombi yalisikiwa. Niliweza kutoka kitandani wakati mwingine, lakini mateso yangu sasa yalikuwa makali zaidi kuliko hapo awali, na nilihisi kwamba Mungu alikuwa ameniacha kabisa.

Nilihisi alikuwa mahali fulani, lakini mbali sana. Wakati huo huo nguvu za giza zilikuwa zimenishika na zilionekana kunirarua vipande vipande. Sikuteseka tu, bali pia nilikuwa katika uchungu mbaya, ambao ulidumu usiku na mchana. Unaona, ilinibidi nipate somo kutokana na hili ambalo Mungu alikuwa amekusudia kwangu. Mbali na hilo, nilikuwa nimemkimbia Bwana, na nilihitaji adhabu kali. Mungu alisimama nami, na akanitia nguvu, ingawa sikujua wakati huo.

Siku moja nilihisi kwamba Mungu alikuwa akinifikiria, nami nikalia, “Sitakufa, bali nitaishi, na kutangaza matendo ya Bwana.” Kisha nikaletwa kwenye kusanyiko la Oakland Januari 1910, na nikapakwa mafuta na Ndugu Byers. Ndugu Kriebel na Holcomb waliniwekea mikono yao na kumwomba Mungu aguse mwili wangu. Sikuhisi tofauti kwa wakati huo, lakini tumaini langu lilikuwa kwa Bwana, na nilikuwa tayari kupokea uponyaji kwa njia ambayo

Mungu aliona inafaa kunipa. Nilihisi uhakika kwamba maombi yalikuwa mbele ya kiti cha enzi cha Mungu. Usiku huo huo nilihisi Yesu akija kando ya kitanda changu na kuweka mkono wake kwa upole kichwani mwangu, kisha nikahisi nguvu ya Mungu ikipita mwilini mwangu wote. Nililia, "Bwana Yesu, sistahili haya yote." Niliweza kuona kitu kama mvua ikishuka kutoka mbinguni, rangi zote za upinde wa mvua, zikiwa wazi zaidi na zenye kung'aa zaidi.

Sikuweza kupata maneno ya kutoa shukrani zangu. Ilionekana kama nilikuwa nimefufuka kutoka kwa wafu. Nilianza kuona mambo waziwazi yaliyonizunguka na kugundua kwamba Mungu alikuwa ameniponya kutokana na mateso yangu yote. Yote yalionekana kuwa mazuri sana kuwa kweli lakini Bwana asifiwe, ilikuwa hivyo tu. Nilianza kupata nguvu zaidi, kuwa na hamu ya kula vizuri, na niliweza tena kuchukua majukumu ya maisha hatua kwa hatua. – Marie Spaulding

Dondoo kutoka kwa "Vielelezo 200 Halisi vya Uponyaji wa Kimungu" na AL Byers

George Jeffreys - Mtu Aliyelemaa Aponywa Mara Moja

Bw. James Gregson aliponywa kimiujiza huko Leeds mnamo Aprili 1927. Umati mkubwa wa watu walioshuhudia muujiza huo watakumbuka kwa muda mrefu siku ya kupona kwake ghafla. Alikuwa kiwete kabisa, ambaye nguvu yake pekee ya mwendo ilikuwa kujisukuma chini kwa uchungu huku akiburuza miguu yake iliyopinda nyuma yake.

Nilikuwa fundi wa chuma kwa taaluma. Mnamo Februari 2, 1922 nilikutana na ajali mbaya. Nilianguka kutoka urefu hadi kwenye sanduku la makaa ya mawe, kila mfupa ukiondolewa mahali pake. Mgongo wangu pia uliumia. Nilipelekwa hospitalini, ambapo nilipokea kila matibabu ambayo hospitali ingeweza kutoa, lakini nikawa mlemavu asiye na msaada, asiye na matumaini. Ilinibidi nitambae ardhini; miguu yangu ilikuwa imepinda na nikaiburuza kwa mkao uliovuka. Sikuweza kukaa, lakini ilinibidi niseme uongo. Maisha yangu yalikuwa magumu. Mke wangu Jumatano jioni alisoma kwenye gazeti simulizi ya mwanamke aliyekuwa kipofu akipata kuona katika mikutano ya kampeni ya Mkuu George Jeffreys. Aliposoma, nilikuwa na uhakika kwamba ningeweza kuponywa ikiwa tu ningeweza kwenda kwenye mkutano. Nilienda Jumamosi kwa magongo yangu, nikiburuza miguu yangu nyuma. Usiku huo niliokolewa: Alinisamehe maovu yangu yote. Kisha nilienda tena Jumapili kwenye Ukumbi wa Michezo. Mungu pekee ndiye anayejua jinsi nilivyofika huko, na nilipofika huko nilikuwa na shida kubwa ya kuingia, lakini baadhi ya watu walinihurumia na kuniburuza nyuma.

Kisha wahudumu walinibeba na kunilaza mbele ya jukwaa. Mmoja wa waumini wa uamsho alinijia na kusema "Ndugu, huonekani vizuri; je, ninaweza kukufanya uhisi vizuri zaidi? " nami nikajibu, "Sihisi vizuri kamwe" kwa sababu nilikuwa na maumivu usiku na mchana. Mkuu wa shule aliniombea, na aliponiwekea mikono yake nilihisi kama mikono kumi na miwili ilikuwa imewekwa mwilini mwangu wote na nilihisi kila mfupa ukirudi mahali pake. Niliachiliwa mara moja na nikapona kabisa. Nilikuwa ngozi na mfupa tu; macho yangu yalikuwa yamezama kichwani mwangu. Ndani ya wiki mbili nilikuwa nimeongeza uzito wa kilo mbili, na niliendelea kupata mwili. Niliweza kurudi kwenye kazi yangu nikiwa na nguvu kama kawaida. Sijawahi kupoteza kazi ya siku moja tangu wakati huo kutokana na afya mbaya. Haleluya! Utukufu wote uwe kwa Mungu! Bwana asifiwe!"
Sehemu kutoka kwa *"Mionzi ya Uponyaji"* na George Jeffreys,

Timu ya Randy Clark - Ndugu Wawili Viziwi na Mabubu Waponywa

Wavulana wawili walileltwa kwangu na mama yao. Aliniomba nimwombee mkubwa ambaye alikuwa kiziwi na bubu. Baada ya maombi, nilimwomba atoe sauti na akazungumza. Ilinibidi nimuulize mama kama kweli alikuwa kiziwi na bubu kwa sababu alizungumza waziwazi. Mtafsiri wangu alisema, "Ndiyo, alikuwa." Alimwonyesha mwana mdogo wa mama na kusema pia alikuwa kiziwi na bubu. Sikumwamini mwanzoni lakini alisisitiza kwamba kwa kweli alikuwa kiziwi na bubu kama kaka yake. Bwana alikuja na mvulana akasikia na kusema. Nilimwambia Mchungaji James ahakikishe mara mbili kwamba wavulana wote wawili walikuwa viziwi na bubu na wote wawili waliponywa. Alithibitisha hilo.

Imeripotiwa na Charles Polston. Kutoka Ripoti ya Global Awakening ya tarehe 3 Februari, 2005. Imetumika kwa idhini yao.

Jennie Smith - Alipona Baada ya Miaka Mingi ya Mateso Makali

Tunatoa mfano wa tiba nyingine, ambayo hadithi yake imesomwa na wengi, na kusikika na wengi kutoka kwa midomo ya mgonjwa aliyeachiliwa huru mwenyewe. Historia ya ajabu ya furaha Jennie Smith, wa Philadelphia, inarudiwa katika kitabu kidogo "Kutoka Baca hadi Beulah." Ugonjwa wake, wa ajabu na wenye uchungu na uliendelea kwa muda mrefu kiasi kwamba mchungaji wake aliutamka "simulizi ya mateso mara chache kama ilivyowahi kulinganishwa, "hauwezi kuelezewa kwa kirefu hapa.

Inatosha kusema kwamba alikuwa kiwete asiyejiweza kwa takriban miaka kumi na sita, akiteseka mara nyingi maumivu makali zaidi.

Kiungo kimoja kilikuwa kinakabiliwa na mikazo mikali na isiyodhibitika kiasi kwamba kililazimika kufungwa kwenye sanduku imara, na mara nyingi kushikiliwa na mizigo mizito. Wakati wa mateso yake ya ajabu imani na utakaso wake vinaonekana kuwa vimewekwa katika mazoezi ya kusisimua sana, hivi kwamba kufanya kochi lake kuwa mimbari, alitumika sana kwa ajili ya kuharakisha maisha ya kiroho ya wale walio karibu naye. Wakati huo huo alianza kushikilia ahadi ya Mungu kwa ajili ya uponyaji wa mwili, na kupata ishara za nguvu zake kwa sehemu kadhaa, aliongozwa kuomba na kupata kupona kabisa.

Hadithi hiyo inatolewa kwa maneno yake mwenyewe. Baada ya siku ya mateso yasiyo ya kawaida, marafiki wachache Wakristo walikuwa wamekusanyika kumzunguka jioni alipokuwa amelala kwenye kiti chake cha ziada. Anasema: "Jioni hiyo ilitengwa kwa ajili ya maombi, ikiongozwa na mchungaji Everett. Baada ya saa moja au zaidi, baadhi yao walilazimika kuondoka. Ndugu mmoja, ambaye sikuwa nimekutana naye hapo awali, alipokuwa akipeana mikono kuhusu kuondoka, alisema, 'Dada yangu, unaomba mengi sana; una wasiwasi sana wa kupona.

Bwana anaweza kukutumia vyema ukiwa kitandani kuliko ukiwa miguuni.' Nilishukuru kwa maneno ya kaka huyo. Kisha nikaangalia moyoni mwangu kwa makini. Bwana aliyebarikiwa anajua nilijibu kwa uaminifu, 'Hapana, sina hamu ya kupona. Nimepata ushindi juu ya hilo. Kama joto la tanuru lingeongezeka mara elfu ningeweza kusema, Mapenzi yako yatimizwe, na kuhisi maumivu kungekuwa tamu ikiwa ningeonyeshwa kikamilifu kwamba ni mapenzi ya Baba kwamba niteseke. Na naamini wakati umefika kwangu kujua mapenzi hayo.' Hadi kufikia hatua hii ya mkutano hapakuwa na umoja wa akili ambao nilihisi lazima uwepo. Niliwaambia wale waliobaki, 'mnaweza kukaa nami hadi asubuhi ikiwa ni lazima? Ninahisi kwamba lazima iwe kwa kusubiri ndipo Baba yetu atatupa baraka. Je, tuna umoja katika jambo hili?'

Daktari wangu, Dkt. Morgan, ndiye wa kwanza kusema, 'Nitabaki, na nakubaliana nawe kabisa.' Wote walikusanyika karibu na kiti changu. Kundi hilo dogo haliwezi kamwe kusahau msimu huo. Sasa ilikuwa baada ya saa tatu. Tuliendelea kusubiri mbele za Bwana. Mara kwa mara mmoja au mwingine angenukuu, pamoja na maoni, maandishi yanayofaa ya maandiko, au kushiriki katika sala fupi. Kwangu mimi mwenyewe, nililala kimya kimya, bado nikiteseka, lakini nikiwa na hisia ya ajabu ya uwepo wa Mungu.

Mara nyingi nilikuwa karibu kutojali mazingira yangu, nilikuwa nimejishughulisha sana na ushirika na Baba yangu wa mbinguni. Yapata saa 5 niliongozwa kujitoa kwa Mungu kwa sauti katika utakaso mpya, nikisema: 'Ninaupa mwili huu upya - macho haya yaone, midomo hii yanene, masikio haya yasikie, na, ikiwa ni mapenzi yako, miguu hii yatembee - kwa ajili ya Yesu. Yote yaliyo yangu - yote, yote ni yako, Baba mpendwa. Mapenzi yako ya thamani yafanyike tu.' Hadi wakati huu hakukuwa na kukoma kuteseka au kuongezeka kwa nguvu, kwa kweli, nilikuwa dhaifu kuliko kawaida. Baada ya ukimya mfupi ghafla niliona mwangaza wazi wa uponyaji wa mkono uliopooza. Ilionekana kwangu kwamba ningeweza kuuona ukitolewa nje mzima.

Wakati huo huo Roho Mtakatifu alinipa imani ya kudai baraka kama hiyo. Ilionekana kana kwamba mbingu zilikuwa zimefunguliwa wakati huo, na nilikuwa na ufahamu wa ubatizo wa nguvu, kwa busara na kwa uhakika kama vile mshtuko wa umeme ulikuwa umepita kwenye mfumo wangu. Nilihisi nguvu ikiingia mgongoni mwangu, na kwenye viungo vyangu visivyojiweza. Nikiwa nimeweka mkono wangu kwenye mikono ya kiti, nilijiinua kwa mkao wa kukaa. Ndugu wa Garrigues, wakiwa wameketi pande zote mbili za kiti, walijitokeza mbele kwa kawaida na kunishika mkono. Hata hivyo, hii haikuwa lazima.

Dkt. Morgan, ambaye alikuwa ameketi karibu, alisogea mbele na kushusha ubao wa miguu, na huku mikono ya marafiki zangu ikiwa bado mabegani mwangu, nilisimama na kusimama kwa miguu yangu. Dada Fannie hakuweza kukumbuka kuniona nikisimama. Alishtuka sana hivi kwamba alirusha mikono yote miwili na kupiga kelele, 'Loo, Jennie, Jennie!' Hakuna maneno yanayoweza kuelezea hisia zangu. Utu wangu bado unasisimka kwa sifa ninapozungumzia saa hiyo. Niliposimama Ndugu NV. HG aliweka mkono wake kichwani mwangu, akisema, 'Mungu asifiwe, ambaye baraka zote hutoka kwake.' Wazo langu la kwanza lilikuwa 'Je, ninaweza kupiga magoti?' Niliomba kufanya hivyo, na nikapiga magoti kawaida kana kwamba nilikuwa nimezoea.

Kulikuwa na uwepo mwingi wa kimungu kiasi kwamba hakuna neno lililosemwa. Tulimimina roho zetu kimya kimya kwa shukrani na sifa. Kisha nikasimama na kutembea chumbani kwa urahisi na kwa kawaida; hakukuwa na miguno au hisia zisizopendeza. Niliketi kwenye kiti kinachotetemeka kwa dakika kadhaa. Ilionekana kuwa nzuri sana kiasi kwamba sikulazimika kujifunza kutembea. Viungo na mwili wangu vilionekana kama vimefanywa vipya."

Sehemu kutoka kwa *"Huduma ya Uponyaji"* na AJ Gordon

RA Torrey - Ulemavu wa Mtoto Unaponywa

Kulikuwa na mchungaji mmoja huko Dakota ambaye alikuwa na mtoto ambaye alikuwa ameumbwa vibaya. Kulikuwa na kasoro fulani kwenye uti wa mgongo wake kiasi kwamba mtoto mdogo alikuwa ameinama pamoja na tumbo likatoka, na kusababisha maumivu ya mara kwa mara, na mtoto hakuweza kulala. Wazazi walimleta mtoto huyo Minneapolis ili kuona wataalamu wangefanya nini, lakini wataalamu waliwaambia kwamba hakukuwa na tumaini kwa mtoto huyo, kwamba wangeweza kumtia kwenye plasta ili aweze kuishi, akiwa na ulemavu, si zaidi ya miaka miwili au mitatu. Ingawa wazazi walikuwa Wamethodisti, walikuwa na hamu kubwa ya afya ya mtoto wao kiasi kwamba walijaribu "Sayansi ya Kikristo," lakini hawakupata msaada wowote katika mfumo huo wa makosa. Kisha mchungaji akamwambia mkewe, "Tumpeleke kwa kaka Torrey." Walimleta nyumbani kwangu, mtoto mdogo wa miaka miwili hivi, mwenye umbo baya sana na akiteseka sana. Nilimchukua mtoto mikononi mwangu na kumwombea. Mungu alinipa imani inayohitajika na mtoto akapona. Utulivu ulikuja mara moja. Usiku huo alilala kawaida kwa mara ya kwanza, hata sehemu yenye kasoro ya mwili wake ilirekebishwa.

Miaka kumi na minane baadaye nilikuwa nikifanya mikutano huko Petoskey, Mich. Katika moja ya mikutano ya alasiri mchungaji wa Methodisti kutoka mojawapo ya miji ya jirani aliingia. Alisimama katika mkutano na kusimulia hadithi hii, akisema alikuwa baba wa binti huyo na kwamba alikuwa amepona kabisa na mgombea wa uwanja wa misheni ya kigeni. Yeye mwenyewe aliingia siku chache baadaye, mwanamke kijana mrembo na mwenye umbo kamilifu. Alikuwa katika Ukumbi wetu huko Los Angeles katika ibada zetu za Jumapili asubuhi wiki chache zilizopita.

Sehemu kutoka kwa "Uponyaji wa Kiungu" na RA Torrey

AC Valdez Sr. - Macho Mapya Yameundwa

Nilimjua mtu aliyeitwa "Martin Kipofu." Kulikuwa na sehemu tambarare tu ambapo macho yake yalipaswa kuwa. Wataalamu bora zaidi nchini Marekani walikuwa wamemchunguza katika Chuo Kikuu cha Johns Hopkins. Wanaume hawa walisema kwamba hakukuwa na njia yoyote ambayo angeweza kuona. Martin Kipofu alikuwa ameolewa na mwanamke mrembo ambaye alimtunza vyema. Yeye na mkewe walipohudhuria ibada na kusikia miujiza ikitokea pande zote, imani yao iliongezeka. Usiku mmoja wakati wa ibada, nilishuhudia kitu kinachonifurahisha hadi leo—kazi isiyoeleweka na isiyoelezeka ya Bwana. Martin Kipofu alisimama. Hakujua ni kwa nini. Uwekundu ulionekana kwanza kwenye sehemu tambarare ambapo macho yalipaswa kuwa. Sehemu hizi zilianza kuvimba na kuvimba. Kisha kitu kisicho cha kweli kikatokea. Macho, ukubwa wa kuku, yalikuwa yanaanza kuunda. Kidogo kidogo, yalipanuka hadi ukubwa wa kawaida, "Ee Bwana, naona!" Martin alipiga kelele. Machozi ya shukrani yakaanza kutiririka kutoka kwa macho mapya ya Martin. Niliweza tu kushangaa kazi ya Bwana. Macho ya Martin hayakuwa pekee yalikuwa na unyevunyevu!
Sehemu kutoka kwa *"Fire on Azusa Street"* na AC Valdez, Sr.

Brian Fenimore - Uponyaji Usiotarajiwa wa Mchungaji wa Baptist

Nilikuwa nikifanya mkutano huko Wisconsin. Jamaa mmoja alikuwa amemleta jamaa mwingine kwenye mkutano. Mtu huyo, ambaye alikuwa ameletwa, alikuwa mchungaji wa Kibaptisti huko Amerika Kusini na alichukia mikutano ya Kikarismatiki. Mtu aliyemleta alikuwa mfuasi wake; kwa kweli alikuwa mmoja wa wachangiaji wake wakubwa. Mtu huyo alimwambia mchungaji kwamba angekuja kwenye mkutano na mchungaji hakuhisi kama alikuwa na chaguo kubwa. Sasa fikiria mtazamo wa mchungaji kuja kwenye mkutano huu ambao ninashikilia ambapo ninawaombea wagonjwa.

Alikuwa amekasirika nami. Kwa kweli niligundua alikuwa amekasirika nami karibu katikati ya mkutano. Hakukuwa na tabasamu usoni mwake, badala yake kulikuwa na hasira ya ajabu na mwonekano uliosema, "Nitakuua." Niliweza kuona, ingawa alikuwa ndugu yangu katika Kristo, alitaka niende mbinguni kabla yake. Niligundua kuwa ni bora niache kumtazama kwa sababu alikuwa akiharibu imani yangu. Kwa hivyo niliacha kutazama upande ule wa chumba. Nilimtazama mara moja na alikuwa na mwonekano huu ambao ulikuwa na hasira sana. Nilikuwa nikifikiria, "Sijui nitafanya nini lakini nitatoka chumbani humu kabla hajanikamata." Mwishoni mwa mkutano tulianza kuwaombea watu. Kulikuwa na mwanamke ambaye alikuwa na mzio ambao ulifanya maisha yake kuwa magumu na Bwana akamponya hapo hapo. Ilishangaza kila mtu chumbani. Mchungaji aliona hilo. Kwa hivyo nilialika timu ya huduma kuja na kuomba.

Watu walikuwa wameamka wakiomba nilipomwona mchungaji akiinuka. Sasa hakuwa akiangalia mlango, alikuwa akinitazama alipokuwa akitembea. Nilijiambia "hapana. Anakuja kunipiga." Nilijaribu kusimama katika nafasi yangu "takatifu" alipotembea. Alisimama mbele yangu na kusema, "Niponye." Nilishangaa sana nikasema "Nini?" Aliniambia "Nataka kuponywa sasa hivi." Nilipomuuliza ana tatizo gani, alisema; "Naam, nina tatizo la tumbo na goti langu linaniuma, na nataka kuponywa sasa hivi." Hakuuliza hata kama ningemwombea. Alitaka tu kuponywa.

Kwa hivyo nilimwalika Roho Mtakatifu aje. Nilimwambia "unatambua kwamba siwezi kukuponya, kwa hivyo tusubiri tu Bwana afanye hivyo." Tuliketi tu pale na nikamtazama kwa muda. Nilimwambia "Sitafanya chochote isipokuwa Bwana aonekane." Aliuliza, "Hilo linamaanisha nini?" Nikasema tu, "Utagundua tunapoendelea." Bwana alianza kumhudumia. Alikuwa amesimama mikono yake ikiwa imenyooshwa na macho yake yamefungwa. Mikono yake ilianza kutetemeka. Nikamuuliza kama angeweza kuhisi hivyo. Akasema "hisi nini?" Nilimwambia afungue macho yake na kutazama. Alifungua macho yake na kutazama mikono yake kana kwamba haikuwa yake. Aliuliza, "Inatokeaje?" Alitazama mikono yake kana kwamba haikuwa kitu kilichounganishwa naye. Nilimwambia alikuwa akihisi Roho Mtakatifu. Bado haikuwa ikibonyeza, na akasema "lakini sina udhibiti wa mikono yangu na siwezi kuhisi hivyo." Nilimhakikishia kwamba ilikuwa sawa na nikamwambia apumzike.

Pia alitokwa na jasho hili kubwa. Lilikuwa likimtiririka usoni mwake na kujikusanya pande zote mbili za kidevu chake. Kulikuwa na mengi sana kiasi kwamba yalikuwa yakitengeneza kijito cha maji kilichomfanya awe na kidimbwi kifuani mwake. Nilimuuliza kama alihisi joto na jibu lake lilikuwa "Hapana." Hakuweza kugusa mwili wake mwenyewe. Cha kushangaza nilipomuuliza kama alihisi chochote alisema, "Sihisi chochote." Nilianza kumuuliza Mungu alikuwa akifanya nini na Mungu akaniambia "Brian, ninamhudumia, lakini hajui. Amejitenga kwa hivyo jikaze tu na ufanye kile ninachokuambia ufanye." Mungu aliniambia niweke mkono wangu karibu na tumbo lake, kwa hivyo nilimuomba ruhusa na mchungaji akakubali. Bwana akasema "mwambie nitamponya kisha nitamfanya mwinjilisti wa uponyaji na kumrudisha nchini mwake." Nilifikiri "oh hapana, ni fujo gani" lakini nilifanya kile Mungu alichoniambia nifanye na nikaweka mkono wangu karibu na tumbo lake na kumwambia "Bwana atakuponya na atakufanya mwinjilisti wa uponyaji na kisha atakurudisha katika nchi yako kama mfufuaji."

Alikuwa akitetemeka tu na nikamuuliza aniambie alichohitaji kuponywa. Alisema "tumbo langu linauma na goti langu." Bwana aliniambia niombee goti lake. Kwa hivyo niliweka mkono wangu chini kwenye goti lake na kulishika haraka sana. Bwana aliniambia nizungumze na goti na kuamuru maumivu yatoke. (Unaona ni rahisi Mungu anapokuambia la kufanya.) Nikasema , "Kwa jina la Yesu naamuru maumivu yatoke." Mtu huyo alisogeza mguu wake kwa dakika moja na kusema, "hmm hauumi tena." Kisha Mungu akaniambia, "Hakuambii, lakini ana matatizo mengi ya mmeng'enyo wa chakula hivi sasa na anza tu kuomba vitu hivyo vitoke." Nilipoomba niliona picha za matumbo yenye vitu hivi vyote vilivyovimba. Nilianza kuamuru uvimbe utoke na tumbo lake likaanza kusogea. Bwana alimponya papo hapo. Sasa hiyo ilikuwa ya kufurahisha.

Rolland na Heidi Baker - Vipofu Wanaona, Viziwi Wanasikia, na Wengi Wanaokolewa

Filamu inapoisha na Yesu anainuka angani akirudi mbinguni, tunawasha taa chache za umeme zisizo na rangi na Heidi anaruka juu kuwasalimia umati akiwa na mkalimani wake wa Kimakua. Anaanza na Makua mwenyewe, jambo ambalo linawasisimua kila mtu. Hebu fikiria msichana Mmarekani mwenye nywele za blonde akizungumza lahaja yao ya kikabila isiyoeleweka huko nje katika kijiji hiki! Na kisha "Mama Aida" anamimina moyo wake akielezea Yesu huyu wa ajabu, aliye hai ambaye ndiye tumaini lao moja la wokovu, mtu mmoja ambaye lazima wampate na kuwa naye milele. Yeye ni Mungu aliyefunuliwa. Nani anamtaka? Nani anataka msamaha wake, moyo wake, uzima wake wa milele? Wakati huu hakuna anayetupa mawe na mchanga. Hakuna anayepiga kelele, kudhihaki na kuvuruga mkutano. Kila mtu katika umati huu ana shauku kubwa ya kufuatilia habari hii njema, wokovu huu ambao wamepewa kwa mara ya kwanza.

Lakini subiri. Kuna zaidi. Kila mtu anayehitaji uponyaji, njoo mbele! Hasa vipofu na viziwi! Yesu yuko hapa kuponya! Umati mdogo unasonga mbele, bila kujua haswa cha kutarajia. Heidi anampata mwanamke kipofu na kuanza kumwombea kwa upole na upole. Dakika zinapita. Acha imani na upendo vitiririke. Shindana kwa ajili ya uponyaji. Simama imara. Pumzika katika nguvu Zake. Muda si mrefu mwanamke anaweza kuona, lakini vipi waziwazi? Endelea kuomba. Inua funguo, vidole, vitu vingine. Anavitambua vyote. Sasa anaweza kuona waziwazi. Ana furaha sana, na habari zinaenea katika umati. Tunafurahi sana . Kiziwi bubu anatokea. Tena Heidi na sisi sote tunaomba. Subira. Usiache. Endelea kuomba. Anaanza kuzungumza, akishawishi. Je, anaweza kusikia? Je, anaweza kurudia maneno? Katika dakika chache, anaweza! Na kisha anaanza kurudia sentensi nzima waziwazi na kwa urahisi. Watu wanagundua na kufurahi kwa furaha. Imekuwa miaka mingi tangu mtu yeyote alipomsikia akizungumza - hawawezi kukumbuka ni kwa muda gani. Kijiji kizima kinawajua hawa wawili na kile ambacho Yesu amewafanyia. Sasa ni nani anayetaka kumfuata Yesu? Kila mtu!! Hivi sasa! Kijiji kimefufuka na hakitakuwa kama kilivyo…

Tunaomba pamoja na kila mtu pamoja. Tunasherehekea. Wamisionari wetu wanaotutembelea na wachungaji wa eneo hilo hubadilishana kuwatia moyo waumini wapya. Tunaendelea kuwaombea wagonjwa. Tayari tunaanza kufikiria jinsi ya kumleta mchungaji kijijini hapa na kuimarisha kile ambacho kimetimizwa katika usiku mmoja.

Kutoka kwa jarida la Iris Ministries la tarehe 9 Novemba 2004. Unataka kujua zaidi kuwahusu tembelea tovuti yao kwa: www.irismin.org

Charles Spurgeon - Mwendawazimu Anaokolewa

Mtu mwingine, ambaye alikuwa mgeni jijini London kutoka Wales, ambaye alikuwa na matatizo ya kiakili kutokana na kasoro fulani ya kimwili au ugonjwa, aliomba kwa huruma sana kwa familia yake imwagize Bw. Spurgeon, ili aweze kusali kando ya kitanda chake. Waliona kama ni upuuzi wa akili ya kichaa. Lakini hatimaye walikubali kumwomba Bw. Spurgeon amtembelee. Sala ya Bw. Spurgeon siku hiyo ilikuwa na athari ya kutuliza zaidi kwa maskini kichaa na ilionekana kwa kiasi fulani kurejesha usawa wake wa kiakili. Familia ilishangaa na kufurahishwa sana na athari ya ombi hilo kiasi kwamba, ingawa walilikubali kabisa kwa sababu za asili, walimwombea kwa dhati kabisa Bw. Spurgeon arudi.

Alikuja nyumbani usiku huo huo, baada ya ibada ya jioni, na akabaki kwa muda, akiomba kwa moyo wake wote kwa ajili ya kupona kwa mgonjwa, ambaye mgonjwa maskini alijiunga naye kwa huruma kubwa. Bw. Spurgeon, mwenyewe, alisema baadaye kwamba alipokuwa akiomba kwa moyo wake wote na kujaribu kuamini kwamba mgonjwa angepona, lakini hakuweza kujishawishi kwamba ziara yake ilikuwa na manufaa mengine yoyote ila tu kutuliza hisia za wauguzi, ambao walisumbuliwa na kilio cha maskini. Lakini usiku baada ya maombi kutolewa, mgonjwa aliamka kwa mshangao na kilio, ambacho kiliwaogopesha wauguzi wake. Lakini alionekana kuwa na akili timamu kabisa. Alitangaza kwamba alikuwa ameota kukutana na Mwokozi, na kwamba Mwokozi alikuwa amemhakikishia kwamba pepo walikuwa wamefukuzwa. Siku chache baadaye, aliweza kutoka nje ya nyumba, na muda mfupi baadaye akahamishiwa Kanada, ambapo amekuwa mfanyabiashara aliyefanikiwa, baada ya kubebwa hadi kaburini mwake mwaka wa 1882.

Dondoo kutoka 1892 "Maisha ya Charles Haddon Spurgeon" na Russell H. Conwell.

Francis MacNitt - Wanawake Wenye Miguu Iliyopooza Wamepona

Mfano wa ajabu zaidi wa uponyaji kupitia maombi ya kuloweka ambao nimewahi kuona ulitokea baada ya mafungo tuliyotoa katika Dayosisi ya Sonson, Rionegro, Kolombia, Amerika Kusini, mnamo Februari 1975. Askofu Alphonso Uribe alinialika kutoa mafungo kwa ajili ya mapadri huko, na timu yetu ilijumuisha Padre Carlos Aldunate, SJ (wa Chile), Sista Jeanne Hill, OP, Bi. William Callaghan, na Alberto del Corral kama mtafsiri. Ingawa mafungo yalikuwa ya mapadri, watu wengine walisikia kuhusu hilo na walikuja kwenye maeneo ya mafungo wakiomba maombi.

Kwa hivyo haikuwa mshangao kwangu kupata, baada ya mkutano uliopita (karibu saa 4 jioni) Bi. Callaghan, Dada Jeanne na wengine wakimwombea mwanamke kijana wa Colombia; waliniita kunionyesha mguu wake ulioharibika na kuniambia kwamba tayari kuna kitu kimetokea—kwamba mguu ulikuwa umekua inchi moja au zaidi. Kwa hivyo nilijiunga nao katika maombi yao. Nikizungumza na mwanamke huyo wa miaka 19, Teresa Patino, niligundua kuwa alikuwa amekanyaga kitu chenye ncha kali kwenye kinamasi alipokuwa na umri wa miaka mitano tu. Kutokana na ukosefu wa huduma sahihi ya kimatibabu, maambukizi yalitokea na kisha yakaingia kwenye mfupa wake na kuwa osteomyelitis. Matokeo yake mguu wake wa kulia ulikuwa umepinda, kama ilivyokuwa, kuanzia goti hadi chini. Ulikuwa mfupi kama inchi sita kuliko mguu mwingine na pia ulipinda. Pia kulikuwa na kovu refu ambapo jaribio la kupandikiza mfupa lisilofanikiwa lilikuwa limefanywa.

Tulipoomba kwa upole kwa saa mbili, mguu ulionekana kukua kwa takriban inchi moja. Karibu sisi wanane tulikuwa tunaomba, tukimshika mguu wake kwa zamu (kwa kuwa kupiga magoti kwa saa kadhaa kunaweza kuwa chungu). Askofu mwenyewe aliomba kama sehemu ya kikundi. Kisha tukachukua mapumziko kwa chakula cha jioni na tukarudi kuomba kwa saa nyingine mbili usiku huo. Tena, ilionekana kwamba mguu wake ulikua kwa inchi nyingine. Pia, mguu uliopinda ulikuwa ukinyooka polepole. Hungeweza kuona ikitokea, kwa sababu ilikuwa polepole sana, lakini kwa kulinganisha urefu kila baada ya dakika 10 hivi, tuliweza kuona mabadiliko ya kulinganisha yakitokea.

Siku iliyofuata tulikusanyika nyumbani kwa Alberto del Corral huko Medillin—tena na Askofu Uribe—na kuomba saa mbili zaidi asubuhi na saa mbili alasiri, maombi ya aina hii yanakuondoa mengi. Siku hii mguu ulionekana kukua inchi nyingine (ulikuwa umekua inchi tatu hivi siku iliyopita), kiasi kwamba kufikia jioni kulikuwa na tofauti ya inchi mbili tu kati ya miguu hiyo miwili. Cha kushangaza zaidi, hata hivyo, mguu wa kulia, ambao ulikuwa tambarare na haukuwa na tao la kuzungumzia, ulikua na kubadilisha umbo hadi tao lilipoingia kama katika mguu wa kawaida. Vidole vya miguu vya mguu ulioharibika, ambavyo vilikuwa karibu nusu ya ukubwa wa vile vya mguu mwingine, pia vilikua hadi vilikuwa karibu ukubwa wa vile vya mguu wake wa kawaida. Katika kipindi cha saa chache vidole vya miguu yake ya kulia vilikuwa karibu mara mbili kwa ukubwa!

Matukio mengine kadhaa yasiyo ya kawaida yalitokea ambayo yalitusaidia kuelewa vyema baadhi ya mambo ambayo tulikuwa tumejifunza kuhusu uponyaji. Yalihusiana na uhusiano kati ya uponyaji wa mwili na uponyaji wa kiroho. Mara mbili tuligundua kuwa kulikuwa na hitaji la uponyaji katika kiwango cha kiroho; utambuzi wote wawili—moja asubuhi, moja alasiri—ulikuja kwa sababu uponyaji na ukuaji ulionekana kusimama. Baada ya kukoma kwa mara ya kwanza tuligundua kuwa Teresa alihitaji kumsamehe mama yake kwa kile kilichotokea baada ya osteoporosis kukua. Kwa sababu familia yake ilikuwa maskini mama yake Teresa ilibidi amtoe Teresa na kumruhusu watu wengine ambao wangeweza kumudu kupata matibabu sahihi. Ilikuwa jambo pekee ambalo lingeweza kufanywa katika hali hiyo lakini kwa Teresa akiwa mtoto ilionekana kama kukataliwa. Baada ya kumwomba Teresa amsamehe mama yake na baada ya kuomba uponyaji wa ndani wa hisia zake za kukataliwa, mguu wa Teresa ulianza tena kunyoosha na kukua.

Tukio la pili lilitokea wakati wa alasiri ambapo mguu ulionekana kuacha kukua tena (hii ilikuwa vigumu kila wakati kubaini, kwani ungeweza kuchunguzwa tu kwa kipimo cha kulinganisha kwa muda wa labda nusu saa). Wakati huu tuligundua kwamba kaka wa Teresa alijeruhiwa vibaya katika ajali miaka kadhaa iliyopita na alikuwa amempa Mungu hali yake ya ulemavu ikiwa tu angemwachilia kaka yake afe. Kwa hivyo alikuwa akihisi hatia kuhusu uponyaji unaotokea, kwani ilionekana kwake kama kurudi nyuma kwa ahadi aliyowahi kumpa Mungu. Hapa Askofu Uribe aliingilia kati kusaidia kwa kutumia mamlaka yake, kama mwakilishi wa Mungu ili kumweka huru kutokana na athari za nadhiri yoyote kama hiyo. Kwa mara nyingine tena mguu wake ulianza kupona.

Siku hiyo ya maombi ilipoisha, pia tuliona jinsi kovu kubwa kwenye mguu wake lilivyokuwa limekaribia uso na, isipokuwa katika madoa mawili, sasa lilikuwa jeupe badala ya rangi ya zambarau kama ilivyokuwa katika urefu wake wote tulipoanza siku iliyopita. Kwa kuwa kufikia sasa mguu wake wa kulia ulikuwa umekua vya kutosha kufikia ardhi (kwa miaka mingi alikuwa akihitaji magongo kwa sababu mguu wake wa kulia ulikuwa mfupi sana kufikia ardhi), Teresa alitaka kujaribu kutembea kwa mara ya kwanza tangu alipokuwa mtoto, lakini tulimwambia asubiri hadi atakapokuwa ameuangalia kwa daktari.

Alberto alijitolea kumpeleka kwa daktari na kuunda timu ambayo itaendelea kusali naye. Askofu Uribe, pia, aliahidi kumtembelea nyumbani kwake na kuomba naye mara moja kwa wiki. Tangu wakati huo mguu wake umeendelea kukua hadi kuna tofauti ya nusu inchi pekee. Katika kikao kimoja mguu wake uligeuka hadi kovu lililokuwa limeunda mviringo chini ya mguu wake likawa mstari ulionyooka kutoka goti hadi mguuni. Kundi hilo lilimchunguza daktari ambaye alimchunguza Teresa na kusema kwamba mfupa bado ulikuwa umevunjika na dhaifu na akashauri asitembee bado. Alberto anaelezea maendeleo zaidi: Muda mfupi baada ya kumtembelea daktari, kundi lilikusanyika tena na Askofu Uribe kwa maombi zaidi. Tulipomwekea mikono Teresa tuligundua kuwa mahali ambapo mfupa ulivunjika palikuwa na joto sana na uvimbe ulipungua sana kwa ukubwa.

Tuliomba kwa takriban saa mbili na hatimaye Askofu Uribe alimwomba Teresa anyooshe mguu na mguu wake, kitendo ambacho kila mara kilisababisha maumivu mengi. Kwa kusita, Teresa alinyoosha mguu wake na alipofanya hivyo, mfupa ulikaa mahali pake kwa mara ya kwanza baada ya miaka mingi. Hakuhisi maumivu wala usumbufu aliposogeza mguu wake.

Sote tulikuwa na furaha na shukrani, kwani ilionekana kana kwamba mfupa ulikuwa umeunganishwa. Hata hivyo, tulimshauri Teresa amwone daktari kabla ya kutumia mguu wake. Siku kadhaa baadaye aliwaona madaktari wawili tu, ambao wote walithibitisha kwamba mfupa wake ulikuwa umeunganishwa."

Sasa, kwa mara ya kwanza katika miaka 14, Teresa anatembea tena. Haiwezekani kuhesabu haswa ni saa ngapi za maombi ya kuloweka ziliingia katika uponyaji huu wa ajabu. Wala ni watu wangapi waliomba. Na bado kuna haja ya maombi zaidi kwa mguu bado yanahitaji uponyaji zaidi. Lakini uponyaji mwingi, ambao ulihitaji mguu na mguu wake ukue na kunyooka na kurekebishwa—wakati madaktari walikuwa wamekata tamaa ya uboreshaji wowote zaidi—sasa umefanyika.

Tena—haiwezekani kusema kwa hakika—sidhani kama uponyaji wowote wa Teresa ungetokea kama hatungejifunza kitu kuhusu muda unaohitajika katika kuomba uponyaji, wala kama kusingekuwa na marafiki walio tayari kutumia saa nyingi wakiwa wamekusanyika karibu na Teresa katika maombi.

Kuona mabadiliko yakitokea katika mguu ulioharibika kama wa Teresa ni jambo la kusisimua; kuona machozi ya shukrani machoni pake alipohisi mguu wake ukiimarika ndiyo thawabu yote ya kibinadamu ambayo mtu yeyote angehitaji baada ya kutumia saa nyingi akiomba naye. Lakini unapoanza kuomba, huwezi kujua—isipokuwa Mungu afunue—ni kiasi gani kinaweza kutokea, au kutotokea. Na ni kazi ngumu—wakati mwingine, inachosha.

Haishangazi Yesu aliita uponyaji wake kama "matendo"—"Kazi ninazozifanya kwa jina la Baba yangu ni ushuhuda wangu" (Yohana 10:25), badala ya "miujiza." Kuona athari za maombi ya kuloweka kumenipa mtazamo mpya kabisa kuhusu uponyaji. Ilikuwa kwamba nilipopita kiwete ningejiuliza kama maombi yangemponya, lakini wakati huo huo ningehisi kwamba nafasi za kupona – ingawa inawezekana – zilikuwa ndogo. Sasa ninapomwona kiwete najiuliza tu kama hangeweza kuponywa, au angalau kuimarika sana, ii kulikuwa na mtu tu ambaye angeweza kuchukua muda wa kukaa kando yake na kuomba.

Sehemu kutoka kwa *"Nguvu ya Kuponya"* na Francis MacNutt. Francis MacNutt, wakati huu, alikuwa Kasisi Mkatoliki na alikuwa na athari kubwa kwa Ufufuo wa Kikarismatiki ndani ya Kanisa Katoliki. Katika miaka ya 1970 aliacha ukuhani, hatimaye akaoa, akajiunga na Dayosisi ya Kiaskofu ya Florida na kuanzisha Huduma za Uponyaji wa Kikristo. Unaweza kupata taarifa zaidi kwenye tovuti ya huduma: www.christianhealingmin.org

Heidi Baker na Supresa Sithole – Mchungaji Aponywa Katikati ya Kifo

3 AGOSTI, MAPUTO, MSUMBIJI — Surpresa Sithole, mkurugenzi wetu wa kitaifa wa Msumbiji, anaonekana kutokuwa na uwezo wa kufikiria vibaya. Akiwa amejaa Roho Mtakatifu, anatabasamu sana na kucheka kwa urahisi katika hali zote. Yeye ni mwenzangu wa kila mara msituni, na tunaenda kila mahali tukihubiri pamoja. Yesu kwa njia ya ajabu alimwita mbali na wazazi wake wa mganga wa kijijini na amemfanya kuwa kiongozi mwenye nguvu miongoni mwa makanisa yetu.

Lakini kwa muda mfupi leo yuko makini zaidi. Anawasiliana nasi kwa simu kutoka Afrika Kusini, na tena tunakabiliwa na mtihani wa imani. Simon Ndubani, mmoja wa wachungaji wetu hodari na mjumbe wa tume yetu ya uongozi nchini Afrika Kusini, ni mgonjwa. Kwa kweli, karibu amekufa. Kuanzia kukohoa na kuhara, amekuwa akipungua uzito kwa mwaka mmoja, lakini bila pesa za daktari hajagunduliwa. Watu wanapendekeza kwamba ana saratani ya tumbo iliyoendelea, au UKIMWI - lakini amepimwa na kupimwa hana VVU. Kwa kawaida akiwa mtu mkubwa sana, ni ganda lililopungua la kile alichokuwa hapo awali. Katika siku tatu zilizopita amedhoofika ghafla. Ana maumivu makali. Hawezi kula. Hawezi kutembea. Leo hawezi hata kusogea au kugeuka kitandani. Maono yake hayaoni vizuri, na katika saa chache zilizopita amepoteza usemi na kusikia.

Ni vigumu kuelewa, lakini Simon amekuwa mmoja wa wahubiri wetu wenye vipawa vingi, na ameonyesha imani kubwa. Yesu amemtumia kuponya vipofu na vilema mara moja. Watu wengi waliokata tamaa katika kanisa lake wamemjia kwa maombi, na wameokolewa. Anajulikana kama mtu mkuu wa Mungu. Lakini sasa yuko mlangoni pa kifo, fukara na hana msaada. Hana pesa, bima au marupurupu ya kiafya. Familia yake haina usafiri. Mke wake analia na yuko karibu kufa.

Hii ni habari mbaya sana. Vipi kuhusu sifa ya Mungu? Makanisa yetu yatashughulikiaje kukata tamaa huko? Tutasema nini? Mimi na Surpresa tunaomba kwa simu, na tunaendelea kuomba, pamoja na wengine wengi. Surpresa humpeleka Simon hospitalini na kumpeleka mwili wake mwembamba na wenye mifupa chumbani kwake. Simon yuko kwenye hali ya kukosa fahamu, na bado Surpresa inabidi ampeleke chooni kila baada ya dakika kumi. Ni fujo kubwa. Daktari anatarajia Simon afe usiku wa leo. Akiishi siku tatu, itakuwa muujiza. Mke wa Simon anaogopa na kufadhaika sana kiasi kwamba hataingia hospitalini kumwona.

Mimi na Heidi tuna mikutano mikubwa ya mikutano inayokuja katika siku chache zijazo nchini Msumbiji. Tunapaswa kuhubiri Habari Njema kwa maelfu ya wagonjwa na maskini wasio na tumaini lolote isipokuwa Yesu. Hatuwezi kutetea sifa ya Bwana. Tutaendelea kumpenda Yeye tu. Simoni ni wako, Yesu. Wewe uwe Mungu na daktari wake. Sisi ni wako, na tutaendelea kuishi kwa ajili yako.

Na hivyo usiku kucha na siku inayofuata tunaendelea kumwombea Simon — na kujiandaa kwa mikutano yetu huko Maputo na kaskazini. Usiku mwingine unafika, na Simon bado hajawa hai. Tunaenda. Hakuna mwelekeo ila juu, moyoni Mwake. Jumamosi inafika, na Surpresa anatarajiwa kufungua mkutano wetu wa kikanda kwa majimbo yetu ya kusini usiku wa leo. Lakini bado yuko hospitalini na Simon. Ninampigia simu tena, akipigana vita vizuri vya imani, kwa sababu anahitaji kuendesha gari mara moja hadi Msumbiji.

Surpresa anajibu kwa unyenyekevu wa ajabu. "Naam, inaonekana kama muujiza mkubwa umetokea. Nimekuwa nimekaa hapa na Simon asubuhi ya leo, na tumekuwa tukizungumza na kucheka kwa saa nyingi. Kwa kweli, Simon hakumbuki kwenda hospitalini au hata kwa nini yuko hapa! Yuko sawa. Madaktari watampa damu ya ziada, watampima vipimo vichache, na kumrudisha nyumbani..."

Surpresa anamwachia Simon pesa za chakula na usafiri, na kuelekea Maputo ambapo tuna mkutano mzuri. Siku chache baadaye tunasikia kwa simu kwamba Simon anafanya yote aliyokuwa akifanya... Yesu ndiye mwenye kauli ya mwisho!

Kutoka kwa jarida la Iris Ministries la tarehe 14 Agosti 2002. Unataka kusoma zaidi kisha nenda kwa: www.irismin.org

James Moore Hickson - Mwanamke Aliyeponywa Lupus

Mojawapo ya mifano mizuri zaidi ya uponyaji wa Kristo katika siku zetu ni ule wa mwanamke maskini aliyekuwa akiugua lupus. Alikuwa amepata riziki yake kwa kuoshwa, lakini kadri muda ulivyosonga watu walianza kuogopa kumtumia kwa sababu ya ugonjwa wake. Kisha akahisi kwamba alikuwa mtu aliyetengwa, na hakujua jinsi ya kuishi. Mateso na dhiki yake yalikuwa makubwa sana hivi kwamba alijaribiwa kujiua. Aliletwa kwa ajili ya maombi na kuwekewa mikono, na sitasahau kamwe kumuona mwanamke huyo maskini, akionekana mnyonge kabisa, uso wake ukiwa na ugonjwa mwingi. Ningeweza tu kuushika mkono wake na kuuweka mkononi mwa Kristo. Tulipokuwa tukisali pamoja, nilitambua huruma yake sana kiasi kwamba sikuweza kuzuia machozi. Nilijua kwamba Yesu alikuwa pamoja nasi, lakini macho yake ya kiroho yalifunguliwa kumwona, na akaniambia baadaye, 'Nilimwona Bwana. Alikuwa amesimama mbele yangu, na Mikono Yake ilikuwa juu yako.' Bwana wetu alimponya mwanamke huyo, nasi tunaweza kusema kwa mioyo yetu yote leo, au ni kweli 'Mhimidi Bwana, ee nafsi yangu, wala usizisahau fadhili zake zote: Ambaye anakusamehe maovu yako yote, Ambaye anaponya magonjwa yako yote; Ambaye anakomboa uhai wako na uharibifu; Ambaye anakuvika taji ya fadhili na rehema.'

Sehemu kutoka kwa *"Bwana Harusi Anakuja"* na James Moore Hickson.

Laana Huvunjika na Mwanamke Hutembea

Katika Mithali 17:19 inasema "Yeye arudishaye mabaya kwa mema hulaaniwa." Ukweli ni kwamba ukimtendea mabaya mtu anayekutendea mema basi laana itaachiliwa. Nyingine iko katika Marko 11:12-14, 21 na 22. Huyu ni Yesu akiulaani mtini. Katika kisa hiki aliulaani mtini lakini athari haikuonekana kwa siku moja. Watu hufikiri kwamba kwa sababu wanasema laana lakini tatizo halionekani mara moja basi halina athari. Ina athari, iwe unaiona baada ya muda mfupi au zaidi ya miaka kumi. Athari ITAWAtokea watu.

Wakati mmoja nilipokuwa huko Mexico nilimwombea mwanamke mmoja mwenye tatizo la kimwili. Jambo moja ambalo Bwana aliniambia ni kwamba kaka na dada zake walimlaani kuanzia umri wa miaka mitatu na kuendelea. Alikuwa karibu na ulemavu kabisa na ilibidi tupitie na kumfanya awasamehe kaka na dada zake. Ilinibidi nivunje nguvu ya laana juu yake na nilipofanya hivyo Bwana alimponya kabisa. Alichukua kibegi chake cha mkono na kukitupa kando na Bwana akamponya papo hapo. Nilishangaa tu kwamba muujiza ungeweza kutokea. Unajua ni mara ngapi alikuwa ameombewa kanisani na hakuponywa? Kulikuwa na chanzo cha msingi cha hilo . Unaposhughulika na watu kihisia, kiroho, au kimwili na hakuna mafanikio basi unahitaji kuanza kuchimba zaidi na kupitia njia zaidi katika maisha ya mtu huyo.

Kuna sababu kwa nini hilo bado lipo. Unajua kwa nini kanisa limechanganyikiwa sana kuhusu uponyaji? Hatuwezi kujua kwa nini Mungu anasema atawaponya watu kisha hawaponi. Tafadhali tambua, kwa wema, hili halitokei bila sababu. Hakuna kitu katika ulimwengu huu kinachotokea bila sababu.

Hakimiliki © 2004 na Plumbline Ministries. Kutoka kwa mafundisho ya *"Baraka na Laana"* na
Brian Fenimore. Imetumika kwa ruhusa yao. Kwa maelezo zaidi tazama: http://plumblinem.com
http://healingandrevival.com/testimonies/?p=226

Unyonyaji Mkubwa - 1- Viungo vya Podikasti ya Sauti

Sura ya 1 Utangulizi -
https://anchor.fm/otakada.org/episodes/Introd–to-Enough-is-Enough-to-Captivity-of-Satan-and-Welcome-to-Freedom-in-Christ—light-baptism-eshkai

Sura ya 2 Sehemu ya 1 -
https://anchor.fm/otakada.org/episodes/Part-1-Enough-is-Enough-to-Captivity-of-Satan-welcome-to-freedom-powered-by-hunger-and-anger-part-1-esfrdk

Sura ya 3 Sehemu ya 2
https://anchor.fm/otakada.org/episodes/Enough-is-Enough-to-Captivity-and-welcome-to-Freedom—How-to-heal-or-be-cured-of-COVID–19–part-2-er35cm

Sura ya 4 Sehemu ya 3 -
https://anchor.fm/otakada.org/episodes/Enough-is-Enough-to-captivity-of-the-devil–Welcome-to-FREEDOM-in-Christ-Jesus—Activation-part-3-er5bu4

Sura ya 5 Sehemu ya 4 -
https://anchor.fm/otakada.org/episodes/Enough-to-Captivity-of-Satan–Welcome-to-the-Freedom-in-Christ-can-Christians-be-demonized–Part-4-errv2l

Sura ya 6 na 7 - sehemu ya 5 na 6 -
https://anchor.fm/otakada.org/episodes/Seven-7-critical-steps-to-deliverance--How-to-Identify-and-Expel-Demon-Groupings-part-5-6-esap4h

Sura ya 8 Sehemu ya 7 -
https://anchor.fm/otakada.org/episodes/The-Holy-Ghost-POWER-resident-in-YOU-in-words-transferred-through-the-air-into-WATER-and-OIL-part-7-esv324

Sura ya 9 Sehemu ya 8 - Kiungo cha Podikasti:
https://anchor.fm/otakada.org/episodes/Part-8—Enough-is-Enough-to-Captivity-of-Shetani-and-Welcome-to-Freedom-in-Christ-Jesus—Where-on-et3d3

Sura ya 10 Sehemu ya 9 -
https://anchor.fm/otakada.org/episodes/Freedom-from-Schizophrenia--QA-and-Practical-guidelines-on-Healing--deliverance-and-restoration-etgret

Unyonyaji Mkubwa - 1 - Viungo vya Video vya Youtube

Utangulizi wa Sura ya 1 - https://youtu.be/B-JVbeIMBDY
Sura ya 2 Sehemu ya 1 - https://youtu.be/MrjLuZC8N1c
Sura ya 3 Sehemu ya 2 - https://youtu.be/ydFE_lD8SqU
Sura ya 4 Sehemu ya 3 - https://youtu.be/4A2heCj3B5I
Sura ya 5 Sehemu ya 4 - https://youtu.be/ILEBjZeQAMs
Sura ya 6 na 7 - sehemu ya 5 na 6 - https://youtu.be/mzXVmNH880Q
Sura ya 8 Sehemu ya 7 - https://youtu.be/gUuO1IuRKnc
Sura ya 9 Sehemu ya 8 - https://youtu.be/9wzp-2vYLDQ
Sura ya 10 Sehemu ya 9 - https://youtu.be/f4NEJFp7A18

Unyonyaji Mkubwa Zaidi - 1 - Sura ya 1– Utangulizi wa kutosha unatosha kutekwa na kukaribishwa kwenye uhuru katika Kristo

Kuangaza nuru ya Mungu katika Ulimwengu huu Mpotovu + Maombi ya Ubatizo katika Roho Mtakatifu + Hadithi 2 na Trevor Farrell wa Trevor Place na Robert W. Schambach kuhusu Maisha *ya Mwanaume* **Aliyeokolewa kutoka kwa Kiti cha Umeme - Utangulizi**

Marejeleo ya Maandiko:

Mathayo 5:14-16
Tafsiri ya Mateso
14 "Maisha yenu yanaangazia ulimwengu. Waacheni wengine waone nuru yenu kutoka mbali, kwani mnawezaje kuificha mji ulio juu ya kilima? 15 Nani angewasha taa na kuificha mahali pasipojulikana? [b] Badala yake, imewekwa mahali ambapo kila mtu ndani ya nyumba anaweza kufaidika na nuru yake. 16 Kwa hivyo msiifiche nuru yenu! Iangaze mbele ya wengine, ili matendo yenu mazuri yawaangazie kama nuru, nao watamsifu Baba yenu aliye mbinguni."

Ninapowasilisha utangulizi huu wa Inatosha Kutekwa na Shetani na Karibu Uhuru katika Kristo - Kuangaza nuru ya Mungu katika Ulimwengu huu Mpotovu + Ubatizo katika Roho Mtakatifu + Hadithi 2, ningependa tuangalie, tukumbuke na tutumie (Kuchochea) sifa hizi saba muhimu za *A, B, C, D, E* , F na G ndani yetu ili tuweze kufanikiwa kuangaza nuru ya Kristo kwa ulimwengu ulio chini ya ushawishi na udhibiti wa yule mwovu. Uhuru katika Kristo unaweza kuonyeshwa tu katika matunda yanayozunguka maisha yetu. Sifa hizi saba ni muhimu sana kama viungo vya kutusaidia kuwa kile tunachohitaji kuwa na kufanya. Hizi ni:

1- A: Upatikanaji

2- B: Ujasiri

3- C: Huruma

4- D: Uamuzi

5- E: Upendo wa Dhati

6-F: Hasira ya Moto

7-G: Njaa Kubwa

Tunahitaji kumwomba Roho Mtakatifu kwa maombi atusaidie kuchochea sifa hizi katika viwango mbalimbali ndani yetu kadri fursa zinavyojitokeza au tunapounda fursa hizo kwa msukumo wa Roho Mtakatifu.

Kosa kubwa tunaloweza kufanya tunapokabiliwa au tunapokabiliwa na hali na mazingira ya kutisha katika ulimwengu wetu ni kuanza kukisia vipawa na uwezo ambao Mungu ameweka ndani ya kila mmoja wetu ili kumtoa nje kwa ulimwengu wetu wa giza. Tunachotaka kufanya ni kuzika vipawa na kutofanya chochote. Sote tunaweza kuwa na uhakika kwamba Mungu atatuita tuwajibike kwa jinsi tulivyotumia hazina iliyo ndani yetu kwa ajili ya utukufu Wake.

Katika kuzingatia andiko hapo juu, Maswali yanayoweza kujitokeza ni: Nuru hii ni nini? Hiyo inatafsirije kuwa zawadi yangu niliyopewa na Mungu na nifanye nini hasa ili kuifanya nuru hii iliyo ndani yangu ijulikane na kuonyeshwa katika ulimwengu wa giza kwa ajili ya utukufu wa Mungu?

Mahali pa kuanzia ni kumtazama Yesu kwa sababu ni Yesu ambaye ni nuru ya ulimwengu. Tunapaswa kumtoa nje kwa wengine katika ulimwengu wetu. Hebu tuangalie Luka 4:18,19 katika maono na taarifa ya utume wa Yesu kwa sababu utume na taarifa ya maono yake ni utume na taarifa yetu ya maono kwa ugani:

Luka 4:18-21

Tafsiri ya Mateso

18–19 "Roho wa Bwana yu juu yangu, naye amenitia mafuta kuwa tumaini kwa maskini, uhuru kwa waliovunjika moyo, na macho mapya kwa vipofu, na kuwahubiria wafungwa, 'Mmefunguliwa!' Nimekuja kushiriki ujumbe wa Yubile, kwani wakati wa kukubaliwa na Mungu umeanza."

20 Baada ya kusoma haya, akakikunja kitabu, akakirudisha kwa mhudumu, akaketi. Kila mtu akamtazama Yesu, akijiuliza alitaka kusema nini. 21 Kisha akaongeza, "Maandiko haya yametimia leo mbele yenu."

Yesu, katika kuhakikisha kwamba watu hawaachiwi katika shaka kuhusu utume na maono haya, alifanya kile hasa unabii huo ulisema kumhusu na akakitimiza. Unasoma maelezo katika:

Mathayo 4:23-25

Tafsiri ya Mateso

Huduma ya Yesu ya Uponyaji

23 Yesu alihudumu kutoka sehemu moja hadi nyingine katika jimbo lote la Galilaya. Alifundisha katika masinagogi, akihubiri tumaini la ufalme, na kuponya magonjwa na udhaifu wa kila aina miongoni mwa watu. 24 Sifa zake zilienea kila mahali! Watu wengi waliokuwa na maumivu na mateso ya kila aina ya ugonjwa walipelekwa kwa Yesu ili waponywe, wenye kifafa, waliopooza, na wale walioteswa na pepo wachafu wote waliachiliwa huru. Kila mtu aliyeletwa kwa Yesu aliponywa!

25 Hili lilisababisha umati mkubwa wa watu kumfuata, wakiwemo watu kutoka Galilaya, Yerusalemu, nchi ya Yuda, eneo la Miji Kumi inayojulikana kama Dekapoli, na ng'ambo ya Mto Yordani.

Na baada ya kuwafunza wanafunzi kwa miaka 3, aliwaachilia waendeshe utume na kauli hii ya maono. Tunaweza kuona picha ya hilo katika

Matendo 5:12-16

Tafsiri ya Mateso

Mitume Wafanya Miujiza, Ishara, na Maajabu

12 Mitume walifanya ishara nyingi, maajabu na miujiza miongoni mwa watu. 13 Na waumini walikuwa na umoja wa ajabu walipokuwa wakikutana mara kwa mara katika ua wa hekalu katika eneo lililojulikana kama Ukumbi wa Sulemani. Hakuna mtu aliyethubutu kuwadhuru, kwa sababu kila mtu aliwaheshimu.

14 Watu wengi zaidi na zaidi walimwamini Bwana na kuongezeka katika idadi yao—umati mkubwa wa wanaume na wanawake. 15 Kwa kweli, watu walipojua kwamba Petro angepita, waliwapeleka wagonjwa barabarani na kuwaweka kwenye vitanda na mikeka, wakijua kwamba nguvu ya ajabu iliyokuwa ikitoka kwake ingewafunika na kuwaponya. 16 Watu wengi sana walikuja Yerusalemu kutoka vijiji vya jirani, wakiwaleta wagonjwa na wale waliokuwa na pepo—na kila mtu akaponywa!

Kwa hivyo, ni nini kilichowafanya watu hawa wa kawaida kuwa watu wa ajabu wa Mungu asiye wa kawaida? Ni nini kinachoweza kukusaidia na sifa za ABCDEFG tulizojadili hapo juu. Jibu liko katika kauli ya mwisho ya Yesu katika

Matendo 1:3-8

Tafsiri ya Mateso

3 Baada ya mateso ya msalaba wake, Yesu aliwatokea mitume hawa mara nyingi akiwa hai kwa muda wa siku arobaini. Yesu aliwathibitishia kwa ishara nyingi za kushawishi kwamba alikuwa amefufuka.

Wakati wa mikutano hii, aliwafundisha ukweli wa ufalme wa Mungu 4 na kula nao pamoja. Yesu akawaagiza, "Msitoke Yerusalemu, bali ngojeni hapa mpaka mtakapopokea zawadi niliyowaambia, zawadi ambayo Baba aliahidi. 5 Kwa maana Yohana aliwabatiza kwa maji, lakini baada ya siku chache zijazo, mtabatizwa kwa Roho Mtakatifu!"

6 Kila mara walipokusanyika pamoja, walimwuliza Yesu, "Bwana, je, ni wakati sasa wa kuwakomboa Israeli na kuurejesha ufalme wetu?"

7 Akajibu, "Baba ndiye anayeweka tarehe na nyakati za kutimizwa kwake. Hamruhusiwi kujua wakati wa mambo yote aliyoyaandaa kwa mamlaka yake mwenyewe. 8 Lakini mimi nawaahidi hivi: Roho Mtakatifu atawashukieni nanyi mtajazwa nguvu. Nanyi mtakuwa wajumbe wangu Yerusalemu, kote Yudea, na hata sehemu za mbali zaidi duniani."

Yohana alisisitiza ukweli kwamba ibilisi ndiye anayeongoza ulimwengu wetu na akasisitiza tena kazi ambayo Yesu alikuja duniani kutekeleza katika 1 Yohana 5:19 na 1 Yohana 3:8 na nikasoma:

1 Yohana 5:19

Tafsiri ya Mateso

19 Tunajua kwamba sisi ni watoto wa Mungu na kwamba ulimwengu wote uko chini ya taabu na ushawishi wa yule Mwovu.

Na **1 Yohana 3:8**

Tafsiri ya Mateso

8 Lakini yeye atendaye dhambi ni wa Ibilisi, kwa sababu Ibilisi amekuwa akitenda dhambi tangu mwanzo. Sababu ya Mwana wa Mungu kudhihirishwa ilikuwa ni kuzivunja na kuziharibu kazi za Ibilisi.

Yesu alisema katika Mathayo 12:29 - "Hakuna mtu awezaye kuivamia nyumba ya mtu mwenye nguvu na kumnyang'anya mali yake, asipomfunga kwanza yule mwenye nguvu; ndipo atakapoweza kuiba nyumba yake."

Hatuwezi kuuteka mji kwa nguvu zetu wenyewe bali kwa nguvu za Roho Mtakatifu:

Msikilize Yohana Mbatizaji katika **Luka 3:16**

Tafsiri ya Mateso

16 Lakini Yohana aliweka wazi kwa kuwaambia, "Yupo mmoja anayekuja mwenye nguvu kuliko mimi. Yeye ni mkuu kuliko wote. Kwa kweli, mimi sistahili hata kuwa mtumwa wake. Mimi ninaweza tu kuwabatiza katika mto huu, lakini yeye atawabatiza katika Roho wa utakatifu na katika moto wake mkali.

Roho Mtakatifu ndiye msaidizi atakayetusaidia katika kuendeleza ufalme katika ulimwengu wa giza kwa kuangazia nuru ya Kristo baada ya kuangusha ngome ya adui, Shetani. Jinsi tunavyopata vifaa ni kupitia Ubatizo katika Roho Mtakatifu.

Ubatizo katika Roho Mtakatifu ni uzoefu unaotia nguvu, unaowaandaa waumini waliojazwa na Roho kwa ajili ya ushuhuda na huduma ambapo tunaweza kuelezea kwa urahisi sifa 7 zilizo hapo juu kwa urahisi sana.

Unaweza kupokea ubatizo wa Roho Mtakatifu kwa kuomba sala hii ili mito ya maji yaliyo hai itiririke kutoka tumboni mwako ambayo itakuburudisha na kukuwezesha kwa ajili ya huduma ya kuangazia nuru yake kwa ulimwengu licha ya upinzani mkali:

Tuombe:

Ee Bwana, nifanye chombo cha nguvu zako, kwa jina la Yesu
Mbingu zifunguke na utukufu wako, Mungu, uniangukie, kwa jina la Yesu. Ee Mungu batiza macho yangu, masikio na mdomo wangu kupokea, kusikia na kusema mambo ya ajabu. Ninapokea moto mpya na upako mpya, kwa jina la Yesu. Moto wa Mungu na uteketeze kila kazi za Giza maishani mwangu.

Roho wa Mungu asafishe akili yangu, mapenzi na hisia zangu, katika Jina la Yesu

Roho wa Mungu atakase roho yangu, roho na mwili wangu, katika Jina la Yesu

Nibatize kwa Roho Mtakatifu na moto kulingana na ahadi yako katika Luka 3:16.

Bwana, acha Roho wako amiminike upya juu ya Mwili wa Kristo duniani kote. Baba katika jina la Yesu nataka yote uliyo nayo kwa ajili yangu.

Nataka utimilifu wa Roho Mtakatifu pamoja na karama zote za Roho zikifanya kazi maishani mwangu. Kwa hivyo ninajinyenyekeza mbele yako sasa na ninakuomba kulingana na neno lako, unibatize kwa Roho Mtakatifu sasa. Ninajisalimisha ili nitiririke katika karama ambazo Roho Mtakatifu ataonyesha au kung'aa kupitia kwangu.

Upako, utukufu, na nguvu za Mungu zije juu yangu na katika maisha yangu sasa hivi.

Naomba niwezeshwe kwa ajili ya huduma kuanzia leo na kuendelea nikiwa na sifa zote saba zilizotajwa hapo juu - Upatikanaji, Ujasiri, Huruma, Azimio na Upendo wa Dhati. njaa kali na kubwa.

Asante, Bwana Yesu, kwa kunibatiza katika Roho wako Mtakatifu. Amina."

Ninasalimisha ulimi wangu ili Roho Mtakatifu aweze kunipa uwezo wa kusema ili aweze kusema kupitia kwangu. Ninapokea ubatizo wa Roho Mtakatifu kwa imani, ni wangu na sasa ninao.

Sasa, anza tu kumsifu Mungu na acha maneno yanayokuja ndani yako yatoke kinywani mwako. Lazima uzungumze ili Roho Mtakatifu akupe maneno hayo.

Unaweza kufanya haya yote nyumbani, ndani ya gari, ofisini, popote unapoongozwa au kusukumwa kuomba.

Ili kuthibitisha ushauri wetu, hapa chini kuna hadithi mbili za kweli zenye matumizi ya sifa 7 tulizojifunza leo.

Sote tumeitwa kuhubiri injili na kuonyesha uwepo wa Mungu kwa kuwaponya wagonjwa. Sote tumeandaliwa kufanya mambo ya msingi si kila mtu ana kazi au wadhifa wa msingi katika eneo hili la kuhudumia uponyaji na ukombozi.

Kazi yetu kuu inaweza kuwa utawala, tukiongozwa na Roho Mtakatifu. Tunaweza kuwa katika nafasi ya waziri mkuu serikalini na tunaweza kubadilisha hatima ya taifa kuelekea haki kwa kutunga sheria zinazopendelea sababu ya Mungu. Baadhi wanaweza kuwa madaktari hospitalini wanaohudumia uponyaji kwa wagonjwa kupitia msukumo wa kimungu na dawa.

Tunawasilisha hadithi hizi mbili leo na ninakutia moyo uangalie sifa 7 zilizo hapo juu katika hadithi hizi:

Moja kutoka kwa Trevor, mtoto wa miaka kumi na tatu ambaye alichukua hatua ya ujasiri katika kushughulikia matatizo katika jamii kwa ajili ya wasio na makazi na hadithi ya pili inahusu mzozo kati ya mwanamke ambaye mwanawe alipaswa kuuawa kwenye kiti cha umeme na sala ya dakika za mwisho ya mwinjilisti ilizuia kuuawa:

Trevor Farrell

Trevor Ferrell (aliyezaliwa 1972) ni raia wa Marekani ambaye, akiwa kijana mdogo, alivutia umma kwa juhudi zake za kuwasaidia watu wasio na makazi. Alianza Kampeni ya Trevor kwa Wasio na Makazi mwaka wa 1983, alipokuwa na umri wa miaka 11. Mnamo Desemba 8, 1983, alitazama kipindi cha habari kuhusu watu wa mitaani. Hii ilimfanya awaulize wazazi wake, Frank na Janet Ferrell, jinsi angeweza kusaidia. Walimpeleka mwanao Philadelphia usiku huo ili kumpa matandiko mwanamume asiye na makazi ambaye alikuwa amelala kwenye njia ya watembea kwa miguu mbele ya Union League huko Center City. Yeye na wazazi wake baadaye walianzisha makazi ya watu wasio na makazi, Trevor's Place. Wazazi wake pia waliandika kitabu, pia kinachoitwa Trevor's Place, ili kuelezea zaidi vitendo vilivyofanywa hivyo, pamoja na ombi la hatua zaidi. Kilichapishwa mwaka wa 1985.

Kazi ya Trevor Farrell ilitambuliwa na Rais Ronald Reagan katika hotuba ya Rais ya Jimbo la Muungano ya 1986. Filamu ya televisheni inayoigiza shughuli za makazi hayo, yenye kichwa cha habari Christmas on Division Street, ilirushwa hewani mwaka wa 1991. Ilimwonyesha mwigizaji Fred Savage kama Trevor. Kipindi cha 1994 cha mfululizo wa Lifestories: Families in Crisis, chenye kichwa cha habari Brotherly Love: The Trevor Ferrell Story, pia kilielezea juhudi zake.

Farrell alipokuwa na umri wa miaka 18, familia hiyo iliacha juhudi zake katika kampeni hiyo. Kwa sasa Farrell anafanya kazi kwa United Parcel Service na anaendesha duka la bidhaa zilizotumika kwenye Lancaster Avenue huko Philadelphia. Mnamo 1985, Ferrell alipokea Tuzo ya Samuel S. Beard kwa Huduma Bora Zaidi ya Umma kutoka kwa Mtu Mwenye Umri wa Miaka 35 au Chini, tuzo inayotolewa kila mwaka na Jefferson Awards.

Hadithi kamili:

Hadithi ya 1: Hadithi ya Trevor katika kuangazia upendo wa Kristo kwa ulimwengu usiojali na usio na upendo.

Hadithi ya kweli, kuhusu mvulana anayeitwa Trevor. Inaonyesha kuna mambo madogo ambayo watoto wanaweza kufanya ambayo yanaleta tofauti kubwa. Usiku mmoja Trevor alikuwa akifanya kile ambacho watoto wengine wengi wa miaka 13 wangefanya: Alikuwa akitazama TV. Kwenye habari aliona hadithi kuhusu watu wasio na makazi wakilala nje kwenye baridi mitaani, katika eneo la katikati mwa jiji la Philadelphia ambapo aliishi. Trevor hakuwahi kuacha kufikiria jinsi alivyokuwa na bahati ya kuishi katika kitongoji chenye utajiri wa kutosha cha jiji hilo hilo. Hadithi ya watu wasio na makazi ilimgusa moyo na akaanza kujiuliza angeweza kufanya nini kuwasaidia watu hawa. Huenda ikawa rahisi kwa Trevor kusahau kuhusu hilo. Kuna hadithi nyingi za kusikitisha unazoziona kwenye TV wakati mwingine. Hii ingeweza kuwa hadithi nyingine tu ambayo aliipuuza. Trevor pia huenda alifikiria, Naam, nifanye nini kuhusu hilo? Mimi ni mtoto tu, lakini hakufanya hivyo. Badala yake alianza kujiuliza jinsi angeweza kusaidia na hilo lilimfanya akumbuke kulikuwa na blanketi za ziada, ambazo hazikutumika katika gereji yao. Kwa hivyo, alimwendea baba yake na kumuuliza kama angeweza kuzipeleka kwa watu wa katikati mwa jiji ambao hawakuwa na nyumba za kwenda kulala.

Huenda baba yake Trevor aliona ombi hilo kuwa la ajabu kidogo. Ni rahisi kwetu kutaka kushikilia vitu tulivyo navyo, ni rahisi kwa watu wazima kufikiria kwamba wamefanya kazi kwa bidii ili kupata kile wanachomiliki, kwa nini basi watoe? Nadhani ni sawa na mtoto kufikiria, Ilichukua muda mrefu kuokoa pesa zangu za mfukoni ili kusaidia kununua baiskeli hii mpya, kwa nini nimkopeshe rafiki ambaye anahitaji kurudi nyumbani haraka?

Sasa, baba yake Trevor alikuwa mtu mwenye moyo mkunjufu. Alimpeleka Trevor katikati ya jiji ili kuwapa baadhi ya watu waliokuwa mitaani blanketi zao za ziada. Nadhani ilipofika wakati wa kujikunja na kulala usiku huo watu walifurahi sana kwa joto la ziada la blanketi hizo mpya.

Trevor pia alikuwa na furaha. Alijisikia vizuri kutoa blanketi. Alihisi joto la ndani, karibu kama vile alikuwa amejifunika blanketi la kihisia mwenyewe. Lakini aligundua kulikuwa na hatari—inaweza kuhisi vizuri sana kiasi kwamba ungependa kuifanya tena.

Siku iliyofuata Trevor alienda kwenye duka lake la mboga na maeneo mengine ya umma katika kitongoji chake ambapo kulikuwa na mbao za matangazo. Aliweka mabango ya kuwaomba watu watoe blanketi au chakula chochote cha ziada ambacho hawakuhitaji. Matokeo yalikuwa ya kushangaza. Ukarimu ulikuwa wa kuambukiza. Trevor aligundua kuwa watu wengi walikuwa tayari kusaidia kiasi kwamba ndani ya wiki moja alikuwa amejaza gereji ya baba yake chakula na blanketi. Kile ambacho Trevor alianza nacho kwa ukarimu wake kilikua na kuenea katika jamii yote. Haikuchukua muda mrefu kabla ukarimu wa watu kufurika kutoka gereji ya baba yake na Trevor na baba yake walilazimika kutafuta jengo kubwa zaidi la kuhifadhi zawadi zote zilizotolewa. Je, ungeamini sasa kuna maghala kadhaa maalum kote Philadelphia ambayo huhifadhi chakula na blanketi za kuwalisha na kuwapa joto wasio na makazi? Yote yanaitwa "Mahali pa Trevor."

Matumizi ya hadithi ya 1 kwa kuzingatia katika dai letu :

"Je, inawezekana kwamba Mungu anaweza kuwa anamwita mtu kushughulikia suala la Almajari nchini Nigeria kwa kutoa elimu ya malazi, chakula na elimu inayozingatia Ukristo ili kuinua kizazi chenye haki katika nchi yetu? Tusipofanya hivyo, shetani atawateka nyara kwa kusudi lake la kuua, kuiba na kuharibu. Tunaweza kuzungumza tunavyotaka lakini kazi yetu ni kuangazia nuru na upendo wa Kristo licha ya yote na hilo litawafungua ili kutaka kusikiliza tunachosema kuhusu huyu Yesu wetu." Soma Mathayo 25:1-46

Hadithi ya 2: Maisha ya Mwanadamu Yameokolewa kutoka kwa Kiti cha Umeme – Hadithi iliyosimuliwa na binti wa mchungaji – Nguvu ya maombi ya maombezi katika kuangazia nuru ya Kristo kwa ulimwengu usio na haki .

Alikuwa akihubiri huko Newark, New Jersey, mwaka wa 1960. Saa: 3:30 usiku Mwanamke alikuja akitembea katikati ya ukumbi, na baba yangu, RW Schambach, alijua maana yake. Ilimaanisha mtu angekatiza ujumbe wake. Alitembea katikati ya ukumbi na kusimama mbele ya mhubiri usiku huo. Alikuwa na Biblia yake mkononi na alikuwa akihubiri kazi bora! Mtu anawezaje kuthubutu kumkatiza mtu wa Mungu?

Kwa kweli, mwanamke huyo mpendwa alikuwa akimkatiza kwa imani ya kukata tamaa, kama vile wanaume wanne walivyobomoa paa la mahali ambapo Yesu alikuwa akifundisha ili rafiki yao apate muujiza. Imani yao ilimgusa Bwana, na hivyo ndivyo imani halisi inavyofanya.

Mwanamke huyo huko Newark alipomkaribia baba yangu, alisema, "Ndugu Schambach, tafadhali nisamehe. Sijawahi kumsimamisha mhubiri maishani mwangu. Lakini hii ni dharura. Mwanangu atakufa kwenye kiti cha umeme saa nne."

Kwa kukiri kwake mwenyewe , Ndugu Schambach aliwaza, "Ee Mungu wangu!" Alimtoa mahubiri moja kwa moja. Aliposikia hivyo, hakuweza kuhubiri neno lingine.

Alikuwa amewaombea watu wanaokufa hospitalini, lakini hakuwahi kumwombea mtu yeyote ambaye angekufa kwenye kiti cha umeme. Mtu huyu alikuwa amehukumiwa na baraza la wazee wenzake. Alikuwa amepatikana na hatia. Alikuwa anaenda kufa ili kulipia mauaji waliyosema aliyafanya—na yangetokea baada ya dakika thelathini. Ndugu Schambach hakuweza kuhubiri! Alifunga kitabu. Hakuweza hata kuomba! Aliwaomba kila mtu kanisani asimame.

Mara nyingi watu walikuwa wakimuuliza baba yangu, "Je, ninahitaji Roho Mtakatifu?" Tunapokutana na mahitaji kama ya mwanamke huyu, mtu hana wazo lolote la jinsi ya kuomba. Hii ndiyo sababu sote tunahitaji utimilifu wa Roho Mtakatifu!

Roho Mtakatifu alianza kuomba kupitia baba yangu. Alisema ilihisi kama mtu amemvika vazi—lilikuwa vazi la upako kwa ajili ya miujiza, na angeweza kuhisi upako. Sehemu mbili zilimjia alipokuwa akiomba kwa lugha. Kisha, kama alivyosema, alianza kumsikiliza Roho Mtakatifu kwa kuomba kwa Kiingereza. Alipoanza kuomba kwa Kiingereza, alichokuwa akisema kilimshtua:

"Bwana, kwa jina la Yesu, mhukumu muuaji halisi kupitia Roho Mtakatifu. Mfanye akiri kosa hilo."

Ndani, baba yangu alikuwa akijipiga mateke. Aliwaza, Nyamaza, mpuuzi. Mwanamume huyo tayari amehukumiwa. Alikuwa akimwomba Mungu amchukue muuaji halisi. Hakujua, lakini Roho Mtakatifu alijua kwamba mwana wa mwanamke huyu hakufanya uhalifu huo. Roho Mtakatifu alikuwa akiomba kupitia baba yangu akisema, "Mchukue muuaji halisi na umfanye akiri."

Baada ya Baba kumaliza kuomba, alimtazama mwanamke huyo na kusema, "Nenda nyumbani, kalale—ukalale! Mwanao hatakufa kwenye kiti cha umeme!" Alijilaumu tena, akifikiria, Nyamaza, wewe mhubiri mjinga! Kumbuka, lazima urudi hapa kesho usiku na kuhubiri!

Wakati mwingine Roho Mtakatifu atasema mambo ambayo ni magumu kwako kuamini. Wakati mwingine unapohubiri, unasema mambo yanayokushtua. Lakini si wewe unayezungumza, ni Roho Mtakatifu.

Uko tayari kwa matokeo ya hadithi hii?

Baba alirudi hotelini kwake na kwenda kulala. Aliamka asubuhi iliyofuata na kwenda kwenye mgahawa ulio umbali wa mtaa mmoja. Alipokuwa akiingia, alinunua gazeti la New York Daily News. Utukufu! Je, uliwahi kupiga kelele ukiangalia gazeti? Naam, alijua. Unajua vichwa vya habari vilisema nini? "Maisha ya Mwanadamu Yameokolewa kutoka kwa Kiti cha Umeme—Hadithi kwenye ukurasa wa 3." Hakula kifungua kinywa. Loo, hapana. Aliketi kwenye ukingo huo wa barabara na akararua karatasi hadi ukurasa wa tatu. Baba alikumbuka kile gazeti hilo lilisema kiotomatiki. Angeweza kukuambia jina la wakili wa wilaya. Jina lake lilikuwa Bw. Hogan. Hadithi hiyo ilisomeka, "Jana usiku saa 9:40, Bw. Hogan alipokea simu kutoka kwa mwanamume." (Kumbuka, ilikuwa saa 9:30 mwanamke alipovuruga ibada. Saa 9:40, Mungu alijibu maombi ya mwanamke huyo. Loo, haleluya!) Mwanamume upande wa pili alisema, "Unamchoma mtu asiyefaa."

"Unamaanisha nini? Huyu ni nani?" aliuliza Bw. Hogan.

"Haijalishi ni nani. Lakini una mtu aliyepangwa kufa kwenye kiti cha umeme kwa mauaji ya mtu mmoja katika eneo la juu la Bronx. Ulipata mwili wake katika ghorofa ya pili, uso wake ukiwa umeinama chini ukiwa na majeraha ya kuchomwa kisu."

Bw. Hogan alisema, "Unajuaje hili?"

Alisema, "Mimi ndiye niliyefanya uhalifu huo."

“Uko wapi?” Bw. Hogan aliuliza.

Alijibu, "Niko vitalu viwili kutoka eneo fulani. Nami niko njiani kujisalimisha."

Bw. Hogan alisimamisha utekelezaji. Alienda kwenye kituo cha polisi na kumhoji mshukiwa mpya hadi saa tisa asubuhi, akizungumzia swali lile lile. "Kwa nini ulijitoa?"

Mara kwa mara jibu lile lile likaja, "Jamaa, sikuwahi kuwa na nia yoyote ya kujisalimisha. Lakini nilipokupigia simu jana usiku, kitu kilinishika na kunifanya nikiri."

Natumaini umekuja na sifa 7 katika hadithi zilizo hapo juu?

Nenda na ufanye vivyo hivyo katika mzunguko ambao Mungu amekuita. Fuata moyo wako!

Bwana akupe maisha yako hadi zawadi zako ziangazie nuru kwa ulimwengu wenye giza kwa jina la Yesu, Amina

Unyonyaji Mkubwa - 1 - Sura ya 2 - Hadithi Mbili (2) – Hadithi ya kwanza: na Norvel Hayes:

Kufanya Kazi kwa Muujiza – Muujiza wa ubunifu mkononi mwa binti yake na Robert Schambach Exploits nchini India + Hati ya Maombi ya Kujikomboa + Maombi ya makubaliano ya Uponyaji, Ukombozi na Urejesho Sehemu ya 1

Wapendwa Marafiki,

Karibu katika mfululizo wetu wa kujiandaa kwa ajili ya WOKOVU KAMILI – Uponyaji, Ukombozi na Urejesho – Roho, Nafsi, na Mwili kwa ajili yako, kwa ajili ya marafiki zako na kwa yeyote anayehitaji sana mguso wa Mungu.

Ninakuletea hadithi mbili za kusisimua leo ili kujenga imani yako ili uweze kuungana katika imani ili kupokea muujiza wako au kwa ajili ya mtu mwingine leo. Mwishoni mwa ujumbe huu, kuna sala na sehemu ya kuwasiliana ili kuungana na nguvu za Mungu kupitia njia hii ya Uponyaji, Ukombozi, na Urejesho - Roho, Nafsi, na Mwili katika jina la Yesu, Amina. Kwa hivyo, subiri!

Mfululizo huu wenye kichwa cha habari **"Inatosha kwa magonjwa, umaskini na kifo cha kiroho na karibu katika**

Uponyaji, Ukombozi, na Urejesho wa mfululizo wako wa roho, nafsi na mwili" ni kwa ajili yako ikiwa utajibu ndiyo kwa swali lolote kati ya haya:

1) Je, umepoteza kitu au mtu au unapoteza kitu au mtu au unakabiliwa na mateso na hofu ya kupoteza kitu au mtu kila wakati?

2) Je, kuna mtu katika mzunguko wako anayepata hasara wakati huu?

Kisha mfululizo huu wa vifaa ni kwa ajili yenu, ni kwa ajili ya wana na binti zenu; ni kwa ajili ya baba na mama zenu, ni kwa ajili ya wajomba na shangazi zenu, ni kwa ajili ya wajukuu na wapwa zenu, ni kwa ajili ya marafiki na maadui zenu. Ni kwa ajili ya yeyote aliye na pumzi ya Mungu aliye hai ndani yao.

Kwa njia ya kuburudisha, nataka kuwashukuru nyote kwa pongezi zote kwa mavazi ya kikuhani yanayoakisi nafasi yangu ya ubalozi katika Kristo. Sote tunapaswa kutambua kwamba sisi ni mabalozi na tumeitwa katika ofisi ya kikuhani. Tunahitaji kutumia picha na maonyesho ya kuona ili kuruhusu maneno yaliyoandikwa kuungana na uzoefu wetu wa kila siku ili tuweze kujikumbusha kila mara kuhusu jukumu hili la ajabu la kuwatumikia wanadamu - waliokombolewa na ambao hawajakombolewa - Na kuendelea kufanya kazi - Lazima tutende kulingana na maneno. Lazima tuwe wazalishaji wa ushahidi.

Ilikuwa ni mwongozo katika majira yangu ya kusubiri kuhudumu katika nafasi hiyo na kuvaa ipasavyo kwa ajili ya kazi ambayo ameniitia na kuiingia. Sisi sote ni ukuhani wa kifalme - Sisi sote, waumini wote katika Kristo, tuko katika tabaka la kifalme peke yetu. Sisi ni wana na binti za muumba wa ulimwengu, Yesu Kristo ni ndugu yetu na tumeitwa kuwatumikia wengine katika jina la Yesu, Amina

Ili kuthibitisha ukweli ulio hapo juu, ninawaita Mtume **Petro, Yohana na Paulo** kwenye kituo cha mashahidi leo:

1 Petro 2:9

Biblia Iliyoongezwa

[9] Lakini ninyi ni mzao mteule, ukuhani wa kifalme, taifa lililowekwa wakfu, watu [maalum] wa milki ya Mungu , ili mpate kutangaza fadhili zake Yeye aliyewaita kutoka gizani mkaingie katika nuru yake ya ajabu.

Ufunuo 1:5-6

Biblia Iliyoongezwa

[5 na kutoka kwa Yesu] Kristo, Shahidi mwaminifu na mwaminifu, [b] mzaliwa wa kwanza wa wafu, na Mtawala wa wafalme wa dunia. Kwake Yeye [sikuzote] anatupenda na [ambaye [] mara moja kwa wote] [c] ametuweka huru [au kutuosha] kutoka katika dhambi zetu kwa damu Yake mwenyewe (kifo Chake cha dhabihu)— [6] na kutuumba kuwa ufalme [kama raia Wake], [d] makuhani kwa Mungu Wake na Baba Yake —kwake iwe utukufu na nguvu na ukuu na mamlaka milele na milele. Amina.

2 Wakorintho 5:20

Biblia Iliyoongezwa

[20] Kwa hiyo sisi ni mabalozi kwa ajili ya Kristo, kana kwamba Mungu anasihi kupitia sisi; sisi [kama

wawakilishi wa Kristo] tunawasihi ninyi kwa niaba ya Kristo mpatanishwe na Mungu.

Hakuna kundi maalum la watu katika nyumba ya Mungu kwa maana sisi sote ni ndugu. Yesu alikuja kuharibu hali ya siku Yake na kama mwendelezo wa Kristo, ni lazima tudumishe usumbufu huo ili kazi Yake isizuiliwe na mapokeo ya wanadamu.

Ninamwita Marko kwenye kibanda cha mashahidi, akishuhudia kile Yesu alichosema kuhusu amri Zake na mapokeo ya wanadamu:

Marko 7:8

Biblia Iliyoongezwa

8 Mnapuuza na kupuuza amri ya Mungu, na mnashikilia [kwa uaminifu] mapokeo ya wanadamu."

Kwa hivyo, ikiwa amri katika Marko 16:15-18 haifanyi kazi katika makanisa yetu, inamaanisha kwamba mapokeo ya wanadamu yamechukua nafasi ya amri za Mungu za kwenda nje, kufanya wanafunzi huku yakionyesha nguvu Zake kwa wasioamini.

Ikiwa Mungu ametuweka, kutawazwa kwa mwanadamu ni nini? Isipokuwa kueneza mila ya wanadamu. Mungu awe Mungu na kila mwanaume au mwanamke au shirika liwe mwongo!!!

Msimamo wetu si kama msimamo wa ulimwengu wa uwajibikaji. Tunapaswa kuwa viongozi watumishi katika pande zote. Soma maneno ya Yesu katika

Marko 9:35

Biblia Iliyoongezwa

35 Akaketi chini [kufundisha], akawaita wale kumi na wawili [wanafunzi] akawaambia, "Mtu yeyote akitaka kuwa wa kwanza, lazima awe wa mwisho kuliko wote [kwa umuhimu] na mtumishi wa wote."

Sasa, HUDUMA: **Inatosha kwa magonjwa, umaskini na kifo cha kiroho na karibu katika uponyaji, ukombozi na urejesho wa roho yako ya roho na mfululizo wa mwili.**

Mfululizo wa leo ni Inatosha Imetosha Kuwezeshwa na Njaa ya Kupokea kutoka kwa Mungu na Hasira kwa Ibilisi kwa kutuibia urithi wetu! – Sehemu ya 1

Mwishoni mwa ujumbe huu, nitakualika kwa mawasiliano kupitia vyombo hivi vya habari ili uhusiane na Yesu aliye hai kwa ajili ya wokovu wa roho yako, kisha ukombozi kwa ajili ya wokovu wa roho yako na uponyaji na urejesho kwa ajili ya wokovu wa miili yako na chochote ulichopoteza katika jina la Yesu Kristo. Ninaweka sala ya makubaliano hapo, unahitaji tu kugusa na utapona. Lakini kwanza, tunahitaji kuzungumza ili uweze kuwa katika hali nzuri ya akili kupokea kutoka kwa Mungu.

Yesu aliweka wazi na kwa sauti kubwa kuhusu utume Wake na maono Yake, ambayo yalikuwa na yapo na yatakuwapo milele ili kupata wokovu—UHURU kwa wanadamu wote wawe weusi, weupe, kahawia, wafupi, warefu n.k. katika Luka 4:17-21.

Luka 4:17-21

Tafsiri ya Mateso

16–17 Alipofika Nazareti, [a] alipolelewa, aliingia katika
sinagogi, kama ilivyokuwa kawaida yake siku ya Sabato.
Yesu alipofika mbele kusoma Maandiko, [b] walimpa
kitabu cha nabii Isaya. Akakifungua kitabu na kusoma
mahali palipoandikwa, 18–19 "Roho wa Bwana yu juu
yangu, naye amenitia mafuta kuwa tumaini [c] kwa
maskini, uhuru kwa waliovunjika moyo, na macho mapya
[d] kwa vipofu, na kuwahubiria wafungwa, [e]
'Mmefunguliwa!' Nimekuja kushiriki ujumbe wa Yubile ,
[f] kwa maana wakati wa kukubaliwa na Mungu [g]
umeanza." [h]

20 Baada ya kusoma haya, akakikunja kitabu,
akakirudisha kwa mhudumu , akaketi. Kila mtu
akamtazama Yesu, akijiuliza alitaka kusema nini. 21 Kisha
akaongeza, "Maandiko haya yametimia leo mbele yenu."

Yesu alionyesha hilo, na akatuachia amri ya kwenda kufanya vivyo hivyo - kuwapa uhuru mateka. Soma hili katika **Marko 16:15-19.**

Tafsiri ya Mateso

15 Akawaambia, "Mnapoenenda ulimwenguni kote,
hubirini hadharani habari njema ya Injili kwa wanadamu
wote! 16 Yeyote atakayeamini habari njema na kubatizwa
ataokolewa, na yeyote asiyeamini habari njema
atahukumiwa. 17 Na ishara hizi zitafuatana na wale
wanaoamini: Watatoa pepo kwa nguvu ya jina langu;
watasema kwa lugha ngeni; 18 Watalindwa kwa njia ya
ajabu dhidi ya nyoka na kunywa chochote chenye sumu; [a]
Wataweka mikono yao juu ya wagonjwa na kuwaponya."

19 Baada ya kusema hayo, Yesu alipaa mbinguni, akaketi
upande wa kulia wa Mungu.

Ukiangalia maandishi hapo juu kwa makini sana, katika mstari wa 16 tunaona wokovu kwa roho zetu; katika mstari wa 17, tunaona wokovu kwa roho zetu na mstari wa 18, tunaona wokovu kwa miili yetu.

Wengi wetu tumeridhika na mstari wa 16 - wokovu wa roho zetu kwa madhara ya roho zetu na miili yetu. Tumeacha miwili ya mwisho ambayo ni muhimu sana kwetu kufurahia uhuru kamili. Cha kufurahisha ni kwamba, mistari yote 3 inatutaka tuamini kwa imani ili kupokea. Hatuna shida kumkiri Yesu. Tuna shida kukiri uponyaji na ukombozi na kudai ushindi ambao Yesu alitupatia kwa damu yake mwenyewe. Na kwa hivyo, kwa sababu ya ujinga, tunateseka na siku zetu zinafupishwa. Pia tunashindwa kuangazia nuru ya Kristo kwa ulimwengu kwa njia ya uthibitisho wa vitendo kwangu. Tunazungumza, tunazungumza na kuzungumza lakini hakuna uthibitisho wa ujumbe.

Yesu hakuwahi kumtuma mtu yeyote nje bila ishara na maajabu yanayoambatana nayo kwa sababu kina kinapaswa kuita kina. Wanadamu ni viumbe wa kiroho na roho zao zinapatana na matukio ya ajabu. Kwa kuwa sehemu kubwa ya kanisa imepuuza mambo ya ajabu, njia zingine zisizovutia sana hupata njia yao kuingia katika mwili wa Kristo. Inavunja moyo, ni aibu na inapaswa kutufanya tukasirike kwa uwongo ambao tumeununua na adui wa roho zetu na tuna njaa ya kupata yote ambayo Mungu ametuandalia.

Hatuwezi kuteka kutoka ulimwengu wa roho kwa moyo vuguvugu, mimi niko sawa na bado natarajia mema kutoka kwa Mungu.

Yesu alisema katika sehemu mbili muhimu katika maandiko kuhusu hitaji la njaa ili kupata yote ya Mungu. Ninaita kwenye kituo cha mashahidi leo **Mathayo 5:3,6 Tafsiri ya Shauku**

[3] ***"Utajiri gani unaotolewa kwako*** [a] ***unapohisi umaskini wako wa kiroho!*** [b] ***Kwa maana hakuna ada ya kuingia katika ufalme wa mbinguni.***

[6] ***"Jinsi ulivyo tajiri unapotamani haki !*** [a] ***Kwa maana utazungukwa na matunda mengi*** .

Ukiangalia mstari wa 3, unazungumzia umaskini - Ukihisi umaskini, wokovu umepewa. Usijaribu kuwalazimisha watu kutoa maisha yao kwa Kristo. Lazima wafikie hatua ambapo wanatambua jinsi walivyo maskini bila Kristo kupitia maisha yetu kama mifano kwa wasioamini. Kwa kweli, tunaambiwa uponyaji, ukombozi na urejesho vinapaswa kuwa ishara kwa wasioamini. Kwa sababu hatuna ishara, watu wananing'inia kwenye uzio, hata kanisani - vuguvugu kabisa kwa mambo ya Mungu. Onyesha ishara na uone wokovu wa Bwana

Mstari wa pili katika mstari wa 6 unatumia neno "tamani" haki. Neno lingine la haki ni "wema" au "haki". Yesu anasema usipotamani wema au haki, basi matunda hayatakuwapo maishani mwako na kwangu.

Ninawezaje kusema hivi ili uelewe kwamba ikiwa muumba wa ulimwengu amenipa yote ninayohitaji kwa ajili ya maisha na uchamungu na sitamani hilo, wema huo, au haki hiyo, basi ni dhuluma kubwa na ubaya katika uzoefu wetu wa kila siku.

Yesu pia alizungumzia athari ya uvuguvugu - naita kwenye kituo cha mashahidi:

Ufunuo 3:16

Biblia Iliyoongezwa

16 Kwa hivyo kwa sababu wewe ni vuguvugu (usiofaa kiroho), wala huna moto wala baridi, nitakutapika utoke kinywani Mwangu [nakukataa kwa chukizo].

Mungu ana shauku kwa roho. Hadi kufikia hatua ambayo ilibidi amtume Mwanawe aje afe kwa ajili yetu ili tuweze kuchukua yote yaliyoibiwa. Anakuambia wewe na mimi tupeleke vita kwenye malango ya adui na kuokoa roho. Onyesha kwamba unarudisha nyara kwa ishara ili wengine walio kwenye uzio waingie pia: Soma shahidi mwingine: **1 Yohana 3:8**

Biblia Iliyoongezwa

8 Yeye atendaye dhambi [anayejitenga na Mungu, na kumkosea kwa matendo ya kutotii, kutojali, au uasi] ni wa ibilisi [na huchukua tabia yake ya ndani na maadili kutoka kwake, si Mungu]; kwa maana ibilisi ametenda dhambi na kuvunja sheria ya Mungu tangu mwanzo. Mwana wa Mungu alionekana kwa kusudi hili, ili aziharibu kazi za ibilisi.

Na Yesu anakuita ufanye vivyo hivyo na ufanye hivyo kwa maana. Kuwa imara na uchukue yote, si baadhi, yote ambayo adui ameiba na uwe na njaa ya yote aliyo nayo kwa ajili yako.

Nina hadithi mbili (2) za kuunga mkono ujumbe wa leo, ili kujenga imani yako na kisha tutaomba wokovu wa roho, roho na mwili katika jina la Yesu Kristo.

Unaposoma hadithi hizi, tafuta **A,B,C,D,E, Inayoendeshwa na F na G** – Shukrani: **A – Upatikanaji** ; B – **Ujasiri** ; C –

Huruma ; D – **Azimio;** E – **Upendo wa Ernest** ; Inayoendeshwa na **F: Hasira ya Moto** na G: **Njaa Kuu**

Hadithi ya kwanza: na Norvel Hayes: Kufanya Kazi kwa Muujiza – Muujiza wa ubunifu mkononi mwa binti zake

Nimetembelea makanisa ya kila aina kote nchini na, kwa ujumla, Kanisa linajua kidogo kuhusu karama ya kutenda miujiza kuliko karama nyingine yoyote ya Roho Mtakatifu.

Mungu ana kipawa ambacho kimetolewa kwa Kanisa kinachoitwa kutenda miujiza.

Kutenda miujiza ni nini? Ni kipawa cha nguvu, ambapo nguvu kutoka kwa Mungu hutumwa kutoka mbinguni hadi duniani kufanya jambo ambalo ni zaidi ya mawazo ya asili ya mwanadamu. Mungu anapofanya muujiza, muujiza usio wa kawaida, ni vigumu sana kwa mwanadamu kuuamini.

Binti yangu alianza kupata mafundo mwili mzima, hasa mikononi mwake.

Mafundo ya misuli ni nini?

Mafundo ya misuli ni sehemu ngumu na nyeti za misuli ambazo hubana na kusinyaa hata misuli ikiwa imepumzika. Nyuzinyuzi hizi za misuli zenye mkazo zinaweza kusababisha maumivu katika sehemu zingine za mwili zinapoguswa. Pia hujulikana kama sehemu za kuchochea.

Sikuweza kufanya chochote kuhusu hilo. Niliomba na kuomba. Kisha nikamwambia daktari wa upasuaji awakatishe. Lakini walirudi na kuleta binamu na kaka zao wote. Niliomba zaidi, nao wakawa wakubwa. Niliomba zaidi, nao wakaenea. Sikujua la kufanya.

Nina habari njema kwako: Yesu anajua la kufanya.

Nilikuwa nikitembea sebuleni mwangu usiku mmoja, nikijishughulisha na mambo yangu mwenyewe, na ghafla nikaingia katika ulimwengu mwingine. Sikuwa sebuleni mwangu tena. Nilikuwa katika ulimwengu anaoishi Mungu. Alianza kuzungumza nami.

Akasema, "Utavumilia vivimbe hivyo kwenye mwili wa binti yako hadi lini?"

"Nitawavumilia hadi lini? Hawako juu yangu, Yesu."

Alisema, "Wewe ndiye mkuu wa nyumba hii."

Baadhi ya wanaume hawajui kwamba kinachotokea nyumbani mwao ni kosa lao—lao na la Ibilisi. Bwana aliniambia waziwazi bila shaka kwamba ilikuwa kosa langu kwa sababu binti yangu alikuwa na mafundo 42 mwilini mwake.

Ingekuwaje kosa langu? Ibilisi ndiye aliyewaweka hapo. Najua, lakini nilikuwa na haki, mamlaka, nguvu, na jina la Yesu kuvunja nguvu zake na kumtupa nje, kudai muujiza kutoka kwa Mungu kwa ajili ya binti yangu. Sehemu ya kusikitisha ilikuwa, sikuwa nimefanya hivyo. Kwa hivyo kadri siku, wiki na miezi zilivyosonga, mwili wake mdogo ulikuwa umezidi kufunikwa na mafundo. Kwa sababu ya kutojua kwangu kipawa cha kufanya miujiza na kushindwa kwangu kuchukua mamlaka juu ya Ibilisi nyumbani kwangu, binti yangu alikuwa na mikono mibaya zaidi shuleni la upili.

Mungu aliniambia nilaani vitu hivyo kwa jina lake, navyo vitatoweka. Lakini aliniambia ilinibidi kuamini na kutokuwa na shaka.

Mara tu aliposema hivyo, nilianza kurudi mwilini mwangu. Nikiwa nimesimama pale sebuleni mwangu, nilikuwa nikigeuka kuwa Norvel Hayes tena. Nilijikuta nimesimama pale nikilia na kutetemeka.

Nilikuwa nimekata tamaa. Binti yangu alikuwa akiniomba nimsaidie. Mikono yake ilikuwa mibaya sana kiasi kwamba aliona aibu hata kuwa na miadi.

Niliporudi kutoka kuzungumza na Mungu, niliingia ndani na kuwalaani kwa jina la Yesu, nikawaambia wafe na kutoweka. Nilidai ushindi kwa nguvu ya Mungu kuja na kumpa binti yangu mikono mipya, ili kufanya muujiza kwa ajili yake.

Lazima useme unachomaanisha. Mradi tu unapuuza jukumu lako la kusimama kwa ujasiri katika Neno la Mungu, nina habari kwako: hutapata chochote. Utakachokuwa ukifanya ni kuomba kwa wingi.

Unaweza kuwa mwalimu wa Biblia, mhubiri wa Biblia, mwinjilisti, au chochote unachotaka, lakini usiposimama katika Neno la Mungu kwa ajili ya nyumba yako mwenyewe, Ibilisi ataingia na kuipiga familia yako. Lazima umtoe Ibilisi.

Lazima umkasirikie Ibilisi na kudai nguvu za Mungu kwa imani.

Siku moja alasiri, nilisikia kelele chumbani kwa Zona, kama kabati la nguo likigeuka. Alikuja mbio kwenye korido, akiwa ameshika mikono yake mbele yake, akilia, "Baba! Baba! Hili linanitisha. Hili linatisha. Tazama mikono yangu. Nina mikono mipya! Nina mikono mipya!"

Niliangalia, na mikono yake yote miwili ilikuwa inang'aa. Ilikuwa mikono mizuri zaidi ambayo nimewahi kuiona kwa msichana wa miaka 16. Nilichukua mikono yake midogo na kuiinua. Ilionekana kama ilikuwa na ngozi ya mtoto, ikiwa na mwonekano wa rangi ya waridi na mpya, kama ngozi ya mtoto baada ya kuoga.

Alisema, "Nilikuwa nimesimama tu pale, Baba, na nikaangalia nyuma kwa sekunde chache. Nilipoangalia nyuma, nilikuwa na mikono mipya! Nina mikono mipya! Ninaweza kuelewa Yesu akifanya jambo kwa ajili yako kwa sababu unamfanyia kazi, Baba. Unataka kuniambia Yesu anampenda msichana wa miaka 16 vya kutosha kumpa mikono mipya?"

Nilimwendea na kumshika mikono tena. Nikasema, "Ndiyo, mpenzi, Yesu anawapenda wasichana wa miaka 16 vya kutosha kuja nyumbani kwao na kuwapa muujiza kamili wa mikono mipya kabisa."

Nataka ujue kwamba mimi hushuhudia kuhusu mikono ya binti yangu wakati wote. Ninaishiriki kila ninapopata nafasi. Nimeishiriki kwenye TV mara kadhaa, na nilipoishiriki kwenye TV huko Los Angeles, mhudumu wa ndege alianza kulia sana kiasi kwamba hakuweza kufanya chochote. Popote ninapoisema, Roho wa Mungu hunitia mafuta na kunielea ninaposimulia kuhusu muujiza wa Mungu kwa binti yangu.

Unaona, Mungu anataka ujue na kuamini kwamba Yeye ni Mungu anayefanya miujiza.

Nataka ujue kwamba unaweza kufika mahali ambapo unaamini Biblia mwenyewe. Unaweza kuamini kwa miujiza yako mwenyewe. Mambo yanapoonekana kuwa hayawezekani, mtazame Mungu na umwamini yeye mwenyewe. Simama tu pale kwa sababu wewe ni mtoto wa Mungu, ukisema, "Ninamwamini Mungu," naye ataachilia nguvu Zake kwa ajili yako. Ni mlipuko wa nguvu ambao ni mkubwa wa kutosha kufunika miti ya machungwa. Ni mlipuko wa nguvu ambao unaweza kufanya kichwa cha shoka kielee. Ni nguvu ya kutosha kumfanya punda azungumze. Ni nguvu ya kutosha kuunda mikono mipya kabisa. Ni mlipuko wa nguvu kukupa chochote unachotaka, na Mungu hufanya hivyo kwa urahisi sana.

Mlipuko wa nguvu ulikuja nyumbani kwangu kumpa binti yangu mikono mipya kabisa. Kila wakati ninapompigia simu na kusema, "Sawa, mpenzi, Roho Mtakatifu aliniambia niwaambie kuhusu muujiza ambao Yesu alifanya kwa mikono yako," yeye huuliza kila mara, "Je, uliwaambia, Baba, kwamba Yesu aliponipa muujiza hakuna hata moja kati ya hayo yaliyorudi?" Hakuna kilichorudi. Mungu ni Mungu anayefanya miujiza.

Muujiza ni karama. Karama ya kutenda miujiza ni kwa ajili yako, kama Roho apendavyo. Lakini zingatia. Roho Mtakatifu huwatakia watu wanaoamini sura ya 12 ya 1 Wakorintho. Unaona, hiyo ndiyo sehemu nzuri. Roho huwatakia waumini wa Biblia! Utukufu uwe kwa Mungu milele.

Sala ya Miujiza

Ukihitaji muujiza kutoka kwa Mungu, na unataka muujiza kutoka kwa Mungu, na unaamini kwamba Yesu ndiye mtendaji wako wa miujiza, pokea muujiza wako sasa. Haijalishi ni nini. Yesu atakupa muujiza unaohitaji. Unatolewa na Roho wa Mungu, kama Roho apendavyo.

Sema: "Asante, Yesu. Wewe ni mtenda miujiza. Neno ni kweli. Ukweli utaniletea muujiza, nikiuamini. Nami nauamini. Ni zawadi, huru kutoka mbinguni, kwa mwamini. Ni kiasi cha nguvu kinacholipuka na kuja na kufanya yasiyowezekana.

"Asante, Yesu, kwa sura ya kumi na mbili ya Wakorintho wa Kwanza. Ninapokea muujiza wangu katika jina la Yesu. Asante, Yesu, kwa muujiza wangu."

Hadithi ya 2: India na Schambach

Nilipohudumu kama mchungaji wa kanisa mwanzoni mwa miaka ya 1950, tulimfadhili mmisionari mmoja nchini India kwa kumlipa mshahara wake. Alikaa miaka thelathini huko—miaka thelathini.

Wakati mmoja, aliniambia jambo ambalo lilinikatisha tamaa hata kidogo kumsaidia. Alisema alikuwa ametumia miaka thelathini nchini India na hajawahi kumuona Mwislamu mmoja akizaliwa mara ya pili. Nikasema, “Ni uwekezaji wa aina gani ninaofanya? Tunawekeza pesa na kumweka mtu huyo nchini India ili kuhubiri Injili na hakuna hata nafsi moja iliyookolewa. Ni wakati wa kupanga upya vipaumbele vyetu.” Kwa hivyo nilikwenda India ili kujua kinachoendelea.

Mara ya kwanza nilipotembelea mwaka wa 1956, niliwahubiria watu 50,000. Nilitembelea masoko yote. Niliwaona ombaomba, vipofu, na watu ambao hawakuweza kutembea. Sijawahi kuona wagonjwa wengi hivi . India ni mojawapo ya mataifa maskini zaidi duniani yenye watu wengi wasio na makazi na wasio na pesa.

Tuliwekeza maelfu ya dola kujenga jengo lililowalinda watu kutokana na jua kali ili waweze kusikia Injili. Siku hiyo ya ufunguzi, nilifurahi sana. Nilihubiri kwa saa mbili, na mkalimani wangu alitafsiri kwa saa mbili—kwa jumla ya saa nne. Walitaka niendelee. Nilipotoa wito wa madhabahuni, nilikata tamaa sana. Nilikuwa nimewahubiria watu 50,000, na hakuna hata mtu mmoja aliyemkubali Yesu.

Akili yangu ilirudi kwa mmisionari na nikasema, "Ee Bwana." Lakini nilijua Mungu alituita tufanye zaidi ya kuhubiri Neno tu. Alituita tuonyeshe Injili.

Ingawa hakuna mtu aliyejitokeza kumkubali Kristo, na umati ulikuwa tayari kwa baraka, nilisema, "Sijamaliza sasa. Mungu anasema kwamba ishara hufuata Neno Lake. Nilifanya kile Mungu alichoniita kufanya; sasa nitamruhusu Mungu afanye kile Alichosema angefanya." Niliwaalika watu watatu kutoka kwa hadhira waje mbele—walikuwa ombaomba. Niliwajua ni akina nani. Mmoja alikuwa kipofu, mmoja alikuwa kiziwi na bubu, na mwingine alikuwa mwanamke mlemavu ambaye hajawahi kutembea wima. Alitembea kwa mlalo kwa visigino vya miguu yake na visigino vya mikono yake. Alikuwa na ugonjwa uliomzuia kusimama wima.

Nikiwa na watu 50,000 wakitazama, nilimwekea mikono mwanamke kipofu kwanza. Nikasema, "Kwa jina la Yesu, naamuru macho haya vipofu yaone." Mara moja, Mungu alifungua macho yake na akakimbia katikati ya hadhira, akipiga kelele kwa lugha yake mwenyewe, "Naona! Naona!"

Kisha nilimwendea yule bubu kiziwi na kuweka vidole vyangu masikioni mwake na kidole gumba changu kwenye ulimi wake. Nikasema, "Kwa jina la Yesu, ninaamuru roho huyu bubu na kiziwi atoke!" Mara moja, roho iliitikia na mtu huyo akaanza kuzungumza Kiingereza ndani ya dakika chache. Hakujua lugha yake mwenyewe. Alikuwa bubu kiziwi, lakini Mungu alikuwa amefungua masikio yake na kulegeza ulimi wake.

Ilipofika wakati wa kumwombea mwanamke huyo mlemavu, nilisema, "Sasa nitamwekea mikono mwanamke huyu kwa jina la Muhammad. Nitampa muda sawa." Mtafsiri wangu hakutaka kutafsiri kauli hii. "Tafadhali fanya ninachokuomba Bwana—amini mwongozo wa Roho katika hili." Ambayo inaendana zaidi na jinsi alivyosimulia hadithi hiyo katika miaka ya mwisho. Hapo awali ilikuwa "Fanya ninachokuambia ufanye. Wewe ndiye mtafsiri wangu; mimi ndiye mtu wa Mungu."

Hakuna mtu hata mmoja katika hadhira aliyetarajia ainuke, kwa sababu walijua Mohammed alikuwa amekufa. Nikasema, "Sasa, hiyo ndiyo tofauti kati ya mungu unayemtumikia na Mungu ninayemtumikia. Sikuja hapa kumshusha mungu wako; nilikuja kuinua wangu. Unatembelea patakatifu pako. Ninatembelea patakatifu pako, lakini pangu pako tupu kwa sababu Yeye hayupo tena. Hiyo ndiyo tofauti kati ya makaburi. Nilikuja kuwajulisha kwamba Yesu wangu hakufa—Yuko hai, na Yeye ni yule yule leo kama alivyokuwa jana."

Nilimwekea mikono mwanamke huyo kwa jina la Mohammed na kusema, "Inuka utembee kwa jina la Mohammed." Mtu fulani aliniuliza ningefanya nini kama angeamka. Nadhani ningeongoka. Lakini hakuamka.

Kwa hiyo nikasema, "Nitatumia jina lililo juu ya kila jina, jina la Yesu—Mwana-Kondoo aliyechinjwa kwa ajili ya ulimwengu. Yesu alikufa kwa ajili ya watu wa India na kwa ajili ya ulimwengu wote." Mwanamke huyo hakuwa amepiga hatua wima kwa miaka hamsini na minane. Nilimwekea mikono kwa jina la Yesu wa Nazareti na kusema, "Kwa jina la Yesu, inuka utembee." Alisimama wima na kutembea kwa mara ya kwanza maishani mwake, kwa sababu Yesu Kristo ni Mungu!

Unajua kilichotokea? Watu katika umati huo walianza kuruka kutoka kwenye miti, na kundi la watu likanijia mbio. Niliruka nyuma ya mkalimani wangu. Nilidhani wangenipiga lami na kunifukuza kutoka nchini mwao. Sijawahi kuona mashambulizi ya watu kama hayo. Walikuwa wakipiga kelele kwa sauti kubwa. Nilimuuliza mkalimani wangu, "Wanasema nini?"

Alisema, "Wanapiga kelele, 'Yesu yu hai! Yesu ndiye Kristo! Yesu ni Mungu!' Wanakuja kuokolewa." Ilikuwa ni msisimko ulioje! Hakuna hata mmoja wao aliyekuja nilipohubiri, lakini walipoona udhihirisho wa Injili, walikuja.

Mungu ameita Kanisa kuonyesha nguvu zake. Je, hufurahi kwamba yuko hai leo?

Filipo akashuka hadi mji wa Samaria, akawahubiria Kristo. Makutano kwa nia moja wakasikiliza maneno yaliyosemwa na Filipo, wakisikia na kuona miujiza aliyoifanya.

(Matendo 8:5-6).

Wokovu kwa ajili ya roho yako:

Sala ya Wokovu - Sema na Uifanye Sasa!

Je, unakubaliana na kila kitu ulichosoma hadi sasa? Ukikubali, usingojee muda zaidi kuanza maisha yako mapya katika Yesu Kristo. Kumbuka, sala hii si fomula ya kichawi. Unamweleza Mungu tu moyo wako. Omba hivi pamoja nasi:

"Baba, najua kwamba nimevunja sheria zako na dhambi zangu zimenitenganisha nawe. Ninasikitika sana, na sasa nataka kuacha maisha yangu ya zamani ya dhambi kuelekea kwako. Tafadhali nisamehe, na unisaidie kuepuka kutenda dhambi tena. Ninaamini kwamba mwanao, Yesu Kristo alikufa kwa ajili ya dhambi zangu, alifufuka kutoka kwa wafu, yu hai, na anasikia maombi yangu. Ninamwalika Yesu awe Bwana wa maisha yangu, atawale na kutawala moyoni mwangu kuanzia leo na kuendelea. Tafadhali tuma Roho wako Mtakatifu anisaidie kukutii, na kufanya mapenzi Yako kwa maisha yangu yote yaliyobaki. Kwa jina la Yesu naomba, Amina."

Unaweza kuanza safari ya siku 40 kwa mwendo wako mtandaoni kupitia kiungo hiki https://www.otakada.org/get-free-40-days-online-discipleship-course-in-a-journey-with-jesus/

Je, Wewe ni Mgonjwa au Unahitaji Ukombozi au Urejesho?

Kwa wale ambao ni wagonjwa au wagonjwa katika hali au umbo lolote, au wanaohitaji ukombozi? Au urejesho, tafadhali gusa nukta iliyo hapa chini kwa imani ***(Imani ni kuona matokeo chanya halisi ya hali yako ya sasa, ukijua kwamba Yesu amefanya sehemu Yake zaidi ya miaka 2000 iliyopita ili kupata uponyaji na ukombozi wako, urejesho kama malipo ya awali, ukiamini kwamba malipo hayo ya awali yanapatikana kwako ili kupata, kama vile salio chanya katika akaunti yako ya hundi na benki, bila maswali yoyote tunapokubaliana nawe na kutangaza UPONYWE kwa jina la Yesu Kristo, Amina)***

Kwa mamlaka uliyonipa mimi na wao, ninatumia mamlaka hayo sasa kwa imani pamoja na hasira yao

dhidi ya adui na njaa ya kupata kile ulichotupa sisi sote bure, nalaani kila ugonjwa, kila ugonjwa, iwe saratani, COVID 19, iwe roho ya udhaifu, iwe kuingiwa na pepo au kukandamizwa, iwe roho ya umaskini, vikwazo, kuchelewa kutimizwa kwa kile ambacho Mungu tayari amekiamua na kukiachilia.

Tunapingana na hali isiyo ya kawaida, ninawafunga, tunawalaani hadi kwenye mizizi yao na tunawafukuza kwa mamlaka katika jina la Yesu Kristo. Amina. Tunatoa wito wa kuachiliwa kwa uponyaji, ukombozi na urejesho katika maisha yao katika jina kuu la Yesu Kristo. Asante Bwana kwa ushuhuda unaodumu kwa utukufu na heshima na ibada yako. Asante kwa roho zinazoongezwa kwenye ufalme wako kutokana na ujumbe huu, miujiza ambayo tayari tunaiona sasa hivi na kuidhihirisha kwa utukufu wako katika jina la Yesu, Amina. Imetimia! Furahini!

Gusa sehemu hii iliyoangaziwa kama sehemu ya kugusa na ukiri kwa kinywa chako - NIMEPONYWA, NIMEKULISHWA na NIMEREJESHWA katika Roho yangu, Nafsi, Mwili na pande zote zinazonizunguka katika jina la YESU Kristo, Amina!!!

Anza kufanya kile ambacho hukuweza kufanya hapo awali na anza kukiri hadi uponyaji kamili, ukombozi urejeshwe unakuwa matunda katika maisha yako katika jina la Yesu, amina. Endelea kuwa na njaa kwa ajili ya Mungu wote, kaa na hasira na rudisha nyuma yote ambayo adui amezuia kwa jina la Yesu, amina

Kumbuka:
Shuhudia uponyaji kwa ajili ya utukufu wa Mungu na aibu ya adui! Tutumie barua pepe au WhatsApp ikiwa bado unahitaji tukubaliane nawe kuhusu suala hilo. Na ungana

nasi katika mfululizo wa vifaa kuanzia wiki ijayo Alhamisi. Pata maelezo zaidi hivi karibuni kwenye tovuti yetu!

Unyonyaji Mkubwa - 1 - Sura ya 3 - Tafuta Jinsi Kutoka kwa Wakuu katika sehemu ya 2

Inatosha Kutekwa na Karibu Uhuru - Jinsi ya kuponya au kuponywa COVID-19, Saratani na Nyinginezo - Sehemu ya 2

Huu ni Mfululizo wa Kuandaa Uponyaji, Ukombozi, na Urejesho kwa Nafsi na Wengine!

Mafunzo ya Vitendo ya Kujiendesha kwa Ajili ya Ukombozi na Urejesho wa Uponyaji

Tafuta kiungo cha podikasti kinachoelezea vipindi vya uponyaji na ukombozi

hapa https://anchor.fm/otakada.org/episodes/Enough-is-Enough-to-Captivity-and-welcome-to-Freedom—How-to-heal-or-be-cured-of-COVID–19–part-2-er35cm
Tazama Kiungo cha Youtube: https://youtu.be/ydFE_lD8SqU Utapata katika video hii Jinsi ya kuponywa au kuponywa COVID -19, Jinsi ya Kuponya au kuponywa Saratani; Jinsi ya Kuponya au kuponywa Shinikizo la Damu, na mengineyo. Mchakato rahisi kupitia huduma katika uponyaji, ukombozi, na urejesho katika Roho yako, Nafsi, Mwili, na kote

kukuzunguka
Furahia!

Unyonyaji Mkubwa - 1 – Sura ya 4 - Tafuta Jinsi Kutoka kwa Wakuu - sehemu ya 3

Inatosha Kutekwa na Ibilisi na Karibu kwenye UHURU katika Kristo Yesu – Kuanza Vita vya Kila Siku – Maombi ya Tamko la Kila Siku kwa ajili ya Kujitayarisha kwa vitendo badala ya Maombi – Sehemu ya 3- Hati na Cindy Trimm

Wapendwa marafiki, kujihamisha nafsi au watu kutoka katika ufalme wa utumwa wa ibilisi hadi katika ufalme wa uhuru ni kitendo cha vita. Tangazo la vita. Si dhidi ya wanadamu bali dhidi ya maadui wa roho zetu. Paulo Katika kuwaonya Wakorintho katika **2 Wakorintho 10:2-6**

Biblia Iliyoongezwa

2 Naomba nitakapokuja nisisukumwe na ujasiri nitakaowaonyesha wale wachache wanaotuona kama tunatembea kulingana na mwili [kama watu wasio na Roho].
3 Kwa maana ingawa tunatembea katika mwili [kama wanadamu wanaokufa], hatuendelezi vita vyetu [vya kiroho] kulingana na mwili na kutumia silaha za wanadamu.
4 Silaha za vita vyetu si za kimwili [silaha za mwili na damu]. Silaha zetu zina nguvu za kimungu kwa kuharibu ngome.
5 Tunaharibu hoja za kitoto na kila kitu kilichoinuliwa na kiburi kinachojiinua dhidi ya ujuzi [wa

kweli] wa Mungu, na tunateka kila fikira na kusudi kwa utii wa Kristo, [6] tukiwa tayari kuadhibu kila tendo la kutotii, utii wenu wenyewe [kama kanisa] utakapokamilika.

Yesu alisema nitalijenga kanisa langu na lango la kuzimu halitalishinda. Ametoa ufunguo katika karama ya Roho kama Paulo alivyowaonya Wakorintho katika 1 Wakorintho 12. Karama hizi zote ni za vita. Tusipotumia karama hiyo, tunawachukua majeruhi kama Wakristo.

Tunapopigana vita na adui mwaka huu, tukitangaza kwamba yatosha kufungwa, ni lazima tuwe tayari kutumia karama ya roho kwa nguvu zote! Silaha hizi ni silaha za kiroho na zinaweza kutekelezwa kwa njia za kiroho. Hatuwezi kupigana na adui kwa ujuzi wa kichwa au sababu, hoja au mazungumzo au upole. Hatuwezi kulazimisha au kuvaa silaha zote kwa kutumia silaha za kimwili, zinazofungwa duniani. Waefeso 6:11-18 inaweza kutekelezwa kwa kutumia karama 9 (tisa) za kiroho katika 1 Wakorintho 12. Ndiyo maana hatuwezi kuwa wajinga kuhusu hili. Ikiwa tunafanya hivyo, hakuna njia duniani kama tutaweza kujiondoa sisi wenyewe au watu kupitia pembe ya kulazimisha ambapo tunaweza kuona matokeo ya kimwili hapa duniani.

Injini ya Kutosha Inatosha Kutekwa na Ibilisi na Karibu kwenye Uhuru katika Kristo

Nimejumuisha katika podikasti hii na video ya YouTube maombi 100 ya kila siku ya dakika 50 ambayo yatakusaidia kupigana vita vizuri vya imani kwa kuendelea na mashambulizi kwa sababu hiyo ndiyo sababu Kristo alikuja, kuharibu kazi ya yule mwovu (1 Yohana 3:8). Hiyo kimsingi ndiyo huduma yetu. Kufanya vita na kuwatoa watu katika ufalme wa Mungu. Hii ndiyo injini ya kila siku ambayo ikifanywa kwa uzito, itahakikisha ushindi wakati wote. Kuomba bila kukoma ni wodi ya ulinzi kwa ajili ya mafanikio ya ufalme wa Mungu duniani - Yesu aliongoza kwa mfano katika kuomba bila kukoma na sisi pia tunapaswa.

Furahia podikasti/video na uongeze maneno yako upendavyo, lakini ifanye iwe jambo la kila siku. Pia ninajumuisha chaguo la maandishi/PDF kwenye tovuti yetu kwa ajili ya kupakua kupitia kiungo cha blogu. Tafadhali pata muda wa kutenga angalau saa moja mahali pa maombi. Huu ni mwanzo tu.

PS: Tunaposhambuliwa au wengine wanashambuliwa, saa moja tuliyoshindwa kuomba mahali pa siri inakuwa saa za uchungu katika utumwa wa Shetani. Shetani ni mtawala mgumu na hatupaswi kuruhusu nafasi. Lazima tuendelee na mashambulizi kwa jina la Yesu Kristo, Amina

Maombi ya Tamko dakika 50 za matamko 100:

Uanzishaji katika Vita - Matamko ya Kila Siku

Nimekusanya orodha ya amri 92 hapa na 100 kwenye toleo la sauti ambalo litatumika kama nguvu inayoamsha inayotangaza uwepo wako na hali yako ya utendaji kazi katika roho. Matamko yanayotolewa yanawekwa katika mfumo wa sala, sawa na taarifa ya kuapa ya afisa. Kila moja ya haya yanatokana na maandiko. Nimerejelea andiko ambalo kila sehemu imejengwa.

Tumia sala hii kila siku, na uiombe kutoka moyoni mwako. Ikariri. Tumia marejeleo ya Maandiko katika ibada zako za kila siku. Yasome. Yatakuwezesha kupigana vita vizuri vya imani. Tazama hali na hali zikibadilika kuwa bora zaidi. Kumbuka, ni pale tu unapowekwa katikati ya vita au hali isiyowezekana, na wakati hakuna mtu au chochote kinachoweza kukuokoa au kukuokoa ila Mungu, ndipo shujaa wa kweli anazaliwa. Badala ya kukata tamaa, kujisalimisha, au kuanguka katika mawindo ya mikakati ya adui, fikiria nyakati zako za mapambano, majaribu, na majaribu kama fursa za kimungu za kufunzwa katika sanaa ya maombi ya kimkakati na vita vya kiroho. Hakikisha kwamba nyakati hizi ni misingi halisi ya mafunzo ambayo Mungu amechagua kukuleta katika utawala wa kweli. Kama ilivyokuwa kwa Daudi, zinaweza kuwa misingi ambayo Mungu hutumia kukufundisha kwa ajili ya tukio la mwisho: **kuongeza uwezo na kutimiza kusudi katika nyanja zote tano.**

Biblia inasema katika Ayubu 22:27–28 kwamba unapaswa "kumwomba, naye atakusikia." Neno *tengeneza* linamaanisha "kutunga, kujenga, au kubuni." Kila moja ya matamko yafuatayo yametungwa, kujengwa, na kubuniwa kulingana na Maandiko. Marejeleo ya Maandiko yanatolewa mwishoni mwa kila tamko. Unapoomba, omba kwa uhakika kwamba "milango ya kuzimu haitashinda" (Mathayo 16:18). Kumbuka, matamko haya yanafanywa ili kupigana na roho na si watu. Msione huruma; msichukue mateka! Kumbuka kuwa wa jumla iwezekanavyo na mahususi iwezekanavyo unapokuwa na maelezo yanayochukua nafasi ya mimi kwa ajili yako au yeye kwa ajili yake au sisi kwa ajili yao nk.

Maombi ya Kuamsha kwa ajili ya vita vya kiroho

Kama mbunge rasmi wa Mungu **na wakala wa utekelezaji wa sheria** :

1. **Ninakuja** kwa jina la Yesu aliyefufuka, ambaye mimi ni wake na ninayemtumikia, "ili kwa jina la Yesu kila goti lipigwe, la vitu vya mbinguni, na vya duniani, na vya chini ya nchi; na kila ulimi ukiri ya

kuwa Yesu Kristo ni Bwana" (Flp. 2:10–11; tazama pia Zab. 82).

2. **Ninaathiri** na kutekeleza mipango na makusudi ya awali ya Mungu dhidi ya mipango na makusudi ya Shetani (Dan. 6).
3. **Ninaamuru** na kutangaza kwamba katika vita hivi hakuna silaha ya ndani (ya ndani) au ya nje (ya nje), iwe ya kihisia, kifedha, kijamii, kimwili, kisaikolojia, ya kibinafsi, ya kiroho, au ya kimfumo, iliyoundwa dhidi yangu itakayofanikiwa (1 Sam. 17:47; Isa. 54:17; Yer. 51:20; Yohana 14:30; 2 Kor. 7:5; Efe. 4:27).
4. **Ninajivika** silaha za nuru na za Bwana (Rum. 13:12; Efe. 6:13–17):

• Ukweli wa kufunika viuno vyangu (Zab. 51:6)

• Kifua cha kifua cha haki ili kufunika moyo wangu na kifua changu (Zab. 5:12; 2 Kor. 6:7)

• Injili ya amani ifunike miguu yangu (Isa. 52:7)

• Ngao ya imani ya kunilinda na kunishambulia (Ebr. 10:38; 11:1, 6)

• Kofia ya wokovu ifunike kichwa changu (Isa. 59:17; 1 The. 5:8)

• Upanga wa Roho, ambao ni Neno la Mungu (Efe. 6:17; Ufu. 1:16)

• Bwana Yesu Kristo (Rum. 13:14)

- **Vazi la haki (Isa. 61:10)**
- **Utukufu wa Mungu ndio thawabu yangu (Isa. 58:8).**

- **Ninaamuru** na kutangaza kwamba silaha za vita vyangu si za kimwili bali zina nguvu katika Mungu (1 Sam. 17:45; Rum. 13:12; 2 Kor. 10:3–6; Efe. 6:13–18).
- **Ninabomoa** ngome na kuharibu mawazo ya ubatili na kila kitu kilichoinuka kinachojiinua dhidi ya kumjua Yesu Kristo. Mawazo yangu sasa yanatii utawala wa Kristo (Isa. 14:13–14; Eze. 28:2; 2 Kor. 10:5).
- **Ninasema** kwamba upako wa Mungu huharibu kila nira maishani mwangu na kwamba nafsi yangu, roho, na mwili wangu sasa hufanya kazi kwa mpangilio kulingana na mifumo ya kiungu ya utaratibu (1 Kor. 9:27; 14:40).
- **Ninaamuru** na kutangaza kwamba nimepona na nimejazwa Roho; magonjwa na maradhi viko mbali nami (Isa. 53:5).
- **Ninaweka** vigezo, mipaka, na mipaka ya kimungu na kutunga sheria na kuanzisha sheria za ufalme wa mbinguni ili kutawala shughuli zote ndani (1 Nyakati 4:10; Zab. 147:14; Isa. 60:18).
- **Ninabatilisha** (nakataa na kupinga) kila adhabu ya kishetani, kupotosha shughuli, amri, maagizo, agizo, au amri inayopinga mapenzi ya Bwana kuhusu maisha yangu, huduma, na familia yangu (Mathayo 18:18).
- **Ninabatilisha** maamuzi na hukumu za kishetani kuhusu huduma yangu, maisha yangu, na maisha ya wanafamilia, marafiki, na washirika (Isa. 38:1–5; 39:6–8; Mt. 16:19).
- **Ninachukua udhibiti** wa njia za hewa, galaksi, mifumo, tufe, stratospheres, hemispheres, angahewa, falme, maeneo, na domains (Yer. 1:10; Mt. 16:19; 18:18; 1 Kor. 6:2–3; Efe. 2:6; Ufu. 5:10; 11:12).

- **Ninaondoa** roho za bwana na kumtumia Mikaeli, malaika wengine wakuu, na jeshi la malaika kushughulikia mabishano yoyote ya kishetani, migogoro, mapambano, na upinzani kuhusu amri hii (2 Wafalme 7:5–7; 2 Nyakati 32:21; Dan. 3:24–25; 6:22; 10:13; Zab. 91:11; 103:20; Ebr. 1:14).
- **Ninatangaza** mafanikio ya shughuli za kimungu na za kimalaika, uimarishaji, uimarishaji, na usaidizi. Kulingana na Neno Lako katika Zaburi 103:20, malaika sasa "wana nguvu nyingi" za kuongoza na kulinda utu wangu, mali, na mali zangu (2 Wafalme 6:17; Danieli 3:15–30; Matendo 12:1–10).
- **Yehova-Gibbori** , shindana na wale wanaoshindana nami; pigana na wale wanaopigana nami. Shika ngao na kigao, na usimame kwa ajili ya msaada wangu! Toa pia mkuki na mkuki na uwafungie njia wale wanaonifuatia na kunitesa. Jivike mavazi yako ya vita. Jikusanye silaha zako; kukusanya silaha zako na risasi kutoka kwenye ghala lako la kimungu. Toa mishale yako, kusanya ngao zako, na kisasi kiwe lengo lako kuu unapoangusha magari, farasi, na wapanda farasi. Acha hofu iwapige mioyo ya adui zangu na kusababisha mioyo yao kushindwa.
- **Ninaamuru** na kutangaza kwamba kwa Wewe ninapita katikati ya vikosi na kuruka kuta. Wewe ndiwe Mungu wangu: Mungu unifungaye nguvu na kuifanya njia yangu kuwa kamilifu. Ni wewe unifanyaye miguu yangu kama miguu ya kulungu, unipaye uthabiti ili niweze kusimama imara na kusonga mbele kwenye vilele hatari vya majaribu na shida. Umeniweka salama juu ya mahali pangu pa juu. Unafundisha mikono yangu vita na vidole vyangu kupigana, ukinipa nguvu na uwezo usio wa kawaida ili mikono yangu ivunje upinde wa chuma. Wewe ndiwe Mwamba wangu, Ngao yangu, na Mnara wangu Ulio imara. Umenipa ngao ya wokovu

wako, na mkono wako wa kuume unaniimarisha kama mshindi katika vita hivi. Mshinde adui. Nipe shingo yake. Nifanye niwafuate na kuwapata hadi watakapojeruhiwa na kuangamizwa, wakianguka miguuni pangu, wasiinuke tena. Lifanye jina langu mbinguni. Wale wanaosikia habari zangu wanyenyekee na kunitii.

- **Ninatangaza** kwamba ni Wewe uliyenibariki. Ni Wewe uliyenitia nguvu. Si kwa uwezo wangu wala kwa nguvu zangu, bali ni kwa Roho wa Bwana. Kwa maana adui atakapokuja kama mafuriko, Roho yako huinua bendera dhidi yake (Kut. 15:3; Kum. 32:41–42; Zab. 7:13; 18:29–50; 35:1–8; 144:5–7; Isa. 42:13–14; 59:16–19; Hag. 2:22).
- **Ninakataza** na kutoruhusu shughuli zaidi za kupinga za watu wowote wa kishetani wenye majukumu ya kishetani kuhusu maisha yangu, huduma, na familia, na ninapigana nao vita (Neh. 4:14).
- **Sikubaliani** na ninakataza kuingiliwa na kuingiliwa au kupinga mapepo (Dan. 10:1–13).
- **Ninapinga** mabishano ya kishetani, nia, uchochezi, na mazungumzo kuhusu maisha yangu na roho yangu, na kuweka kusudi la kinabii na hatima ya kimungu juu na dhidi ya shughuli zote na nguvu zinazopingana ambazo ni kinyume na mapenzi ya Mungu katika Kristo Yesu kuhusu maisha yangu (1 Sam. 1:1–8; 1 Wafalme 22:1–23; 1 Nya. 21:1–2; Ayubu 1:7–12; 3:25; Yuda 9).
- **Ninafunga** unyanyasaji wa kishetani na kukemea viwango vya kishetani (2 Sam. 11:1–2). Ninasimamisha na kukataza ufuatiliaji wote wa kishetani (1 Sam. 18; Mt. 26:4; Marko 11:18; Luka 6:11; Mdo. 16:16–19).
- **Ninaondoa** mizigo ya uongo na kuondoa hisia za uzito, ukandamizaji, na mfadhaiko. Ninaiweka juu ya Bwana anayenitegemeza. Sitatikisika (Zab. 12:5;

54:2; 55:22; Isa. 10:27; 61:3; Mt. 11:28–30; Yohana 14:1).

- **Ninaamuru** na kutangaza kwamba kwa upako, maagano yote, mikataba, minyororo, vifungo, vifungo, na mateka ambayo ni kinyume na, yanapinga, au yanazuia utimilifu wa mpango na kusudi la Mungu la asili yanavunjwa. Nimekombolewa kutoka kwa ushirikiano wa vizazi/kishetani/kipepo, utii, vifungo vya nafsi, roho za urithi, na laana. Ninazitenga kwa upanga wa Bwana, damu, na Roho. Ninazungumza na DNA yangu na kutangaza kwamba niko huru kutokana na ushawishi wowote unaopitishwa kutoka kizazi kimoja hadi kingine—kibiolojia, kijamii, kihisia, kisaikolojia, kiroho, au kwa njia nyingine yoyote nisiyoijua lakini inayojulikana na Mungu. Ninapinga kila roho inayofanya kazi kama mlinzi wa lango au mlinzi wa mlango kwa nafsi yangu, na ninakataa muungano wowote zaidi wa fahamu au usio na fahamu, ushirika, utii, au agano. Ninajifungulia kwa ukombozi wa kimungu. Baba, fanya njia yako sasa! Kamilisha mambo yanayonihusu (Kum. 5:9; 7:8–9; Mhu. 7:26; Isa. 61:1; Mdo. 8:9–13; Gal. 5:1; 1 The. 5:23–24; 2 Tim. 2:25).
- **Ninaamuru** na kutangaza kwamba ngao ya maombi, upako, kuta za moto, vizuizi vya moshi, na ukoo wa *damu* huunda ua wa ulinzi unaonizunguka na kunificha kutokana na pigo la adui, roho zinazojulikana, na watu wote wa pepo, na kufanya iwe vigumu, kama si vigumu, kwao kunifuatilia au kunifuatilia kwa ufanisi katika ulimwengu wa roho. Hakutakuwa na mashimo au kupenya kwenye ua huu wa ulinzi (Kut. 12:13; Ayubu 1:7–10; Zab. 91; Zek. 2:5).
- **Ninaachilia** jina langu angani na kutangaza kwamba mashujaa wa maombi, waombezi, na walinzi wa

kinabii wananiinua katika ulimwengu wa roho. Ninasema kwamba hawatakoma au kushuka kutoka kwenye minara yao ya ulinzi hadi kazi zao zikamilike. Ninaamuru na kutangaza kwamba watafanya kazi zao za uombezi chini ya uongozi wa Roho Mtakatifu na Yesu Kristo, ambaye ndiye mwombezi wangu mkuu (Yer. 27:18; Eze. 3:17; Luka 18:7; Yohana 16:13; Rum. 8:26–27, 34; Ebr. 7:25).

- **Ninaamuru** na kutangaza kwamba Roho wa Bwana yuko juu yangu—roho ya hekima, ufahamu, shauri la kimungu, nguvu isiyo ya kawaida, maarifa, na ya hofu kuu ya Yehova. Ninapoendelea, ninawezeshwa kimungu na kuongezeka kwa ujuzi na uelewa (Isa. 11:2–3; Efe. 1:17–18; Kol. 1:9–11; 3:10).
- **Ninafuta** na kuangamiza mawazo ya kishetani, udanganyifu, makadirio, mitazamo, mapendekezo, tuhuma, na udanganyifu uliowekwa kama udanganyifu au shambulizi kwa roho yangu na wale waliopewa jukumu la kuomba pamoja nami, kwa ajili yangu, kwa niaba yangu, na wale wanaofanya kazi pamoja nami, wamepewa jukumu langu, na kuingiliana nami kila siku (1 Wafalme 22:5–40; Matendo 13:50; 2 Wathesalonike 2).
- **Ninapinga kwa nguvu** hila za ibilisi na nakataza utekaji nyara wa mawazo ya kimungu, msukumo, ufunuo, ufahamu, hekima, maarifa, na ufahamu unaotoka katika chumba cha enzi cha Baba yangu wa mbinguni, hasa wale wanaoanzisha, kuchochea, kudumisha, na kuimarisha mamlaka ya ufalme wangu katika ulimwengu wa dunia na mbinguni, na ambao huwezesha kusudi la Mungu la ukombozi (Mt. 13:19; Efe. 6:11).
- **Nilisimamisha** hatua zote za kukengeusha, kusumbua, na uharibifu. Kwa sababu hii Mwana wa Mungu alidhihirishwa, ili aharibu kazi za adui

(Yohana 2:15–17; Matendo 16:16–19; 1 Yohana 3:8).

- **Ninashinda** vikwazo vya kishetani, makatazo, na mapungufu yote. Ninaamuru na kutangaza kwamba kuta zote zisizoonekana na zisizoshindika zimeharibiwa (Yos. 6:1; Kol. 1:16).
- **Ninatoa** hukumu ya Mungu dhidi ya shughuli za kishetani/mapepo, na ninapigana vita katika roho ya Eliya na Yehu (1 Wafalme 18; 2 Wafalme 9:1–10:28).
- **Sikubaliani** , sibatilishi, sibomoi, sighairi, sipingi, na sipingi kwa nguvu shughuli zozote za kishetani, ujanja, hila, upotoshaji, mikakati, mbinu, njama, mipango, na hila ambazo zimeundwa kuzuia, kuzuia, kukatisha tamaa, kuzima, kukataa, au kuchelewesha mipango na makusudi ya awali ya Mungu kutokana na udhihirisho wake wa haraka, wa haraka, na wa haraka, hasa katika wakati na majira yake sahihi (Dan. 7:25).
- **Ninakataza** mabadiliko na mabadiliko ya wakati au sheria zozote zinazohusu maisha na huduma yangu au maisha ya familia yangu. Ninaenda sambamba na harakati za Mungu za kimuziki, za simfoniki, na zilizopangwa (Mwa. 1:1–5; Dan. 6:1–15; 7:15–27).
- **Ninathibitisha** kwamba ikiwa sheria, kanuni, kanuni, miswada, hati, na katiba zitabadilishwa, zitabadilishwa kwa niaba yangu ili niweze kufanikiwa katika nafasi ya mgawo wangu na katika nchi ambayo ninaishi (Dan. 6:25–28).
- **Ninaamuru** na kutangaza kwamba nyakati na majira yangu yako mikononi mwa Bwana na hayatabadilishwa au kurekebishwa na mtu yeyote au chochote. Ninatenda chini ya upako wa wana wa Isakari, na Mungu ananipa uwezo wa kimungu wa kutambua nyakati na majira yangu kwa usahihi (1

Nyakati 12:32; Zab. 31:15; Mhu. 3:1–8; Danieli 2:21–22).

- **Ninaamuru** na kutangaza kwamba macho ya roho yangu hufanya kazi kwa maono 20/20 kwa ajili ya uelewa sahihi na tafsiri ya mienendo ya kimungu. Masikio yangu yanaendana na masafa sahihi ya Roho, na nina uwasilishaji wazi (2 Wafalme 6:17; Ayubu 42:5; Zab. 119:18; Isa. 29:18; Yer. 1:11–16; 2 Kor. 4:4; 7:2; Efe. 4:18; Ufu. 4:1).
- **Ninaamuru** kwamba leo ninafanya kazi kulingana na ratiba/kalenda ya Mungu. Ninaamuru kwamba ajenda ya Mungu ndiyo ajenda yangu. Mimi si wangu mwenyewe; nimenunuliwa kwa bei. Kwa hivyo ninajisalimisha kwake pekee. Ninatangaza kwamba, kama Yesu, "Ninakuja: katika gombo la kitabu imeandikwa kunihusu" (Zab. 40:7; tazama pia Zab. 139:16; 1 Kor. 7:23; Yakobo 4:7).
- **Baba, pindua** mipango ya wasumbufu, wenye dharau, wenye dhihaka, wenye dhihaka, watesaji, na wauaji wa tabia. Wafichue wawakilishi wa kishetani na unipe mikakati na mbinu za kimungu za kutambua, kupinga, na kushinda njama na mipango iliyowekwa kwa ajili ya kifo changu (Esta 9:25; Zab. 5:10; 7:14–16; 34:21; 35:1–8; 52:5; 83:13–17; 141:10; Mithali 26:27; 28:10; Dan. 3, 6; Mathayo 7:15–23; 2 Kor. 11:14–15):
- **Chomoa mkuki wako na uwazuie njiani mwao.**
- **Waaibishwe na kuaibishwa.**
- **Waanguke kwa mashauri yao wenyewe.**
- **Warudishwe nyuma na kuchanganyikiwa.**
- **Waache wawe kama makapi yanayopeperushwa na upepo.**
- **Malaika wa Bwana na awatese.**
- **Njia yao iwe kupitia mahali penye giza na utelezi, malaika wa Bwana akiwafuatilia na kuwatesa.**

- Waaibishwe na kudharauliwa wanaotafuta na kutaka maisha yangu.
- Warudishwe nyuma na kuaibika wanaopanga madhara yangu.
- Uharibifu na uwajie ghafla.
- Waanguke kwenye uharibifu wao wenyewe.
- Uharibifu na uwajie bila kujua.
- Waache wajikwae na kuanguka katika uharibifu walionipangia.
- Wajeruhiwe na kuangamizwa kwa silaha zile zile walizobuni kwa ajili yangu.
- Waache wakamatwe katika wavu uleule walionitegea.
- Waanguke kwenye shimo walilochimba kwa ajili yangu.
- Waache waning'inizwe kwa kamba waliyoijenga kwa ajili yangu.
- Waache wachomwe motoni waliowasha kwa ajili yangu.
- Waangamizwe na wanyama wale wale walioniandalia.
- Wapige chini katika tendo lao la uovu.
- Uovu wao urudishwe kwao mara mbili.
- Waondoe katika makao yao.
- Uwang'oe kutoka katika nchi ya walio hai.
- Uovu na uwaue na ukiwa uwe sehemu yao.
- Wafanye kama gurudumu linalozunguka kwa mkanganyiko.
- Wafanye kama makapi mbele ya upepo.
- Wafanye kama kuni zilizochomwa moto.
- Uwatese kwa dhoruba yako.
- Kusababisha hofu na woga kushika mioyo yao.
- Waaibishwe na kusumbuliwa milele.

- **Ninawatumia** majeshi ya mbinguni kupigana na majeshi ya giza (1 Sam. 17). Chukua uongozi, simamisha, na usitishe harakati zaidi za kishetani na shughuli za kishetani zinazotokana na:
- **Ulimwengu wa chini na maeneo yake sita (Isa. 14:9, 15; 38:18; Dan. 7:1–28; Ufu. 20:13–14)**
- **Kifo (Ayubu 34:22; 1 Kor. 15:55)**
- **Kuzimu/Sheoli/Hadesi (Isa. 14:19)**
- **Kaburi (Isa. 38:10; Eze. 31:15).**
- **Shimo (Ezek. 32:23)**
- **Kuzimu, eneo la chini la shimo (Isa. 38:17; Zab. 30:3)**
- **Maeneo ya bahari (Ayubu 41:1–31; Eze. 26:16)**
- **Mbingu (Efe. 2:6; 6:12; Ufu. 12:7)**
- **Vikoa vya dunia, vilivyo chini ya dunia, na vya mbinguni (Isa. 14:12–14; Yer. 1:10; Luka 11:16–26; Rum. 8:14–23; Flp. 2:10)**
- **Ninaweka** neno la unabii juu ya hatua zote za adui, mikakati, na mbinu zisizofaa (1 Tim. 1:18–20).
- **Ninatawala** na kuangusha, kulingana na Isaya 54:17, maneno yasiyosemwa vizuri, matakwa mabaya, uchawi, uaguzi, ulozi, fitina, laana, maombi ya uchawi, na kila neno lisilo na maana linalosemwa kinyume na mipango na makusudi ya awali ya Mungu.
- **Ninabadilisha** laana inayohusiana na matamshi haya na amri na kutangaza kwamba hayatasimama, hayatatimia, hayataota mizizi, na matendo yao ya ukatili yatarudishwa kwao mara mbili.
- **Ninatangaza** kwamba kila ulimi wa uongo ni mbaya na kwamba ukweli hushinda. Weka ndoano puani mwao, funga midomo yao kwa hatamu, na unifiche kutokana na pigo la ndimi zao (Ayubu 5:21; Zab. 5:6–10; Isa. 37:29).

- **Ninapinga** uongo, kashfa, uvumi, shutuma, uwakilishi potofu, na mauaji ya tabia. Baba, fanya mbingu ziiname chini kwa hukumu ya Mungu; toa umeme ili kuwatawanya; piga mishale yako ili kuwaangamiza; nyosha mkono wako kutoka juu na uniondoe. Sitapoteza ardhi au eneo lolote kupitia juhudi au mipango yao ya kudhoofisha (1 Wafalme 21:1–16; Zab. 144:5–7).
- **Ninamkataza** mshtaki wa ndugu kufanya kazi au kushawishi roho au akili ya mtu yeyote anayekutana nami (Ufu. 12:10).
- **Ninabadilisha** athari za unyanyapaa wowote na kutangaza kwamba neema ya Mungu, neema, heshima, na matakwa mema sasa yanachukua nafasi ya hisia, mitazamo, na mawazo yoyote mabaya kunihusu, familia yangu, na kazi/huduma ambayo nimeitwa kuitimiza.
- **Ninaamuru** na kutangaza kwamba utukufu na ukuu ndio sehemu yangu (Mwa. 12:1–3; Zab. 5:12).
- **Baba** , vunja alama za wachawi na wahalifu wanaostahimili upako kama ulivyofanya kwa Yane na Yambre katika siku za Musa. Vuruga ishara za waongo, wanajimu, watabiri, wachawi, na kadhalika. Wafanye wachawi wapumbavu, na ufanye maarifa yao ya giza kuwa upuuzi (Isa. 44:25; 2 Tim. 3:8).
- **Kemea** na uvunje miungano ya kishetani, na uikamate kwa Roho. Acha kila juhudi na juhudi za siri na/au za siri zishindwe (2 Nyakati 20:35; Neh. 4:7–8; Est. 3–9; Ayubu 5:12–14; Zab. 35:4; 55:9; 70:2; 83:17; 129:5).
- **Wavunjie heshima vifaa walivyotengeneza ili mikono yao isiweze kutekeleza shughuli zao.**
- **Wachukue kwa njia zao za ujanja na hila.**
- **Waache wakutane na giza wakati wa mchana na kupapasa-papasa mchana kama usiku.**

- **Waachilie virusi vya kimungu ili kuvamia hifadhidata za kishetani, na uamuru viteketezwe na kuharibiwa.**
- **Acha mawasiliano na mitandao yote ya kishetani yashindwe siku zijazo. Majaribio yoyote yatasababisha tu kutoelewana na kutoelewana.**
- **Tuma roho ya mkanganyiko miongoni mwao.**
- **Na ndimi zao zigawanyike.**
- **Kupindua na kupindua hujuma, uasi, na vikwazo.**
- **Acha kila shambulio la kulipiza kisasi lishindwe.**

- **Thibitisha** maneno ya mtumishi wako katikati yao, na utimize mashauri ya wajumbe wako (Isa. 44:26).
- **Tuma** mashambulizi ya kimalaika, ya kinabii na mbinu za kishetani dhidi ya akili ya kishetani (Yos. 5:13–14; Zab. 103:20–22).
- **Wakamateni** wale wanaotenda katika roho ya Yezebeli au Beliali. Wasipinge upako, wanyang'anye mamlaka, au kupata nafasi yoyote katika hali ya asili au katika ulimwengu wa roho (1 Sam. 10:27; 1 Wafalme 19:1–5; 21:1–16).
- **Ninakataza** madhihirisho ya kishetani na kusema kwamba vipimo vya kiungu vya "kutoa mimba" na "kuharibika kwa mimba" hutokea katika matumbo ya kishetani na vifaranga vya kuangulia (2 Kor. 10:5).
- Sasa Baba, umenipa kazi kubwa ya kukamilisha. Ninapigania kutolewa kwa fedha na rasilimali zote nilizo nazo. Kila kitu kilichoandaliwa kwa ajili yangu kabla ya kuwekwa misingi ya ulimwengu, kinachohusiana na maisha yangu (huduma, wito) na utauwa huja kwangu sasa. Sitakataliwa/sitakataliwa. Sitakubali/sitakubali mbadala. Ninaita rasilimali kutoka kaskazini, kusini, mashariki, na magharibi. Ninaamuru na kutangaza kwamba kila rasilimali

muhimu kwangu ili kutimiza mipango na makusudi ya awali ya Mungu huja kwangu bila kuchelewa sasa (2 Pet. 1:3).

- **Ninaamuru** na kutangaza kwamba utajiri wa waovu hauniwekei tena akiba bali umeachiliwa sasa. Wale wanaoshikilia utajiri wangu kwa muda mrefu zaidi ya vile wanavyopaswa kuteswa na kuteswa bila kupata nafuu hadi watakapoachilia kile ambacho ni changu halali. Ninamwamuru Shetani "aikohoe," aiteme, aifungue, aiachilie, na aiachilie (Ayubu 20:15–18; Zab. 66:12; Mhu. 2:26).
- **Yehova-Yire** , fungua viuno vya wafalme! Kwa jina la Yesu, amuru milango miwili yenye majani ifunguliwe. Nenda mbele yangu na unyooshe mahali palipopotoka. Vunja milango ya shaba vipande vipande, na ukate vipande vya chuma. Nipe, kadiri ya utajiri wako katika utukufu, rehema zako nyororo na upendeleo wako usiopimika, hazina za giza, na utajiri uliofichwa wa mahali pa siri (Isaya 45:1–3). Ninatangaza kwamba upako wa Koreshi unatiririka bila kuzuiwa na bila uchafu katika maisha yangu (Isaya 60:10–17; Wafilipi 4:19).
- **Inueni** vichwa vyenu, enyi malango (walinzi wa malango), na inukeni milele, enyi malango ya milele (walinzi wa malango) ili Mfalme wa utukufu, Bwana mwenye nguvu na uweza, Bwana wa majeshi, aingie (Zab. 24:7–10). Ninatangaza ufahamu wangu ambao hauwezi kumzuia Yeye kuingia. Kwa hivyo, sitakataliwa na siwezi kukataliwa kile ambacho ni changu!
- **Ninaamuru** na kutangaza kuachiliwa kwa majeshi ya Mataifa, dhahabu na fedha kutoka Tarshishi yangu ya kinabii, na malkia wangu wa kinabii wa Sheba waje wakiwa wamebeba kila kitu cha thamani/rasilimali/mali inayofaa wana na binti za Mfalme wa wafalme.

- **Ninaamuru** na kutangaza kwamba nitanyonya maziwa ya Mataifa katika matiti ya wafalme (Isa. 60:16). Nitakuzwa kama wingi wa bahari utakavyogeuzwa kwangu (Isa. 60:5). Wageni watajenga kuta zangu, na wafalme wao watanitumikia (Ayubu 27:16–17; Isa. 60).
- **Ninaamuru** na kutangaza kwamba Mungu wangu amenileta katika eneo langu la utajiri, na ninaishi katika Gosheni yangu ya kinabii. Ninaongezeka katika mali na kufanikiwa katika nchi ninayoishi na nimetumwa kama balozi wa Mungu. Kama mwakilishi wake rasmi, haki zote za kidiplomasia na za kiungwana, marupurupu, heshima, na heshima zinatolewa kwangu. Neema, ukweli, wema, na rehema ndizo walinzi wangu.
- **Ninaamuru** na kutangaza hekima ndiye mshauri wangu; Roho Mtakatifu ndiye mshauri wangu; Yesu Kristo ndiye mtetezi wangu. Mungu, El Elyon, mwamuzi wangu pekee ametangaza na kwa hivyo ninathibitisha kwamba maafisa wangu ni amani, wasimamizi wangu ni haki, kuta zangu ni wokovu, na malango yangu ni sifa (Mwa. 47:27; Isa. 60:17–18).
- **Ninaamuru** na kutangaza kwamba wakati wangu uliowekwa wa neema hautaharibiwa (Zab. 102:13).
- **Ninaachilia** maisha yangu, huduma, maisha ya kila mwanafamilia, mshirika, na rafiki upako ufuatao kwa ajili ya utajiri na ustawi ili Mungu na jina la Mungu pekee litukuzwe:
- **Upako wa Yabesi (1 Nyakati 4:10)**
- **Upako wa Ibrahimu (Mwa. 12:1–3)**
- **Upako wa Melkizedeki (Mwa. 14:18; Ebr. 5:6–10)**
- **Yusufu ampaka mafuta (Zab. 105:21)**
- **Upako wa Yakobo (Mwa. 28:1; 30:43)**

- **Kupakwa mafuta kwa Isaka (Mwa. 26:1–14)**
- **Upako wa Masihi (Luka 8:1–3)**
- **Upako wa Kisoloma (1 Nyakati 29; 2 Nyakati 9)**
- **Upako wa Edeni mara saba (Mwa. 1:28, 30; 2:15)**
- **upako wa Uzia (2 Nya. 26:5–15)**
- **Yoshua kupakwa mafuta (Yos. 6:1–3)**
- **nimejawa** na faida nyingi (Zab. 68:19).
- **Ninapinga** roho ya umaskini. Bwana hufanikisha kazi ya mikono yangu. Kwa njia yake na kupitia kwake natenda mambo makuu. Narudia tena, sitakataliwa (Dan. 11:32)!
- **Ninatangaza** mafanikio na maendeleo katika jina la Yesu (2 Kor. 2:14). **Ninaamuru** na kutangaza kwamba ufalme wa mbinguni unatawala na kutawala (Ufu. 11:15).
- **Ninatuma** maneno haya kama upepo wa Euroklidoni katika ulimwengu wa roho ili kubomoa na kuharibu kambi za adui. Kusababisha pepo nne za Roho na za mbinguni kuvuma kama pepo zenye kuharibu na kushinda (Yer. 51:1; Matendo 27:14).
- **Ninaamuru** na kutangaza kwamba sala hii na sala zote zijazo zinachukua sifa za makombora ya kimungu katika ulimwengu wa roho na kwamba zinagonga jicho la ng'ombe (Zab. 57:4).
- **Ninaamuru** kwamba sheria zinazoongoza sala hii na mikakati na mbinu zote za vita vya kiroho zinafungamana na Neno, damu, na Roho (1 Yohana 5:7-8).
- **Ninaamuru** kwamba kila roho iliyotolewa kutoka kwa kazi yake ya kishetani sasa inakuwa sehemu ya kiti cha miguu cha Yesu (Zab. 110:1). *Ninafunga sala hii kwa jina la Yesu...amina!*

- **Baba, funua ndani yetu utajiri usio na kikomo wa utukufu na neema yako hadi nguvu isiyo ya kawaida ijaze utu wetu wa ndani kwa nguvu zako za kimungu na nguvu za mlipuko katika jina la Yesu Kristo, Amina Waefeso 3:16-21**
- **Roho Mtakatifu, tunapoichochea roho yako ndani yetu na kuionyesha kwa imani katika maisha ya wengine, maisha ya Kristo yaachiliwe ndani yetu kwani upendo wa Kristo unakuwa chanzo na mzizi wa maisha yetu katika jina la Yesu Kristo, amina Waefeso 3:16-21**
- **Tunapokea uwezeshaji wa kimungu na uwezeshaji wa kupata uzoefu wa upendo mwingi wa ajabu wa Kristo katika vipimo vyake vyote katika jina la Yesu Kristo amina Waefeso 3:16-21**
- **Tunapokea kumiminwa kwa upendo wako maishani mwetu hadi tujazwe na kufurika kwa ukamilifu wa Mungu katika jina la Yesu Kristo, Amina Waefeso 3:16-21**
- **Tunapokea ujasiri na akili timamu ili kuonyesha nguvu kuu ya Mungu inayofanya kazi ndani yetu ili kutimiza na kufikia zaidi ya ombi letu, ndoto yetu isiyoaminika, na kuzidi mawazo yetu ya ajabu katika jina la Yesu Kristo, Amina Waefeso 3:16-21**
- **Baba, tunaita nguvu yako ya miujiza ndani yetu ili itutie nguvu wakati unaofaa na wakati usiofaa kwa ajili ya matendo mema katika jina la Yesu, amina Waefeso 3:16-21**
- **Fanya neema na hekima iongezeke mbele zako Bwana Mungu na mbele za wanadamu katika jina la Yesu Kristo, Amina Waefeso 3:16-21**
- **Pokea sifa zote tukufu zinazoinuka kila mara kutokana na matendo yaliyopita, yaliyopo na yajayo katika jina la Yesu, Amina Waefeso 3:16-21**

- **Maneno haya yaliyotolewa hayatarudi bure kwetu bali yatatimiza kusudi lililotumwa na kurudi na ushuhuda wa utukufu wa Mungu wetu Isaya 55:11**

- **Ninaamuru na kutangaza kazi yangu na kutembea na neno la Mungu lililoandikwa, mwanga na mwongozo wa Roho Mtakatifu hunileta kila siku katika upatanifu na neno katika jina la Yesu Kristo, Amina. Yohana 16:13, 2 Timotheo 3:15-16**

- **Ninaamuru na kutangaza kwamba kuanzia leo na kuendelea kwamba ninapoweka mikono yangu juu ya wagonjwa, watapona, nitasema kwa lugha mpya. Nitakuwa na tafsiri, wagonjwa watapona mara moja na ninajifunika, familia yangu na kila mtu anayenizunguka kwa damu ya thamani ya Yesu Kristo kutokana na dalili na magonjwa ya wale tunaowaombea kiroho, kiroho au kimwili kwa jina la Yesu Kristo. Marko 16:15-18, Yohana 7:38, Luka 10:19**

- **Ninaamuru na Kutangaza kwamba kuanzia leo na kuendelea, nitashiriki angalau saa 1 au zaidi ya kunena kwa lugha ili kujijenga katika Roho Mtakatifu ili niweze kuwa na ufanisi katika huduma ambayo Mungu aliniitia. Yuda 1:20, Marko 16:17, Isaya 28:11, 1 Wakorintho 14:39, 1 Wakorintho 14:18**

- **Ninaamuru na kutangaza kwamba kuanzia leo na kuendelea, ninafanya kazi katika ulimwengu usio wa kawaida wa uponyaji, ukombozi, miujiza na utajiri kwa utukufu wa Mungu Mwenyezi. Marko 16:15-18; Mathayo 28:17-20; Ufunuo 5:12; 1**

Timotheo 5:18; Wafilipi 4:19; Mithali 8:18; 1 Wafalme 10:23; Mwanzo 49:25; Kum 18:1-14

- Ninaamuru na kutangaza kwamba nitachochea kipawa changu katika Roho Mtakatifu ili kutoa kipawa ambacho Roho Mtakatifu ameweka ndani yangu. Zaburi 80:2, Zaburi 35:23, 2 Timotheo 1:6, 2 Petro 1:13

- Ninaamuru na kutangaza tangu leo na kuendelea kwamba ninatenda kazi katika ulimwengu wa karama ya unabii - Neno la maarifa, Neno la hekima, tafsiri ya lugha na aina mbalimbali za lugha kwa ajili ya kujenga, kuongoza na kudhihirisha neno la Mungu na kwa ajili ya vita Warumi 15:12; Warumi 14:19; Waefeso 4:29,12,16; 1 Wakorintho 14:12,3,26 2 Wakorintho 12:19; Yuda 1:20

- Ninaamuru na kutangaza kwamba ninafanya kazi na kutembea kwa ufahamu kwamba Mungu Baba, Mwana na Roho Mtakatifu wanakaa ndani yangu na mimi ni balozi wao, nikileta uhalisia wa mbingu duniani kunizunguka na kuujulisha ulimwengu nia ya ufalme wa Mungu katika mambo yote. Mithali 13:14; Waefeso 6:20; 2 Wakorintho 5:20; 2 Wakorintho 6:1,16 Yohana 17:10,23,26

- Ninaamuru na kutangaza kwamba kuanzia leo na kuendelea, uponyaji, ukombozi, miujiza, uumbaji na usambazaji wa utajiri ni mtindo wa maisha katika maisha yangu na si tukio katika jina la Yesu Kristo. Vipindi vya uponyaji vya kutosha. Mathayo 4:23; Mathayo 16:10; Mathayo 14:21; Luka 6:35; Matendo 10:38; Waefeso 6:7; Wafilipi

2:13; Yakobo 2:26 Yoshua 1:8 Yakobo 1:27; Yakobo 4:17

- Ninaamuru na kutangaza kwamba kuanzia leo na kuendelea, ninakufa kwa maisha yangu ya kibinafsi kila siku, najitwika msalaba wangu na kufuata misukumo na mwongozo wa Roho Mtakatifu ndani yangu ili matendo ya nguvu ya Roho Mtakatifu ndani yangu yaweze kuimarishwa katika maisha yangu. Marko 10:21; Mathayo 16:24, Luka 9:23; Marko 8:34; 2 Wakorintho 4:16; 1 Wakorintho 15:34

- Ninaamuru na kutangaza kwamba tunda la roho - upendo wa kimungu unaowaka katika usemi wake wote - furaha inayofurika; amani inayotiisha; uvumilivu unaodumu; wema katika matendo; maisha yaliyojaa fadhila; imani inayoshinda; upole wa moyo; nguvu ya roho haina kikomo ndani yangu katika jina la Yesu, amina Mathayo 7:20-23; Wagalatia 5:19-21

- Ninaamuru na kutangaza, nitawaongoza watu kwa Kristo na kuwabatiza kwa Roho kwa ushahidi wa kunena kwa lugha na kuwapa uwezo wa kutii yote ambayo Yesu amenifundisha katika neno lake. Mathayo 28:18-20; Marko 16:15-18

- Ninaamuru na kutangaza, nitampenda Mungu kwa moyo wangu wote, roho yangu yote na nguvu zangu zote na kuwapenda wengine kama ninavyojipenda mwenyewe kama ninavyohusiana kwa heshima na Uadilifu wote kwa wengine katika kuwasiliana nami. Mathayo 22:37

- **Ninapokea upendo wa Mungu, neema ya Bwana wetu Yesu Kristo na uwepo wa Roho Mtakatifu unaodumu ili kuweka ahadi hizi zote katika matunda yanayodumu katika jina la Yesu, Amina**

Unyonyaji Mkubwa - 1 - Sura ya 5 - Tafuta Jinsi Kutoka kwa Wakuu - sehemu ya 4

Inatosha Kutekwa na Shetani na Karibu kwenye Uhuru katika Kristo - Je, Wakristo wanaweza kuonwa kuwa mapepo? Uongo ni Mtekaji, Shetani Anauza ili kuwaweka Wakristo wengi mateka kupitia Ujinga. Jinsi ya kugundua uwepo wao katika maisha yako na kuwafukuza + Hadithi ya kweli kutoka kwa bunge kuu husaidia ushuhuda wa kujiokoa kama ilivyosimuliwa na Derek Prince Sehemu ya 4 + Hati ya Maombi ya Kujiokoa + Maombi ya makubaliano ya Uponyaji, Ukombozi na Urejesho

Ndugu na Dada wapendwa, hii ni sehemu ya 4 ya Itoshe Imetosha kutekwa na Shetani na kuwakaribisha kwenye uhuru katika Kristo Yesu.

Katika mfululizo huu, tunakusanya jeshi la wapiganaji ili kukabiliana na adui katika mstari wa mbele na kuwatoa mateka katika uhuru katika Kristo katika ngazi tatu - Wokovu wa roho unaoitwa kuzaliwa mara ya pili, Wokovu wa roho, unaoitwa ukombozi na wokovu wa miili yetu unaoitwa uponyaji.

Ni mkakati wa kujifanyia mwenyewe katika mfumo uliosambazwa na Bwana Yesu Kristo ndiye Amiri Jeshi Mkuu wetu. Kazi yetu ni kukuwezesha kushiriki. Kujikomboa, wapendwa wako na wengine ndani ya mzunguko wako. Lengo letu ni kuamsha jitu hilo lililolala katika kila mwamini na kukufanya ujifunze mawazo ya shujaa kwenye uwanja wa vita na kushiriki katika kampeni iliyofanikiwa bila kuchukua majeruhi kwa jina la Yesu.
Lazima uelewe kwamba " **Ulinzi bora** ni shambulio zuri", msemo ambao umetumika kwa nyanja nyingi za juhudi, ikiwa ni pamoja na michezo na mapigano ya kijeshi. Pia inajulikana kama kanuni ya kimkakati ya kushambulia ya vita.

Ukiangalia kwa makini Waefeso 6 kuanzia mstari wa 12, utaona haraka kwamba Mungu hakukupa silaha yoyote mgongoni mwako kwa sababu anatarajia tupigane na tusijitenge wakati wowote. Hakuna nafasi ya askari wa kukimbia au kukimbia kupigana tena kwa sababu vita tayari vimeshindwa mbinguni. Letu ni kutumia mamlaka yetu na nguvu tuliyopewa kupitia Roho Mtakatifu aliye hai ili kulazimisha ushindi huo kwa sababu adui atataka kuvuka mpaka wake kila wakati. Kujaribu maji ili kuona kama hatujui. Kwa bahati mbaya, wengi wetu hatujui mbinu za yule mwovu.
Soma hii:

1 Petro 5:7-9
Biblia Iliyoongezwa
7 mkimtwika Yeye mahangaiko yenu yote [mawazo yenu yote, wasiwasi wenu wote, na mahangaiko yenu yote, mara moja na kwa wote], kwa maana Yeye anawajali [kwa upendo wa ndani kabisa, na anawalinda kwa uangalifu sana]. 8 Iweni na kiasi [wenye usawaziko na nidhamu], iweni macho na waangalifu wakati wote. Adui yenu, Ibilisi,

huzunguka-zunguka kama simba angurumaye [mwenye njaa kali], akitafuta mtu wa kummeza. 9 Lakini mpingeni, iweni imara katika imani yenu [dhidi ya shambulio lake—mkiwa na mizizi, imara, isiyotikisika], mkijua ya kwamba ndugu na dada zenu kote ulimwenguni wanapitia mateso yaleyale . [Hamteseki peke yenu.]

Unaweza kuona katika mistari hii kwamba Shetani ana njaa kali ya kutumeza, kutula tukiwa hai kwa chakula cha mchana, chakula cha jioni, na chakula cha jioni. Ili kukabiliana na aina hii ya adui, unahitaji yafuatayo kama tulivyoangazia hapo awali kama katika **A, B, C, D, E, F na G. Lazima nisisitize kwamba sala hii si ya kila mtu. Wachache waliochaguliwa watajipatia sifa za kuandikishwa kwa sifa hizi 7.**

Ni kama ifuatavyo :

A. **Upatikanaji (Roho, nafsi na mwili)**
B. **Ujasiri**
C. **Huruma kwa wengine**
D. **Uamuzi**
E. **Upendo wa Dhati**
F. **Hasira ya Moto**
G. **Njaa Kubwa**

Kama huna sifa hizi kama viungo vya chini kabisa, haitawezekana kuendesha kampeni yenye mafanikio kwa sababu viungo vyote vilivyo hapo juu vinahitaji kuchanganywa pamoja ili kutoa aina ya imani ya mbegu ya haradali ili kuleta mabadiliko kwa sababu Mungu huwalisha watu wenye njaa, si watoto baridi au vuguvugu iwe katika uponyaji, ukombozi na urejesho ndani na nje.

Nyara ziko tayari kukusanywa lakini mbegu ya haradali, imani thabiti inahitajika ili kuzikusanya katika uzoefu wetu.

Leo, tunaangalia **Inatosha Kutekwa na Shetani na Karibu kwenye Uhuru katika Kristo - Je, Wakristo wanaweza kudanganywa? Uongo wa Mtekaji, Shetani huuza ili kuwaweka Wakristo wengi katika Utumwa kupitia Ujinga. Jinsi ya kugundua uwepo wao katika maisha yako na kuwafukuza + Hadithi ya kweli kutoka kwa bunge kuu husaidia ushuhuda wa kujiokoa mwenyewe kwa mwongozo** sehemu ya 4. Tutaangalia uongo ambao Shetani huuza ili kuwaweka wengi wamefungwa kwa kumfunua.

Roho wabaya au mapepo, kulingana na uelewa wangu, ni ngazi ya chini ya "majeshi ya roho waovu" (Waefeso 6:12) ambayo shetani huelekeza dhidi ya wanadamu. Wana makusudi matatu makuu waliyopewa na shetani:

1. kwanza kututesa na kututesa;
2. pili, kutuzuia kumjua Kristo kama Mwokozi;
na ikishindikana hivyo, tatu,
3. kutuzuia kumtumikia Kristo kwa ufanisi.

Katika kujibu swali kuhusu je, Wakristo wanaweza kuingiwa na pepo? Ndiyo, Wakristo wanaweza kuingiwa na pepo kuanzia na ushawishi wa nje kwenye akili, umiliki wa sehemu ambapo wanachukua akili kwa sehemu na utawala kamili ambapo mtu aliyepagawa hupoteza uhuru wa kuchagua.

Kupata nafasi ya kutufikia tunapofungua mlango wa Uchungu, Kutosamehe, Kinyongo, Kiburi na Uasi n.k., ambavyo huwatesa Wakristo sana, vikimpa adui mahali pa kuegemea na nafasi, na mahali pa kukaa akilini mwetu.

Roho Mtakatifu atakaa katika chombo ambacho si safi kabisa, mradi tu amepewa ufikiaji wa eneo kuu la utu wa mwanadamu: moyo.

Mafundisho kwamba kila eneo la maisha ya mtu lazima liwe safi kabisa kabla Roho Mtakatifu hajakaa ndani yake yanaweza kusababisha moja ya matokeo mawili yasiyofaa. Inaweza kuwazuia baadhi ya waumini waaminifu kutafuta ujazo wa Roho Mtakatifu, kwani wanajiambia, Sitaweza kamwe kufikia kiwango hicho. Au aina hii ya mafundisho inaweza kuwashinikiza wengine ambao wamepokea ubatizo wa Roho Mtakatifu katika aina ya unafiki wa kujihesabia haki. Mawazo yao yanaenda kama hivi: Lazima nilikuwa mkamilifu ili nimpokea Roho Mtakatifu, kwa hivyo sasa lazima niendelee kuwa mkamilifu wakati wote. Matokeo yake ni mtindo wa maisha wa Kikristo wa kujifanya. Watu kama hao bado hupoteza hasira zao lakini sasa wanaiita hasira ya haki. Bado wanamkosoa mchungaji wao au Wakristo wenzao lakini wanaiita utambuzi. Bado wanakula kupita kiasi hamu zao za kimwili lakini wanaihalalisha kwa kusema, "Mambo yote ni halali."

Kushughulika na dhambi ni mapambano ya maisha na kifo. Si aibu kukubali kwamba dhambi bado inafanya kazi katika maisha yetu. Kinyume chake, hatari yetu kubwa iko katika kukataa kuikubali, ambayo inatuacha hatujajiandaa kupinga majaribu yanapokuja. Kama Roho Mtakatifu angesubiri hadi tuwe wakamilifu ili kuchukua makao Yake ndani yetu, ingekuwa kama profesa akiwaambia wanafunzi wake, "Nitaanza kuwafundisha mtakapofaulu mitihani yenu." Wanafunzi wake wangejibu, "Lakini profesa, hilo silo tunalohitaji! Tunakuhitaji uanze kutufundisha sasa, kwa hivyo tutajifunza tunachohitaji ili kufaulu mitihani yetu." Ni sasa tunapomhitaji Roho Mtakatifu, ili tuweze kupata msaada Wake kwetu kila mara ili kushinda nguvu ya uovu na kufikia kiwango cha Mungu cha utakatifu. Eneo moja maalum la migogoro ambalo tunahitaji msaada wa Roho Mtakatifu ni katika kushughulika na mapepo.

Roho Mtakatifu hazuii msaada wake ikiwa anatambua kwamba kuna mapepo ndani yetu. Kinyume chake, anaona hitaji letu wazi zaidi kuliko sisi wenyewe, na anatuwezesha kuwafukuza. Kwa sababu ana huruma kwetu, yuko tayari kuchukua makao yake ndani yetu, na kufanya kazi nasi ili kuanzisha ushindi wa Kristo dhidi ya nguvu zote za adui. Maendeleo yetu yanategemea kiwango ambacho tunashirikiana na Roho Mtakatifu ndani yetu.

Acha nisisitize tena: Roho Mtakatifu haji ndani yetu kwa sababu tayari tu wakamilifu. Anakuja kutusaidia ili tuwe wakamilifu. Hakika, Roho Mtakatifu hatatusaidia katika mapambano yetu na mapepo ikiwa tunakusudia kuendelea kuishi katika dhambi. Lakini tukitambua dhambi zetu na kutubu kwa dhati, atapigana nasi dhidi ya mapepo yanayotufanya watumwa. Kwa msaada wake tutaweza kuwafukuza na kuwekwa huru.

Hebu tuangalie hadithi iliyo hapa chini ili kutoa uthibitisho kwa ukweli kwamba Wakristo waliozaliwa mara ya pili, waliojazwa roho wanaweza kuwa makao ya mapepo tunapowapa nafasi katika maisha yetu kupitia fursa tunazounda kwa makusudi.

Hadithi ya Kweli Ushuhuda wa Msaada Mkuu wa Kikongamano uliotolewa kutoka kwa mapepo kupitia ukombozi wa kibinafsi ulioongozwa kama ulivyosimuliwa na Derek Prince:

Katika ushuhuda unaofuata, msaidizi wa bunge huko Washington, DC, anazungumzia waziwazi mapambano yake binafsi:

Nilibatizwa katika Roho yapata miaka saba iliyopita. Mwishoni mwa Juni mwaka jana, katika kanisa moja huko Washington, DC, nilipata uponyaji wa papo hapo wa uziwi wa neva. Kisha mwezi Agosti daktari wangu alithibitisha kwamba nilikuwa nimepona uvimbe na uvimbe kwenye matiti. Nilikuwa mfanyakazi mkuu wa Bunge na, ingawa yeye binafsi alifurahishwa na uzoefu wangu wa uponyaji, ushuhuda wangu haukupokelewa vyema katika duru za kisiasa nilizohamia. Mnamo Septemba nilijiuzulu kazi

yangu na kutumia miezi michache iliyofuata nikipumzika na kuchukua muda na Bwana.
Kisha katikati ya Desemba nikawa na huzuni na kukata tamaa. Wiki ya kwanza ya Januari ilikuwa mbaya sana! Siku moja nilishindwa kujizuia. Nilikuwa hapa peke yangu, na ilihusiana na jambo dogo sana. Niligundua mara moja dhambi niliyoifanya - hasira. Na nilipojaribu kuomba msamaha kwa Kiingereza, nilihisi nimesongwa ... si kutokana na hisia, bali shinikizo dhahiri kwenye koo langu - nguvu halisi ya kimwili. Rafiki alipendekeza kwamba huenda nikahitaji ukombozi. Kwa hivyo nilinunua kaseti zako zinazohusu ukombozi na elimu ya pepo.

Siku zote nimekuwa nikiepuka chochote kuhusu roho, mapepo, mizimu na vitu gani, nikiamini kwamba nikiwaacha peke yao, hakika wangeniacha peke yangu. Sikutaka lori lolote lenye roho na mapepo! Hata hivyo, nilisikiliza kaseti zako kuhusu ukombozi. Nilikuwa na Biblia yangu mezani na nikaendelea na mwendo ulipofuatilia Maandiko. Mwishoni mwa kaseti, ulipowapa darasa lako maagizo, niliamua kufuata pia. Kisha ukaanza maombi ya ukombozi, lakini kaseti iliisha ghafla—na karibu jambo la mwisho ulilosema kwenye kaseti ni, "Kumbuka, Yesu ndiye Mkombozi wako. "Sikujua la kutarajia au la kufanya. Kwa hivyo ombi langu kwa Bwana lilikuwa kwamba sikujua la kufanya, lakini kwamba kwa kuwa Yeye ndiye Mkombozi wangu, nilikuwa nikijitolea kabisa Kwake.

Nilitaja vitu ambavyo si vya Bwana ambavyo nilihisi kuwa viovu na vya dhambi na ambavyo sikutaka kuwa sehemu ya mimi—chuki, kutosamehe, mashaka, wasiwasi, hofu, n.k. Kama nilivyosema, sikujua la kutarajia. Ndani ya dakika chache sana, si zaidi ya mbili au tatu, nilianza kunung'unika na kusita kwa njia ya kukata tamaa kabisa. Baada ya kama dakika kumi hivi, nilihisi kwamba eneo la tumbo langu halitakuwa sawa! Lakini sikuhisi au kuamini kwamba nilikuwa nimeachiliwa kabisa.

Kisha niliwaomba mapepo au mizimu wajitaje majina yao na nikawaamuru watoke. Hili halikutokea. Kwa nini, sijui. Kisha nikamuuliza Bwana aniambie kama kulikuwa na zaidi, na majina yalikuwa yapi, ili niweze kuomba ukombozi kutoka kwao. La kwanza lilikuwa kujiua, na nguvu hiyo ilikuwa kitu cha ajabu. Nilihisi yote hadi juu ya kichwa changu. Nilihisi kuachiliwa, lakini si kabisa. Nilimuuliza Bwana aniambie kama kulikuwa na zaidi - na niliambiwa ilikuwa roho ya kiziwi. Ukombozi wa hilo ulikuwa wa ajabu! Ulidumu kwa muda mrefu kuliko kitu kingine chochote, na nguvu hiyo ilivuta tumbo langu mgongoni mwangu, na kimwili nilihisi tumbo langu liking'olewa kwa nguvu, na katika hili pia nilihisi shinikizo kichwani mwangu . Nimeachiliwa kabisa, na tangu wakati huo nimejua amani ya ajabu kama hiyo.

Ni sifa gani Shughuli za kutusaidia kuzitambua katika maisha?

Tulisema hapo awali kwamba wana makusudi matatu makuu waliyopewa na Shetani: ***kwanza kututesa na kututesa; pili, kutuzuia kumjua Kristo kama Mwokozi; na tukishindwa, tatu, kutuzuia kumtumikia Kristo kwa ufanisi.*** Katika kutimiza makusudi haya, mapepo kwa kawaida hayaonekani. Hayawezi kutambuliwa na macho ya wanadamu. Hata hivyo, tunaweza kutambua uwepo na shughuli zao kwa njia ile ile tunayotambua uwepo wa upepo. Kwa kweli, huu ni ulinganisho unaofaa kwa sababu katika Kiebrania na Kigiriki, neno roho pia ni neno la upepo. Hatuoni upepo kamwe, lakini tunaona athari ambazo upepo hutoa: vumbi linalopanda mitaani, mawingu yakisafiri angani, miti yote ikiinama upande mmoja, mvua ikisukumwa katika uwanja wetu wa maono. **"Bango" hizi**

zote zinaonyesha uwepo na shughuli za upepo. Ndivyo ilivyo kwa mapepo. Kwa kawaida hatuwaoni, lakini tunatambua uwepo wao kwa vitendo fulani vya tabia. Zilizoorodheshwa hapa chini ni baadhi ya shughuli zao za kawaida: **1. Mapepo hushawishi. 2. Mapepo husumbua. 3. Mapepo hutesa. 4. Mapepo hulazimisha. 5. Mapepo huwafanya watumwa. 6. Mapepo husababisha uraibu. 7. Mapepo huchafua. 8. Mapepo hudanganya. 9. Mapepo hushambulia mwili. Tutazipanua katika sehemu ya 5 ya mfululizo. Lakini kwa sasa, hebu tuangalie ishara za onyo zitakazotuashiria kuchukua hatua.**

ISHARA ZA ONYO – UWEZEKANO UNAOWEZA KUHITAJIKA KWA UTOAJI- MAMBO YA KUANGALIA ISHARA INAYOWEZEKANA:

Sifa zifuatazo zinastahili kuangaliwa kwa karibu zinapotamkwa, kuendelea au kurudia kwa muda, au kuendelea - zikielekea kuwa kali zaidi, badala ya kuwa kidogo. Jichunguze dhidi ya maonyo haya. Maelezo yafuatayo ya tabia yanaweza kuwa wito wa msaada:

1. **Mawazo yaliyochanganyikiwa au yasiyo na mpangilio: kupoteza mguso na ukweli - udanganyifu (kuendelea kwa imani potofu mbele ya ushahidi unaopingana) - ndoto za usiku; usemi usio na mpangilio.**
2. **Kuzingatia: kunyonya na mada au wazo fulani bila kuwatenga wengine, kulazimishwa, hamu zisizodhibitiwa.**
3. **Kutoweza kukabiliana: na matatizo madogo, na utaratibu wa kila siku.**
4. **Ugumu katika kupata/kudumisha marafiki: ujuzi duni wa kijamii, kutengwa, kujitenga na jamii, mtindo wa maisha wa Toner.**
5. **Mtindo wa kushindwa katika kila kitu: shuleni, kazini, michezoni, katika mahusiano ya kibinafsi.**

6. Mfadhaiko wa muda mrefu au mkali: vitisho/majaribio ya kujiua.
7. Utotovu: tabia ya utotoni (kama vile kukojoa kitandani), kumtegemea mama kupita kiasi (kushikilia sana ukiwa mtoto, kuendelea kuwa tegemezi katika ujana na miaka ya ishirini), kushindwa kuendana na kundi rika.
8. Mfululizo wa magonjwa ya kimwili ambayo hayafuati utaratibu wa kawaida na/au hayajibu matibabu.
9. Kupuuza usafi wa kibinafsi (mazingira yasiyo safi na yasiyo safi) au wasiwasi uliopitiliza kuhusu utaratibu na usafi.
10. Ugumu wa kuzoea watu na maeneo mapya.
11. Wasiwasi na wasiwasi usio wa lazima: hofu, hisia za kuteswa.
12. Usingizi mwingi au mdogo sana.
13. Ubinafsi kupita kiasi: kutojali hisia za watu wengine, matendo, mawazo, ukosefu wa huruma kwa maumivu au hitaji la wengine.
14. Kuongezeka au kupungua uzito haraka sana.
15. Hisia zisizo na utulivu, "zisizo na hisia" (kutokuwepo kwa hasira, furaha, na hisia za huzuni kwa vichocheo) au hisia zisizofaa (mabadiliko makali ya hisia yasiyoelezeka, upumbavu katika nyakati ngumu, machozi yasiyotabirika).
16. Picha na mtazamo hasi wa nafsi: ugumu wa "udhalili", hisia za kutokuwa na thamani.
17. Mabadiliko ya mara kwa mara ya mipango bila mpangilio: kutoweza kuendelea na kazi, programu ya shule, mpangilio wa maisha, kushindwa kutimiza miadi, kufuata maamuzi.
18. Uchokozi uliokithiri (uchokozi, uadui, vurugu, hasira kali) au upole uliokithiri (ukosefu wa

ushindani wa kawaida na kujiamini, kukataa kukabiliana, kuepuka mabishano).

19. **Kuchukua hatari isiyo na mantiki au isiyo na mantiki.**
20. **Ukosefu wa ari na shauku: kutokuwa na woga, huzuni, hisia za "kushuka moyo" mara kwa mara, ucheshi mdogo au kukosa.**

HATUA SITA ZA MSINGI ZA KUPATA UOKOVU WAKO NI:

1. **Tambua matatizo yako.**
2. **Samehe, omba na ujirekebishe na Mungu.**
3. **Vunja laana na vifungo vya roho juu yako na uzao wako.**
4. **Toeni pepo zenu.**
5. **Omba kwa ajili ya uponyaji wa roho na mwili wako.**
6. **Nidhamu maisha yako kwa kubadilisha jinsi unavyofikiri na kutenda.**

Maombi Mafupi ya Kujikomboa.

"Bwana Yesu Kristo, naamini ulikufa msalabani kwa ajili ya dhambi zangu na ukafufuka tena kutoka kwa wafu. Ulinikomboa kwa damu yako na mimi ni wako, na ninataka kuishi kwa ajili yako. Ninakiri dhambi zangu zote - zinazojulikana na zisizojulikana - nazihurumia zote. Ninazikataa zote. Ninawasamehe wengine wote kama ninavyotaka unisamehe. Nisamehe sasa na unitakase kwa damu yako. Ninakushukuru kwa damu ya Yesu Kristo ambayo inanisafisha sasa kutokana na dhambi zote. Nami ninakuja kwako sasa kama mkombozi wangu. Unajua mahitaji yangu maalum - kitu kinachonifunga, kinachotesa, kinachochafua; roho mbaya, roho mchafu - ninadai ahadi ya neno lako, "Kila atakayeliitia jina la Bwana ataokolewa." Ninakuita sasa. Kwa jina la Bwana Yesu Kristo, niokoe na uniweke huru. Shetani,

ninakukataa wewe na kazi zako zote. Ninajiweka huru kutoka kwako, kwa jina la Yesu, na ninakuamuru uniache sasa hivi kwa jina la Yesu. Amina!"

Na itoke moyoni mwako na uone wokovu wa Bwana!

Je, Wewe ni Mgonjwa au unahitaji kurejeshwa?

Kwa wale ambao ni wagonjwa au wagonjwa katika hali au umbo lolote, au wanaohitaji ukombozi? Au urejesho, tafadhali gusa nukta iliyo hapa chini kwa imani (Imani ni kuona matokeo chanya halisi ya hali yako ya sasa, ukijua kwamba Yesu amefanya sehemu Yake zaidi ya miaka 2000 iliyopita ili kupata uponyaji na ukombozi wako, urejesho kama malipo ya awali, ukiamini kwamba malipo hayo ya awali yanapatikana kwako ili kupata, kama vile salio chanya katika akaunti yako ya hundi na benki, bila maswali yoyote tunapokubaliana nawe na kutangaza UPONYWE kwa jina la Yesu Kristo, Amina)

Kwa mamlaka uliyonipa mimi na wao, ninatumia mamlaka hayo sasa kwa imani pamoja na hasira yao dhidi ya adui na njaa ya kupata kile ulichowapa wote bure, nalaani kila ugonjwa, kila ugonjwa, iwe saratani, COVID 19, iwe roho ya udhaifu, iwe kumilikiwa na pepo au kukandamizwa, iwe roho ya umaskini, vikwazo, kuchelewa kutimizwa kwa kile ambacho Mungu tayari amekiamua na kukifungua. Tunapingana na hali isiyo ya kawaida, ninawafunga, tunawalaani hadi kwenye mizizi yao na tunawafukuza kwa mamlaka katika jina la Yesu Kristo. Amina. Tunatoa wito wa kuachiliwa kwa uponyaji, ukombozi na urejesho katika maisha yao katika jina kuu la Yesu Kristo. Asante Bwana kwa ushuhuda unaodumu kwa utukufu wako na heshima na ibada. Asante kwa roho zinazoongezwa kwenye ufalme wako kutokana na ujumbe huu, miujiza ambayo tayari tunaiona sasa hivi na kuidhihirisha kwa utukufu wako katika jina la Yesu, Amina. Imetimia! Furahini!

Gusa sehemu hii iliyoangaziwa kama sehemu ya kugusa na ukiri kwa kinywa chako - MIMI NDIYE
Nimepona, nimekombolewa na nimerejeshwa katika Roho yangu, Nafsi, Mwili na pande zote zinazonizunguka katika jina la YESU Kristo, Amina!!!

Anza kufanya kile ambacho hukuweza kufanya hapo awali na anza kukiri hadi uponyaji kamili, ukombozi urejeshwe unakuwa matunda katika maisha yako katika jina la Yesu, amina. Endelea kuwa na njaa kwa ajili ya Mungu wote, kaa na hasira na rudisha nyuma yote ambayo adui amezuia kwa jina la Yesu, amina
Kumbuka:
Shuhudia uponyaji kwa ajili ya utukufu wa Mungu na aibu ya adui! Tutumie barua pepe au WhatsApp ikiwa bado unahitaji tukubaliane nawe kuhusu suala hilo. Na ungana nasi katika mfululizo wa vifaa kuanzia wiki ijayo Alhamisi. Pata maelezo zaidi hivi karibuni kwenye tovuti yetu!

Unyonyaji Mkubwa Zaidi - 1 Sura ya 6 na 7 - Hatua Saba (7) muhimu za ukombozi +

Jinsi ya Kutambua na Kufukuza Makundi ya Mapepo na Maono ya Mgogoro wa Mwisho na Jinsi ya Kushinda Kimkakati katika Mistari Minne (4) ya Ushiriki kama ilivyosimuliwa na Frank na Ida Mae Hammond – Sehemu ya 5 na Sehemu ya 6 + Hati ya Maombi ya Kujiokoa + Maombi ya makubaliano ya Uponyaji, Ukombozi na Urejesho

Ndugu na Dada wapendwa, leo, tunawaletea sehemu ya 5 na Sehemu ya 6 ya mfululizo wetu kuhusu kutosha kwa utumwa na kuwakaribisha kwenye uhuru katika Kristo.

Wakati mimi na wewe tulipokuwa tukitumia muda mwingi kuombea masuala yanayohusu nafsi zetu, familia, kanisa, mataifa yetu na mataifa ya dunia kwa kipindi cha siku 90 kama tulivyofanya mwaka jana - Oktoba 1 hadi Desemba 29, 2020, tukimwomba Mungu ufalme wake na mapenzi yake katika falme hizi zote tano, kuna njia ambayo Bwana humpa mtu kile kilicho mbele ya moyo wake kwa kila mmoja wa watoto katika falme hizo tano.

Ninaamini kwa dhati, kwa wakati huu, inahusiana na ukombozi kutoka kwa vifungo vya shetani hadi kwenye uhuru aliokufa ili atupe. Wengi hutoa maisha yao kwa Kristo kila siku lakini mimi na wewe tukiangalia maisha yetu kwa umakinifu kwa kutumia lenzi za Roho Mtakatifu - Tutagundua kuwa kuna maeneo maishani mwetu ambayo yako chini ya utumwa wa Shetani ambayo maombi yasiyokoma hayawezi kushughulikia katika roho zetu, katika roho zetu au katika miili yetu na pande zote zinazotuzunguka. Inahitaji mapigano ya moja kwa moja na adui wa roho zetu - Kutekeleza agizo la ufalme ambalo tumeacha kwenye rafu zenye vumbi za kabati zetu. Kumwomba Mungu aje kupigana vita ambavyo tayari ameshinda kwa ajili yetu na kutupa ufunguo wa kupigana..kuchukua hadi atakaporudi ni upotevu wa wajibu na kipaumbele. Mstari wa amri usiofaa na usiofaa.

Kitendo hiki cha vita sahihi, nadhani hapa ndipo wafanyakazi ni wachache. Katika mstari wa mbele wa mapigano na adui.

Ninasema, tunapaswa kushinda roho, nyingi na kuziandaa kupigana vita vizuri vya imani ili ziweze kupata uhuru huo ambao Kristo alikufa na kufufuka tena ili atupe sisi sote. Eneo la kuchukua liko katika akili zetu na miili yetu ili bila kuzungumza sana, waliopotea waweze kuona tunachopitia kila siku - Uhuru katika Kristo - Mzunguko kamili. Sio tu katika roho, bali katika roho zetu na miili yetu.

Nataka kumshukuru **Dkt. John Lake; Derek Prince, Frank Hammon, Ida Mae** na wengine wengi ambao hawapo ambao wameendelea kuwa na Bwana ambao nimepokea ufuasi kupitia maandishi yao wakati wa harakati zangu za miaka 100 iliyopita ya mafanikio ya Watakatifu na kwa nini wengi wetu, mimi nikiwajumuisha, Wakristo wa siku hizi hatuna nguvu na mamlaka kama tulivyopewa na Yesu Kristo katika Marko 16:15-19 ili kukabiliana na kufanya kampeni ya kushambulia kwa mafanikio dhidi ya nguvu za giza. Timiza kile ambacho tayari ameshinda katika ulimwengu wa dunia.

Nyaraka hizi zimethibitika kuwa za wakati unaofaa na zenye mafundisho kamili kuhusu mada hii ya nguvu na mamlaka ya mwamini katika Kristo juu ya ulimwengu wa uovu ambao daima umefunikwa na usiri mwingi na wachache bila mafanikio makubwa kwa sababu wameshindwa kujizalisha wenyewe. Imekuwa kitu cha kitabaka, kitu cha kujivunia ambacho ni cha waumini wote.

Najua hii ni mbinu ya adui kuwafunga wengi kwa ujinga kwa mbinu zake. Kwa mamlaka katika jina lililo juu ya kila jina lingine, jina la Yesu Kristo aliyebarikiwa na kuinuliwa, nasema "Inatosha kwa utumwa wa shetani" Hili tayari linawezekana tu kama tuko tayari, tutakula tunda la wokovu wetu - kama nilivyosema.
Hebu tusome

Isaya 1:19 (NKJV):

Kama mkikubali na kutii , mtakula mema ya nchi;

Ili **kula** mema, **ni lazima tuwe** tayari **na watiifu kufuata kwa mawazo, maneno na vitendo amri hizo zote katika neno Lake** . Wakati mwingine Bwana **atatuambia** tufanye **jambo** fulani nasi **tunamtii** , lakini **tunaweza kufanya** hivyo kwa kusitasita au kwa mtazamo usio na upendo.
Hilo si fungu letu katika jina la Yesu. Tuko tayari na tunatii amri zote ambazo Yesu ametupatia katika Marko 16:15-19 kwa roho ya kumpenda Mungu na kuwapenda wengine kama sisi wenyewe katika jina la Yesu, Amina

Kama hatuko tayari na hatutii kutekeleza amri hizo, hakutakuwa na utupu ndani yetu na karibu nasi, adui atakula mema ya nchi - Nafsi za wanaume na wanawake, wavulana na wasichana, baba na mama na kila kitu kinachohusiana na uzima na utauwa - Sio sehemu yetu katika jina la Yesu. Amina

Kwa hivyo mawazo yetu yanapaswa kuwa nini? Soma na utafakari hili polepole - :

2 Petro 1:3

Biblia Iliyoongezwa

[3] ***Kwa maana uweza wake wa kimungu umetukirimia [kabisa] kila kitu tunachohitaji kwa ajili ya maisha [ya kiroho yenye nguvu] na utauwa, kwa njia ya*** *kumjua yeye aliyetuita* ***kwa utukufu na ubora wake mwenyewe.***

Hiyo ndiyo inapaswa kuwa mawazo yetu. Sisi ni washindi katika Kristo - Wakati Uliopita, Wakati Uliopo na Wakati Ujao! Sisi hushinda kila wakati. Sisi si washindi katika mstari wowote wa mbele. Amina?

Kwa hivyo, Katika sehemu ya 4, tulichunguza kichwa cha habari - Je, Wakristo wanaweza kudanganywa? Uongo ambao Shetani anatuuza ili kuficha utendaji wake katika maisha yetu, Je, mimi na wewe tunajuaje kwamba unafanya kazi ndani na karibu nasi na tunawezaje kuufukuza na tukaukamilisha kwa hadithi ya kujiokoa na mwanamke kwa mbali. Unaweza kuupata kupitia kiungo hiki hapa chini au nenda moja kwa moja kwenye tovuti yetu kwa https://www.otakada.org

Katika sehemu hii ya 5 na sehemu ya 6, tunachunguza - **"Hatua saba (7) muhimu za ukombozi + Jinsi ya Kutambua na Kufukuza Makundi ya Mapepo na Maono ya Mgogoro wa Mwisho na Jinsi ya Kushinda Kimkakati**

katika Mistari Minne (4) ya Ushiriki - Sehemu ya 5 na Sehemu ya 6"

Katika Kanisa la Otakada Cyber, Tunapanda mbegu za Maudhui Zaidi ya Milioni 2 kwa Mataifa, na Mungu Anabadilisha Maisha Kupitia Ukweli Usiopitwa na Wakati katika Neno Lake!

Pamoja na WEWE, tunajenga MAKAO MAKUBWA YA KIROHO
MIOYONI MWETU ili Roho wa Mungu akae ndani yake na KUFANYA KAZI KWA URAHISI katika NYAKATI na MAJIRA haya, kwa hivyo KAA NASI NA JENGENI NASI!

Kuhusu siku ya Bwana, Paulo aliwaandikia Wathesalonike katika

1 Wathesalonike 5:14-23

Biblia Iliyoongezwa

14 Tunawasihi kwa bidii, waamini, waonyeni wale
waliopotoka [wasio na nidhamu, wasio na utaratibu, wasio
na utaratibu], watieni moyo waoga [wasio na ujasiri wa
kiroho], wasaidieni [kiroho] dhaifu, muwe na subira sana
kwa kila mtu [siku zote mkidhibiti hasira yenu]. 15
Angalieni kwamba mtu yeyote asimlipe mwenzake uovu
kwa uovu, bali tafuta kila wakati mema kwa ajili ya mtu
mwingine na kwa ajili ya watu wote. 16 Furahini sikuzote
na furahini katika imani yenu; 17 endeleeni kusali bila
kukoma; 18 katika kila hali [haijalishi hali] shukuruni na
mshukuruni Mungu daima; kwa maana haya ndiyo
mapenzi ya Mungu kwenu katika Kristo Yesu. 19 Msiizuie
[au msikubali kazi na mwongozo wa] Roho [Mtakatifu]. 20
Msidharau au kukataa karama za unabii au unabii
[ufunuo ulionenwa—maneno ya mafundisho au maonyo
au onyo]. 21 Lakini jaribuni [a] mambo yote kwa uangalifu

[ili muweze kutambua yaliyo mema]. Shikieni yaliyo mema. [22] *Jiepushe na kila aina ya uovu.*
[23] *Sasa Mungu wa amani mwenyewe awatakase kabisa [yaani, awatenganishe na mambo machafu na machafu, awafanye ninyi kuwa safi na wakamilifu na wasioharibika—mkiwa wakfu kwake—mkiwa mmetengwa kwa ajili ya kusudi lake]; na roho yenu, nafsi na mwili wenu vihifadhiwe vikamilifu na [vipatikane] bila lawama wakati wa kuja kwake Bwana wetu Yesu Kristo.*

Petro pia alituonya tusipuuze mbinu za adui yetu katika barua zake za mwisho pia kwa waumini katika

1 Petro 5:7-9
Biblia Iliyoongezwa

[7] *mkimtwika Yeye mahangaiko yenu yote [mawazo yenu yote, wasiwasi wenu wote, na mahangaiko yenu yote, mara moja na kwa wote], kwa maana Yeye anawajali [kwa upendo wa ndani kabisa, na anawalinda kwa uangalifu sana].* [8] *Iweni na kiasi [wenye usawaziko na nidhamu], iweni macho na waangalifu wakati wote. Adui yenu, Ibilisi, huzunguka-zunguka kama simba angurumaye [mwenye njaa kali], akitafuta mtu wa kummeza.* [9] *Lakini mpingeni, iweni imara katika imani yenu [dhidi ya shambulio lake—mkiwa na mizizi, imara, isiyotikisika], mkijua ya kwamba ndugu na dada zenu kote ulimwenguni wanapitia mateso yaleyale. [Hamteseki peke yenu.]*

KATIKA kujibu swali - Je, Mashetani wanaweza kukaa ndani ya Wakristo? Tunaona sehemu ya mwisho ya

1 Wathesalonike 23 akisema [23] ***Mungu wa amani mwenyewe awatakase kabisa [yaani, awatenganishe na mambo machafu na machafu, awafanye kuwa safi na wakamilifu na wasioharibika—waliowekwa wakfu***

kwake—watengwe kwa kusudi lake]; na roho zenu, nafsi zenu, na miili yenu, ihifadhiwe kikamilifu na [ipatikane] bila lawama wakati wa kuja kwake Bwana wetu Yesu Kristo.

Neno utakaso ni neno ukombozi kwa Kigiriki. Ukombozi katika maisha yetu ya mawazo unaosababisha hisia mbaya, unaosababisha matendo mabaya. Hizi ziko katika ulimwengu wa hisia , akili **na** utashi .
Roho hufanywa upya au hufufuka kutoka katika hali ya wafu tulipopokea wokovu wa roho zetu kwa imani - Tendo la utashi. Nafsi na mwili vinahitaji kazi - ambavyo pia vitahitaji tendo la utashi

Ndiyo maana Paulo aliandika katika Wafilipi 2:12b, 13 – Timizeni wokovu wenu wenyewe kwa hofu na kutetemeka. Kwa maana ndiye Mungu atendaye kazi ndani yenu, kutaka na kutenda, kwa kulitimiza kusudi lake jema.
Katika mfululizo huu, tunakusanya jeshi la wapiganaji ili kukabiliana na adui katika mstari wa mbele na kuwatoa mateka katika uhuru katika Kristo katika ngazi tatu - Wokovu wa roho unaoitwa kuzaliwa mara ya pili, Wokovu wa roho, unaoitwa ukombozi na wokovu wa miili yetu unaoitwa uponyaji.

Ni mkakati wa kujifanyia mwenyewe katika mfumo uliosambazwa, kitendo cha nidhamu ya nidhamu na Bwana Yesu Kristo ndiye Amiri Jeshi Mkuu wetu. Kazi yetu ni kukuwezesha kushiriki. Kujikomboa, wapendwa wako na wengine ndani ya mzunguko wako. Lengo letu ni kuamsha jitu hilo lililolala katika kila mwamini na kukufanya ujifunze mawazo ya shujaa kwenye uwanja wa vita na kushiriki katika kampeni iliyofanikiwa bila kuchukua majeruhi kwa jina la Yesu.

Lazima uelewe kwamba " **Ulinzi bora** ni shambulio zuri", msemo ambao umetumika kwa nyanja nyingi za juhudi, ikiwa ni pamoja na michezo na mapigano ya kijeshi. Pia inajulikana kama kanuni ya kimkakati ya kushambulia ya vita.

Tulitaja hapo awali katika sehemu ya 4 kwamba Hakuna nafasi ya askari wa kukimbia au kukimbia kupigana tena kwa sababu vita tayari vimeshindwa mbinguni. Letu ni kutumia mamlaka yetu na nguvu tuliyopewa kupitia Roho Mtakatifu aliye hai ili kulazimisha ushindi huo kwa sababu adui atataka kuvuka mpaka wake kila wakati. Kujaribu maji ili kuona kama hatujui. Kwa bahati mbaya, wengi wetu hatujui mbinu za yule mwovu.

Ili kukabiliana na aina hii ya adui kama jeshi lililofunzwa, tunahitaji yafuatayo kama tulivyoangazia hapo awali kama katika **A, B, C, D, E, F na G. Lazima nisisitize kwamba mfululizo huu si wa kila mtu. Wachache waliochaguliwa watajiandikisha kwa sifa hizi 7.**

Ni kama ifuatavyo :

A. **Upatikanaji (Roho, nafsi na mwili)**
B. **Ujasiri**
C. **Huruma kwa wengine**
D. **Uamuzi**
E. **Upendo wa Dhati**
F. **Hasira ya Moto**
G. **Njaa Kubwa**

Kama huna sifa hizi kama viungo vya chini kabisa, haitawezekana kuendesha kampeni yenye mafanikio kwa sababu viungo vyote vilivyo hapo juu vinahitaji kuchanganywa pamoja ili kutoa aina ya imani ya mbegu ya haradali ili kuleta mabadiliko kwa sababu Mungu huwalisha

watu wenye njaa, si watoto baridi au vuguvugu iwe katika uponyaji, ukombozi na urejesho ndani na nje.
Nyara ziko tayari kukusanywa lakini mbegu ya haradali, imani thabiti inahitajika ili kuzikusanya katika uzoefu wetu.

Leo, katika **Inatosha Inatosha Kutekwa na Shetani na Karibu kwenye Uhuru katika Kristo Yesu - Hatua Saba (7) muhimu za ukombozi + Jinsi ya Kutambua na Kufukuza Makundi ya Mapepo na Maono ya Mgogoro wa Mwisho na Jinsi ya Kushinda Kimkakati katika Mistari Minne (4) ya Ushiriki - Sehemu ya 5 Sehemu ya 6**

Roho wabaya au mapepo, kulingana na uelewa wangu, ni ngazi ya chini ya "majeshi ya roho waovu" (Waefeso 6:12) ambayo shetani huelekeza dhidi ya wanadamu. Wana makusudi matatu makuu waliyopewa na shetani:

1. kwanza kututesa na kututesa;
2. pili, kutuzuia kumjua Kristo kama Mwokozi;
na ikishindikana hivyo, tatu,
3. kutuzuia kumtumikia Kristo kwa ufanisi.

Hapa kuna sifa tisa (9) za mapepo

1. Mapepo hushawishi. 2. Mapepo husumbua. 3. Mapepo hutesa. 4. Mapepo hulazimisha. 5. Mapepo huwafanya watumwa. 6. Mapepo husababisha uraibu. 7. Mapepo huchafua. 8. Mapepo hudanganya. 9. Mapepo hushambulia mwili.

Sasa tunaangalia hatua saba (7) za ukombozi kama ifuatavyo: 1) Uaminifu; 2) Unyenyekevu; 3) Toba 4) Kujikana 5) Msamaha 6) Maombi 7) Vita
Hapa kuna maelezo:

Hatua Saba za Ukombozi

1. Uaminifu

Mtu lazima awe mwaminifu kwake mwenyewe na kwa Mungu ikiwa anatarajia kupokea baraka ya Mungu ya ukombozi. Ukosefu wa uaminifu huweka maeneo ya maisha ya mtu gizani. Roho za pepo hustawi gizani. Uaminifu husaidia kuwaleta kwenye nuru. Dhambi yoyote ambayo haijaungamwa au kutubu humpa pepo "haki ya kisheria" ya kubaki. Mwombe Mungu akusaidie kujiona kama anavyokuona na kufichua chochote ambacho si chake.
Nimekiri dhambi yangu kwako, wala sikuficha uovu wangu. Nilisema, Nitaungama makosa yangu kwa Bwana; nawe ukanisamehe uovu wa dhambi yangu. Zaburi 32:5
Ee Mungu, unichunguze, uujue moyo wangu; unijaribu, uyajue mawazo yangu; Uone kama kuna njia yo yote mbaya ndani yangu, uniongoze katika njia ya milele. Zaburi 139:23,24

2. Unyenyekevu

Hii inahusisha kutambua kwamba mtu anamtegemea Mungu na mipango yake ya ukombozi.
Mungu huwapinga wenye kiburi, lakini huwapa neema wanyenyekevu. Basi mtiini Mungu. Mpinge Ibilisi naye atawakimbia. Yakobo 4:7
Pia inahusisha uwazi kamili kwa watumishi wa Mungu wakihudumu katika ukombozi.
Ungameni dhambi zenu ninyi kwa ninyi, na kuombeana, mpate kuponywa. Yakobo 5:16a

3. Toba

Toba ni kugeuka kwa dhati kutoka kwa dhambi na Shetani. Mtu lazima achukie uovu wote maishani mwake na kuachana nao.

"Je, watu wawili wanaweza kutembea pamoja, wasipokubaliana?" (Amosi 3:3) Mtu lazima achukie dhambi zake.
Na huko mtakumbuka njia zenu, na matendo yenu yote, ambayo mlijitia unajisi nayo; nanyi mtajichukia machoni penu wenyewe kwa sababu ya maovu yenu yote mliyoyatenda. Ezekieli 20:43

Ukombozi haupaswi kutumika tu kupata nafuu kutokana na matatizo bali ili kufanana zaidi na Yesu kupitia utii kwa yote ambayo Mungu anataka. Toba ni kugeuka kutoka kwa yote yanayozuia ukuaji wa kiroho, huduma na ushirika. Toba inahitaji ungamo la wazi la dhambi zote. Huondoa haki za kisheria za roho za pepo.

4. Kujikana

Kukataa ni kuacha uovu. Kukataa ni kitendo kinachotokana na toba.
Alipowaona (Yohana Mbatizaji) Mafarisayo na Masadukayo wengi wakija kwenye ubatizo wake, aliwaambia, Enyi wazao wa nyoka, ni nani aliyewaonya ninyi kuikimbia ghadhabu itakayokuja? KWA HIVYO ZAENI MATUNDA YANAYOPASWA KWA AJILI YA TOBA. Mathayo 3:7,8
Kuzaa matunda yanayofaa toba kunahusisha zaidi ya maneno. Ni udhihirisho wa toba... ushahidi kwamba mtu amegeuka kweli kutoka kwa dhambi zake. Kwa mfano, mtu akitubu tamaa anaweza kuhitaji kuharibu baadhi ya vifaa vya ponografia. Ikiwa mtu ametubu makosa ya kidini anaweza kuhitaji kuyakataa kabisa kwa kuharibu fasihi na vitu vyote vinavyohusiana na kosa hilo.

Na wengi walioamini wakaja, wakaungama, na kutangaza matendo yao.

Na wengi miongoni mwao waliotumia uchawi walikusanya vitabu vyao, wakavichoma mbele ya watu wote; wakahesabu thamani yake, wakaona ya kwamba ni vipande vya fedha hamsini elfu. Matendo 19:18,19
Kujikana kunamaanisha kutengana kabisa na Shetani na kazi zake zote.

5. Msamaha

Mungu huwasamehe bure wote wanaokiri dhambi zao na kuomba msamaha kupitia Mwanawe. (Tazama 1 Yohana 1:9). Anatarajia tuwasamehe wengine wote ambao wamewahi kutukosea kwa njia yoyote.
Kwa maana mkiwasamehe watu makosa yao, Baba yenu wa mbinguni atawasamehe ninyi pia. Lakini msipowasamehe watu makosa yao, wala Baba yenu hatawasamehe ninyi makosa yenu. Mathayo 6:14,15
Utayari wa kusamehe ni muhimu sana kwa ukombozi. (Tazama Mathayo 18:21-35). Hakuna mhudumu wa ukombozi anayeweza kuleta ukombozi isipokuwa mgombea ametimiza masharti ya Mungu.

6. Maombi
Mwombe Mungu akuokoe na akuweke huru kwa jina la Yesu.
Yeyote atakayeliitia jina la Bwana ataokolewa. Yoeli 2:32

7. Vita

Maombi na vita ni shughuli mbili tofauti na tofauti. Maombi ni kwa Mungu na vita ni kwa adui. Vita vyetu dhidi ya nguvu za mapepo si vya kimwili bali vya kiroho (Tazama Waefeso 6:10-12; 2 Kor. 10:3-5). Tumia silaha za kujisalimisha kwa Mungu, damu ya
Yesu Kristo, Neno la Mungu, na ushuhuda wako kama mwamini. (Tazama Yakobo 4:7; Ufu. 12:1 I; Efe. 6:17).

Tambua roho, ziite moja kwa moja kwa majina kwa sauti ya kuamuru, na kwa imani uziamuru ziende katika jina la Yesu. Ingia vitani ukiwa na azimio na uhakika wa ushindi. Kristo hawezi kushindwa! Yeye ndiye Mkombozi!

"Na ishara hizi zitafuatana na hao waaminio; kwa jina langu watatoa pepo." Marko 16:17a
"Tazama, nimewapa amri ya kukanyaga nyoka na nge, na nguvu zote za adui; wala hakuna kitu kitakachowadhuru." Luka 10:19
"BWANA ndiye mwamba wangu, na ngome yangu, na mwokozi wangu." Zaburi 18:2a

Tunapanua hili kwa kukupa makundi ya mapepo. Pepo mmoja hufanya kazi kama ngome na wengine huambatana na pepo huyu mkuu mwenye ngome ili kuharibu zaidi mvutano katika maisha ya Jeshi la Kristo, ambalo wewe ni. Wanajiunganisha wenyewe kulingana na tabia fulani mbaya kwa tendo letu la mapenzi na hilo linawaalika kama sumaku ili kuishi katika ulimwengu wa roho na mwili wa mwamini. Kumbuka, giza huvutia giza. Nuru hufukuza giza.

Chochote tunachofanya ambacho Mungu hatakubaliana nacho au hakipo katika vitabu vizuri vya Biblia ni giza. Angalia Wagalatia 5 ambapo Paulo alielezea jinsi tunavyoweza kudumisha uhuru ambao Kristo alitupa. Chochote kilicho nje ya uhuru ni kivutio cha ulimwengu wa giza. Kumbuka, wanatafuta kwa hamu makao na mwili wa mwanadamu ni mojawapo ya vipaumbele vya juu.
Soma hii:

Wagalatia 5:13-25
Biblia Iliyoongezwa

13 Kwa maana ninyi, ndugu zangu, mliitwa kwenye uhuru;
lakini uhuru wenu usiwe fursa ya kufuata asili ya dhambi
(ulimwengu, ubinafsi), bali kupitia upendo tumikianeni na
kujitahidi kutafuta yaliyo mema kwa ajili ya kila mmoja na
mwenzake. 14 Kwa maana Sheria yote [inayohusu mahusiano ya kibinadamu]
imetimizwa katika amri moja, "Mpende jirani yako kama
nafsi yako [yaani, mnapaswa kuwajali wengine bila
ubinafsi na kufanya mambo kwa faida yao]." 15 Lakini
mkiumana na kumezana [katika ugomvi na ugomvi],
jihadharini msije mkaangamizana [pamoja na ushirika
wenu wote].

16 Lakini nasema, Enendeni kwa ukawaida katika Roho
[Mtafuteni na mwitikie mwongozo Wake], na hapo
hamtatimiza tamaa ya asili ya dhambi [ambayo huitikia
bila kufikiri bila kumjali Mungu na maagizo Yake]. 17 Kwa
maana asili ya dhambi ina tamaa yake ambayo hupingana na
Roho, na [tamaa ya] Roho hupingana na asili ya dhambi ; kwa
maana hizi [mbili, asili ya dhambi na Roho] hupingana
moja kwa moja [zinapingana kila mara], hivi kwamba
ninyi [kama waumini] hamfanyi [sikuzote] mambo yoyote
[mema] mnayotaka kufanya. 18 Lakini mkiongozwa na
Roho, hamtii Sheria. 19 Sasa matendo ya asili ya dhambi ni
dhahiri: hayo ni uasherati, uchafu, uasherati
(kutowajibika kabisa, kutojizuia), 20 [f] ibada ya sanamu, [
g] uchawi, uadui, ugomvi, wivu, milipuko ya hasira,
mabishano, mafarakano, mafarakano [yanayokuza
uzushi], 21 wivu, ulevi, tabia mbaya, na mambo mengine
kama haya. Ninawaonya mapema, kama nilivyofanya
hapo awali, kwamba wale wanaofanya mambo kama hayo
hawataurithi ufalme wa Mungu. 22 Lakini tunda la Roho
[matokeo ya uwepo Wake ndani yetu] ni upendo [kujali
bila ubinafsi kwa wengine], furaha, amani [ya ndani],
uvumilivu [sio uwezo wa kusubiri, bali jinsi tunavyotenda
tunaposubiri], wema, wema, uaminifu, 23 upole, kujizuia.
Hakuna sheria dhidi ya mambo kama hayo. 24 Na wale

walio wa Kristo Yesu wameusulubisha [h] asili ya dhambi pamoja na tamaa zake na tamaa zake.

25 ***Tukidai kuishi kwa Roho, ni lazima pia tuenende kwa Roho [kwa uadilifu binafsi, tabia ya kimungu, na ujasiri wa maadili—mwenendo wetu ukiwezeshwa na Roho Mtakatifu].***
Makundi ya mapepo

Pepo hutambuliwa kulingana na asili yao. *Pepo wa chuki* huitwa "chuki". Kila pepo ni mtaalamu. Pepo wa chuki halileti tamaa - huendeleza chuki tu. Pepo wanapoamriwa kujiita majina, kwa kawaida hujiita majina kwa utambulisho wao, k.m. *uasi* , *laana, kutojali* , n.k. Wakati mwingine pepo hutoa jina la kibinafsi kama vile "Jim" au "Shirley". Wakati mwingine hutoa majina ya kigeni. Hii ni hatua ya udanganyifu ya kumzuia mhudumu wa ukombozi asijue asili yao halisi. Mhudumu anapaswa kuwaamuru pepo kufichua asili yao, akisema, "Asili yako ni nini, pepo?"
Mapepo wanaoishi ndani mara chache hupatikana peke yao; wako pamoja katika vikundi. Makundi kama hayo yanaweza kutajwa kama makoloni, koo au familia. Pepo mmoja anapogunduliwa au kutambuliwa, mtu anapaswa kuarifiwa mara moja kutafuta wenzake. Kundi la mapepo huunganishwa pamoja kwa madhumuni ya kudhibiti eneo fulani la maisha ya mtu. Kwa hivyo, kuna muundo wa kimantiki sana wa roho unaopatikana katika kundi lolote. Aina fulani za roho hupatikana mara kwa mara katika michanganyiko ile ile; hata hivyo, mtu hapaswi kudhani kwamba mchanganyiko huo utakuwa sawa kila wakati.

UWEZEKANO WA KUWEKA VIKUNDI HAUNA MIKOMO.

Ndani ya kila kundi kutakuwa na *"mtu mwenye nguvu"* au roho ya kutawala. Mara nyingi wakati wa huduma roho ya kutawala itatambuliwa mahususi. Sio lazima kila wakati atambuliwe kama roho ya kutawala ili kuleta ukombozi. Utambulisho huo kwa kawaida utapewa sababu. Kwanza, Roho Mtakatifu anaweza kuwa anaongoza utaratibu. Mhudumu wa ukombozi atataka kuwa macho kwa mpango wowote wa vita ambao Bwana anaweza kutoa. Kuna hali ambapo Bwana ataelekeza kwamba roho ya kutawala ishughulikiwe kwanza na kisha wenzake. Wakati mwingine uongozi wa Bwana utakuwa kuwafukuza roho ndogo kwanza na roho ya kutawala mwisho. Inaonekana hakuna faida halisi katika kuhoji kwa nini Bwana anaongoza upande mmoja na mwingine. Askari mzuri hufunzwa kufuata maagizo bila kumhoji kamanda wake. Wakati mwingine anaweza kupewa uhuru mkubwa katika kuchagua njia yake mwenyewe ya kushambulia, na wakati mwingine maagizo yake ni mahususi kabisa. Vivyo hivyo katika vita vya vita vya kiroho.

Sababu ya pili kwa nini roho tawala inaweza kutambuliwa ni kwamba ni kwa faida ya mtu anayepokea ukombozi. Inaweza kusaidia sana kujua ni roho gani ya kuwa macho zaidi katika siku zijazo. Baadhi ya roho hufungamana hasa na mifumo ya tabia ambayo lazima ibadilishwe na maeneo ya mtu wa kimwili ambayo lazima asulubiwe. Baada ya ukombozi, mtu atalazimika kupigana vita kadhaa peke yake ili kudumisha ukombozi wake. Ni muhimu sana kujua haswa kile mtu anapigana nacho, na mwili ni nini na roho ya pepo ni nini. Kutokana na uzoefu uliopatikana kupitia mamia ya vipindi vya ukombozi na katika kushughulika na vikundi vya pepo, nina hakika kwamba roho tawala ndiyo roho ya kwanza kuvamia eneo fulani. Kwa sababu yeye ndiye wa kwanza kuingia anaweza kujiimarisha kama mtawala. Kisha anakuwa ufunguo wa kufungua njia kwa roho zingine kuingia. Wakati pepo wanapofukuzwa, si jambo la kawaida kumpa amri roho tawala, "Toka nje na uwalete wenzako wote pamoja nawe!" au "Toka nje na uwalete mizizi yako yote!" Ikiwa sehemu yoyote ya kundi haitafukuzwa, njia imesalia kwa kundi hilo kuruhusiwa kurudi ndani. Kwa sababu hii ukombozi unapaswa kuwa kamili iwezekanavyo.

Zaidi ya roho moja ya aina fulani inaweza kupatikana ndani ya kundi fulani. Kwa mfano, koloni la uchungu linaweza kuwa na *mapepo kadhaa ya chuki.* Pia, aina fulani ya pepo inaweza kuwepo katika kundi zaidi ya moja. Kwa mfano, *pepo wa hasira* anaweza kupatikana katika ukoo wa uchungu na pepo mwingine wa hasira katika ukoo wa ukamilifu. Katika ukombozi mmoja makundi kadhaa ya roho yalitupwa nje. Katika kila kundi kulikuwa na *roho ya unyogovu.* Ni kwa utendaji wa kipawa kisicho cha kawaida cha utambuzi pekee ndipo mtu anaweza kujua kwamba michanganyiko yote kama hiyo ya roho imeshughulikiwa. Kwa mfano: Uchungu

UCHUNGU

Katika Waebrania 12:15 onyo linatolewa: "mzizi wa uchungu usije ukachipuka ukawasumbua, na watu wengi wakachafuliwa kwa hilo." Mzizi wa uchungu ndio chanzo cha "matatizo" mengi. Uchungu uliohifadhiwa moyoni kwa muda wowote utafungua mlango wa uvamizi wa pepo. Huenda huu ndio mlango wa kawaida zaidi wa shughuli za pepo. Mara nyingi uchungu huwa kwa mtu aliye ndani ya familia ya karibu.

Roho za uchungu huhifadhi matukio ya kuumiza. Mambo yaliyotokea miaka iliyopita yako mapya na hai katika kumbukumbu kana kwamba yalitokea leo tu. Hivyo, mtu huyo hakabiliani tu na matatizo ya sasa bali anakabiliwa na mrundikano wa maumivu. Roho *ya kutosamehe* huhifadhi kila undani wa maumivu; huyapitia kila mara akilini mwa mtu huyo. Maumivu madogo zaidi hayasamehewi wala hayasahauliki. Wakati wowote mtazamo wa uchungu unapopatikana, mtu anaweza kutarajia kupata pepo wa *uchungu, chuki* na *chuki.* Katika baadhi ya matukio mnyororo wa roho huendelea kujumuisha roho zingine au zote katika kundi hilo.

Orodha ifuatayo ya makundi ya mapepo inawakilisha mifumo inayopatikana kupitia vipindi halisi vya ukombozi.

MAKUNDI HAYA YANAPENDEKEZA TU YANAYOWEZA KUPATIKANA. ORODHA HAIKUSUDIWI KWA KABISA KUWA YA KUTOSHA, WALA MAKUNDI HAYA KUWA YASIYOBADILIKA.

Maelezo yanatolewa kuhusu baadhi ya makundi yaliyoorodheshwa. Hii ni kutoa ufahamu fulani kuhusu matatizo yanayosababishwa na makundi maalum ya mizimu. Makundi mengi yanajieleza yenyewe.

Tunaamini kwamba taarifa iliyotolewa hapa chini itakuwa na manufaa makubwa kwa wale wanaoingia katika huduma ya ukombozi. Itamsaidia mtu yeyote kuelewa vyema jinsi mapepo wanavyojipanga katika vikundi. Miaka ya masomo na uzoefu imefupishwa katika kurasa chache.

MAKUNDI YA MAPEPO YA KAWAIDA

1. UCHUNGU

Chuki Chuki Kutosamehe Vurugu Hali ya Hasira Kulipiza Kisasi Mauaji

2. UASI

Ubinafsi Ukaidi Kutotii Kupinga utii

3. UGOMVI

Ugomvi Ugomvi Ugomvi Ugomvi Mapigano

4. UDHIBITI

Umiliki Utawala Uchawi

5. KULIPIZA kisasi
Uharibifu Licha ya Chuki Ukatili Huumiza Ukatili

6. SHUTAMA
Kuhukumu Ukosoaji Kutafuta Makosa

7. KUKATAA
Hofu ya Kukataliwa Kujikataa

8. KUTOSAHAU
Udhalili Kujihurumia Upweke Woga Aibu Kutostahili Uzembe

9. WIVU
Wivu Tuhuma Kutokuamini Ubinafsi

10. KUONDOA
Kulia kwa Maumivu ya Siku Ndoto Kujifanya Usio wa Kweli

11. KUTOROKA
Kutojali Utulivu Usingizi Pombe Dawa za Kulevya

12 UWEPO WA KUTEMBELEA
Uchovu wa Kutojali wa Funk

13. MSONGAMANO
Kukata Tamaa Kukata Tamaa Kukata Tamaa Kushindwa Kukata Tamaa Kujiua Kifo Usingizi Ugonjwa wa Kutoweza Kujizuia

14. UZITO
Chukizo la Mzigo wa Huzuni

15. WASIWASI
Wasiwasi Hofu Hofu Hofu

16. HISIA
Mvutano Maumivu ya kichwa Tabia za neva Kutotulia Msisimko Usingizi Kutembea

17. UNYETI
Kujitambua Hofu ya mwanadamu Hofu ya kukataliwa

18. MATESO
Ukosefu wa Haki Hofu ya hukumu Hofu ya kulaaniwa
Hofu ya kushtakiwa
Hofu ya kukemewa Usikivu

19. UGONJWA WA AKILI
Wazimu wazimu wazimu wazimu wazimu wa kuchelewa Uzee Schizophrenia

20. SCHIZOPHRENIA

21. PARANOIA
Wivu Wivu Tuhuma Kutokuamini Mateso Hofu Makabiliano

22. MCHANGANYIKO
Kuchanganyikiwa Kutokuwa na Uwiano Usahaulifu

23. MASHAKA
Kushuku Kutokuamini

24. KUTOA MAAMUZI
Kuahirisha Mambo Kuahirisha Mambo Kuchanganyikiwa Kusahau Kutojali

25. KUJIDANGANYISHA

Kujidanganya Kujidanganya Kiburi

26. KUFUNGA AKILI
Kuchanganyikiwa Hofu ya mwanadamu Hofu ya kushindwa Roho za mizimu Roho za mizimu

27. SANAMU YA AKILI
Usomi Upatanishi Kiburi Ego

28. HOFU (Aina Zote)
Hofu (Aina Zote) Hysteria

29. HOFU YA MAMLAKA
Uongo Udanganyifu

30. KIBURI
Ubinafsi Kujiona Mwenye Haki Kiburi Umuhimu Kiburi

31. MAPENZI
Uigizaji wa Sinema Uwasilishaji wa Kisasa

32. TAAMAA
Kuiba Kleptomania Nyenzo Tamaa Uchoyo Kutoridhika

33. Ukamilifu
Kiburi Ubatili Ego Kukata Tamaa Ukosoaji Kukasirika Kutovumilia Hasira

34. USHINDANI
Kuendesha Hoja PrideEgo

35. KUTOVUMILIA
Fadhaa Kukata tamaa Kutovumilia Chuki Ukosoaji

36. MZIGO WA UONGO
Wajibu wa uongo Huruma ya uongo

37. HURUMA
Huzuni Maumivu ya Moyo Huzuni Kilio Huzuni Kikatili

38. UCHOVU
Uchovu Uchovu Uvivu Uvivu

39. Udhaifu
(ugonjwa wowote au ugonjwa)

40. KIFO

41. URITHI
(Kimwili) (Kihisia) (Kiakili) (Laana)

42. UCHUNGUZI WA KUPITA
Kutotulia Kuendesha Shinikizo
43. KULAANIA
Kozi ya Kukufuru mzaha Uvumi Ukosoaji Usengenyaji
Kejeli Kudharauliwa Matusi

Pombe ya Nikotini **INAYOLEWESHA NA KULAZIMISHA**
Dawa za Kulevya Dawa
Ulafi wa Kafeini

45. UTAPU
Woga Kula kwa Kulazimisha Chuki Kukata tamaa Uvivu
Kujihurumia Kujizawadia

46. KUJISHTAKIA
Kujichukia Kujihukumu

47. HATIA
Aibu ya Hukumu
Aibu ya Kutostahili

48. UCHAFU WA NGONO
Tamaa Ndoto Tamaa Punyeto Ushoga Usagaji Uzinzi
Uasherati Uzinzi Ukahaba
Ubaridi wa Mfiduo wa Ubakaji

49. DINI
Mashahidi wa Yehova
Sayansi ya Kikristo
Urosicrucianism
Theosofi
Urantia
Subud
Latihan
Umoja
Umormoni
Ubahai
Unitariani (Makao, jamii na mashirika ya kijamii yanayotumia Biblia na Mungu kama msingi lakini yakiacha upatanisho wa damu ya Yesu Kristo)

50. UCHAWI
Uchambuzi wa Mitende wa Ubao wa Ouija, Uchambuzi wa Mwandiko, Mwandiko otomatiki, ESP
Nyota ya Hypnotism Unajimu
Utabiri wa Bahati Maji Uchawi Kadi za Tarot Pendulum
Uchawi Uchawi Mweusi Uchawi Mweupe Uchawi Uchawi
Uchawi Uchawi Uchongaji Hirizi za Kuvutia Nk.

51. WAKIDINI
Utamaduni Urasimi Utamaduni wa mafundisho Ushawishi, Makosa ya mafundisho, Hofu ya Mungu. Hofu ya Jehanamu Hofu ya wokovu uliopotea Udini Nk.

52. UPEPO
Miongozo ya Roho ya Seance Necromancy Nk.

53. DINI ZA UONGO
Ubuddha Utao Uhindu Uislamu Ushinto Ukonfusimu
Ukonfusimu
Nk.

Mgogoro wa Mwisho - Ndoto ya Kiroho

Sote tunajua kwamba katika historia yote ya Biblia, Mungu wakati mwingine alizungumza na watumishi wake kupitia maono na ndoto. Siku ya Pentekoste, Petro alinukuu kutoka kwa nabii Yoeli:
Itakuwa katika siku za mwisho, asema Mungu, nitawamiminia Roho yangu wote wenye mwili; na wana wenu na binti zenu watatabiri, na vijana wenu wataona maono, na wazee wenu wataota ndoto. Matendo 2:17
Mnamo Julai 9, 1970 Bwana alizungumza nami katika ndoto ya kiroho. Alinieleza wazi kwamba ningepaswa kuhubiri ukweli nilioonyeshwa kupitia ndoto hii. Ninaomba kwamba iwe baraka na msukumo kwako kama ilivyokuwa kwa wengine wengi ambao wameshirikishwa.

NDOTO

Ndoto ilipoanza nilijikuta nikiingia kwenye uwanja mkubwa.
Viwanja vilijaa watu kabisa, na kulikuwa na hali ya msisimko na matarajio kuhusu kile kilichokuwa karibu kutokea. Ulikuwa mchezo wa besiboli, na mimi nilikuwa mmoja wa wachezaji. Nilikuwa tayari nimevaa sare yangu. Sare ya timu yangu ilikuwa nyekundu na
nyeupe. Niliona wanachama wa timu pinzani na walikuwa wamevalia sare nyeusi na nyeupe.
Nilipoingia uwanjani niligundua kuwa wachezaji wenzangu wote walikuwa pembeni katika mzozo mkali na wanachama wote wa timu pinzani. Sikutaka kushiriki katika mchezo wa

rhubarb na nikaingia uwanjani, nikitumaini kwamba wengine wangejiunga nami huko hivi karibuni. Nilipoingia uwanjani mmoja wa wachezaji pinzani alitoka nami. Akili yangu ilikuwa imejaa wasiwasi wa kuendelea na uchumba. Kutoka mahali pa jua nilijua kulikuwa na kama saa mbili za mchana zilizobaki. Kitendo lazima kianze hivi karibuni.
Hatimaye mabishano ya pembeni yalivunjika, na timu zikaanza kuchukua nafasi zao. Timu yetu ilipaswa kuwa uwanjani na timu pinzani ipigane. Nilikuwa nimetoka nje hadi uwanja wa kushoto nikigundua kuwa bado sijapewa jukumu kuhusu nafasi nitakayocheza. Nilimtafuta kocha wangu na nikaona kwamba alikuwa katikati ya uwanja. Aliniashiria nifuatilie benchi la tatu, na mara moja nikachukua nafasi yangu hapo.

Timu yetu ilianza "kuzungumzia jambo hilo", kama wanavyosema. Sote tulikuwa tukipiga kelele za kutiana moyo na kuingia katika ari ya ushiriki. Kisha, tukaanza kufanya mazoezi yetu ya kujiinua - tukinyoosha mikono yetu, tukikunja magoti yetu na kukunja migongo yetu. Sasa ilikuwa wakati wa mchezo kuanza.
Mpigaji alirusha mpira wa kwanza kwenye bamba. Mpigaji mpinzani aliupiga kwa nguvu zake zote. Alipiga
Mpira mrefu sana, unaoruka. Niliutazama ukiwa unapanda juu ya kichwa changu na mgongo, mgongo, mgongo ukianguka nje ya uwanja wa michezo. Hofu ilinishika moyoni. Niliwaza, "Ikiwa wachezaji wao wote wana nguvu kiasi hicho, tuna nafasi gani?" Niligundua kwamba lazima niwe macho sana. Nilibadilisha uzito wangu kutoka mguu mmoja hadi mwingine. Ikiwa mpira unaofuata ungekuja upande wangu, lazima niwe mwepesi kama paka aliye tayari kuruka kuelekea upande wowote ili kukamata mpira na kumtoa mchezaji nje. Wakati huu ndoto iliisha. Nilipoamka na kuanza kukumbuka ndoto hiyo, majibu yangu ya awali yalikuwa ya kukata tamaa. Ninapenda besiboli na nilisikitika kwamba sikuweza kumaliza ndoto.

UFAFANUZI

Ndoto ya kiroho haiwezi kufasiriwa - lazima itafsiriwe. Roho Mtakatifu aliponikumbusha ndoto hiyo asubuhi iliyofuata alianza kunipa tafsiri. Nilichukua penseli na karatasi na kuanza kuandika tafsiri haraka iwezekanavyo. Jambo lote liliwekwa wazi baada ya muda mfupi. Iliandikwa bila usumbufu kama vile Roho alivyokuwa akinipa.
Uwanja wa michezo uliwakilisha ulimwengu mzima. Viwanja vilivyojaa watazamaji ni picha inayoonyeshwa katika Waebrania 12:1.

Kwa hiyo sisi pia, kwa kuwa tumezungukwa na wingu kubwa la mashahidi...
Bwana aliniambia kwamba wale waliokuwa kwenye vibanda walikuwa wingu kubwa la mashahidi. Wote walikuwa Wakristo ambao wamewahi kuishi na sasa walikuwa wakitazama chini ulimwengu kutoka kwenye nafasi yao ya mbinguni. Wazee wote wa zamani na watakatifu wa enzi za Agano la Kale na Jipya walikuwa kwenye vibanda. Kulikuwa na Ibrahimu, Yakobo, Isaka, Yusufu, Daudi, Danieli, Yeremia, Isaya, Petro, Yakobo na Yohana na wengine wote. Walikuwa wale waliokuwa kwenye "jamii za pennant" katika vizazi vya zamani. Wengi wao walikuwa wamefanya vizuri na walikuwa kwenye "ukumbi wa sifa" kama ilivyoandikwa katika Waebrania sura ya kumi na moja. Walikuwa wakitazamia kwa hamu kubwa kuona jinsi sisi tulio uwanjani katika kizazi hiki tungefanya.

Kisha Bwana akaniambia, "HUU NI Mfululizo wa Dunia! Huu ndio Mgogoro wa Mwisho Kati ya Nguvu za Uovu na Nguvu za Haki. Huu ni Kuamua Ubingwa wa Dunia!"

Kisha nikaambiwa maana ya sare hizo. Sare zetu zilikuwa nyekundu na nyeupe. Nyekundu inawakilisha damu ya

Yesu. Inatuashiria sisi kama wale walio wa Bwana. Damu inazungumzia nguvu zetu katika Kristo Yesu. "Walimshinda (Shetani) kwa damu ya Mwana-Kondoo..." (Ufu. 12:11). Nyeupe inazungumzia usafi. Wale walio katika timu ya Bwana leo lazima wawe na usafi. Roho anasisitiza sana utakatifu wa kibinafsi na haki ya vitendo. Huu si wakati wa kutembea kwa mguu mmoja duniani na mwingine katika Ufalme wa Mungu!
Timu pinzani ilikuwa imevaa nguo nyeusi na nyeupe.

Nyeusi ni ishara ya uovu. Inamtambulisha Shetani na kazi zake mbaya. Timu pinzani ilitambuliwa wazi kama Ibilisi na jeshi lake la pepo wabaya. Nilishangaa. Timu ya ibilisi pia ilikuwa na nyeupe katika sare zake. Hii inaweza kumaanisha nini? Wakati swali lilipokuwa likiulizwa akilini mwangu, Roho alikuwa akitoa jibu... Nyeusi na nyeupe inawakilisha mchanganyiko wa uovu na wema. Shetani hajawahi kutujia na weusi na uovu wote. Yeye huja kwetu na weupe pia. Nyeusi na nyeupe inawakilisha mchanganyiko wa *ukweli* na *makosa.* Huu ni mmoja wa mchanganyiko mkubwa wa kimkakati wa Shetani. Leo, kama haijawahi kutokea hapo awali, kuna mchanganyiko wa wema na uovu; ukweli na makosa.
Basi Roho anena waziwazi ya kwamba nyakati za mwisho wengine watajitenga na imani, wakisikiliza roho zidanganyazo na mafundisho ya mashetani. 1 Tim. 4:1
Kwa nini nilikuwa katika mgogoro huu? Bwana alinionyesha kwamba uwepo wangu katika mgogoro huo ulikuwa wa mtu mwakilishi. Nilikuwa mwakilishi wa Wakristo wengi wanaoingia katika uwanja wa mgogoro wa kiroho ili kubeba mashambulizi dhidi ya nguvu za kuzimu.

Niliuliza, "Lakini, Bwana, kwa nini wenzangu wote wako pembeni mwa mstari wa kubishana na timu pinzani?" Bwana alieleza kwamba hii ni mbinu nyingine tu ya adui. Anajaribu kuwaweka watu wa Mungu pembeni mwa mstari, na kuwatoa kwenye hatua kuu na kuwaweka wamefungwa. Alinionyesha kwamba hii inawakilisha mgawanyiko wa Ukristo *wa kimadhehebu* . Ibilisi ana Wakristo pembeni mwa mstari wakitetea mafundisho na mila zao wenyewe, bila kutambua kwamba wamedanganywa na ibilisi. Ni wakati wa watu wa Mungu kuja katika umoja na kuendelea na shughuli iliyopo! Kwa kweli hili ndilo linalotokea kutokana na kumiminwa kwa Roho Mtakatifu duniani kote leo.

Wasiwasi wangu ulikuwa kwamba siku ilikuwa karibu kuisha. Saa chache tu za mchana zilibaki. Kweli, usiku unakuja ambapo hakuna mtu anayeweza kufanya kazi. Tunaishi katika saa za mwisho za historia ya mwanadamu. Lazima tufanye kila dakika ihesabiwe. Lazima tugundue kwamba kama Wakristo lazima tuingie uwanjani na kumshinda Shetani na majeshi yake.

Hatimaye timu zilianza kuhamia uwanjani. Mtu mmoja hafanyi timu! Awamu ya maisha ya kanisa tunayohamia inahitaji kazi ya timu... umoja! Bwana kisha akanikumbusha kwamba kulikuwa na wachezaji *tisa* kwenye timu ya besiboli. Nambari tisa inaonyesha *karama tisa* za Roho na *matunda tisa* ya Roho. Wale walio kwenye timu ya Bwana katika pambano hili la mwisho na nguvu za Shetani watakuwa wakifanya kazi chini ya uongozi wa Roho Mtakatifu. Karama za Roho - neno la hekima, neno la maarifa, imani, karama za uponyaji, kutenda miujiza, unabii, kupambanua roho, aina za lugha na tafsiri za lugha (Tazama 1 Kor. 12:8-10) - zitatenda kazi katika huduma yao. Tunda la Roho - upendo, furaha, amani, uvumilivu, upole, wema, imani, upole, kiasi - litaonekana. (Tazama Gal. 5:22,23). Bwana asifiwe! Anaileta timu yake uwanjani katika *siku zetu.* Ni timu *iliyojaa Roho* . Karama za
Roho anarejeshwa kanisani. Matunda yanaonekana miongoni mwa watu wa Mungu kuliko hapo awali. Vizuizi

vilivyotutenganisha na kutuweka kando kwa muda mrefu vinashindwa. Vizuizi vya madhehebu vinabomoka. Maswali ya mafundisho yanayogawanyika yanazikwa. Yesu ni Bwana! Tunapata mtiririko wa upendo. Tuko katika msingi wa pamoja. Tunaweza kuabudu na kuhudumu pamoja chini ya Roho Mtakatifu.

Nilipohamia uwanjani, mshiriki wa timu pinzani alihama nami. Katika uzoefu halisi, nilihamia uwanja wa migogoro nilipompata Roho Mtakatifu. Hapo ndipo nilipopewa nguvu na kuwa tishio kwa ibilisi. Ilikuwa baada ya uzoefu huo ndipo karama za Roho zilianza kufanya kazi katika huduma yangu, na nguvu nyingi zilizotokana zilielekezwa kwa ibilisi. Ubatizo katika Roho Mtakatifu hakika haukumaanisha mwisho wa matatizo yangu - kwa kweli matatizo yangu yalionekana kuwa makubwa zaidi kuliko hapo awali. Mara moja marafiki zangu wengi wakawa maadui walionikataa na kunishutumu kwa kiburi na udanganyifu. Hofu ilinishika moyoni na nikajiuliza itakuwaje kwangu. Nguvu za pepo zilikuwa zimehamia uwanjani kunikabili!

Wakati huu nilikuwa nimesimama katika uwanja wa kushoto. Unajua inamaanisha nini kuwa katika uwanja wa kushoto? Usemi huu umetumika kuelezea mtu ambaye amechanganyikiwa na hajui alipo . Nilijua nilikuwa katika mgogoro na uwanjani lakini sikujua sehemu yangu ilikuwa nini. Hii inaelezea kwa kutosha na kwa michoro tatizo langu kufuatia ubatizo wa Roho Mtakatifu. Je, hii sivyo?
Wanaelezea Wakristo wengi? Wako kwenye uwanja wa kushoto. Hawajawahi kupata mapenzi ya Mungu kwa maisha yao. Wanatangatanga bila malengo. Hawana msaada wowote kwa timu. Mahali wanapopaswa kujaza pameachwa tupu. Kuna pengo katika safu. Lakini Kocha yuko tayari kutoa mwelekeo! Kocha ni nani? Yeye ni Roho Mtakatifu. Na anapatikana wapi? Hii ilikuwa sifa ya ajabu ya ndoto.

Kwa kawaida kocha yuko pembeni au kwenye dimbwi. Lakini hapa kocha alikuwa katikati ya uwanja. Roho Mtakatifu yuko wapi leo? Yuko katikati yetu. Yuko pale kutupa mwelekeo tunapomtazama. Alinionyesha kwamba nilipaswa kuwa kwenye kituo cha tatu. Tutafikia maana ya hili hivi karibuni.
Washiriki mbalimbali wa timu walikuwa wakitafuta nafasi zao haraka. Mchezo ungeanza hivi karibuni. Tulianza kupiga kelele maneno ya kutiana moyo. Loo, picha nzuri sana ya kanisa.

Tukaangaliane sisi kwa sisi na kuhimizana katika upendo na kazi nzuri; tusiache kukusanyika pamoja, kama ilivyo desturi ya wengine; bali tuonyane; na kuzidi kufanya hivyo, kwa kadiri mwonavyo siku ile kuwa inakaribia. Ebr. 10:24,25
Kisha tukaanza mazoezi yetu. Bwana alinionyesha kwamba mazoezi ya kimwili ya wachezaji wa mpira yanafanana na mazoezi ya kiroho ya Mkristo. Ikiwa tunataka kubaki katika hali nzuri kwa ajili ya mapambano ya kiroho, ni lazima tufuate sheria na nidhamu za mazoezi ya kiroho, tukikunja magoti yetu katika maombi, tukiinua mikono yetu katika sifa, tukiinamisha migongo yetu katika ibada! Haleluya! Washiriki katika pambano la ubingwa wa dunia watakuwa katika hali nzuri kila wakati. Na isisemwe kwetu kwamba...
Wana wa ulimwengu huu katika kizazi chao wana busara kuliko wana wa nuru. Luka 16:8b
Ikiwa wanaume katika uwanja wa michezo wanaweza nidhamu maisha yao na kubaki katika hali bora zaidi ili kupata taji la kidunia, je, Mkristo anapaswa kulipa gharama zaidi ili kuwa tayari kikamilifu kwa pambano kubwa zaidi kuliko yote?

Sasa, ilikuwa wakati wa mzozo kuanza. Mungu alinionyesha kwamba timu yetu ilikuwa uwanjani kwenye ulinzi. Aliniambia kwamba mimi watu wake tulikuwa katika nafasi

hii kwa muda wa kutosha. Ilikuwa wakati wa kuchukua mkono wa juu wa shetani na kuanza mashambulizi. Ulinzi mzuri ni muhimu, lakini ni timu ya mashambulizi ndiyo inayofunga. Kupitia vita vya kiroho kanisa linachukua mashambulizi leo. Mashetani yanatupwa nje. Enzi na nguvu za giza la kiroho zinashambuliwa na kushindwa. Yesu aliwahi kusema...
Kama mimi natoa pepo kwa kidole cha Mungu, basi ufalme wa Mungu umewajilia. Luka 11:20

Hii ni siku ya vita vya kiroho na ushindi wa kiroho. Kabla Ufalme wa Mungu haujawa halisi katika maisha yako au yangu, nguvu za kuzimu zinazotuzunguka lazima zikabiliwe na kushindwa. Kabla kanisa halijaweza kutimiza kile ambacho Bwana alitabiri kuhusu kanisa lake la ushindi (Mathayo 16:18) lazima lichukue
kushambulia shetani. Ujumbe na mazoezi ya vita vya kiroho yanaenea kwa kasi leo kote kanisani. shetani anapingwa na analazimika kukimbia. Kwa mara ya kwanza tunaona upande wa nyuma wa shetani. Ni mandhari nzuri!

Nakumbuka hadithi ya wavulana waliokuwa wakicheza mpira nje uwanjani siku moja. Mwanamume mmoja alikuwa akipita. Alimuuliza mmoja wa wavulana jinsi mchezo ulivyokuwa ukienda. Mvulana akajibu kwamba ulikuwa unaendelea vizuri. Mwanamume huyo aliuliza kuhusu matokeo. Mvulana huyo alisema yalikuwa 35 kwa 0. Mwanamume huyo alitaka kujua ni kwa niaba ya nani. Mvulana huyo akasema kwamba ilikuwa kwa niaba ya timu nyingine. Kisha mwanamume huyo akasema kwamba timu ya mvulana huyo ilikuwa ikishindwa vibaya sana. Mvulana huyo alionekana kuchanganyikiwa na akasema, "Loo, hapana, Bwana! Hatushindwi." Sasa mwanamume huyo alikuwa amechanganyikiwa. Alitaka kujua jinsi kijana huyo alivyofikiri kwamba hawakushindwa wakati walikuwa nyuma ya 35 kwa 0.

Ndipo mvulana akaelezea, “Bwana, hatujaja kupiga bado.” Picha ya kanisa! Ibilisi amekuwa akizidisha alama. Lakini sasa ni wakati wa kanisa kuchukua hatua ya kushambulia na kumshinda shetani. Amina!

Kisha mpira wa kwanza ukapigwa. Mpigaji mpinzani alipiga mpira kwa nguvu sana. Mpira ulienda juu sana na mbali lakini ukaanguka. Bwana akasema, "Nataka kukuonyesha kazi ya adui. Ni kama mpira ule uliopigwa. Adui ana nguvu fulani. Na anachofanya mara nyingi huwa cha juu sana na cha kuvutia, lakini ni 'chafu' kabisa."

Hofu iliyonigusa moyoni mwangu ni ya kawaida kwa watumishi wengi wa Mungu wanapoona yote ambayo shetani anafanya. Wanajiuliza kama kuna nafasi yoyote ya ushindi. Wanaanza kufikiria kuhusu kunaswa katika unyakuo. Lakini Mungu haleti kanisa la aina hiyo! Yeye ni Bwana wa kanisa la kivita. Amekuwa akisubiri kizazi kama chetu kichukue nafasi. Chini ya uongozi wake itafanyika. Adui atashindwa. Je, uko kwenye timu? Je, unachukua hatua dhidi ya shetani?

Niligundua katika hatua hii katika ndoto kwamba lazima niwe tayari. Lazima niwe bora zaidi. Lazima niweze kusonga katika mwelekeo wowote unaohitajika na kumtoa mpinzani.
Basi angalieni sana jinsi mnavyoenenda, si kama wapumbavu, bali kama wenye hekima, mkiukomboa wakati kwa maana siku hizi ni mbaya. Efe. 5:15,16
Ndoto ilionekana kuisha mapema. Nilimuuliza Bwana kwa nini sikuruhusiwa kuona mwisho wa mchezo. Bwana aliniuliza kwa kujibu kwa nini nilitaka kuuona hadi mwisho. Nilieleza kwamba nilikuwa na hamu ya kujua matokeo. Kisha Bwana akaniambia jambo zuri, “Mwanangu,” Akasema, “huhitaji kujua matokeo; tayari unayajua. Neno langu limekuahidi kwamba uko kwenye timu itakayoshinda.

Itakuwa kama nilivyosema. Hapana, huhitaji kujua matokeo, lakini unahitaji kujua kwamba MWISHO

MGOGORO UMEANZA!

Ndiyo, rafiki mpendwa Mkristo, tuko katika mwisho wa enzi. Mgogoro wa mwisho kati ya majeshi ya Shetani na jeshi la Mungu TAYARI unaendelea. Tunaona ushahidi wake kila upande. Ni wito wa vita. Hakuna wakati zaidi wa kuchelewa. Vita vinaendelea! Je, unahusika?

MUHTASARI

Tafsiri ya ndoto haikuwa imeisha. Nilipewa maana ya misingi. Msingi wa kwanza uliwakilisha *mahusiano ya kijamii* , msingi wa pili ulikuwa *mahusiano ya kibiashara* , msingi wa tatu ulikuwa *mahusiano ya kanisa.* Hii ndiyo sababu nilipewa nafasi ya msingi wa tatu. Ilikuwa kazi yangu kumtoa shetani alipojaribu kuingia kwenye msingi wa tatu - kanisani.

Msingi wa nyumbani uliwakilisha kile hasa kilichomaanisha - *mahusiano ya nyumbani.* Roho alinionyesha kwamba kila kitu kilianzia msingi wa nyumbani na kuishia msingi wa nyumbani. Wakati wanachama wa timu ya Bwana walipokuja kupiga, ilibidi waanzie nyumbani na kupata pigo hapo. Haijalishi waliendesha misingi ya kijamii, biashara au hata mahusiano ya kanisa kwa njia ya kuvutia kiasi gani, kama hawangeanza nyumbani wangekuwa wanafiki tu!

Mungu anaweka msisitizo katika maisha sahihi ya nyumbani leo. Anaweka nyumba zetu katika mpangilio. Anamrejesha mume na baba katika nafasi yake ya mamlaka nyumbani. Nyumba inakuwa kitovu cha maisha ya kiroho. Huu ni utaratibu wa Mungu. Hatuwezi kuwa sahihi katika uhusiano mwingine wowote maishani hadi maisha yetu yawe sawa.

nyumbani. Timu ya shetani inarusha mipira ya kasi na mipira ya kupinda nyumbani. Shetani lazima ashindwe kwanza kabisa katika shambulio lake dhidi ya nyumba zetu. Kila mwanafamilia lazima achukue nafasi ambayo Mungu ameiweka:

Enyi wake, watiini waume zenu kama kumtii Bwana ... Enyi waume, wapendeni wake zenu, kama Kristo naye alivyolipenda kanisa, akajitoa kwa ajili yake ... Enyi watoto, watiini wazazi wenu katika Bwana; maana hii ndiyo haki. Waefeso 5:22,25, 6:1

Kipimo cha kwanza cha maisha ya Kikristo huja nyumbani. Ikiwa upendo, furaha na amani ya Roho Mtakatifu haitoki katika maisha yetu katika uhusiano na watu wa nyumbani kwetu, basi Shetani amepata ushindi juu yetu. Inapoonekana wazi kwamba Shetani tayari amepata nafasi nyumbani kwetu na kupitia nafsi yetu, ni wito wa vita vya kiroho. Mshinde shetani katika maisha yako mwenyewe na katika familia yako na kisha utaweza kuendelea na vita katika maeneo mengine ya maisha.

Katika mfano wake wa kijiti na boriti, Yesu alituonyesha kwamba ni lazima tujipange upya maisha yetu kabla ya kuwahudumia wengine. Tuhakikishe kwamba hakuna *nguruwe katika vyumba vyetu.*

Maombi Mafupi ya Kujikomboa

"Bwana Yesu Kristo, naamini ulikufa msalabani kwa ajili ya dhambi zangu na ukafufuka tena kutoka kwa wafu. Ulinikomboa kwa damu yako na mimi ni wako, na ninataka kuishi kwa ajili yako. Ninakiri dhambi zangu zote - zinazojulikana na zisizojulikana - nazihurumia zote. Ninazikataa zote. Ninawasamehe wengine wote kama ninavyotaka unisamehe. Nisamehe sasa na unitakase kwa damu yako. Ninakushukuru kwa damu ya Yesu Kristo ambayo inanisafisha sasa kutokana na dhambi zote. Nami ninakuja kwako sasa kama mkombozi wangu. Unajua mahitaji yangu maalum - kitu kinachonifunga, kinachotesa, kinachochafua; roho mbaya, roho mchafu -

ninadai ahadi ya neno lako, "Kila atakayeliitia jina la Bwana ataokolewa." Ninakuita sasa. Kwa jina la Bwana Yesu Kristo, niokoe na uniweke huru. Shetani, ninakukataa wewe na kazi zako zote. Ninajiweka huru kutoka kwako, kwa jina la Yesu, na ninakuamuru uniache sasa hivi kwa jina la Yesu. Amina!"

Na itoke moyoni mwako na uone wokovu wa Bwana!

Je, Wewe ni Mgonjwa au unahitaji kurejeshwa?

Kwa wale ambao ni wagonjwa au wagonjwa katika hali au umbo lolote, au wanaohitaji ukombozi? Au urejesho, tafadhali gusa nukta iliyo hapa chini kwa imani ***(Imani ni kuona matokeo chanya halisi ya hali yako ya sasa, ukijua kwamba Yesu amefanya sehemu Yake zaidi ya miaka 2000 iliyopita ili kupata uponyaji na ukombozi wako, urejesho kama malipo ya awali, ukiamini kwamba malipo hayo ya awali yanapatikana kwako ili kupata, kama vile salio chanya katika akaunti yako ya hundi na benki, bila maswali yoyote tunapokubaliana nawe na kutangaza UPONYWE kwa jina la Yesu Kristo, Amina)***

Kwa mamlaka uliyonipa mimi na wao, ninatumia mamlaka hayo sasa kwa imani pamoja na hasira yao dhidi ya adui na njaa ya kupata kile ulichowapa wote bure, nalaani kila ugonjwa, kila ugonjwa, iwe saratani, COVID 19, iwe roho ya udhaifu, iwe ni kupagawa na pepo au kukandamizwa, iwe ni roho ya umaskini, vikwazo, kuchelewa kutimizwa kwa kile ambacho Mungu tayari amekiamua na kukifungua. Tunapingana na hali isiyo ya kawaida, ninawafunga, tunawalaani hadi kwenye mizizi yao na tunawafukuza kwa mamlaka katika jina la Yesu Kristo. Amina. Tunatoa wito wa kuachiliwa kwa uponyaji, ukombozi na urejesho katika maisha yao katika jina kuu la Yesu Kristo. Asante Bwana kwa ushuhuda unaodumu kwa utukufu wako na heshima na ibada. Asante kwa roho

zinazoongezwa kwenye ufalme wako kutokana na ujumbe huu, miujiza ambayo tayari tunaiona sasa hivi na kuidhihirisha kwa utukufu wako katika jina la Yesu, Amina. Imetimia! Furahini!

Gusa sehemu hii iliyoangaziwa kama sehemu ya kugusa na ukiri kwa kinywa chako - NIMEPONYWA, NIMEKULISHWA na NIMEREJESHWA katika Roho yangu, Nafsi, Mwili na pande zote zinazonizunguka katika jina la YESU Kristo, Amina!!!

Anza kufanya kile ambacho hukuweza kufanya hapo awali na anza kukiri hadi uponyaji kamili, ukombozi urejeshwe unakuwa matunda katika maisha yako katika jina la Yesu, amina. Endelea kuwa na njaa kwa ajili ya Mungu wote, kaa na hasira na rudisha nyuma yote ambayo adui amezuia kwa jina la Yesu, amina
Kumbuka:
Shuhudia uponyaji kwa ajili ya utukufu wa Mungu na aibu ya adui! Tutumie barua pepe au WhatsApp ikiwa bado unahitaji tukubaliane nawe kuhusu suala hilo. Na ungana nasi katika mfululizo wa vifaa kuanzia wiki ijayo Alhamisi. Pata maelezo zaidi hivi karibuni kwenye tovuti yetu!

Unyonyaji Mkubwa - 1 - Sura ya 8 - Tafuta Jinsi Kutoka kwa Wakuu katika Sehemu ya 7

– NGUVU YA Roho Mtakatifu inayokaa ndani YAKO kwa maneno yanayopitishwa kupitia hewa hadi MAJI na MAFUTA kama wakala wa UPONYAJI, UOKOAJI NA UREJESHO katika maisha yako na kwa wengine – Mfano wa Hati ya Maombi imejumuishwa juu ya maji na mafuta + Hadithi 2 kuhusu UOKOAJI wa Mchungaji na Msichana wa miaka 6 kutoka Schizophrenia na pepo wengine wengi kama njia ya kujifunza KWAKO na Frank na Ida Mae -- Sehemu ya 7 + Maombi ya makubaliano ya uponyaji, ukombozi na urejesho

Wapendwa, leo, tunawaletea sehemu ya 7 ya mfululizo wetu kuhusu kutosha kwa utumwa na kuwakaribisha kwenye uhuru katika Kristo.

Tulisema kwamba kupitia mifumo hasi ya tabia au mtindo wa maisha usio wa kimaandiko, tunajifanya Wakristo kuwa makao ya kuvutia kwa nguvu za giza kwa kuchagua kwa makusudi kutotii mfumo wa maisha wa Mungu. Tunakuwa watumwa ambao tunawatii kwa mapenzi yetu. Ili kusisitiza jambo hilo, hapa Paulo anaingia

Warumi 6:16 Biblia Habari Njema
[16] Hamjui kwamba mkijisalimisha kwa mtu yeyote ili kufanya mapenzi yake, mmekuwa watumwa wake yule mnayemtii, iwe ni dhambi, ambayo husababisha kifo, au utii ambao husababisha haki (kutenda mema na msimamo mzuri mbele za Mungu)?

Na Yesu alidokeza ukweli huu kwamba bwana huyu - Shetani ni bwana mgumu na mharibifu.. Soma hii

Yohana 10:10
Biblia Iliyoongezwa Kiasi, Toleo la Zamani
[10] Mwizi huja ili kuiba na kuua na kuharibu. Mimi nimekuja ili wawe na maisha na kufurahia, na wawe nayo kwa wingi (kwa ukamilifu, hata yafurike).
Mungu ametupa kipawa cha hiari ya kufanya maamuzi Lakini hakutupa hiari ya kuchagua matokeo ya chaguo zetu. Hapa Musa akiwaonya wana wa Israeli na kwa ugani sisi Wakristo wa siku hizi katika:

Kumbukumbu la Torati 30:16-20
Biblia Iliyoongezwa Kiasi, Toleo la Zamani
[16] [Kama mtatii amri za Bwana, Mungu wenu, ninazowaamuru leo, kumpenda Bwana, Mungu wenu, na kutembea katika njia zake, na kushika amri zake, na amri zake, na hukumu zake, ndipo mtakapoishi na kuongezeka; naye Bwana, Mungu wenu, atawabariki katika nchi mtakayoingia kuimiliki.
[17] Lakini kama akili na moyo wako ukigeuka, usipotaka kusikia, lakini ukavutwa kuabudu miungu mingine na kuitumikia,
[18] Nawatangazia leo kwamba hakika mtaangamia, wala hamtaishi maisha marefu katika nchi mtakayoivuka Yordani kuingia kuimiliki.

[19] Ninazishuhudiza mbingu na nchi hivi leo dhidi yenu, kwamba nimeweka mbele yenu uzima na mauti, baraka na laana; basi chagua uzima, ili wewe na uzao wako mpate kuishi.
[20] Mpende Bwana, Mungu wako, utii sauti yake, na kushikamana naye; kwa maana yeye ndiye uzima wako, na wingi wa siku zako, upate kukaa katika nchi ambayo Bwana aliapa kuwapa baba zako, Ibrahimu, Isaka, na Yakobo.

Kwa hiari ya makusudi, wengi wetu Wakristo tumejitengenezea udongo wenye rutuba na kuwa mahali pa kuangukia pepo. Ukweli ni kwamba wengi wetu hatujui hili na hilo ni kwa mpango wa nguvu za uovu hadi tumruhusu Roho Mtakatifu kutupatia mwanga wake wa kutafuta ukombozi. Tunajua kuna maeneo mengi maishani mwetu ambayo hatuna udhibiti kabisa au tuko kifungoni kiasi kwamba maombi yasiyokoma hayajasaidia kwa miaka mingi kwa sababu chanzo kikuu hakijashughulikiwa ambacho kinasumbua uponyaji kamili, ukombozi na urejesho katika roho zetu, roho na mwili.

Leo katika sehemu ya 7, tunakuletea katika mfululizo wetu wa Inatosha Kutekwa na Shetani na Karibu kwenye UHURU katika Kristo, maarifa kuhusu Jinsi ya kuchochea **NGUVU ya Roho Mtakatifu iliyo ndani yako na MIMI kwa maneno yaliyohamishwa kupitia hewa hadi MAJI na mafuta kama wakala wa UPONYAJI, UOKOAJI na UREJESHAJI katika maisha yako na wengine + Hadithi 2 kuhusu UOKOAJI wa Mchungaji na msichana wa miaka 6 kama njia ya kujifunza kwako – Sehemu ya 7**

Kumbuka, tunajiandaa kutekeleza amri iliyo katika Marko 16:15 kwa mafanikio.
Marko 16:16-20
Biblia Iliyoongezwa Kiasi, Toleo la Zamani

16 Yeye aaminiye [anayeshikamana na Injili na Yeye ambaye inamtaja] na kubatizwa ataokolewa [[a] kutokana na adhabu ya kifo cha milele; lakini yeye asiyeamini [asiyeshikamana na Injili na Yeye ambaye inamtaja] atahukumiwa.
17 Na ishara hizi zitafuatana na wale wanaoamini : kwa jina langu watatoa pepo; watasema kwa lugha mpya;
18 Watashika nyoka; hata wakinywa kitu cha kufisha, hakitawadhuru; wataweka mikono yao juu ya wagonjwa, nao watapona.
19 Basi, Bwana Yesu, baada ya kusema nao, akachukuliwa juu mbinguni, akaketi mkono wa kuume wa Mungu.
20 Nao wakatoka wakahubiri kila mahali, huku Bwana akiendelea kufanya kazi pamoja nao na kuthibitisha ujumbe huo kwa ishara na miujiza iliyoambatana nao kwa ukaribu. Amina (na iwe hivyo).

Tulitaja katika mfululizo uliopita kwamba ili kutekeleza kwa ufanisi amri hii ya Yesu kwa WAUMINI WOTE katika Kristo, Hakuna nafasi kwa askari waliokimbia au wanaokimbia kupigana tena kwa sababu vita tayari vimeshindwa mbinguni. Letu ni kutumia mamlaka yetu na nguvu tumepewa kupitia Roho Mtakatifu aliye hai ili kutekeleza ushindi huo kwa sababu adui atataka kuvuka mpaka wake kila wakati. Kujaribu maji ili kuona kama hatujui. Kwa bahati mbaya, wengi wetu hatujui mbinu za yule mwovu.

Tulisema ili kukabiliana na aina hii ya adui kama jeshi lenye nidhamu, tunahitaji yafuatayo kama ilivyo katika **A, B, C, D, E, F na G. Lazima nisisitize kwamba mfululizo huu si wa kila mtu. Wachache waliochaguliwa watajiandikisha kwa sifa hizi 7. Ni kama ifuatavyo** :

A. **Upatikanaji (Roho, nafsi na mwili)**

B. **Ujasiri**
C. **Huruma kwa wengine**
D. **Uamuzi**
E. **Upendo wa Dhati**
F. **Hasira ya Moto**
G. **Njaa Kubwa**

Kama huna sifa hizi kama viungo vya chini kabisa, haitawezekana kuendesha kampeni yenye mafanikio kwa sababu viungo vyote vilivyo hapo juu vinahitaji kuchanganywa pamoja ili kutoa aina ya imani ya mbegu ya haradali ili kuleta mabadiliko kwa sababu Mungu huwalisha watu wenye njaa, si watoto baridi au vuguvugu iwe katika uponyaji, ukombozi na urejesho ndani na nje.
Nyara ziko tayari kukusanywa lakini mbegu ya haradali, imani thabiti inahitajika ili kuzikusanya katika uzoefu wetu. Tunazungumzia roho, roho, na roho zaidi na kila kitu tunachohitaji kama jeshi la Mungu aliye hai ili kupigana kampeni yenye mafanikio. Tuko hapa kukuwezesha kujifunza kutoka kwa wale waliotutangulia.

Sasa angalia sehemu ya kwanza ya uwasilishaji wetu leo – **NGUVU YA Roho Mtakatifu inayokaa ndani YAKO kwa maneno yaliyohamishwa kupitia hewa hadi MAJI na MAFUTA kama wakala wa UPONYAJI, UOKOAJI NA UREJESHO WA KIMIUJIZA katika maisha yako na wengine – – Mfano wa hati ya maombi umejumuishwa.**

Tunaanza na Yesu, mwanzilishi na mkamilishaji wa imani yetu ambaye alikuwa na Roho Mtakatifu ndani yake katika:

Yohana 9:1-7
Biblia Iliyoongezwa Kiasi, Toleo la Zamani
9 Alipokuwa akipita, alimwona mtu kipofu tangu kuzaliwa kwake.

[2] Wanafunzi wake wakamwuliza, Rabi, ni nani aliyetenda dhambi, mtu huyu au wazazi wake, hata azaliwe kipofu?
[3] Yesu akajibu, "Si kwamba mtu huyu wala wazazi wake walitenda dhambi, bali alizaliwa kipofu ili matendo ya Mungu yaonekane ndani yake."
[4] Lazima tufanye kazi zake Yeye aliyenituma na kujishughulisha na shughuli zake maadamu ni mchana; usiku unakuja ambapo hakuna mtu awezaye kufanya kazi.
[5] Maadamu niko ulimwenguni, mimi ni Nuru ya ulimwengu.
[6] Alipokwisha kusema hayo, akatema mate chini, akatengeneza matope kwa mate yake, akampaka yule mtu machoni.
[7] Akamwambia, Nenda kaoge katika bwawa la Siloamu—maana yake ni Aliyetumwa. Basi akaenda, akanawa, akarudi akiwa anaona.

Ikiwa muujiza huu ulitokea katika siku zetu na mtu yeyote anayeamini ni Kristo, tutakuwa wepesi kuhukumu na kusema, "labda tunatumia uchawi. Kama vile Yesu aliyeshtakiwa baada ya muujiza huu mashuhuri ukisoma hadi mwisho wa Yohana 9."

Yesu anatuonyesha kanuni hapa ambayo tunaweza na tunapaswa kuitumia katika siku na enzi zetu kwa sababu tunabeba Roho Mtakatifu ndani yetu na tunapozungumza na chochote kwa nguvu ya Roho Mtakatifu aliye hai, nia za mioyo yetu zitatimia. Ninaleta maandiko mengine kushuhudia nguvu ya ajabu ya maneno ya kuathiri na kuathiri mabadiliko katika hali zilizokufa na zinazooza. Kisha, nitajumuisha sala rahisi kama hati tunayoweza kutumia na kuirekebisha kwa hali na mazingira yetu wenyewe:

Mithali 18:20-21
Biblia Iliyoongezwa Kiasi, Toleo la Zamani

20 Nafsi ya mtu itashiba matunda ya kinywa chake; na matokeo ya maneno yake yatatosheka.
21 Mauti na uzima viko katika uwezo wa ulimi; Nao waupendao watakula matunda yake.
Mithali 18:4,6,16
Biblia Iliyoongezwa Kiasi, Toleo la Zamani
4 Maneno ya kinywa cha mtu mwenye busara ni kama maji ya kina kirefu, na chemchemi ya hekima ya busara ni kama kijito kinachobubujika.
6 Midomo ya mpumbavu huleta ugomvi, na kinywa chake hualika mapigo.
16 Zawadi ya mtu humpa nafasi na kumleta mbele ya watu wakuu.
Kabla ya sala, nakamilisha hili kwa kutumia simulizi la Yesu kuhusu nguvu iliyo katika maneno yetu.
Marko 11:20-26
Biblia Iliyoongezwa Kiasi, Toleo la Zamani
20 Asubuhi na mapema, walipokuwa wakipita, waliona mtini umekauka kabisa hadi mizizi yake.
21 Petro akakumbuka, akamwambia, Bwana, tazama, mtini uliouangamiza umenyauka!
22 Yesu akajibu, akawaambia, Mwaminini Mungu [daima].
23 Amin, nawaambia, Yeyote atakayeuambia mlima huu, Ng'oka ukatupwe baharini, wala asione shaka moyoni mwake, ila aamini kwamba hayo asemayo yatatokea, yatatendeka kwake.
24 Kwa sababu hii nawaambia, chochote mtakachoomba katika maombi, aminini (aminini na muwe na uhakika) kwamba mmepewa, nanyi mtapokea.
25 Nanyi mnaposimama mkisali, mkiwa na neno juu ya mtu, msameheni na kuliacha lianguke, ili Baba yenu aliye mbinguni awasamehe ninyi makosa yenu na kuyaacha yaanguke.
26 [b] Lakini msipowasamehe ninyi, wala Baba yenu aliye mbinguni hatawasamehe ninyi makosa yenu.

Ukiangalia mstari wa 23, alisema "yeyote atakayesema". Kwamba yeyote atakayekujumuisha. Haikusema, "kama wewe ni mwanamume au mwanamke aliyepakwa mafuta na Mungu" Sharti pekee ni "na usiwe na shaka hata kidogo, uamini kwamba anachosema kitatokea, kitatendeka kwake"
Kumbuka, hii ilikuwa kabla ya Roho Mtakatifu kutolewa. Sasa, mimi na wewe tuna Roho Mtakatifu ndani yetu. Tunachohitaji kufanya ni kumchochea. Kwa kuabudu, kusifu, kunena kwa lugha ili tujengwe katika imani ili kutoa tangazo litakaloanza kutumika.

Sasa tuanze. MFANO WA ANDIKO LA MAOMBI

Mfano wa hati ya maombi ya kuzungumza ndani ya maji au mafuta kabla ya kuyapaka au kuyanywa ili kufikia lengo lililokusudiwa. Kumbuka, lazima uone wazi matokeo unayotaka unapotoa matamko hayo ndani ya maji na au mafuta ili kuwa wakala wa uponyaji, ukombozi, na urejesho. Endelea kufanya hivi hadi kutakapokuwa na mabadiliko katika hali au hali.

Anza Kuzungumza : Maji au mafuta, ninapumua pumzi ya uzima iliyo ndani yangu kupitia kukiri wokovu kwa imani katika jina la Yesu Kristo na nguvu na uwepo wa Roho Mtakatifu ndani yangu sasa hivi. – (puliza hewa ndani ya maji au mafuta sasa kwa imani, tazama matokeo yanayotarajiwa yanayolingana na maandiko)

Maji au mafuta, kwa nguvu ya Roho Mtakatifu, yapakwe kwa ajili ya uponyaji (taja unachotaka uponyaji), ukombozi (taja unachotaka ukombozi), na urejesho katika jina la Yesu Kristo (taja unachotaka urejesho) – (Piga kutoka ndani ya moyo wako, kwa nguvu ya Roho Mtakatifu ndani ya maji au mafuta – nena kwa lugha kama unavyosukumwa)

Ninapochukua maji haya yaliyopakwa mafuta na kunywa au kuchukua mafuta na kupaka, acha mawimbi ya nguvu ya upako wa Roho Mtakatifu yapenye mwilini mwangu wote, ndani ya mwili wangu na kuleta uponyaji kamili, ukombozi kamili na urejesho kamili katika jina la Yesu Kristo, Amina (Taja maeneo ambayo unahitaji uponyaji, ukombozi na urejesho)
Ninatangaza utaratibu wa kimungu na mpangilio kamili katika roho yangu, nafsi, na mwili wangu katika jina la Yesu Kristo, amina.

Ninakushukuru, Baba, ninakushukuru, Yesu, ninakushukuru, Roho Mtakatifu mpendwa, kwa uponyaji kamili (uponyaji kutokana na nini? wape majina, tazama matokeo ya uponyaji), Ukombozi (kutoka kwa nini? Wape majina, tazama matokeo yaliyotolewa) na Urejesho (wa nini? Wape majina, tazama matokeo yaliyorejeshwa) Amina na Amina.

PS – Anza kuona matokeo – siku zote, anza kukiri matokeo – siku zote, anza kupitia matokeo na ushuhudie matokeo kwa utukufu wake na baraka zako katika jina la Yesu, amina. Endelea kurudia hadi utimizo wa matokeo na ueneze neno kwa wengine wanaohitaji mguso wa Mungu katika jina la Yesu Amina

Sasa, hebu tuchukue Hadithi 2 kuhusu Ukombozi wa Mchungaji na msichana wa miaka 6 kama njia ya kujifunza kwako.

Hadithi ya 1 Je, Ninapaswa Kuwa Mhudumu wa Ukombozi? Jinsi nilivyoanza ukombozi na Frank Hammond - Ukombozi wa mchungaji.

"Uliingiaje katika huduma ya ukombozi?" Swali hilo huniulizwa mara kwa mara. Hakika halikuwa jambo nililolitamani na kulitafuta. Mara nyingi mimi huwaambia watu, “Ukiangalia nje ardhini utapata mifereji iliyotengenezwa na vidole vyangu nilipokuwa nikivutwa katika biashara hii.” Bwana hakuniita katika nyanja hii ya huduma - Alinisukuma ndani yake! Katika Mathayo 9:38 Yesu anawaambia wafuasi wake waombe kwamba Bwana wa mavuno “awatume” wafanyakazi. Tafsiri halisi ni kwamba “atawasukuma” au “kuwafukuza” wafanyakazi. Hivi ndivyo nilivyopata “wito”. Bwana hakuniuliza; aliniambia!

Ilikuwa ugunduzi wa kusisimua kujifunza kwamba Yesu ni "yule yule jana na leo na hata milele" (Waebrania 13:8). Nilipopitia ubatizo wa Roho Mtakatifu niligundua kwamba miujiza haikuisha mitume kumi na wawili walipokufa au wakati kanuni ya maandiko ilipokamilika. Miujiza ni ya leo. Nilienda kumsikiliza Kathryn Kuhlman na kushuhudia miujiza mingi ya uponyaji katika ibada hiyo. Imani yangu ilihuishwa, na nikaanza kufikiria marafiki waliohitaji uponyaji.

Mchungaji mwenzangu alikuwa na shauku kubwa moyoni mwangu. Nilitaka kumuona akipona zaidi ya mtu yeyote niliyeweza kumfikiria. Kwa miaka kumi na sita alikuwa akiteseka na maumivu ya kichwa yanayoendelea. Hii ilikuwa matokeo ya jeraha kubwa la kichwa. Madaktari hawakutoa suluhisho. Walipendekeza upasuaji wa ubongo wa uchunguzi, lakini Fred hangekubali upasuaji huo hatari bila ahadi kubwa ya msaada. Kwa sababu ya maumivu hakuweza kulala na mishipa yake ilikuwa ikiharibika. Hakuweza kusoma na kufanya maandalizi ya kutosha kwa ajili ya mahubiri yake. Maumivu ya mara kwa mara yalimfanya akasirike na kukasirika. Familia yake ilikuwa chini ya mvutano mkubwa. Watoto hawakuweza kupiga kelele yoyote. Kila kitu kilizunguka mateso ya Fred.

Nilimwambia Fred kwamba ningemwombea hadi nimwone amepona. Kila siku kwa wiki moja nilitumia muda kumwombea. Kisha asubuhi moja nilipokuwa nikiomba, Bwana aliniambia kwamba tatizo la Fred lilitokana na pepo mchafu. Je, kweli nilisikia sauti ya Mungu? Ningewezaje kushiriki ufunuo kama huo na rafiki yangu? Angefikiria nini? Baada ya yote, nilijua nini kuhusu pepo? Nilikuwa nimesikia marejeleo machache kuyahusu katika mikutano michache niliyokuwa nimehudhuria, lakini sikuwahi kusoma chochote kuhusu mada hiyo. Ningewezaje kuwa na uhakika? Nifanye nini?

Hisia ya kushiriki ufunuo wangu na Fred haikutoweka; ilizidi kuwa na nguvu. Siku moja tulipokuwa pamoja nilikaribia mada hiyo kwa uangalifu. "Fred, niliahidi kukuombea hadi Mungu akuponye," nilikumbuka. "Nimekuwa nikikuombea kila siku. Siku nyingine Bwana aliniambia tatizo lako ni nini." Nilisimama kwa ajili ya majibu ya Fred. Nilimsikiliza vizuri. "Sawa, Bwana asifiwe," alisema, "Bwana alikuambia nini?" "Sasa, Fred, sijui utafikiria nini kuhusu hili," nilitoa, nikichagua maneno kwa uangalifu kama nilivyojua, "lakini Bwana aliniambia maumivu ya kichwa yako yalisababishwa na pepo." Nilishikilia pumzi yangu huku nikimtazama uso wake kwa majibu. Sikujua kwamba Fred alikuwa na ujuzi zaidi kuhusu pepo kuliko mimi. Alichukua hatua. "Sawa, Bwana asifiwe!" alisema kwa sauti kubwa, hata akionekana mwenye furaha. "Je, Biblia haisemi pepo wanaweza kutolewa? Nataka unitoe."

"Sasa, subiri kidogo," nilipinga. "Sijui chochote kuhusu kutoa pepo, lakini nadhani naweza kupata mtu anayejua jinsi ya kufanya hivyo. Nipe siku chache za kuomba kuhusu nani anayeweza kukufanyia hivi. Nitakujulisha mara tu nitakapompata mtu."

Nilienda moja kwa moja kuomba Mungu aniongoze kwa mhudumu wa ukombozi. Bwana akasema, "Wewe fanya hivyo." Kwa hiyo niliomba tena. Nilimweleza Bwana kwa uangalifu jinsi nilivyokuwa sina sifa. Lazima nilisikika vibaya kuliko Musa kwenye kichaka kilichokuwa kikiwaka moto nikitoa visingizio kuhusu kwa nini hangeweza kuwaongoza watu wake kutoka Misri. Bwana hangenipa njia nyingine. Lazima nifanye huduma.
Mawazo mengi yalianza kunijia akilini. Nini kingetokea kwangu kama ningefanya shambulio la moja kwa moja dhidi ya pepo? Je, hawangenifanya shabaha maalum? Ningekuwa matatani bila shaka. Matarajio yalikuwa ya kutisha.

Wiki moja baadaye nilizungumza na Fred tena. Nilimwambia matokeo ya maombi. Haikuonekana kuwa sawa kwamba mimi ndiye niliyepaswa kumhudumia, lakini alikuwa tayari kabisa kukubaliana nayo. Tulikubaliana kwamba tungeomba wiki nyingine na kujifunza kile ambacho Maandiko yanasema kuhusu mada hiyo. Kisha sisi na wake zetu tungekusanyika pamoja na kuona kitakachotokea.

Siku ilifika ambapo tungepaswa kufanya huduma ya kujaribu. Fred na mkewe wangekutana nyumbani kwetu kwa chakula cha jioni, kisha tungeenda kwenye jengo la kanisa kwa ajili ya mkutano wa maombi - au chochote kile ambacho kingekuwa. Nilifurahi sana kwamba siku hiyo ilikuwa na shughuli nyingi kwetu. Ilikuwa muhimu kufanya safari ya kikazi nje ya mji. Tulirudi nyumbani yapata saa mbili kabla ya Fred na mkewe kufika. Mlangoni mwangu kulikuwa na kijitabu kidogo, kikiwa kimebebwa na mwamba. Rafiki alikuwa amepitia mjini na hakunikuta nyumbani alikuwa ameniachia kijitabu kidogo. Sikuamini macho yangu niliposoma kichwa cha habari - *"Utangulizi wa Kufukuza Pepo"* na Derek Prince. Rafiki yangu hakujua kuhusu huduma iliyokuwa ikija. Wakati ulikuwa kamili. Ilibidi iwe Mungu!

Ndani ya dakika chache nilikuwa nimesoma yaliyomo kwenye kijitabu. Kilikuwa cha vitendo sana na kimejaa taarifa muhimu. Tungeweza kutarajia aina fulani ya udhihirisho pepo atakapotoka. Angalau nilihisi kujiamini zaidi kuhusu jambo zima. Fred alipofika nilimwambia yeye na mkewe wasome kijitabu hicho kabla hatujajaribu kuhubiri.

Tulitumia muda katika maombi kabla ya kumpinga pepo. Na nilikuwa nikifikiria pepo mmoja tu wakati huo. Uelewa wangu haukuwa mkubwa zaidi ya huo. Fred alikuwa bado amepiga magoti nilipopendekeza tuanze kumzungumzia pepo. Mimi na mke wangu tuliweka mikono kichwani mwake na sote tukasema, "Ninaamuru pepo amtoke kwa jina la Yesu." Baada ya kutoa amri hii na mke wangu akairudia, tulisubiri kuona kitakachotokea. Hatimaye, nilimuuliza, "Je, umehisi chochote, Fred? Unafikiri kuna kitu kimetokea?" Fred alitikisa kichwa chake vibaya, uongo haukuhisi chochote. Tulifanya mashauriano mafupi na tukaamua kujaribu tena.

Amri hiyo ilitolewa mara kadhaa zaidi. Nini kilikuwa kinamtokea Fred? Uso wake ulikuwa umepinda! Alikuwa akijaribu kuzungumza, lakini hakuweza kutoa maneno yoyote. Alionekana kusongwa na pumzi. Haikuwa wakati wa kulegea sasa. Tuliendelea kuamuru pepo limtoke. Fred alianza kukohoa kwa nguvu. Hii ilidumu kwa takriban dakika moja. Kisha akaanguka chini na kulala bila kusonga. "Je, imetoka, Fred?" Niliuliza. "Nadhani hivyo," alinong'ona. Hakuweza kuzungumza kwa shida. "Ni dhaifu sana siwezi kuamka," alielezea. Tulimwombea Fred na kumshukuru Mungu kwa ukombozi wake. Ilikuwa angalau dakika tano kabla Fred hajaweza kukaa.

Mke wa Fred alikuwa ameketi na kuomba wakati huu wote. Sasa nilimsikia akiimba kwa upole. Nilitambua wimbo huo wimbo unaojulikana... "Neema ya Ajabu". Nilidhani ningejiunga naye katika wimbo huo, na niliposikiliza ili kuelewa maneno hayo niligundua kuwa alikuwa akiimba kwa lugha. Wiki chache zilizopita nilikuwa nimemwombea apokee ubatizo wa Roho Mtakatifu, na alikuwa ameweza kusema kifungu kimoja tu kifupi kwa lugha. Sasa alikuwa akiimba kwa uhuru kamili. Sisi wanne tulifurahi sana.

Ilikuwa wiki moja baadaye nilipomwona Fred tena. Nilikuwa na hamu ya kupata ripoti kuhusu maumivu yake ya kichwa. Nilikuwa na uhakika kwamba angeniambia yote yamekwisha. "Frank, sijui nifanye nini," Fred alianza, "lakini bado nina maumivu ya kichwa. Sio bora zaidi." Hisia ya kukata tamaa ilinijia. Huduma inawezaje kuwa ya kusisimua hivyo na bado isiwe na ufanisi? Sote tulichanganyikiwa.

Fred aliniambia kwamba alikuwa amekubali wito wa kuchunga kanisa katika jimbo lingine. Angehama mara moja. Ilikuwa miezi sita kabla hatujamuona tena. Tulikuwa kwenye safari iliyotupeleka karibu na mahali pake papya pa huduma, kwa hivyo tuliendesha gari maili chache zaidi ili kumtembelea na kulala usiku huo. Tulipokuwa tukisali jioni hiyo, iliamuliwa kwamba tunapaswa kumhudumia Fred tena. Katika miezi iliyopita tulijifunza zaidi kuhusu mapepo. Kunaweza kuwa na zaidi ya moja kati yao. Labda hatukupata ile iliyosababisha maumivu ya kichwa. Tungekuwa wavumilivu zaidi.

Tulimkaribisha Fred kwenye kiti tulipokuwa tukimzunguka. Alikuwa mshirika mkubwa. Alikuwa tayari kufanya chochote kilichotoa mwanga wa matumaini ya kuondoa maumivu yasiyoisha ambayo yalikuwa yakimwangamiza. Katika hatua hii hatukujua jinsi ya kugundua aina tofauti za roho na hatukuwahi kupokea utambuzi wowote wa ajabu kuhusu pepo maalum. Kwa hivyo tulitoa amri ya jumla kwamba pepo wowote waliokuwa ndani yake watoke. Kila wakati tulipoamuru, Fred angepata kikohozi cha kukohoa. Angeweza kuhisi shinikizo kwenye koo lake ambalo lingepunguzwa kwa kukohoa. Hili lilitokea kama mara sita hivi. "Je, maumivu ya kichwa yako yameenda?" Niliuliza. "Hapana, inauma zaidi kuliko hapo awali," Fred alielezea. Tuliweza kuona kwamba bado kulikuwa na kitu ndani ya Fred. Nilikumbuka nikisikiliza kanda kuhusu ukombozi ambapo mchungaji aliwaamuru pepo hao wajitaje. Iliamuliwa kwamba tunapaswa kujaribu hili.

"Jina lako nani?" Nilimuuliza pepo ambaye nilihisi alikuwa bado ndani ya Fred. "Kwa jina la Yesu nakuamuru uniambie jina lako." Uso wake ulianza kubadilika kama ulivyokuwa wakati wa huduma ya awali. Tuliendelea kuamuru kitu hicho kijitaje. Midomo ya Fred ilitoka na mdomo wake ukabadilika na kuwa mkoromo. Polepole sana na kwa sauti ambayo haikusikika sana kulikuwa na neno moja lililosemwa - "P..a..i..n".

Ilionekana rahisi sana. Kwa nini hatukugundua hapo awali? *"Pepo wa maumivu* , toka kwa Fred!" Maneno yetu yalikuwa ya kusisitiza. "Kwa jina la Yesu, toka kwake!" Mke wa Fred lazima alihisi rohoni mwake kile kilichokuwa karibu kutokea. Alichukua gazeti kutoka kwenye meza ya kahawa na kulitupa sakafuni kati ya miguu ya Fred. Mara moja Fred alikohoa na kurusha matone mawili makubwa ya kohozi kwenye karatasi. Pepo alikuwa ametoka! Na maumivu yalikuwa yamekwisha! Karibu miaka mitano imepita na Fred bado amepona. Mungu alikuwa amejibu maombi yetu!

Hadithi ya 2) Ida Mae Anaelezea Ukombozi wa Mtoto wa Kimaajabu Msichana wa miaka 6 kutoka Schizophrenia na pepo wengine wengi

Ukombozi wa mtoto wa wazi zaidi ambao mimi (Ida Mae) nimewahi kupata ulikuwa wa msichana wa miaka sita.

Tutamwita Mary. Baba yake Mary alikuja kwetu kwa ajili ya ukombozi. Katika mahojiano, alizungumzia ugumu aliokuwa nao katika kumshughulikia binti yake. Yeye na mkewe walikuwa wameachana na alikuwa akimlea msichana huyo. Alisema kwamba alikuwa mtoto mgumu zaidi kumshughulikia, akiwa mkaidi sana, mwenye ubinafsi na mwasi. Alikuwa na wasiwasi sana kwani asili yake ilimfanya awe na hasira kupita kiasi kiasi kwamba angemwadhibu vikali sana. Tulimwambia kwamba msichana huyo alihitaji ukombozi kama yeye, kama si zaidi, na tukasisitiza kwamba amlete kwetu.
Mary alikuja kwetu moja kwa moja kutoka shuleni siku chache baadaye. Nahitaji kubainisha hilo nilipokuwa nikimfahamu na kumuelezea kwamba nilitaka kumwombea; alikunywa takriban nusu kikombe cha maji ya chungwa. Alikuwa na shughuli nyingi kupita kiasi, akirukaruka kwenye benchi la kanisa, hakuweza kabisa, kutokana na kukosa utulivu, kukaa huku tukipiga soga.

Nikasema, "Mary, baba yako ananiambia kwamba unajua kuna pepo wachafu." Macho yake yalifunuka na akaanza kuniambia kwa uzito sana jinsi kila usiku alivyopaswa kuhakikisha milango yote imefungwa kabla ya kwenda kulala. Alipoamka usiku kwenda kunywa kinywaji au kwenda bafuni aliogopa na ilibidi ajue kibinafsi kwamba milango yote ilikuwa imefungwa vizuri. Nikasema, "Ndiyo, hiyo ni hofu, Mary. Una pepo wa hofu mwilini mwako. Wanakufanya uwe na hofu na ninataka kukuombea na kuwafanya watoke mwilini mwako. Wameingia ndani yako na ninapoomba watatoka kinywani mwako na kuondoka." Alikubali maneno yangu kwa imani rahisi, kama ya mtoto.

Nilimwomba aje akae kwenye benchi kando yangu nilipokuwa nikiomba. Alifanya hivyo, lakini hakuwa na utulivu kiasi kwamba ilinibidi nimchukue kwenye mapaja yangu ili kumweka karibu nami. Alikaa kwenye mapaja yangu huku mgongo wake ukinielekea. Nilianza kuomba sala ya imani na imani kwamba Yesu angemweka huru. Roho Mtakatifu aliniambia waziwazi niweke sauti yangu kimya sana… chini kuliko sauti ya mazungumzo. Pia, kuzingatia kila neno linalotoka kinywani mwa Mariamu kuwa pepo linalozungumza au kuongozwa na pepo.

Kisha nikaanza kuwaambia mapepo. Nikasema, "Sasa, enyi mapepo mlio ndani yenu, mwili wa Mariamu, nataka mjue kwamba Mariamu amefunikwa na damu ya Yesu kupitia uhusiano wa baba yake na Yesu. Kama vile baba katika siku za Musa alivyonyunyiza damu kwenye kizingiti cha mlango kwa ajili ya ulinzi wa familia nzima, ndivyo Mariamu alivyofunikwa na damu. Mapepo, nataka pia mjue kwamba baba yake Mariamu amesikia na kukubali ukweli wa Neno la Mungu kuhusu ninyi mapepo. Anajua sasa kwamba ni ninyi ambao amekuwa akipambana nao na si Mariamu."

Niligundua kwamba Mary alikuwa akinong'ona na nikainama ili kuona kama ningeweza kuelewa alichokuwa akisema. Alikuwa akinong'ona, "Sipendi unachosema." Nilijibu, "Najua hamupendi, mapepo, kwa sababu ninawafichua na ninawajua. Mariamu amekuwa akiteswa nanyi tangu kabla hajazaliwa. Alipokuwa bado tumboni mwa mama yake baadhi yenu mlimingia. Lakini Mungu amesema hamuwezi kukaa ndani ya mwili wake tena." Tena pepo aliye ndani ya Maria alianza kunong'ona. Wakati huu kwa maneno makali sana ya ukaidi walipinga, "Mimi ... sipendi ... nini ... nini ... "Unasema ... unasema!" Nilikuwa mwangalifu kuweka sauti yangu kimya sana nilipojibu, "Haitakuwa bora kwako, pepo, lakini mbaya zaidi kwa sababu utafukuzwa kutoka kwake leo. Unapoteza nyumba yako." Kwa hili pepo alipiga kelele na kujibu tena kwa ukali, "Sipendi unachosema; sasa nyamaza!" Nilijibu, "Hapana, sitanyamaza lakini badala yake nitaendelea kuongea hadi utakapotoka kwenye mwili wake."

Niliendelea kuzungumza na mapepo kwa upole. "Sasa, moja baada ya nyingine nyinyi mapepo mnaanza kujidhihirisha, kwa jina la Yesu." Mara moja Mariamu alianza kusema kwa kunong'ona, "Hunipendi; kama ungenipenda usingenishikilia." Nilijibu, "Ndiyo hivyo, pepo wa kukataliwa, unamfungia mbali na mahusiano ya mapenzi. Unamfanya afikiri hakuna anayempenda. Unamfanya hata afikiri Mungu hampendi. Utatoka kwake, kukataliwa, kwa jina la Yesu." Moja baada ya nyingine mapepo yalianza kudhihirisha asili yao. Yalikuja haraka sana kiasi kwamba mara nyingi nilikuwa na muda wa kutaja moja na lingine lingekuwa wazi.

Mapepo yalikuwa yakimfanya Mary ajitahidi kutoka kwenye mapaja yangu ingawa bado niliweza kumshika kwa ulegevu mikononi mwangu. Hatimaye ilinibidi nianze kuweka mguu wake mmoja kati ya wangu, hivyo kumshika ndani.
pepo wa chuki aliweka uso wake usoni mwangu huku pua zetu zikigusa na kupiga kelele, "Ninakuchukia." Bado nikiendelea kuzungumza kimya kimya, 1 alimwambia pepo, "Toka, pepo wa chuki." Alianza kupiga kelele, "Nataka kisu, nataka
kisu." Niliuliza. "Unataka nini na kisu?" Pepo huyo alimkaba meno Mariamu na kusema, "Kwa hiyo Ninaweza kukuua." ''Sawa, wewe pepo wa mauaji,'' niliamuru, "unatoka kwa jina la Yesu."
Kisha, Mary alisimama, akatupa mabega yake nyuma, akaweka mikono yake kwenye viuno vyake na kujibu kwa ukali, "Hakuna mtu aliyewahi kuniambia la kufanya!" Nikasema, "Uaminifu, njoo nje!"

Kulikuwa na mabadiliko ya kipekee katika sauti pepo aliyefuata alipozungumza. Ilisema, "Mimi hufanya tu ninachotaka kufanya." Nikasema, "Ninajipenda mwenyewe kutoka." Kisha kukawa na mabadiliko mengine katika sauti. "Hautawahi kunifanya nitoke," ilisema sauti mpya. "Ukaidi, lazima utoke pia", nilisisitiza. Kisha Mary aliinua mikono yake kama makucha na kunifuata usoni; macho yake yalikuwa yakitoka na alikuwa akipiga kelele. Nikasema, "Wazimu, unatoka kwa Mariamu kwa jina la Yesu." Alianza kukunja nywele zake na kutikisa kichwa chake kwa nguvu. Nikasema, "Ugonjwa wa akili na wazimu, toka." Kisha nikaita roho ya skizofrenia. "Enyi mapepo ya skizofrenia, naita mkono wenu. Mnaleta haiba zenu mbili tofauti ambazo mnazianzisha ndani yake. Mmoja wenu ana mizizi katika kukataliwa na kujihurumia na mwingine ana mizizi katika uasi na uchungu. Hakuna hata mmoja wa haiba hizo ambaye ni Mariamu halisi. Ninamwachilia na kumfungua Mariamu halisi ili awe kile Yesu anataka awe." Kwa haya alinishambulia kwa nguvu, akikuna mikono yangu, na kunirukia, akauma tundu kwenye blauzi yangu. Alipokuja na sehemu ya blauzi yangu kwenye meno yake, alionekana kushtuka sana kana kwamba alitarajia nimzaba kofi usoni. Niliweza kuona ni Mariamu halisi aliyeshtuka. Nilizungumza na mapepo na kusema, "Hapana, mapepo, sitamdhuru Mariamu kwa kuharibu blauzi yangu kwa sababu naweza kumtenganisha nanyi. Kwa muda mrefu sana Mariamu ameadhibiwa mwilini mwake kwa mambo mliyoyafanya kupitia yeye. Ninyi mapepo mmeenda karibu bila kuguswa.

Ni tofauti leo; ninyi mapepo mnapokea adhabu na Mariamu anaachiliwa." Mary alionekana kutulia kwa sekunde moja, kisha mapepo mengine yakaanza kujidhihirisha.

Hatimaye, baada ya kama dakika ishirini au thelathini za utaratibu huu wa ukombozi, Mary alianza kupiga kelele moja baada ya nyingine na kuomba aachiliwe huru. Angesema, "Usinishike mguu! Usinishike mguu! Roho Mtakatifu alinipa ufahamu kwamba nyama yake ilikuwa imesisimka na kwamba nimwachilie na kumweka kwenye benchi kando yangu. Nilimwambia, "Mary, nitakuacha ukae kwenye benchi."

Sawa?" Alikuwa akilia kwa upole na akasema, "Sipendi unishike hivyo." Nikasema, "Samahani, ilinibidi nikushike sana, lakini pepo wabaya walikuwa wakikufanya upigane nami." Siku zote nilikuwa mwangalifu kuwalaumu mapepo. Kwa njia yake ya kitoto alionekana kuthamini kwamba hatimaye walikuwa wakipata lawama badala ya yeye mwenyewe.

Maria alikaa kando yangu kwa muda kidogo na alikuwa mtulivu sana na ametulia. Roho Mtakatifu aliniambia kwamba sasa ninapaswa kutoa amri haraka kwa mapepo yaliyobaki kutoka. Nikasema, "Sasa, kwa jina la Yesu, ninaamuru mapepo yote yaliyobaki ndani ya Maria yatoke. Toka sasa kwa jina la Yesu!"

Mara moja Mary alianza kuugua tumbo lake na kabla sijaweza kupata taulo ya karatasi alirusha mpira mkubwa wa ute. Ulijaza mikono yake midogo na yangu. Aliinua macho yake na kutabasamu kidogo kisha akaonekana kuwa na amani mwili mzima.

Kumbuka, mwanzoni mwa simulizi hili nilisema kwamba Mary alikuwa akinywa thermos ya juisi ya machungwa alipokuja kwa ajili ya huduma. Hakukuwa na chembe ya juisi katika kile alichotapika. Hakuna ute uliotoka tumboni mwake.

Tulikaa pale na kuzungumza kwa takriban dakika kumi na tano. Mary alikaa kimya na kutulia, tofauti na tabia ya kuwa na shughuli nyingi aliyokuwa ameionyesha hapo awali.

Baba yake alishangaa. Alikuwa ametazama ukombozi wa dhoruba kwa hisia mchanganyiko na zenye kutatanisha. Kwa kuwa hajui udhihirisho wa pepo, na hakuweza kutofautisha

sauti nyingi tofauti za pepo kama sikio langu lililofunzwa lilivyofanya, baba yake Mary alifikiri kwamba Mariamu halisi alikuwa akitendewa kwa ukali na akasema kwamba mara tu atakapokuwa amefanikiwa, angeweza kufanya yote ili kuepuka kuingilia kati.
Ingawa sijamuona Maria kibinafsi tangu alipookolewa, nimepokea ripoti kadhaa nzuri. Wengi husema, "Yuko tofauti sana." "Hayuko sawa." "Naweza kumshikilia na anaitikia upendo." "Haungefanya hivyo."
amini yeye ni msichana yule yule."

Macho yangu yanapata unyevu hata ninapoandika haya. Yeye ndiye ukombozi pekee ulionifanya nilie. Vita vilikuwa vya msukosuko sana na amani baadaye ilikuwa nzuri sana. Sikuweza kuzuia machozi. Kwa Mungu uwe utukufu!

Maombi Mafupi ya Kujikomboa.

"Bwana Yesu Kristo, naamini ulikufa msalabani kwa ajili ya dhambi zangu na ukafufuka tena kutoka kwa wafu. Ulinikomboa kwa damu yako na mimi ni wako, na ninataka kuishi kwa ajili yako. Ninakiri dhambi zangu zote - zinazojulikana na zisizojulikana - nazihurumia zote. Ninazikataa zote. Ninawasamehe wengine wote kama ninavyotaka unisamehe. Nisamehe sasa na unitakase kwa damu yako. Ninakushukuru kwa damu ya Yesu Kristo ambayo inanisafisha sasa kutokana na dhambi zote. Nami ninakuja kwako sasa kama mkombozi wangu. Unajua mahitaji yangu maalum - kitu kinachofunga, kinachotesa, kinachochafua; roho mbaya, roho mchafu - ninadai ahadi ya neno lako, "Kila atakayeliitia jina la Bwana ataokolewa." Ninakuita sasa. Kwa jina la Bwana Yesu Kristo, niokoe na uniweke huru. Shetani, ninakukataa wewe na kazi zako zote. Ninajipoteza kutoka kwako, kwa jina la Yesu, na ninakuamuru uniache sasa hivi kwa jina la Yesu. Amina!"

Na itoke moyoni mwako na uone wokovu wa Bwana!

Je, Wewe ni Mgonjwa au unahitaji kurejeshwa?

Kwa wale ambao ni wagonjwa au wagonjwa katika hali au umbo lolote, au wanaohitaji ukombozi? Au urejesho, tafadhali gusa nukta iliyo hapa chini kwa imani (Imani ni kuona matokeo chanya halisi ya hali yako ya sasa, ukijua kwamba Yesu amefanya sehemu Yake zaidi ya miaka 2000 iliyopita ili kupata uponyaji na ukombozi wako, urejesho kama malipo ya awali, ukiamini kwamba malipo ya awali yanapatikana kwako ili kupata, kama vile salio chanya katika akaunti yako ya hundi na benki, bila maswali yoyote tunapokubaliana nawe na kutangaza UPONYWE kwa jina la Yesu Kristo, Amina)

Kwa mamlaka uliyonipa mimi na wao, ninatumia mamlaka hayo sasa kwa imani pamoja na hasira yao dhidi ya adui na njaa ya kupata kile ulichowapa wote bure, nalaani kila ugonjwa, kila ugonjwa, iwe saratani, COVID 19, iwe roho ya udhaifu, iwe ni kupagawa na pepo au kukandamizwa, iwe ni roho ya umaskini, vikwazo, kuchelewa kutimizwa kwa kile ambacho Mungu tayari amekiamua na kukifungua. Tunapingana na hali isiyo ya kawaida, ninawafunga, tunawalaani hadi kwenye mizizi yao na tunawafukuza kwa mamlaka katika jina la Yesu Kristo. Amina. Tunatoa wito wa kuachiliwa kwa uponyaji, ukombozi na urejesho katika maisha yao katika jina kuu la Yesu Kristo. Asante Bwana kwa ushuhuda unaodumu kwa utukufu wako na heshima na ibada. Asante kwa roho zinazoongezwa kwenye ufalme wako kutokana na ujumbe huu, miujiza ambayo tayari tunaiona sasa hivi na kuidhihirisha kwa utukufu wako katika jina la Yesu, Amina. Imetimia! Furahini!

Gusa sehemu hii iliyoangaziwa kama sehemu ya kugusa na ukiri kwa kinywa chako - NIMEPONYWA, NIMEKULISHWA na NIMEREJESHWA katika Roho yangu, Nafsi, Mwili, na pande zote zinazonizunguka katika jina la YESU Kristo, Amina!!!

Anza kufanya kile ambacho hukuweza kufanya hapo awali na anza kukiri hadi uponyaji kamili, ukombozi urejeshwe unakuwa matunda katika maisha yako katika jina la Yesu, amina. Endelea kuwa na njaa kwa ajili ya Mungu wote, kaa na hasira na rudisha nyuma yote ambayo adui amezuia kwa jina la Yesu, amina

Kumbuka:
Shuhudia uponyaji kwa ajili ya utukufu wa Mungu na aibu ya adui! Tutumie barua pepe au WhatsApp ikiwa bado unahitaji tukubaliane nawe kuhusu suala hilo. Na ungana nasi katika mfululizo wa vifaa kuanzia wiki ijayo Alhamisi. Pata maelezo zaidi hivi karibuni kwenye tovuti yetu!

Unyonyaji Mkubwa - 1 - Sura ya 9 - Tafuta Jinsi Kutoka kwa Wakuu katika Sehemu ya 8

Ni wapi duniani MAPENZI na ENEO LA MUNGU katika mazungumzo haya yote kuhusu UHURU? Kwa nini si kila mtu tunayemwombea ameponywa, amekombolewa au amerejeshwa? Kwa nini baadhi ni ya polepole au ya sehemu? Ni vipi vikwazo vya UPONYAJI, UOKOAJI na UREJESHWAJI? Na Baadhi ya Mambo ya Kufanya na Yasiyopaswa Kufanya + Hadithi Moja (1) ya Kuthibitisha kichwa hiki na kuvunja mshiko wa roho ya hofu na Bro Robert Schambach – Sehemu ya 8 + Hati ya Kujiokoa na maombi ya makubaliano kwa ajili ya Uponyaji, Ukombozi na Urejesho

Wapendwa, leo, tunawaletea sehemu ya 8 ya mfululizo wetu kuhusu ya kutosha ili kufungwa na kukaribishwa kwenye uhuru katika Kristo. Imani huja kwa kusikia na kusikia kwa neno la Mungu - Warumi 10:17. Mfululizo huu wa 8 unaweza kuwa kizuizi cha mwisho kwa mtu kupokea uponyaji leo kwa ajili yake mwenyewe na wengine. Hii ni siku ya mwanzo mpya wa uhuru. Kwa hivyo kaeni nami, jeshi la Mungu aliye hai. Huu ni mfululizo wa vifaa.

Yesu alidokeza ukweli kwamba Shetani ni mwizi, bwana mgumu na mharibifu. Soma hii

Yohana 10:10
Biblia Iliyoongezwa Kiasi, Toleo la Zamani
10 Mwizi huja ili kuiba na kuua na kuharibu. Mimi nimekuja ili wawe na maisha na kufurahia, na wawe nayo kwa wingi (kwa ukamilifu, hata yafurike).
Katika kukabiliana na adui huyu, Yesu aliwaamuru WAAMINI wote katika Yeye kama ifuatavyo:

Marko 16:16-20
Biblia Iliyoongezwa Kiasi, Toleo la Zamani
16 Yeye aaminiye [anayeshikamana na Injili na Yeye ambaye inamtaja] na kubatizwa ataokolewa [[a] kutokana na adhabu ya kifo cha milele; lakini yeye asiyeamini [asiyeshikamana na Injili na Yeye ambaye inamtaja] atahukumiwa.
17 Na ishara hizi zitafuatana na wale wanaoamini : kwa jina langu watatoa pepo; watasema kwa lugha mpya;
18 Watashika nyoka; hata wakinywa kitu cha kufisha, hakitawadhuru; wataweka mikono yao juu ya wagonjwa, nao watapona.
19 Basi, Bwana Yesu, baada ya kusema nao, akachukuliwa juu mbinguni, akaketi mkono wa kuume wa Mungu.
20 Nao wakatoka wakahubiri kila mahali, huku Bwana akiendelea kufanya kazi pamoja nao na kuthibitisha ujumbe huo kwa ishara na miujiza iliyoambatana nao kwa ukaribu. Amina (na iwe hivyo).

Tulitaja katika mfululizo uliopita kwamba ili kutekeleza kwa ufanisi amri hii ya Yesu kwa WAUMINI WOTE, kukabiliana na aina hii ya adui kama jeshi lenye nidhamu, lililo tayari kutii amri ya kamanda wetu Mkuu, tunahitaji yafuatayo kama ilivyo katika **A, B, C, D, E, F na G. Lazima nisisitize kwamba mfululizo huu si wa kila mtu.**

Wachache waliochaguliwa watajipatia sifa za kuandikishwa kwa sifa hizi 7. Ni kama ifuatavyo :

A. **Upatikanaji (Roho, nafsi na mwili)**
B. **Ujasiri**
C. **Huruma kwa wengine**
D. **Uamuzi**
E. **Upendo wa Dhati**
F. **Hasira ya Moto**
G. **Njaa Kubwa**

Kama huna sifa hizi kama viungo vya chini kabisa, haitawezekana kuendesha kampeni yenye mafanikio kwa sababu viungo vyote vilivyo hapo juu vinahitaji kuchanganywa pamoja ili kutoa aina ya imani ya mbegu ya haradali ili kuleta mabadiliko kwa sababu Mungu huwalisha watu wenye njaa, si watoto baridi au vuguvugu iwe katika uponyaji, ukombozi na urejesho ndani na nje.
Nyara ziko tayari kukusanywa lakini mbegu ya haradali, imani thabiti inahitajika ili kuzikusanya katika uzoefu wetu. Tunazungumzia roho, roho na roho zaidi na kila kitu tunachohitaji kama jeshi la Mungu aliye hai ili kupigana kampeni yenye mafanikio. Tuko hapa kukuwezesha kujifunza kutoka kwa wale waliotutangulia.

Sasa, katika sehemu ya 8 ya leo, tunataka kuchunguza maswali muhimu ambayo yanaendelea kujitokeza akilini mwa waumini ambayo huwa kizuizi cha kupokea kutoka kwa Mungu kile ambacho ametupa bure. Hasa wakati tumefanya yote na uhuru umetuepuka kama tauni.
Maswali haya ni yapi?

Ni wapi duniani MAPENZI na ENEO LA MUNGU katika mazungumzo haya yote kuhusu UHURU? Kwa nini si kila mtu tunayemwombea ameponywa, amekombolewa au amerejeshwa? Kwa nini baadhi ni ya polepole au ya sehemu? Ni vipi vikwazo vya UPONYAJI, UOKOZI na UREJESHWAJI? Na Baadhi ya Kufanya na Kutofanya + Hadithi Moja (1) ya kuthibitisha kichwa hiki na kuvunja mshiko wa roho ya hofu?

Tuanze kuwashughulikia mmoja baada ya mwingine.

1) Je, ni Sahihi Kuomba "Ikiwa Ni Mapenzi Yako" Unapohudumu Uponyaji na Ukombozi?

Baada ya kuthibitisha ukweli kwamba ni mapenzi ya Mungu kwa kila mtu anayemjia kwa imani aponywe, kama tulivyothibitisha kikamilifu kupitia sehemu ya 1 hadi 7 ya mfululizo huu kuhusu kutosha kunatosha kutekwa na kukaribishwa kwenye uhuru, kwa hivyo, hakuna nafasi iliyobaki kwetu kuomba **"ikiwa ni mapenzi yako"** tunapohudumu uponyaji na ukombozi. Tayari tunajua mapenzi ya Mungu katika jambo hili. Tunajua mapenzi ya Mungu ni kwamba kila mtu aponywe na kuokolewa ikiwa yuko tayari kuamini.
Yesu ndiye kielelezo chetu na hatumwoni Yesu akiomba "ikiwa ni mapenzi yako" anapohudumu uponyaji na ukombozi. Hata mara moja! Kwa nini basi tunaunda theolojia na kufanya mambo yanayopingana na Neno Mwenyewe? Kwa sababu Yesu ndiye Neno Yohana 1:14 - mfano wetu mkamilifu, hai, na wa kupumua katika maisha na huduma.

Wakati pekee aliposema "si kama nitakavyo mimi, bali kama utakavyo wewe" (Mathayo 26:39,42) ulikuwa katika Bustani ya Gethsemane alipokuwa akijiandaa kwenda

Msalabani. Hii ilikuwa sala ya kujisalimisha kwa mpango wa Baba. Kila wakati watu walipoomba uponyaji, alisema, "Niko tayari." Isipokuwa *mwanamke Msirofoinike* ambaye alimshawishi Yesu kumponya binti yake mwenye pepo. Sababu pekee ilikuwa kwamba, kabla ya wakati huu, Yesu alifanya kazi kwa kutegemea agano na Wayahudi lakini kwa sababu ya imani yake na uvumilivu wake, alipokea ombi lake. Watu wengine kadhaa ambao hawakuwa na agano pia waliponywa kwa sababu ya imani yao tu. Kupitia Marko 16:14-19, sasa tumewezeshwa kufanya vivyo hivyo hata kwa wasioamini wanaoamini kupitia ubatizo katika Roho Mtakatifu - Matendo 1:4-8.
Ilibidi afanye uchaguzi wa kutembea kwa utiifu na kujisalimisha kwa mpango wa Baba kwa ajili ya ukombozi ambao ungeweza kuwezekana tu kupitia kifo chake msalabani.

Je, tunaweza kumwombea mwenye dhambi ambaye amekuja kwetu akitaka kupokea msamaha? dhambi kupitia imani katika Yesu , **"Bwana, ikiwa ni mapenzi yako, tafadhali msamehe dhambi zake na umjalie uzima wa milele. Vinginevyo, kama Sio mapenzi yako umruhusu kwenda kuzimu."**
Kamwe! Sisi Hatutawahi kuomba sala kama hiyo, kwa sababu tunajua kwamba Mungu ameahidi kwamba "kwa jina lake, kila mtu amwaminiye atapata ondoleo la dhambi" (Matendo 10:43) na kwamba "Mungu aliupenda ulimwengu hivi hata akamtoa Mwanawe pekee, ili kila mtu amwaminiye asipotee bali awe na uzima wa milele" (Yohana 3:16).

Njia sahihi ya kuhudumia uponyaji na ukombozi ni kufanya hivyo tukijua vyema kwamba Mungu anataka mgonjwa aponywe na kuokolewa. Tuko hapa kutekeleza mapenzi Yake duniani, kama ilivyo mbinguni. Mbinu yetu ya kumkaribisha mtu yeyote ili apokee uponyaji na ukombozi lazima iwe sawa na mbinu yetu anapokuja kupokea msamaha wa dhambi. Amini tu! - Kifurushi kile kile!

2) Kwa kuwa Mungu ni Mwenye Enzi Kuu, Je, hatawaponya Watu tu iwapo na wakati anapotaka?

Hili ni swali la dhati ambalo wengi huuliza na pia ni gumu sana kulijibu. Hakuna shaka kwamba Mungu ni mwenye nguvu zote, anaweza kufanya chochote. Anaweza kuponya na kumkomboa mtu yeyote kwa papo hapo. Pia tunajua kwamba Mungu ni mkuu na hufanya kwa mapenzi Yake mwenyewe na wakati wowote anapotaka. Hakuna anayeweza kumzuia. Kwa nini basi Mungu mwema, mwenye nguvu, mwenye upendo, Mungu anayeponya na kumkomboa asimponye kila mgonjwa na kumkomboa kila mtu aliyekandamizwa? Kwa nini bado tunaona baadhi ya ndugu zetu, hata wale ambao wamemtumikia Mungu kwa uaminifu na wanaompenda sana wakiteseka sana, magonjwa na kufa kutokana na ugonjwa wa muda mrefu? Kwa nini Mungu katika ukuu Wake, hawaponyi tu na kuwaponya?

Tutashughulikia hili katika sehemu tatu:

A, Ukuu wa Mungu na wajibu wa mwanadamu

B, Ukuu wa Mungu na utekelezaji wa imani

C, Tunatembea kwa ukweli uliofunuliwa na kutafuta kile haijulikani

A, Ukuu wa Mungu na Wajibu wa Mwanadamu

Zaburi 115:3,16 3 Lakini Mungu wetu yuko mbinguni; Yeye hufanya chochote apendacho. 16 Mbingu, hata mbingu, ni za Bwana; Bali nchi amewapa wanadamu.

Mungu ni mkuu na hufanya chochote apendacho, kama Maandiko yanavyosema. Hata hivyo, katika ukuu wake ameamua kuikabidhi dunia kwa wanadamu na ameamua kwamba katika hali ya kawaida hatapuuza wajibu wa mwanadamu na maamuzi ya mwanadamu. Mungu ameamua kufanya hivi kwa kiwango ambacho hata katika Bustani ya Edeni, Adamu na Hawa walipokuwa karibu kutotii na kutenda dhambi, Mungu hakuingilia kati, ingawa angeweza. Kwa kweli, Mungu alijua haya yote kabla ya wakati na bado aliendelea kumuumba mwanadamu na kumweka katika Bustani ya Edeni.

Fikiria hili, Mungu katika ukuu wake ametoa zawadi ya bure ya wokovu kwa wote. Kwa sababu tu wokovu umetolewa kwa kila mtu haimaanishi kwamba kila mtu anaokolewa kiotomatiki. Kila mtu anapaswa kuchukua jukumu la kupokea mpango huu wa wokovu. Biblia bado inasema, "Amwaminiye Mwana ana uzima wa milele; asiyemwamini Mwana hataona uzima, bali ghadhabu ya Mungu inamkalia" (Yohana 3:36).

Vile vile, katika eneo la huduma ya uponyaji na ukombozi kuna maeneo kadhaa ya uwajibikaji kwetu, chini ya hali ya kawaida:

(a) Ni jukumu la wale wanaohudumu kukua katika neema (2 Petro 3:18), kukua katika nguvu za kiroho (Waefeso 3:16) na kukua katika imani na uwezo wetu wa kusimamia upako na nguvu za Mungu. Kuna upako unaopatikana ili kuvunja kila nira, kuondoa kila mzigo na kuponya kila hali. Je, inawezekana kwamba sisi kama wahudumu, tunashindwa katika jukumu letu la kujipenyeza na kuingia katika kiwango hiki cha upako? Labda tunafanya hivyo mara kwa mara tu, badala ya kufanya kazi katika eneo hilo kwa uthabiti zaidi.

(b) Ni jukumu la kila mtu kutunza miili yao, kuamini Neno la Mungu na kumpinga ibilisi, na kazi zake. Mungu hatafanya hivi kwa ajili yetu.

Kwa kuzingatia uelewa huu, kwa kawaida hatumwoni Mungu akiponya bila kujali maeneo haya ya wajibu wa

mwanadamu. Ameamua kwa mamlaka yake yote kutofanya hivyo. Huu ni upande mmoja wa uhuru wa Mungu.
Hata hivyo, kuna nyakati ambapo Mungu hutenda licha ya kushindwa kwa mwanadamu katika maeneo mawili (a) na (b) kama ilivyotajwa, na bado husababisha uponyaji na ukombozi. Hizi zingekuwa tofauti tunazoziona na sio kawaida. Mungu hutenda na kuponya licha ya kushindwa kwa mwanadamu katika maeneo mawili (a) na (b) ni upande mwingine wa ukuu wa Mungu. Pande mbili kwa sarafu moja, katika kuelewa ukuu wa Mungu.

B, Ukuu wa Mungu na Utekelezaji wa Imani

Mathayo 13:58 58 Hakufanya miujiza mingi huko kwa sababu ya kutokuamini kwao.
Marko 6:5,6 5 Hakuweza kufanya miujiza yoyote huko, isipokuwa aliwawekea mikono wagonjwa wachache na kuwaponya. 6 Akastaajabu kwa sababu ya kutoamini kwao. Kisha akazunguka-zunguka katika vijiji, akifundisha.
Yesu alikuwa nyumbani kwake katika nchi yake mwenyewe, Nazareti, ambapo alikulia kama mwana wa seremala hadi alipokuwa na umri wa miaka 30. Kwa bahati mbaya, watu katika nchi yake hawakuweza kumpokea kama alivyo. Walimwona kama mwana wa seremala, badala ya Yule aliyetumwa kutoka kwa Mungu, aliyepakwa mafuta kuponya na kukomboa. Katika mazingira kama hayo, Yesu hakufanya kazi nyingi za miujiza kwa sababu ya kutoamini kwao.

Ikiwa Mungu ni mkuu (mwenye nguvu zote, juu ya wengine wote na huru kuliko wengine wote) na ambaye hakuna mtu anayeweza kumzuia, kwa nini bado anawataka watu wake watumie imani yao binafsi ikiwa wanataka kupitia matendo yake makuu maishani mwao?
Inaweza kuonekana kupingana, kwamba Mungu wetu ni mwenyezi na mwenye enzi kuu na bado Mungu anaweza

kuwekewa mipaka na kutokuamini kwetu. Kwa kawaida hafanyi kazi na hawezi kufanya kazi ikiwa hakuna imani. Ikiwa kila kitu ni zawadi ya bure ya neema, basi inawezekanaje kwamba tunaweza kuipokea tu kupitia imani? Kwa maana kama tunavyoelewa, neema ni usemi wa tabia ya Mungu ambayo haitegemei chochote ambacho tumefanya, huku imani ikiwa usemi wa kujiamini na kumwamini Mungu kwa upande wetu.

Hapa kuna mambo ya kuzingatia:

1) Mungu katika hekima yake ameona inafaa kwamba sifa hizi mbili zinazoonekana kupingana zipo pamoja. Kuna ulimwengu wa ukuu usiopingika wa Mungu na hakika kuna kipengele muhimu na muhimu cha imani ya kibinafsi pamoja na matokeo yake yenye nguvu.
2) Kuna mambo fulani ambayo yanategemea tu ukuu wa Mungu kama vile kusudi la milele la Mungu na mpango wake kwa vizazi vyote. Haya yatatimizwa bila kujali imani ya mtu binafsi. Na kisha kuna makusudi ya mtu binafsi ambayo Mungu anayo, ambayo utimilifu wake unategemea ushirikiano wa mtu binafsi na Mungu.

3) Katika kutupatia zawadi zake zote bure kutokana na neema yake na bado akifanya iwe muhimu kwa kila mmoja kuzipokea kwa imani, Mungu anampa kila mtu "fursa sawa" ya kupokea kutoka kwake. Bila kujali rangi, rangi, hali ya kijamii au kiuchumi, na uzoefu wa zamani, kila mtu ana fursa sawa ya kupokea kile ambacho Mungu ametupatia bure kwa neema yake.
4) Ulimwengu wa imani una mipaka yake iliyowekwa na mapenzi na kusudi la Mungu. Kufanya kazi nje ya hili ni "kugonga dhidi" ya mapenzi ya Mungu, na hakuna mtu anayeweza kufanikiwa katika kufanya hivyo.

Kwa hivyo ni muhimu sana kwa kila mwamini kujifunza jinsi ya kuishi kwa imani.

Hata hivyo kuna pande mbili za sarafu hii ya imani katika Mungu. Kwa kawaida, Mungu ameamua kwa mamlaka kwamba atafanya kazi kila wakati kwa kujibu imani. ***"Kulingana na imani yako, iwe hivyo kwako" (Mathayo 9:29)*** ni jibu Lake kwa imani. Hivi ndivyo ameamua kufanya kazi kwa kawaida. Kwa upande mwingine, kuna nyakati ambapo Mungu hutenda kwa mamlaka ili kuponya na kukomboa, hata wakati ambapo inaonekana hakuna imani. Hizi hutokea, lakini hizi ni tofauti na si kawaida.

C, Tunatembea kwa Kweli Iliyofunuliwa na Kutafuta Yasiyojulikana

Kumbukumbu la Torati 29:29 Mambo ya siri ni ya BWANA, Mungu wetu, lakini mambo yaliyofunuliwa ni yetu sisi na watoto wetu milele, ili tuyafanye maneno yote ya sheria hii.
Mithali 25:2 Ni utukufu wa Mungu kuficha jambo, Bali utukufu wa wafalme ni kuchunguza jambo.
Mhubiri 1:13 Nami nikajitia moyo wangu kutafuta na kuchunguza kwa hekima mambo yote yanayotendeka chini ya mbingu; kazi hii ngumu ambayo Mungu amewapa wanadamu, ambayo kwayo wanaweza kuitenda.

Ingekuwa upumbavu kabisa kwetu kudai kwamba tuna majibu yote. Ukweli ni kwamba hatuna. Ingekuwa vibaya sana kumtaja mtu tunayemjua kuwa mwaminifu kwa Mungu, mtu anayempenda Mungu sana na hata angekufa kwa ajili ya Kristo, na kusema hana imani. Tunapowaona baadhi ya ndugu zetu, hata wale ambao wamemtumikia Mungu kwa uaminifu na wanaompenda sana wakiteseka kwa maumivu, magonjwa na kufa kutokana na ugonjwa wa muda mrefu, na tunauliza "kwa nini?" basi tunachoweza kusema ni kwamba "hatujui."

Tunachoazimia kufanya ni kuendelea kuishi kwa ukweli tunaoujua. Tunatii kile ambacho Neno linatufundisha. Hatukubaliani na ukweli ambao umefunuliwa wazi. Na kisha tunaendelea kutafuta kile kisichojulikana. Hii haimaanishi kwamba sisi
itapata jibu la kila Sababu. Tunachotafuta ni jinsi tunavyoweza kuwa na kupitia kile ambacho Mungu ametuagiza. Anataka tuwe kama Bwana wetu na kuhudumu kama Bwana Yesu alivyofanya. Tunatafuta majibu ya jinsi ya kukua katika hili.
Hata katikati ya uzoefu ambapo hatuna majibu ya haraka, tunaendelea "kutembea kwa imani na si kwa kuona" (2 Wakorintho 5:7).

Imani iko tayari kuishi kwa yale yaliyofunuliwa na kile kinachojulikana kuhusu Mungu, licha ya ya mambo yote makubwa yasiyojulikana. Imani hufanya hivyo kutoruhusu kile kisichojulikana badala ya kile kinachojulikana. Imani hairuhusu giza zaidi ya hapo ili kushinda nuru tunayoipata Badala yake imani inaona nuru tuliyo nayo sasa kuwa ya kutosha kuchukua hatua zinazofuata, ingawa ulimwengu wa giza unaweza kuwa mbali zaidi.

Tunaendelea kutafuta majibu kuhusu kile tunachohitaji kufanya mwishowe, kuhudumu uponyaji na ukombozi kwa ufanisi zaidi kama vile Yesu alivyofanya. Tunaendelea kumsihi Mungu kwa yale tusiyoyajua. Ameahidi, "Niite, nami nitakuitikia, nami nitakuonyesha mambo makubwa na magumu, usiyoyajua" (Yeremia 33:3). Sulemani alisema, "Nilitia moyo wangu kujua, kutafuta na kutafuta hekima na sababu ya mambo…" (Mhubiri 7:25). Tunaendelea kujifunza, kutafuta Maandiko, kumsikiliza Roho, ili tupate maarifa ambayo hatuna sasa ambayo yatatusaidia kuhudumu kwa nguvu na mamlaka zaidi. Bwana Yesu aliahidi kwamba

tukiendelea katika Neno Lake “tutajua kweli, nayo kweli itawaweka huru” (Yohana 8:31,32).
Tunaendelea kujikita zaidi katika kumjua Mungu.

Hatimaye, tunachochewa na upendo kwa Bwana. Tunampenda kwa sababu alitupenda kwanza (1 Yohana 4:19). Hakuna kinachopunguza upendo wetu kwake. Tunampenda hata wakati imani inapojaribiwa na tumaini linaonekana kupondwa. Tunajua siku moja imani yetu itaonekana. Tumaini letu litatimia. Na upendo utaendelea. "Na sasa inadumu imani, tumaini, upendo, haya matatu; lakini lililo kuu kati ya haya ni upendo" (1 Wakorintho 13:13).

Kwa Nini Kila Mtu Haponywi?

Tunakubali kwa urahisi kwamba si kila mtu tunayemhudumia huponywa au kuokolewa. Nina uhakika kwamba kila mwinjilisti mkuu wa uponyaji na mwanamume au mwanamke wa Mungu amekabiliwa na hili na pia akapambana na kujibu swali hili kuhusu kwa nini hatuoni kila mtu tunayemhudumia akiponywa na kuokolewa.
Jibu la swali kama hilo ni la kibinafsi sana kwani hali halisi zinaweza kutofautiana kutoka mtu mmoja hadi mwingine. Tunatambua kwamba kunaweza kuwa na mambo kadhaa yanayomzuia mtu kupokea uponyaji au ukombozi wake. Kunaweza kuwa na sababu mbalimbali, baadhi tunazijua na baadhi hatuzijui.

Hata hivyo, jinsi tunavyoitikia "kushindwa" huku ni muhimu. Lazima tukumbuke kila wakati kwamba kushindwa kokote kupo upande wetu, si upande wa Mungu. Mungu ni mwaminifu kwa Neno Lake. Tuko katika mchakato endelevu wa kujifunza na kugundua ukweli kuhusu Ufalme wa Mungu na njia ambazo Mungu hufanya kazi. Hakuna hata mmoja wetu aliye mkamilifu katika ufahamu wetu. Tunahitaji kuendelea kujikaza ili kugundua ukweli uliofichwa katika Neno Lake na kwa Roho Wake, ili tuweze kumwakilisha Yeye kwa usahihi zaidi na kufanya mambo ambayo ametuagiza tufanye.

Hapa kuna

Baadhi ya mambo tunayopaswa kufanya/tusiyopaswa kufanya tunapokabiliwa na hali ambapo watu tunaowahudumia hawaponywi au kuokolewa:

Usikubali Ukweli

Hatupaswi kuathiri ukweli. Hatubadilishi uelewa wetu wa asili ya Mungu, Neno la Mungu na kazi iliyokamilika ya Kristo Msalabani. Hizi ni dhati. Mungu ni nani, ameahidi nini na kile ambacho Kristo tayari ametimiza Msalabani havitabadilika. Lazima tukatae jaribu la kurekebisha theolojia yetu ili kuendana na uzoefu wetu. Badala yake lazima tujitahidi kuinua kiwango cha uzoefu wetu ili kilingane na kiwango cha Neno la Mungu.

Usidhani, kubali tu "Sijui"

Kwa kuwa hatuna majibu yote, hatupaswi kukisia na kujifanya tunajua. Tunapokuwa hatuna uhakika, tunapaswa kuepuka kutoa kauli kama “Huna imani ya kutosha,” “Kuna dhambi fulani iliyofichwa,” “Kuna laana za vizazi,” na kadhalika. Tunaweza kuishia kuwaumiza watu tunapozungumza kwa kutojua. Inatosha kusema, “Sijui kwa nini hukuponywa lakini upendo wa Mungu kwako ni hakika na mapenzi Yake ni kwamba anakutaka upone.”

Muombe Mungu akupe Maarifa na Uendelee Kumhudumia Mtu Binafsi

Ni kweli kwamba si kila mtu tunayemwombea huponywa. Lakini hii haipaswi kutuzuia kujitahidi na kufanya tuwezavyo kuleta uponyaji na ukombozi kwa kila mtu iwezekanavyo. Tunaendelea kuomba na kujaribu mbinu tofauti za kumhudumia mtu huyo inapowezekana. Tunamtia moyo mtu huyo kuendelea kujitahidi kwa Mungu, kuendelea kuomba, kuendelea kuamini, kuendelea kumsifu Mungu kwa uponyaji wake na kushikilia Neno la Mungu kwa nguvu. Muombe Mungu akupe ufahamu, kwa karama za Roho ambazo zitafunua mambo yanayozuia uponyaji na ukombozi kutoka. Wakati mwingine mtu huyo anaweza kuhitaji kutubu dhambi fulani, au kumwachilia mtu mwingine msamaha. Kuwa mwangalifu kwa Roho Mtakatifu na ufuate kile ambacho Roho wa Mungu anafunua.

Mtukuze Mungu, Sio Hali

Tunapaswa kumtukuza Mungu na si hali hiyo. Usitukuze kamwe ugonjwa au kazi ya ukandamizaji ya ibilisi. Hakuna ugonjwa wowote hakuna kazi ya kishetani iliyo kubwa kuliko Mungu wetu. Kwa sababu tu hatukuona uponyaji au ukombozi, tusifanye ionekane kama haya yalikuwa magumu sana kwa Mungu wetu. Hakuna kitu kigumu sana kwa Mungu wetu. Tunahitaji tu kujifunza jinsi ya kuachilia nguvu zake kwa ufanisi zaidi. Licha ya hali hiyo, tunafurahi, tunaomba kila wakati na katika kila kitu tunamshukuru (1 Wathesalonike 5:16-18) kwa sababu tunajua Yeye ni nani.

"Licha ya" Sio "Kwa sababu ya"

Mungu anaweza kumtumia mtu "licha ya" ugonjwa, magonjwa ya mwili, tatizo lolote la kimwili. Hata hivyo, hii haimaanishi kiotomatiki kwamba hali aliyomo ndiyo bora zaidi kwa Mungu kwake. Mungu hamtumii "kwa sababu ya" ugonjwa au maradhi yake. Mungu hufanya kazi licha ya hali hiyo. Hazuiliwi na mapungufu yetu. Anafanya kazi kwa sababu ya kusudi lake na neema aliyotupa katika Yesu Kristo (2 Timotheo 1:9), ugonjwa au kutokuwa na ugonjwa! Ndiyo maana Yeye ni Mungu! Kwa hivyo Mungu anapomtumia mtu licha ya ugonjwa au maradhi yake, tunamtukuza Mungu na si ugonjwa. Ugonjwa huo bado ni kitu tunachohitaji kupigana na kukipinga.

Endelea Kujitahidi kwa Zaidi!

Kushindwa kokote kuko upande wetu, si wa Mungu. Endelea kujitahidi zaidi kupata upako na ufunuo Wake kuhusu jinsi ya kuleta uponyaji kwa "wote" na "wote", kama vile Yesu alivyofanya. Yeye ndiye Kiwango chetu. Lazima tujitahidi kufanya kazi Zake na hata kazi kubwa zaidi.

Kuna angalau maswali mengine mawili yanayohusiana ambayo tunaweza kuyajibu hapa: Kwa nini baadhi ya uponyaji huendelea taratibu? Na kwa nini baadhi ya uponyaji huwa wa sehemu na si kamili?

Kwa Nini Baadhi ya Uponyaji Hupungua Hatua kwa Hatua?

Katika huduma ya Yesu, zaidi ya tukio moja ambapo alimgusa kipofu mara mbili, tunaona uponyaji na ukombozi mwingine wote ukitokea papo hapo. Hata hivyo, tunapohudumu, kuna nyakati nyingi, ambapo uponyaji hufanyika polepole baada ya muda. Kwa mara nyingine tena, jibu la swali hili ni la kibinafsi na hutegemea hali za mtu binafsi. Mara nyingi, hatujui ni kwa nini mambo hutokea polepole badala ya kutokea mara moja. Hata hivyo, jibu letu lazima liwe ni kuendelea ili kuona kazi imekamilika, haijalishi inachukua muda gani. Tunasherehekea kila hatua ya uboreshaji tunayoona njiani. Lazima tumshukuru Bwana kwa kila maendeleo madogo katika kupona tunayoyaona, endelea kumsifu Mungu na endelea kusonga mbele ili kuona uponyaji kamili na ukombozi.

Marko 8:22-26 22 Kisha akafika Bethsaida, wakamletea kipofu, wakamsihi amguse. 23 Akamshika mkono yule kipofu, akampeleka nje ya mji. Akamtemea mate machoni, akamwekea mikono, akamwuliza, "Je, unaona kitu?" 24 Akainua macho, akasema, "Naona watu kama miti, wakitembea." 25 Kisha akaweka mikono yake machoni, akamwonyesha tena. Akapona, akaona kila mtu waziwazi. 26 Kisha akampeleka nyumbani kwake, akisema, "Usiingie mjini, wala usimwambie mtu yeyote mjini."

Kwa nini Yesu alimtoa kipofu huyu nje ya mji ili kumhudumia? Na, kwa nini Yesu ilibidi amguse mara mbili kabla ya kuona kwake kuponywa kabisa? Kwa nini Yesu alimwambia asirudi mjini au kumwambia mtu yeyote mjini? Maswali yote ya kuvutia sana.
Angalau wanafunzi wanne wa Yesu walitoka Bethsaida. Andrea, Simoni Petro, Filipo na Nathanaeli walitoka katika jiji la Bethsaida (Yohana 1:44). Bethsaida ilikuwa mojawapo ya miji ambayo Bwana Yesu aliikemea kwa kutotaka kwao kujibu miujiza mikubwa waliyoiona (Mathayo 11:21-26). Ni dhahiri kwamba jiji hili halikuwa la kuamini na halikupokea miujiza ya Yesu, labda kwa sababu ya watu wao "wenye hekima na busara" (Mathayo 11:25) ambao kisha waliwapotosha wakazi wengine katika jiji hilo. Angalau katika tukio lingine, nyumbani kwa Yairo, tunamwona Bwana Yesu akiwatoa nje wale wote waliodhihaki, ambao hawakuwa waamini na hawakupokea huduma Yake (Marko 5:40).

Ingawa kifungu hakisemi hivi, inawezekana kabisa kwamba sababu ya Bwana Yesu kumtoa mtu huyu mjini na kisha kumhudumia, na pia kumpa maagizo ya kutorudi mjini au kuwaambia watu mjini, ilikuwa ni kumtenga na kumlinda kutokana na kutokuamini na ukosefu wa upokeaji uliokuwa umeenea mjini. Sababu ile ile iliyomfanya Bwana Yesu asiruhusu mtu yeyote isipokuwa Petro, Yakobo na Yohana na wazazi wa msichana huyo kuwa karibu alipomfufua binti ya Yairo. Katika visa vingine vya watu vipofu kuponywa, Bwana Yesu alihudumu kwa uhuru, akirejesha kuona kwao kama mwitikio wa imani yao. Ingawa kifungu katika Marko 8 hakitaji imani (au ukosefu wake) kwa mtu huyu kipofu huko Bethsaida, inawezekana kwamba wanaweza kuwa waliathiriwa na kutokuamini kulikuwa kumeenea mjini. Imani yake ilitiwa moyo alipoona uboreshaji wa sehemu ya macho yake na aliweza kuamini kwa ajili ya urejesho kamili. Labda baadhi ya masomo tunayoweza kujifunza kutokana na tukio hili la kipofu huko Bethsaida, ni kwamba tunajifunza kuwatenganisha watu na mazingira ya shaka na kutoamini ili kusaidia imani yao. Pia tunawatia moyo watu waamini hata kwa uboreshaji wa polepole katika hali yao ya kimwili na kuendelea hadi uponyaji utakapokamilika.

Kwa Nini Baadhi ya Uponyaji ni Sehemu na Sio Kamili?

Jambo lingine tunaloweza kuona tunapohudumu uponyaji ni kwamba wakati mwingine watu wenye matatizo mengi huponywa kutokana na baadhi ya hali na kuendelea kuwa na magonjwa mengine yanaendelea katika miili yao. Hapa tena hatutakuwa na sababu zote kwa nini uponyaji kamili haukutokea. Lazima tumshukuru Bwana kwa kila maendeleo madogo katika kupona tunayoyaona, endelea kumsifu Mungu na endelea kusonga mbele ili kuona uponyaji kamili na ukombozi. Endelea kumtia moyo mtu binafsi na si kwa njia yoyote ile kumfedhehesha au kumlaani mtu. Endelea kumwomba Mungu afunue jinsi ya kumhudumia mtu binafsi na kufichua kinachohitajika kufanywa ili kuona uponyaji kamili.

Inawezekana kwamba sababu za hali tofauti ni tofauti. Moja inaweza kuwa ugonjwa wa kimwili tu uliohitaji uponyaji na

ukaponywa mara moja. Hali nyingine inaweza kuwa pepo mwenye roho mkaidi wa udhaifu ambao unahitaji kutupwa nje ili uponyaji uweze kuja.
Labda hali moja inaweza kushughulikiwa kwa kumfukuza roho wa udhaifu, ilhali ili hali nyingine iponywe, inawezekana kwamba tunahitaji tu kuhimiza imani iinuke mioyoni mwao ili waipokee.
Tunahitaji kuwa makini na mwongozo na mwongozo wa Roho Mtakatifu kuhusu jinsi bora ya kuhudumia nguvu za Mungu kwa mtu binafsi.

Mitazamo Mitatu ya Moyoni Inayomruhusu Mungu Kutenda Miujiza

Mbali na ABCDE na F tulizozitaja hapo awali, Ili kuhudumu uponyaji na ukombozi, na pia kuwatia moyo watu kuwa tayari kupokea uponyaji na ukombozi, kuna mitazamo mitatu muhimu ya moyo: imani, matarajio na hamu kubwa.
Tunapowahudumia watu, ni lazima tutembee katika imani, matarajio na hamu kubwa. Tunahudumia uponyaji na ukombozi tukiwa na imani mioyoni mwetu. Kutokuamini kwetu kunaweza kuwa kikwazo kwa nguvu ya Mungu kutiririka ndani yetu. Ni lazima tutegemee watu kupona. Tarajia watu wakombolewe na kufanywa wakamilifu. Kuwa na hamu kubwa ya kuona watu wakiponywa, wakiwa wakamilifu na kuwekwa huru kwa ajili ya utukufu wa Mungu.
Tunapowahudumia watu, tunahitaji kuwasaidia wafike mahali pa imani, matarajio na pia wawe na hamu kubwa ya kufanywa wakamilifu. Tunawatia moyo kupitia Neno, maombi na ibada. Kama mwanamke aliyekuwa na tatizo la kutokwa na damu, ni lazima tuwatie moyo watu kutarajia jambo fulani litokee wanapojitahidi kwa imani. Kama mwanamke Mkanaani, ni lazima tuwatie moyo watu waazimie kupokea uponyaji na ukombozi wao.

Vizuizi vya Kupokea Uponyaji

Ingawa hii si orodha kamili ya "vizuizi" au vikwazo vya kupokea uponyaji na ukombozi, tunahitaji kuvifahamu, tunapowahudumia watu. Tukitambua kwamba kimoja au zaidi ya vikwazo hivi vipo, tunapaswa kuvishughulikia kwa upendo na kutia moyo. Tusimkosoe kamwe, kumlaumu, kumlaumu au kumfedhehesha mtu binafsi tunapohudumu. Hatupaswi kujaribu kuchukua nafasi ya "Mungu" katika maisha ya watu. Sisi ni vyombo vya udongo tu vinavyojifanya tupatikane mikononi mwa Mungu ili vitumike kwa madhumuni Yake.

- **Ukosefu wa maarifa (Hosea 4:6, Isaya 5:13)**
- **Ukosefu wa imani (Marko 6:5,6)**
- **Kuzingatia ugonjwa huo kama mapenzi ya Mungu.**
- **Kukosa hamu ya kudumu ya kupona. Kutotaka kabisa kuwa mzima. Labda, kufurahia huruma na umakini wa watu. Labda hofu ya kuishi maisha yenye majukumu ya kawaida mara tu watakapopona.**
- **Kuwa mtulivu katika kupinga magonjwa (mikao mibaya inayosababisha imani ya mtulivu: "Ikiwa ni mapenzi ya Mungu, ataniponya," "Mungu ataponya kwa wakati wake," "Chochote kinachotokea ni mapenzi ya Mungu," na kadhalika).**
- **Mitazamo mibaya ya moyo: hasira, chuki, wivu, kutosamehe, uchungu, na kadhalika. Mithali 14:30 Moyo mtulivu ni uhai wa mwili, lakini wivu ni ubovu wa mifupa. Mithali 17:22 Moyo wenye furaha huleta mema, kama dawa, lakini roho iliyovunjika hukausha mifupa.**
- **Mitindo ya maisha yenye uharibifu: Ikiwa mtu anaendelea kufanya mambo ambayo yanaharibu afya yake, mfano pombe, uvutaji sigara, dawa za kulevya, na kadhalika.**

• **Mambo mengine yasiyojulikana: Hatujui kila sababu inayoweza kumzuia mtu kupokea uponyaji na ukombozi. Kwa hivyo tunajifunza kumsikiliza Roho Mtakatifu naye atatuonyesha cha kufanya katika hali maalum.**

Hadithi Moja _ Kuvunja Mshiko wa Roho ya Hofu na Bro Schambach –

KUTEMBEA MITAA YA SOUTH PHILADELPHIA

Biblia inasema, "Mungu hakutupa roho ya woga..." (2 Timotheo 1:7). Pia inasema, "...woga unahusisha mateso..." (1 Yohana 4:18). Kwa hivyo, naweza kuhitimisha kwamba woga ni roho ya mateso. Watu wengi wa Mungu wamefungwa na roho hii ya woga ya mateso, hata wanaposikia Neno likihubiriwa.

Hofu ni kinyume cha imani. Inaweza kukuzuia kuwa Mkristo mwenye bidii. Ukiwa umefungwa na roho ya hofu, si lazima nikuambie—unahitaji muujiza wa ukombozi. Na nina habari njema—Mungu anataka uondolewe na hofu maishani mwako na yuko tayari na yuko tayari kukuweka huru.

Wakati mmoja, nilipokuwa Philadelphia, nilikutana na mwanamke aliyekuwa na tatizo la **hofu.**

Nilikuwa nikifanya mahojiano ya faragha ambapo watu wangeweza kuja na kukutana nami mmoja mmoja. Mwanamke huyu aliingia akijaribu kutoa hisia. Alizungumza kwa lugha kidogo kisha akaketi.

Nikasema, "Nikufanyie nini?"

Alisema, "Nimekuja ili uniombee."

Nikasema, "Siombi mchana. Ninaomba usiku. Unaona, tunahubiri mchana ili kuchochea imani yako. Kisha tunakuweka mikono wakati wa ibada ya usiku wakati imani iko hai."

Akasema, "Sawa, siwezi kuja usiku."

Nikasema, “Unafanya kazi?”
"Hapana."
"Je, una miadi?"
"Hapana."
"Kisha rudi usiku wa leo," nilimwambia.
"Sitarudi."
Nikasema, “Sawa, siombei.”
Hilo linaweza kuonekana kuwa gumu, lakini nilijua alikuwa ananificha kitu. Nilikigundua katika roho yangu mwenyewe. Kwa hivyo nikamuuliza, "Shida yako ni nini? Nataka kujua."
Alisema, “Naam, nina shinikizo la damu, na nina kisukari cha sukari.” “Ni hayo tu?” Nilisema.
"Ndiyo, ndivyo ilivyo," alijibu.
Nikasema, “Hapana, unaniambia uongo. Unaniambia huwezi kuja usiku wa leo. Sababu ya kutokuja ni kwa sababu umefungwa na roho ya woga.”
Akasema, “Ulijuaje?”
Sikiliza, alikuwa mtoto wa Mungu. Alimpenda Bwana. Lakini bado alikuwa amefungwa na roho ya woga.

Alisema, “Sijatoka nje ya nyumba yangu usiku kwa miaka kumi na miwili iliyopita. Loo, Ndugu Schambach, roho hii inanitesa.”
Nikasema, “Tazama, kaa hadi usiku wa leo. Nenda karibu ukanunue sandwichi. Kaa hapa, nami nitakuombea usiku wa leo. Nitaondoa roho hiyo ya woga. Mungu amenipa nguvu ya kutoa pepo, nami nitakuweka huru kutoka kwa roho hiyo chafu inayokusumbua akili. Ukikaa, na Mungu asikukomboe, mimi na mke wangu tutakupeleka nyumbani.”
Akasema, “Utafanya hivyo?”
Nikasema, “Nitafanya hivyo. Hata nitaingia nyumbani kwako kwanza. Unaweza kukaa na mke wangu kwenye gari. Nitawasha kila taa, nitaangalia nyuma ya kochi na viti, nitafungua kabati lako, na kuhakikisha hakuna mtu karibu hapo.”

Alikuwa ameshawishika. Alisema, "Sawa, ukifanya hivyo, nitabaki."

Baada ya kuhubiri usiku huo, nilimwita kwanza kwa ajili ya maombi. Nilimwekea mikono na nguvu za Mungu zikamgonga na kumpiga mgongoni. Niliwawekea mikono watu wapatao 500 usiku huo.

Baada ya yote kukamilika, mimi na mke wangu tulikuwa tukimtafuta mwanamke huyo kwa sababu nilikuwa nimeahidi kumpeleka nyumbani. Lakini sikuweza kumpata popote! Nilikimbia nje na kutafuta kila mahali. Nikasema, "Ee Bwana. Lazima nimpate mwanamke huyo." Sikumpata kamwe.

Usiku uliofuata alirudi mkutanoni akipiga kelele na kushangilia. Usiku!

Nikasema, "Njoo huku juu. Ninajua una ushuhuda."

Aliwaambia watu hadithi niliyowasimulia. Alisema, "Ninajua Ndugu Schambach aliniambia yeye na mkewe wangenipeleka nyumbani jana usiku. Lakini sikulazimika kuwaruhusu wanipeleke nyumbani kwa sababu aliponishika, shetani huyo wa hofu aliondoka. Mungu aliniokoa na kuniweka huru! Nilitembea njia nzima kurudi nyumbani."

Nikasema, "Ulitembea? Huko Philadelphia?"

Sasa nilikuwa na wasiwasi! Aliishi vitalu thelathini kutoka Philadelphia Kusini. Hiyo ilimaanisha kuwa alikuwa ametembea katika sehemu mbaya zaidi ya mji! Huyu alikuwa mwanamke yuleyule ambaye aliogopa kutoka nje usiku!

Alisema, "Nilifika huko yapata saa tisa asubuhi. Niliweka ufunguo kwenye koleo, lakini nilijisikia vizuri sana kiasi kwamba niliutoa na kutembea mitaani usiku kucha nikisema, 'Ibilisi, wewe ni mwongo. Sikuogopi tena!'"

Mungu alimkomboa kutoka kwa hofu! Ukiwa umefungwa na roho ya hofu, anataka kukufanyia vivyo hivyo. Huna haja ya kuogopa tena. Unaweza kugeuka na kumkabili adui kwa ujasiri kwa sababu Mungu yuko upande wako!

Acha nikuombee:

Baba, katika jina la Yesu, naja kwako kwa niaba ya msomaji huyu ambaye amefungwa na hofu. Asante kwa mamlaka uliyonipa juu ya mashetani. Hofu, wewe roho mchafu, anayetesa, ninakuapisha kwa Yesu— fungua mshiko wako juu ya maisha ya mtu huyu. Ninaamuru kwa jina la Yesu. Bwana, mpe muujiza wa ukombozi, na umpe nguvu ya kusimama dhidi ya adui. Katika jina la Yesu, naita ifanyike. Amina na amina.

Maombi Mafupi ya Kujikomboa.

"Bwana Yesu Kristo, naamini ulikufa msalabani kwa ajili ya dhambi zangu na ukafufuka tena kutoka kwa wafu. Ulinikomboa kwa damu yako na mimi ni wako, na ninataka kuishi kwa ajili yako. Ninakiri dhambi zangu zote - zinazojulikana na zisizojulikana - nazihurumia zote. Ninazikataa zote. Ninawasamehe wengine wote kama ninavyotaka unisamehe. Nisamehe sasa na unitakase kwa damu yako. Ninakushukuru kwa damu ya Yesu Kristo ambayo inanisafisha sasa kutokana na dhambi zote. Nami ninakuja kwako sasa kama mkombozi wangu. Unajua mahitaji yangu maalum - kitu kinachofunga, kinachotesa, kinachochafua; roho mbaya, roho mchafu - ninadai ahadi ya neno lako, "Kila atakayeliitia jina la Bwana ataokolewa." Ninakuita sasa. Kwa jina la Bwana Yesu Kristo, niokoe na uniweke huru. Shetani, ninakukataa wewe na kazi zako zote. Ninajipoteza kutoka kwako, kwa jina la Yesu, na ninakuamuru uniache sasa hivi kwa jina la Yesu. Amina!"

Na itoke moyoni mwako na uone wokovu wa Bwana!

Je, Wewe ni Mgonjwa au unahitaji kurejeshwa?

Kwa wale ambao ni wagonjwa au wagonjwa katika hali au umbo lolote, au wanaohitaji ukombozi? Au urejesho, tafadhali gusa nukta iliyo hapa chini kwa imani (Imani ni kuona matokeo chanya halisi ya hali yako ya sasa, ukijua kwamba Yesu amefanya sehemu Yake zaidi ya miaka 2000 iliyopita ili kupata uponyaji na ukombozi wako, urejesho kama malipo ya awali, ukiamini kwamba malipo ya awali yanapatikana kwako ili kupata, kama vile salio chanya katika akaunti yako ya hundi na benki, bila maswali yoyote tunapokubaliana nawe na kutangaza UPONYWE kwa jina la Yesu Kristo, Amina)

Kwa mamlaka uliyonipa mimi na wao, ninatumia mamlaka hayo sasa kwa imani pamoja na hasira yao dhidi ya adui na njaa ya kupata kile ulichowapa wote bure, nalaani kila ugonjwa, kila ugonjwa, iwe saratani, COVID 19, iwe roho ya udhaifu, iwe ni kupagawa na pepo au kukandamizwa, iwe ni roho ya umaskini, vikwazo, kuchelewa kutimizwa kwa kile ambacho Mungu tayari amekiamua na kukifungua. Tunapingana na hali isiyo ya kawaida, ninawafunga, tunawalaani hadi kwenye mizizi yao na tunawafukuza kwa mamlaka katika jina la Yesu Kristo. Amina. Tunatoa wito wa kuachiliwa kwa uponyaji, ukombozi na urejesho katika maisha yao katika jina kuu la Yesu Kristo. Asante Bwana kwa ushuhuda unaodumu kwa utukufu wako na heshima na ibada. Asante kwa roho zinazoongezwa kwenye ufalme wako kutokana na ujumbe huu, miujiza ambayo tayari tunaiona sasa hivi na kuidhihirisha kwa utukufu wako katika jina la Yesu, Amina. Imetimia! Furahini!

Gusa sehemu hii iliyoangaziwa kama sehemu ya kugusa na ukiri kwa kinywa chako - NIMEPONYWA, NIMEKULISHWA na NIMEREJESHWA katika Roho yangu, Nafsi, Mwili na pande zote zinazonizunguka katika jina la YESU Kristo, Amina!!!

Anza kufanya kile ambacho hukuweza kufanya hapo awali na anza kukiri hadi uponyaji kamili, ukombozi urejeshwe unakuwa matunda katika maisha yako katika jina la Yesu, amina. Endelea kuwa na njaa kwa ajili ya Mungu wote, kaa na hasira na rudisha nyuma yote ambayo adui amezuia kwa jina la Yesu, amina

Kumbuka:
Shuhudia uponyaji kwa ajili ya utukufu wa Mungu na aibu ya adui! Tutumie barua pepe au WhatsApp ikiwa bado unahitaji tukubaliane nawe kuhusu suala hilo. Na ungana nasi katika mfululizo wa vifaa kuanzia wiki ijayo Alhamisi. Pata maelezo zaidi hivi karibuni kwenye tovuti yetu!

Unyonyaji Mkubwa Zaidi - 1 –Sura ya 10 - Pokea Majibu ya Maswali ya Kawaida kuhusu uponyaji, ukombozi na urejesho + Miongozo ya Vitendo ya Kuhudumia Uponyaji, Ukombozi na Urejesho + Uundaji wa Schizophrenia kama ilivyofunuliwa na Roho Mtakatifu kwa Ida Mae Hammond na jinsi ya kukabiliana na roho sehemu ya 9

Wapendwa, leo, tunawaletea sehemu ya 9 ya mfululizo wetu kuhusu ya kutosha ili kufungwa na kukaribishwa kwenye uhuru katika Kristo. Imani huja kwa kusikia na kusikia kwa neno la Mungu - Warumi 10:17. Mungu alimwambia nabii Hosea katika **Hosea 4:6-7**

Biblia Iliyoongezwa Kiasi, Toleo la Zamani
6 Watu wangu wanaangamizwa kwa kukosa maarifa; kwa kuwa wewe [taifa la makuhani] umekataa maarifa, mimi nami nitakukataa wewe, usiwe kuhani kwangu mimi; kwa kuwa umesahau sheria ya Mungu wako, mimi nami nitawasahau watoto wako.
7 Kadiri walivyoongezeka na kuongezeka [katika ustawi na nguvu], ndivyo walivyozidi kunitenda dhambi; Nitabadilisha utukufu wao kuwa aibu.

Hebu tufikirie maneno yaliyo hapo juu kwa muda. Mungu anasema tunapokataa maarifa. Kumjua Yeye kama ilivyoonyeshwa katika maandiko, Yeye pia atatukataa tusimtumikie kama makuhani. Anasema kwa kuwa tumesahau sheria ya Mungu, Anasema pia atatusahau watoto wetu. Kwa kifupi, Atatusahau sisi na watoto wetu. Hivi ndivyo neno hilo lilivyo baya na kile Mungu anasema atafanya kutokana na ujinga au ukosefu wa ujuzi wa kazi za Mungu. Mungu pia aliunganisha neno na sehemu hiyo ya kwanza ya mstari wa 6. Alisema tunamtenda dhambi kwa kipimo cha ustawi wetu. Kadiri tunavyozidi kufanikiwa, ndivyo tunavyozidi kujitegemea na ndivyo tunavyozidi kumsahau Mungu.

Je, ni jambo la kushangaza kwako kwamba wakati pekee tunapomtafuta Mungu kwa dhati kwa ajili ya suluhisho ni pale tunapoishiwa na chaguzi? Tunapokuwa wagonjwa, mtu wa kwanza anayekuja akilini ni matoleo mbadala wakati zeri ya Gileadi inapokaa ndani yetu. Tunamtumia Mungu kama tairi la ziada wakati mengine yote yanaposhindwa.
Tunapopewa neno la Mungu au chochote kinacholeta mwangaza (maarifa) ili kutusaidia kushughulikia wasiwasi wetu, tunasema hatuna muda. Lakini hatujali

kujishughulisha na chochote kinachotuburudisha au chochote kinachotupa faida ya kidunia.

Tunaweza kuchukua saa nyingi tukichunguza mambo yetu ya kifedha lakini linapokuja suala la mambo yanayohusiana na ufalme, tunaangalia saa zetu kwa hamu au tunasinzia kabla hatujaanza kuelewa ujumbe anaojaribu kutupatia ambao ni ukombozi wetu. Tunaweza kutumia saa nyingi tukisubiri kumwona daktari lakini hatuna saa moja ya kupata vifaa vinavyohitajika ili kutuleta katika ukamilifu katika kazi yetu na kutembea na Bwana.

Tunamdanganya nani basi? Mungu au sisi wenyewe? Na tunajiuliza kwa nini maombi yetu hayavutii usikivu wa mbinguni - Siku tutakapoanza kumchukulia Mungu kwa uzito, ataanza kutuchukulia kwa uzito.
Bwana bado anatuambia mimi na wewe - **Yeremia 29:13**

Biblia Iliyoongezwa Kiasi, Toleo la Zamani
13 ***Ndipo mtakaponitafuta, mtaniuliza, na kuniona, mtakaponitafuta kwa moyo wenu wote.***

Ndiyo maana mfululizo huu si wa kila mtu. Mfululizo huu ni wa wale walio na njaa ya Mungu. Lazima tujipatie sifa zifuatazo:
A: Upatikanaji - Roho, Nafsi na Mwili;
B: Ujasiri wa kutumia mamlaka na nguvu;
C: Huruma ya kukaa mahali ambapo watu wanaumia;
D: Azimio la kusonga mbele hadi ushindi;
E: Upendo wa Dhati usiotegemea mambo ya juu juu;
F: Hasira kali dhidi ya shetani na
G: Njaa Kuu ya UTImilifu wa MUNGU ndani yetu na karibu ili tuweze kugusa ulimwengu kwa ajili yake

Ninapenda tutafakari neno hili la Yesu - **Luka 18:7-8**
Biblia Iliyoongezwa Kiasi, Toleo la Zamani

7 Na je , **Mungu wetu mwenye haki hatawatetea na kuwalinda wateule wake wanaomlilia mchana na usiku? Je , atawaahirisha na kuwaadhibu ? [b] kuchelewesha msaada kwa niaba yao?**
8 **Nawaambia, Atawatetea na kuwalinda na kuwalipiza kisasi upesi. Hata hivyo, Mwana wa Adamu atakapokuja, je, ataiona imani [[c] ikidumu katika] duniani?**

Bwana na akukute wewe na mimi katika imani atakapokuja. Aina ya imani inayokuja kwa kusikia na kusikia kwa neno la Mungu, ikichukua hatua inayolingana - Warumi 10:17. Amina? Amina

MAJIBU YA MASWALI YA KAWAIDA KUHUSU MAGONJWA NA UPONYAJI

Mifano: **Mwiba wa Paulo; Matatizo ya Ayubu; Kumkabidhi Shetani mmoja; Kanisa la Korintho—Wengi Wadhaifu, Wengi Wagonjwa, na Wengi Wanakufa Kabla ya Wakati; Tumbo la Timotheo; Ugonjwa wa Hezekia; Trofimo Aliachwa Mgonjwa; Epafrodito – kwa ajili ya kazi ya Kristo Alikaribia kufa; Je, ugonjwa ni adhabu ya Bwana? Je, ni sawa kuchanganya imani na dawa? Je, kutunza afya yako ni ishara ya kutoamini?**

Kuna vifungu kadhaa katika Biblia ambavyo mara nyingi hueleweka vibaya na hutumika kama msingi wa kuvumilia magonjwa na kazi zingine za kipepo. Katika ujumbe wa leo, tunaangalia baadhi ya hivi na kutoa ufahamu wa kuelewa hivi. Ni lazima tukumbuke kwamba Maandiko yote lazima yafasiriwe kwa mwanga wa Maandiko mengine na kwa mwanga wa Utu wa Yesu Kristo.
Kila kitu tunachojua kuhusu Mungu lazima kijipange na kile kinachoonekana na kusikika kupitia Mungu aliyefanyika

mwili, Yesu Kristo. Chochote tunachodai tunaelewa kuhusu Mungu ambacho hakiendani na kile Yesu alisema na kufanya, kinaweza kuhojiwa na kutupiliwa mbali. Yesu Kristo ni theolojia kamilifu, Neno aliyefanyika mwili.

Mwiba wa Paulo

2 Wakorintho 12:7-10 7 Na ili nisijitukuze kupita kiasi kwa wingi wa mafunuo, nilipewa mwiba mwilini, mjumbe wa Shetani, anipige, nisijitukuze kupita kiasi. 8 Kuhusu jambo hili nilimsihi Bwana mara tatu ili unitoke. 9 Naye akaniambia, "Neema yangu inatosha kwako, maana nguvu zangu hukamilishwa katika udhaifu." Kwa hiyo nitajivunia udhaifu wangu kwa furaha kubwa, ili nguvu ya Kristo ikae juu yangu. 10 Kwa hiyo nafurahia udhaifu, matukano, misiba, mateso, dhiki, kwa ajili ya Kristo. Maana ninapokuwa dhaifu, ndipo ninapokuwa na nguvu.
Mtume Paulo alipokea mafunuo mengi. Mbali na uzoefu wake mwingi wa kibinafsi, kutembelewa na kuchukuliwa hadi mbingu ya tatu, Paulo alielewa na kuandika sehemu kubwa ya ufunuo wa Agano Jipya. Ili Paulo asije akajivuna kwa kiburi, Mungu aliruhusu "mwiba mwilini." Sasa wengi wanakisia "mwiba mwilini" huu ulikuwa nini. Wengine wanasema ulikuwa ugonjwa, tatizo la macho, tatizo la mkono.

Hata hivyo, mtume anasema alikuwa "mjumbe (Kiyunani angelos = malaika) wa shetani." Paulo anasema wazi kwamba mwiba katika mwili ulikuwa mjumbe wa shetani. Neno mjumbe katika Kigiriki, ni neno lile lile linalotumika kwa malaika, na kwa mfano linatumika katika "malaika wa kanisa," katika kitabu cha Ufunuo, sura ya 2 na 3, wakati Bwana alipozungumza na kila kanisa. Kwa hivyo, mjumbe wa shetani alikuwa kiumbe wa kiroho ambaye alimpinga Paulo kila mara katika huduma yake "kumchapa" (maana yake kumpiga mara kwa mara). Katika sura iliyotangulia,

Paulo alielezea shida nyingi, shida, udhaifu aliovumilia. Hivi ndivyo alivyosema, "Je, wao ni wahudumu wa Kristo?" - Nasema kama mpumbavu - mimi ni zaidi: katika taabu nyingi zaidi , katika mapigo kupita kiasi, katika magereza mara nyingi, katika mauti mara nyingi.

Mara tano nilipigwa na Wayahudi viboko arobaini kasoro moja. Mara tatu nilipigwa kwa fimbo; mara moja nilipigwa mawe; mara tatu nilivunjikiwa na meli; usiku mmoja na mchana mmoja nimekuwa baharini; katika safari nyingi, katika hatari za maji, katika hatari za wanyang'anyi, katika hatari za watu wa taifa langu, katika hatari za Mataifa, katika hatari za mjini, katika hatari za jangwani, katika hatari za baharini, katika hatari za ndugu wa uongo; katika uchovu na taabu, katika kukosa usingizi mara nyingi, katika njaa na kiu, katika kufunga mara nyingi, katika baridi na uchi" (2 Wakorintho 11:23-27). Ingawa baadhi ya magumu haya aliyachukua mwenyewe, mengi kati ya haya yalikuja kama upinzani kwa kazi aliyokuwa akifanya.
Yote haya yalitumika kuweka "miguu yake chini," yalimsaidia kutembea kwa unyenyekevu akijua kwamba ilibidi amtegemee Bwana. Paulo, aliomba mara tatu kwa kiumbe huyu wa pepo aondoke. Katika hali hii, Mungu hakumtoa mjumbe wa shetani njiani. Badala yake, alimwita Paulo ategemee neema Yake ili aendelee kusonga mbele na kushinda kile kiumbe huyu wa pepo alikuwa akifanya. Kwa hivyo Paulo alielewa kwamba hata katika nyakati zake dhaifu zaidi, neema ya Mungu ilikuwa ya kutosha kumfanya awe na nguvu.

Kama waumini wa leo, hakuna hata mmoja wetu aliyepokea mafunuo mengi kama hayo. Hatujatumiwa kwa njia ile ile kama Paulo kupata fursa ya kupewa "mwiba katika mwili," mjumbe wa shetani kutupiga ili tuwe wanyenyekevu. Zaidi ya hayo, kwetu kudai kwamba ugonjwa wetu ni "mwiba katika mwili" tuliopewa kwa kusudi kubwa la kiroho si jambo la kimaandiko na ni kujikweza. Lazima tupigane na ugonjwa kama kazi ya shetani ambayo haina haki katika miili yetu.

Matatizo ya Ayubu

Ayubu 1:12 Kwa hiyo Shetani akatoka mbele za BWANA.
Ayubu 2:6,7 6 BWANA akamwambia Shetani, "Tazama, yuko mkononi mwako; lakini tunza uhai wake." 7 Basi Shetani akatoka mbele za BWANA, akampiga Ayubu kwa majipu mabaya kuanzia wayo wa mguu wake hadi utosi wa kichwa chake.
Ayubu 2:10 Katika haya yote Ayubu hakufanya dhambi kwa midomo yake.
Ayubu 3:25 Kwa maana jambo nililoogopa sana limenipata, Nalo nililoogopa limenipata.
Ayubu 42:10 Naye BWANA akamrudishia Ayubu hasara aliyopata, alipowaombea rafiki zake; BWANA akampa Ayubu mara mbili ya vile alivyokuwa navyo hapo awali.
Yakobo 5:11 Hakika tunawahesabu kuwa heri wale wanaovumilia. Mmesikia habari za uvumilivu wa Ayubu na mmeona mwisho wa Bwana, ya kwamba Bwana ni mwingi wa rehema na mwenye huruma.
Ni Shetani aliyempiga Ayubu na familia yake na kusababisha kila aina ya misiba na magonjwa (Ayubu 1:12; 2:7). Hatuwezi kumlaumu Mungu kwa mambo ambayo Shetani alifanya. Ni kweli kwamba Mungu alimpa ruhusa Shetani kumgusa Ayubu, ambaye vinginevyo alikuwa chini ya ulinzi wa Mungu kwa kuwa Mungu "alikuwa amemjengea ua" (Ayubu 1:10). Lakini bado ni ibilisi aliyesababisha misiba yote kutokea, akitumia vipengele vya hali ya hewa na asili pia.

Katika ulimwengu wetu wa leo, ibilisi na mapepo yake wanaruhusiwa kufanya kazi zao mbaya za kishetani. Kwa ujumla, Mungu hamzuii ibilisi na mapepo kumshambulia mwamini kwa majaribu, vikwazo na vikwazo vingine. Sote tunakabiliwa na aina hizi za mambo. Mungu huruhusu mambo haya kuendelea hata dhidi ya wale wanaomwamini. Mungu hutumia haya kama sehemu ya mafunzo yetu na kukomaa katika mfano wa Kristo. Anatuita kupigana vita vizuri, kumpinga ibilisi, kupigana vita dhidi ya nguvu za giza, kuzima kila mshale wa moto, na kuishi maisha ya ushindi. Kama waumini tunaweza kuchukua ulinzi wa kimungu (Zaburi 34:7; Zaburi 91; Isaya 54:17; 1 Yohana 5:18) au kupitia hofu, shaka au kutotii kujifanya tuwe katika hatari ya mashambulizi ya mapepo ambayo hayapaswi kutushinda. Mungu ametupa kila silaha ya kumshinda adui (Waefeso 6:10-18), jambo ambalo Ayubu hakuelewa lazima. Kwa kuzingatia yote tuliyo nayo katika Agano Jipya, tofauti na Ayubu, hakuna haja ya sisi kushindwa na adui, hata wakati majeshi yake yanapotushambulia.

Katikati ya yote yaliyotokea, Ayubu alidumisha uadilifu na imani yake katika Bwana. Alisimama imara katika kujitolea kwake kwa Mungu. Uvumilivu huu wa Ayubu ndio tunaopaswa kuiga, tukijua kwamba Bwana kweli ni mwenye huruma na rehema, na hatimaye atabadilisha mambo kwa faida yetu. Kipengele kingine kuhusu Ayubu ni kwamba alionekana kuwa mtu aliyeogopa sana kwamba misiba kama hiyo inaweza kumpata na ikampata. Hofu ni imani katika mwelekeo usiofaa. Inavutia mambo yasiyofaa maishani mwetu. Kama watoto wa Mungu, tunaweza kujifunza kuishi bila hofu kama hiyo, na badala yake kupumzika katika imani.

Kumkabidhi Shetani Mmoja

1 Wakorintho 5:1-5 1 Kwa kweli imeripotiwa kwamba kuna uzinzi miongoni mwenu, na uzinzi wa aina ambayo haujatajwa hata miongoni mwa Mataifa, kwamba mtu ana

mke wa baba yake! 2 Nanyi mmejivuna, wala hamkuomboleza, ili yule aliyefanya tendo hili aondolewe miongoni mwenu. 3 Kwa maana mimi, ingawa sipo kwa mwili bali nipo kwa roho, tayari nimekwisha mhukumu (kama vile nipo) yeye aliyefanya tendo hili. 4 Kwa jina la Bwana wetu Yesu Kristo, mtakapokusanyika pamoja na roho yangu, pamoja na nguvu ya Bwana wetu Yesu Kristo, 5 mkabidhini mtu kama huyo kwa Shetani kwa ajili ya uharibifu wa mwili, ili roho yake iokolewe siku ya Bwana Yesu.

1 Timotheo 1:20 Katika hao ni Himenayo na Aleksanda, ambao niliwakabidhi kwa Shetani ili wajifunze wasimtukane Mungu.

2 Timotheo 2:17-18 17 Na ujumbe wao utaenea kama saratani. Himenayo na Fileto ni wa aina hii, 18 ambao wamepotoka mbali na ukweli, wakisema kwamba ufufuo umekwisha pita, na wanaipindua imani ya baadhi ya watu.

2 Timotheo 4:14-15 14 Aleksanda, mfua shaba, alinitendea mabaya mengi. Bwana na amlipe kulingana na matendo yake. 15 Nawe pia jihadhari naye, kwa maana amepinga maneno yetu sana.

Kulikuwa na matukio mawili tu ambapo mtume Paulo anataja kuhusu kumtoa mtu kwa shetani. Katika kanisa la Korintho, ilihusu nidhamu ya mtu aliyeishi katika uasherati, ambaye mwanzoni hakuonekana kutubu. Paulo alitaka mtu huyu aondolewe katika kutaniko la mahali hapo kwa muda fulani (1 Wakorintho 5:13) na atolewe kwa shetani kwa ajili ya uharibifu wa mwili, ili roho yake iokolewe. Tunatambua kwamba Paulo anatumia mamlaka yake ya kitume na anatoa nidhamu kwa ajili ya tabia ya dhambi isiyotubu. Mtu huyo alikuwa akiondolewa kutoka kanisa la mahali hapo, kwa maana moja, kimwili na kiroho. Hii ilimaanisha kwamba ulinzi ambao angekuwa nao kwa kawaida ulikuwa umeondolewa na sasa alikuwa katika hatari ya kuathiriwa na shetani kwa sababu ya dhambi yake. Shetani angeweza kufanya chochote kuleta madhara katika ulimwengu wa kimwili, lakini hii iliruhusiwa ili mtu huyo afikie toba.

Tuna rekodi baadaye katika 2 Wakorintho, ambapo baada ya muda mfupi, agizo la Paulo kwa kanisa ni: "Adhabu hii iliyotolewa na wengi inamtosha mtu kama huyo, hata, kinyume chake, ni afadhali msamehe na kumfariji, mtu kama huyo asije akamezwa na huzuni nyingi. Kwa hiyo nawasihi mthibitishe upendo wenu kwake" (2 Wakorintho 2:6-8). Hakuna rekodi kwamba mtu huyu alipitia madhara ya kimwili. Kwa vyovyote vile, inaonekana kwamba kulikuwa na huzuni nyingi na toba ya kweli, hivyo Paulo mwenyewe anaandika: "Kwa maana ikiwa nimesamehe chochote, nimemsamehe huyo kwa ajili yenu mbele za Kristo" (2 Wakorintho 2:10).

Kesi ya pili ilihusu wanaume wawili waasi katika kanisa la Efeso, Himenayo na Aleksanda. Himenayo alikuwa mmoja wa wale waliokuwa wakimkufuru (wakisema mabaya), labda Paulo na ukweli kuhusu Kristo, na kuhubiri mafundisho ya uongo kwamba ufufuo ulikuwa tayari umekwisha, na kusababisha baadhi kuanguka kutoka kwenye imani. Ilionekana kwamba Aleksanda ndiye aliyempinga Paulo, akizungumza mambo yaliyomdhuru sana Paulo. Katika visa vyote viwili, Paulo anatumia mamlaka ya kitume kuwaachilia watu hawa kutoka kanisani na kuwatupa kwa Shetani. Akijua moyo wa mtume, hili lingefanywa kwa nia ya kwamba watu hawa wangetubu na kujiunga na ukweli. Lakini hatuna rekodi ya matokeo katika kesi hii.

Ni kweli kwamba mtu anapotembea katika kutotii, uasi na kupita mipaka ya Mungu, anakuwa katika hatari ya kuathiriwa na shetani. Hata hivyo, kama waumini, hakuna haja ya sisi kuogopa kutiwa mikononi mwa shetani, tunapomkaribia Mungu, si mbali naye.

Kanisa la Korintho—Wengi Wadhaifu, Wengi Wagonjwa, na Wengi Hufa Kabla ya Wakati

1 Wakorintho 11:17-34 17 Sasa katika kutoa maagizo haya siwasifu ninyi, kwa sababu mnakusanyika si kwa ajili ya mema bali kwa ajili ya mabaya. 18 Kwa maana kwanza kabisa, mnapokusanyika pamoja kama kanisa, nasikia kwamba kuna mgawanyiko miongoni mwenu, na kwa sehemu naamini hivyo. 19 Kwa maana lazima kuwe na mafarakano miongoni mwenu, ili wale waliokubaliwa wajulikane miongoni mwenu. 20 Kwa hiyo mnapokusanyika pamoja, si kwa ajili ya kula Mlo wa Bwana. 21 Kwa maana katika kula, kila mmoja hutangulia kula chakula chake cha jioni; na mmoja ana njaa na mwingine amelewa. 22 Je, hamna nyumba za kula na kunywa? Au mnadharau kanisa la Mungu na kuwaaibisha wale wasio na kitu? Niwaambieni nini? Je, niwasifu katika hili? Siwasifu ninyi. 23 Kwa maana nilipokea kutoka kwa Bwana kile nilichowapa ninyi pia: kwamba Bwana Yesu usiku uleule aliposalitiwa alitwaa mkate; 24 Akashukuru, akaumega, akasema, "Twaeni, mle; huu ni mwili wangu uliovunjwa kwa ajili yenu; fanyeni hivi kwa ukumbusho wangu." 25 Vivyo hivyo, akakitwaa kikombe baada ya chakula cha jioni, akisema, "Kikombe hiki ni agano jipya katika damu yangu; fanyeni hivi, kila mnywapo, kwa ukumbusho wangu." 26 Kwa maana kila mlapo mkate huu na kunywa kikombe hiki, mnatangaza kifo cha Bwana hata ajapo. 27 Kwa hiyo yeyote alaye mkate huu au kunywa kikombe hiki cha Bwana isivyostahili atakuwa na hatia ya mwili na damu ya Bwana. 28 Lakini mtu na ajichunguze mwenyewe, na hivyo ale mkate na anywe kikombe. 29 Kwa maana yeyote alaye na kunywa isivyostahili hula na kunywa hukumu yake mwenyewe, bila kuutambua mwili wa Bwana. 30 Kwa sababu hii wengi ni dhaifu na wagonjwa miongoni mwenu, na wengi

wamelala. 31 Kwa maana kama tungejihukumu wenyewe, hatungehukumiwa. 32 Lakini tunapohukumiwa, tunarudiwa na Bwana, ili tusihukumiwe pamoja na ulimwengu. 33 Kwa hiyo, ndugu zangu, mnapokutana kula, subirini.
34 Lakini ikiwa mtu yeyote ana njaa, na ale nyumbani, msije mkakusanyika kwa hukumu; na mengine nitayaandaa nitakapokuja.

Kanisa la Korintho, ingawa lilikuwa kundi la watu wa kiroho sana, pia lilikuwa na matatizo mengi ambayo yalipaswa kushughulikiwa, katika maeneo ya viwango vya maadili, mwenendo katika mikusanyiko ya kanisa na kuishi pamoja kama jamii iliyoungana. Sehemu ya haya ilikuwa mwenendo wao katika kusherehekea Meza ya Bwana. Badala ya kutendea hili kwa heshima na kufanya hivi kwa maana ya kiroho, huu ukawa wakati wa kula karamu, kula na kunywa katika mikusanyiko ya kanisa. Waligeuza huu kuwa wakati wa kufanya karamu pamoja, jambo ambalo Paulo anasema wangeweza kufanya nyumbani. Kile ambacho Bwana alikusudia kuwa wakati wa heshima kubwa na tangazo la kiroho la kifo chake, ufufuo wake na kurudi kwake hivi karibuni, kikawa zaidi kama karamu ya chakula cha mchana!

Kwa hivyo, badala ya kufurahia faida, baraka na nguvu za Msalaba wa Kristo, kinyume chake Wakorintho hawa kwa kuidharau meza takatifu, walikuwa wakijiweka mahali pa hukumu ya Mungu. Matokeo yake, wengi walikuwa wakiugua, dhaifu na kufa mapema, badala ya kufurahia faida za Msalaba wa uponyaji, ukombozi na ukamilifu.
Kusudi ambalo Meza ya Bwana ilitolewa, lilikuwa sisi kutangaza kifo cha Bwana katika sherehe hii takatifu na hivyo kupata baraka kamili za Msalaba wa Yesu Kristo. Huu ni mpango na hamu ya Mungu. Huu ni mapenzi ya Mungu. Sio kusudi lake watu wake wawe dhaifu, wagonjwa na kufa mapema.

Hata hivyo, kwa kudharau waziwazi kile kilichokuwa kitakatifu na kukifanya kuwa wakati wa karamu bila kuzingatia kuchunguza maisha ya mtu mwenyewe na kutambua mwili wa Bwana, tunashindwa kupokea baraka za Mungu zilizokusudiwa na badala yake tunatoka nje ya ulinzi wa Mungu na kujifanya kuwa katika hatari ya udhaifu, ugonjwa na kifo cha mapema. Tunaelewa jinsi Mungu anavyoshughulikia hukumu kama (A) kuondoa ulinzi wa kimungu na (B) Mungu akiruhusu au kutumia vipengele hivi (udhaifu, ugonjwa na kifo cha mapema) ili kuvutia umakini wa watu, ili kuturudisha kwenye njia sahihi. Hili si mapenzi ya Mungu, bali ni kile kinachotokea tunapotoka nje ya mpango wa Mungu na kutembea katika kutotii. Tukijihukumu wenyewe na kutembea katika utiifu, tunaweza kuepuka haya.

Kama waumini wa leo, hatupaswi kuogopa udhaifu, magonjwa na kifo cha mapema kwa sababu ya kushiriki "vibaya" katika Meza ya Bwana, kwa sababu tu tumefundishwa jinsi ya kufanya vizuri. Tunajua tunachopaswa kufanya kila wakati tunaposhiriki Meza ya Bwana. Sio kwamba Mungu anasubiri kosa dogo zaidi litushukie! Badala yake kila wakati tunaposherehekea Meza ya Bwana, tunaleta furaha moyoni mwake na hofu katika kambi ya adui!

Tumbo la Timotheo

1 Timotheo 5:23 Usinywe maji tu, bali tumia divai kidogo kwa ajili ya tumbo lako na magonjwa yako ya mara kwa mara.

Ni dhahiri kutokana na mstari huu kwamba Timotheo alikuwa na aina fulani ya tatizo la tumbo linalojirudia na labda magonjwa mengine ya kimwili ya mara kwa mara. Haijulikani kama hili lilikuwa jambo lililoanza kumtokea baada tu ya kufika Efeso au kama matatizo haya yalikuwepo tangu zamani. Pia, haijulikani kama Timotheo alikuwa na matatizo haya kwa muda mfupi tu au kama haya yalikuwa matatizo yanayoendelea. Kwa hivyo maoni yoyote yanayofanana na haya yangekuwa uvumi tu. Tunachojua ni kwamba Timotheo aliongoza kanisa huko Efeso na huduma yake haikusimama kwa sababu ya magonjwa haya.

Mtume Paulo alipendekeza matumizi ya divai kwa sababu ya thamani yake ya kimatibabu kwa tatizo la tumbo la Timotheo. Kwa hivyo tunaweza kuhitimisha kwamba ni sawa kutumia tiba asilia na za kimatibabu, huku tukiendelea kujitolea kwa Mungu.

Ugonjwa wa Hezekia

2 Wafalme 20:1-7 1 Siku hizo Hezekia alikuwa mgonjwa, karibu ya kufa. Nabii Isaya, mwana wa Amozi, akamwendea, akamwambia, "BWANA asema hivi: 'Tengeneza mambo ya nyumba yako, maana utakufa, wala hutaishi.' 2 Kisha akageuza uso wake kuelekea ukutani, akamwomba BWANA, akisema, 3 "Ee BWANA, nakusihi, ukumbuke sasa, jinsi nilivyoenenda mbele zako katika kweli na kwa moyo mkamilifu, na kutenda yaliyo mema machoni pako." Hezekia akalia kwa uchungu. 4 Ikawa, kabla Isaya hajatoka nje katika ua wa kati, neno la BWANA likamjia, kusema, 5 "Rudi, umwambie Hezekia, mkuu wa watu wangu, BWANA, Mungu wa Daudi baba yako, asema hivi, Nimesikia maombi yako, nimeyaona machozi yako; hakika nitakuponya. Siku ya tatu utapanda nyumbani kwa BWANA. 6 Nami nitaziongeza siku zako miaka kumi na mitano. Nitakuokoa wewe na mji huu kutoka mkononi mwa mfalme wa Ashuru; nami nitaulinda mji huu kwa ajili yangu mwenyewe, na kwa ajili ya mtumishi wangu Daudi." 7 Ndipo Isaya akasema, "Chukueni kipande cha tini." Basi wakakichukua na kukiweka juu ya jipu, naye akapona.

Isaya 38:21 Isaya akasema, “Wachukue kipande cha tini, wakakipake kama dawa ya kuua jipu, naye atapona.”

Mfalme Hezekia alikuwa mgonjwa na karibu kufa. Baada ya kusikia onyo la nabii, Hezekia anamgeukia Bwana na kuomba. Mungu anasikia maombi ya mfalme na anamwambia nabii awaagize watu watengeneze unga kutoka kwenye kipande cha tini na kuuweka kwenye jipu (baadhi ya matoleo husoma 'kidonda' au 'uvimbe'). Hezekia anapona na anaishi kwa miaka mingine 15.

Ni wazi kwamba Mungu angeweza kumponya Hezekia bila kutumia mchanganyiko uliotengenezwa kwa tini. Haijulikani kama mchanganyiko uliotengenezwa kwa tini ulikuwa na uponyaji wowote au sifa za kimatibabu kwa jipu. Ikiwa ulikuwa na thamani ya kimatibabu au la, tunaweza kuthibitisha kwamba Mungu hapingi matumizi ya vipengele vya asili ambavyo kupitia hivyo (au pamoja na hivyo) uponyaji wake hutolewa kwa mtu binafsi.

Trophimus Aliyebaki Mgonjwa

2 Timotheo 4:20 Erasto alibaki Korintho, lakini Trofimo nilimwacha Mileto akiwa mgonjwa.

Mtume Paulo alikuwa mtu aliyehudumu kwa nguvu za Roho na aliona uponyaji mkuu, miujiza, ishara na maajabu yakifanyika katika sehemu nyingi alizohudumu. Hata hivyo, bado anaandika akisema kwamba alimwacha mmoja wa washiriki wa timu yake, Trofimo, mgonjwa huko Mileto (Matendo 20:4,15), kabla ya kuelekea Roma.

Ingawa Paulo mwenyewe hakuona matokeo kamili, hadharau kazi ya Roho, uponyaji, miujiza, karama za Roho, ishara na maajabu. Kwa kweli, anaandika kwa msisitizo kuhusu haya katika barua zake.

Hatujui kilichompata Trofimo. Hatujui kama huu ulikuwa ugonjwa wa muda ambao alipona haraka. Kwa vyovyote vile, tunakubali kwamba hatuna majibu yote kila wakati.

Lakini bado tunaendelea kusonga mbele katika kazi ya Bwana, tukihudumu katika nguvu za Roho, kama vile Paulo alivyofanya.

Epafrodito—kwa ajili ya Kazi ya Kristo Alikaribia Kufa

Wafilipi 2:25-30 25 Lakini niliona ni muhimu kumtuma kwenu Epafrodito, ndugu yangu, mfanyakazi mwenzangu, na askari mwenzangu, lakini mjumbe wenu na yule aliyenihudumia kwa mahitaji yangu; 26 kwa kuwa alikuwa na hamu kubwa kwa ajili yenu nyote, naye alihuzunika kwa sababu mlisikia kwamba alikuwa mgonjwa. 27 Kwa maana alikuwa mgonjwa karibu kufa; lakini Mungu alimhurumia, na si yeye tu, bali na mimi pia, nisije nikahuzunika juu ya huzuni. 28 Kwa hiyo nilimtuma kwa hamu zaidi, ili mtakapomwona tena mpate kufurahi, nami nipungue huzuni. 29 Kwa hiyo, mpokeeni katika Bwana kwa furaha yote, na kuwaheshimu watu kama hao; 30 kwa sababu kwa ajili ya kazi ya Kristo alikaribia kufa, bila kujali uhai wake, ili atimize kile kilichokuwa kimepungua katika huduma yenu kwangu.
Wafilipi 4:18 Hakika ninavyo vyote na kuzidi; nimejaa tele, nimepokea kwa Epafrodito vitu vilivyotumwa kutoka kwenu, harufu nzuri, dhabihu inayokubalika, inayompendeza Mungu.
Wafilipi 1:22-24 22 Lakini kama nitaendelea kuishi katika mwili, hili litakuwa na matunda ya kazi yangu; lakini nitakalochagua sijui. 23 Kwa maana ninasongwa kati ya hayo mawili, ninatamani kuondoka na kuwa pamoja na Kristo, jambo ambalo ni bora zaidi. 24 Hata hivyo, kubaki katika mwili ni muhimu zaidi kwa ajili yenu.

Paulo alikuwa amefungwa gerezani huko Roma. Epafrodito alitumwa na kanisa la Filipi kumtumikia mtume alipokuwa gerezani. Katika kumtumikia mtume Paulo, inaonekana

Epafrodito alijinyoosha sana, kiasi kwamba alikaribia kufa, bila kujali maisha yake mwenyewe. Hatujui aina halisi ya huduma aliyotoa na ni kiasi gani alijitahidi. Lakini inatosha kutambua kwamba katika mchakato wa kumtumikia Bwana, aliugua na karibu kufa. Maisha yake yaliokolewa na rehema za Mungu na Epafrodito aliendelea kuishi.

Kwa sababu tu tuko katika huduma ya Kikristo tukimtumikia Bwana na watu wake, hatuhakikishiwi kiotomatiki afya njema na nguvu. Pia tunahitaji kufanya kile kinachohitajika kama sehemu ya wajibu wetu wa kutunza afya zetu. Inawezekana kwamba tunaweza kufanya kazi kupita kiasi na kuhatarisha kufa katika mchakato huo.

Ingawa inaweza kuonekana kuwa jambo zuri kufanya kazi hadi tufe kwa ajili ya Kristo, hili halina umuhimu wowote na halina faida. Tuna manufaa zaidi kwa Mungu, Ufalme Wake na watu Wake hapa duniani tukiwa hai, kuliko kama tungekuwa tumekufa. Bila shaka kuondoka na kuwa na Kristo ni bora zaidi. Hata hivyo, kwa ajili ya Kanisa Lake na kusudi la Ufalme Wake, ni bora kutunza afya zetu, kuishi maisha marefu, yenye afya na yenye matunda.

Je, Ugonjwa ni Adhabu ya Bwana?

1 Wakorintho 11:28-32 *28 Lakini mtu ajichunguze mwenyewe, na hivyo ale mkate na anywe kikombe. 29 Kwa maana alaye na kunywa bila kustahili hula na kunywa hukumu ya nafsi yake mwenyewe, bila kuupambanua mwili wa Bwana. 30 Kwa sababu hii wengi ni dhaifu na wagonjwa miongoni mwenu, na wengi wamelala. 31 Kwa maana kama tungejihukumu wenyewe, tusingehukumiwa. 32 Lakini tunapohukumiwa, tunarudiwa na Bwana, ili tusihukumiwe pamoja na ulimwengu.*

Waebrania 12:5-11 5 *Nanyi mmesahau lile neno la kuwahimiza linenalo nanyi kama wana, Mwanangu, MSIDHARAU ADHABU YA BWANA, WALA MSIVUTE MIAKA MNAPOKEWA NAYE; 6 Kwa maana yeye ambaye Bwana ampenda, HUWARUDI, NA KUWAPIGA KILA MWANA AMEMPOKEA. 7 Mkivumilia adabu, Mungu huwatendea kama wana; kwa maana ni mwana gani ambaye baba hamrudi? 8 Lakini msiporudiwa, ambao wote wameshiriki, basi ninyi ni wana wa haramu, wala si wana. 9 Zaidi ya hayo, tumekuwa na baba zetu wa kibinadamu waliotururudi, nasi tukawaheshimu. Je, hatupaswi kujitiisha kwa Baba wa roho zetu kwa urahisi zaidi na kuishi? 10 Kwa maana wao kwa siku chache walituturudi kama walivyoona vema, bali yeye kwa faida yetu, ili tupate kushiriki utakatifu wake. 11 Sasa adabu yoyote haionekani kuwa ya furaha kwa sasa, bali ni ya uchungu; lakini baadaye huzaa tunda la amani la haki kwa wale waliozoezwa nayo.*

Ufunuo 3:19 *Wote niwapendao mimi huwakemea na kuwarudi. Kwa hivyo uwe na bidii na utubu.*

Zaburi 103:10-13 10 Hakututendea sawasawa na dhambi zetu, Wala hakutuadhibu sawasawa na maovu yetu. 11 Kwa maana kama mbingu zilivyo juu sana juu ya nchi, ndivyo rehema zake zilivyo kuu kwa wale wanaomcha; 12 Kama mashariki ilivyo mbali na magharibi, Ndivyo alivyoweka makosa yetu mbali nasi. 13 Kama baba anavyowahurumia watoto wake, Ndivyo BWANA anavyowahurumia wale wanaomcha.

Ni nani kati yetu tukiwa wazazi ikiwa watoto wetu watafanya jambo baya, angependa kuwarekebisha na kuwafundisha yaliyo mema na yanayofaa kwa kuwasababishia ugonjwa, kuwaingiza katika ajali fulani, kuwalaza kitandani cha wagonjwa, au kuwasababishia saratani au ugonjwa mwingine wowote unaodhoofisha au usiotibika? Nadhani itakuwa salama kusema kwamba hakuna hata mmoja wetu ambaye angefanya jambo kama hilo! Wengi wetu tungeanza kwa kuzungumza kwa ukali na mtoto, wakati mwingine tunaendelea kumpa kichapo kimoja au viwili na labda kuondoa baadhi ya mapendeleo yao. Ikiwa watoto ni wakubwa, ambapo kichapo hakifai tena, tunakaa chini na kujadiliana nao na kujaribu kuwaelezea ili kuwafundisha yaliyo mema. Ikiwa sisi, tukiwa waovu, tunajua jinsi ya kuwatendea watoto wetu kwa njia hiyo, je, Baba yetu wa Mbinguni anawatendea watoto wake kwa njia bora zaidi, ili kuwarekebisha kwa upendo, kuwafundisha, kuwafundisha na kuwaongoza katika yale yaliyo bora kwa maisha yao?

Suala la adhabu ya Bwana mara nyingi hueleweka vibaya na kupotoshwa. Watu huugua, na kisha wanadai kwamba Mungu aliwafanya wagonjwa ili kuwafundisha somo la kina la kiroho. Tunakubaliana kwamba hata wazazi wa kidunia hawatawafanyia watoto wao jambo kama hilo, tunapomshutumu Mungu kwa kufanya jambo kama hilo, tunamfanya Yeye kuwa mbaya kuliko sisi wazazi wa kidunia. Chukua kwa mfano mwamini anayeugua na hivyo kulazimika kutumia siku chache (au wiki) kitandani. Akilala kitandani, bila kitu kingine cha kufanya, mwamini huanza kusoma vitabu vizuri vya Kikristo au kusikiliza mahubiri mengi na hivyo kupitia haya hupata uelewa wa kiroho na kuhisi ameimarishwa kiroho. Baada ya muda, mwamini anarudi kwenye afya njema. Maelezo ya kawaida ambayo tungesikia ni kwamba Mungu alimfanya mtu huyu kuwa mgonjwa ili kumtia nguvu kiroho na kumfundisha masomo hayo maalum ya kiroho. Hoja yangu ni kwamba, kwanza tunamshutumu Mungu kwa kufanya kile ambacho sisi kama wazazi hatungefanya sisi wenyewe tukimfanya Mungu kuwa mbaya kuliko sisi. Pili, kama mwamini huyo akiwa na afya njema, angesoma vitabu hivyo hivyo na kusikiliza mahubiri hayo hayo, angeweza kujifunza masomo hayo hayo ya kiroho!

Neno "adhibu" ni 'paideuo' ya Kigiriki ambayo inamaanisha tu "kujizoeza mtoto, yaani, kuelimisha, au (kwa maana) nidhamu (kwa adhabu)," kwa "fundisha, jifunze, fundisha" (Mshikamano wa Strong). Neno hilo pia limetafsiriwa "aliyejifunza" (Matendo 7:22) kama "Musa alifundishwa katika hekima yote ya Wamisri, na alikuwa hodari kwa maneno na matendo." Neno hilo pia limetafsiriwa "aliyefundishwa" (Matendo 22:3) kama Paulo anavyorejelea malezi yake mwenyewe akifundishwa na Gamalieli. "Mimi ni Myahudi, niliyezaliwa Tarso, huko Kilikia, lakini nililelewa katika mji huu miguuni pa Gamalieli, nilifundishwa kwa ukali wa sheria ya baba zetu, na nilikuwa na bidii kwa Mungu kama ninyi nyote mlivyo leo." Neno hilo pia hutumika kurejelea mapigo ya kimwili (Luka 23:16,22), ambayo Pilato hakupata kosa lolote kwa Yesu alijitolea kufanya na kumwachilia, akitumaini kwamba hilo lingewafurahisha Wayahudi. Kuadhibu basi kunahusiana na kufundisha (kujifunza, kufunza, kufundisha), kurekebisha na wakati mwingine adhabu. Lengo la msingi la kuadhibu ni kumsaidia mtu kujifunza kitu. Maelekezo si uharibifu, ndiyo lengo.

Kuadhibu katika hali ya kawaida kunahusiana na kufundisha, kurekebisha na kuadhibu kunakofanywa kwa upendo kama kwa mtoto, na katika hali mbaya tu kunahusiana na hukumu.

Kwa kawaida, kuadhibu kunahusiana na kumfundisha mtoto na hivyo hurejelea kitu kinachofanywa kwa upendo, si kwa hasira. Kuadhibu katika hali ya kawaida kunahusiana na kufundisha, kurekebisha na kuadhibu kunakofanywa kwa upendo kama kwa mtoto, na katika hali mbaya tu kunahusiana na hukumu.

Waebrania 12 inaelezea kusudi la adhabu ya Bwana ambayo ni kutufundisha katika utakatifu na haki. Kwa hivyo sasa, turudi kwenye swali letu la kwanza: Je, mzazi wa kidunia angetumia magonjwa na magonjwa kuwafundisha watoto wake jinsi ya kufanya yaliyo mema? Hapana! Hata hivyo, Mungu wetu ambaye ni Baba mkuu zaidi, Baba wa mbinguni mwenye upendo wa milele, hatawafanya watoto wake kuwa wagonjwa ili kuwaadhibu katika maisha ya kawaida ya kila siku. Katika maisha ya kawaida ya kutembea naye kila siku, Mungu atatumia Neno Lake, Roho Wake na ushirika wa waumini wengine kufanya nidhamu Yake katika maisha yetu.

Tumejadili mapema katika sura hii kuhusu kanisa la Korintho, ambapo walikuwa nje kabisa ya utaratibu na hawakuheshimu Meza ya Bwana, kwa kuifanya kuwa karamu badala ya ushiriki mtakatifu. Kilichotokea katika kesi yao ni kwamba kupitia kutotii, walikosa baraka iliyokusudiwa ya uponyaji, afya na ukamilifu na badala yake wakajifanya kuwa katika hatari ya udhaifu, magonjwa na kifo. Mungu aliruhusu mambo haya kama sehemu ya matendo yake ya kinidhamu ili kuwarudisha kwenye njia sahihi ya kufanya Meza ya Bwana. Hata hivyo, hii haikuwa kawaida ya matendo ya kinidhamu ya Bwana kwao kama waumini, bali ilikuwa kesi ya hukumu ya Mungu. Kwa kuzingatia yote ambayo Maandiko yanafunua kuhusu asili ya Mungu na kazi ya Mungu kama ilivyofunuliwa katika Utu wa Yesu Kristo, haitakuwa sahihi kwa mwamini anayetembea na Bwana, kusema kwamba Bwana anamrudi kwa ugonjwa fulani.

Je, ni sawa kuchanganya imani na tiba?

Tukiangalia mifano ya mfalme Hezekia na Timotheo, tunaamini kwamba hakuna ubaya katika kuchanganya imani na dawa. Mungu ametukabidhi rasilimali za maarifa,

teknolojia na rasilimali asilia ambazo tunapaswa kuzitumia kwa madhumuni Yake na kwa utukufu Wake. Tunajua kwamba ni kusudi la Mungu kuponya na kuwafanya watu wawe wazima. Tunajua kwamba Mungu hupata utukufu watu wanapoponywa. Kwa hivyo hatusiti kutumia rasilimali ambazo Mungu ametupa kuleta uponyaji.
Hata tunapotoa dawa au tunapopokea msaada wa kimatibabu, macho yetu yanamtazama Bwana ili kuleta uponyaji na uponyaji. Imani yetu iko katika Neno Lake na katika nguvu Zake za uponyaji hatimaye hutoka Kwake.

Je, Kutunza Afya Yako Ni Ishara ya Kutokuamini?

Mojawapo ya masomo tunayoweza kujifunza kutoka kwa Epafrodito ni kwamba tunapofanya kazi yetu katika huduma ya Kikristo tukimtumikia Bwana na watu wake, tunahitaji pia kubaki na uwajibikaji na kutunza afya zetu. Vinginevyo kuna uwezekano wa kupuuza miili yetu wenyewe na tunahatarisha kufa mapema bila kukamilisha kazi tuliyopewa. Tunapomtegemea Bwana kwa ajili ya uponyaji, ukamilifu na afya, kama sehemu ya wajibu wetu, ni muhimu kwetu kutunza afya zetu. Tunahitaji kufanya kile tunachoweza na ndani ya uwezo wetu ili kudumisha afya njema. Kwa mfano, baadhi yetu tunaweza kutumia uchunguzi wa afya wa mara kwa mara (km kila mwaka), kufuatilia lishe yetu, kufanya mazoezi, na kadhalika. Inapobidi, kuchukua hatua za kinga kama ilivyopendekezwa na madaktari. Hizi hazitakuwa ishara ya kutoamini bali ni usemi wa uwakili mzuri. Imani yetu kwa ajili ya uponyaji na afya inabaki katika Bwana.

MIONGOZO YA VITENDEO KUHUSU UPONYAJI WA HUDUMA

Njia za Kuhudumu Uponyaji

Kuna njia nyingi ambazo tunaweza kumhudumia mgonjwa. Hakuna njia au mchakato maalum ambao tunatakiwa kutumia kila wakati. Tunachojaribu kufanya ni kufahamu njia tofauti za kuhudumia uponyaji kama ilivyoelezwa katika Maandiko. Jifunze jinsi ya kuhudumia kwa njia ambazo tayari zimeonekana katika Maandiko. Kuwa tayari wakati wowote kuhudumia kwa njia yoyote. Kisha uwe mwangalifu kwa Bwana na utumie njia yoyote unayohisi imefunguliwa moyoni mwako kuitumia, katika kuhudumia uponyaji.

Kumbuka, uponyaji huo haupo katika njia, bali katika Mtu. Yesu ndiye Mponyaji. Uponyaji hutokea si kwa sababu tulifanya kila kitu sawa. Uponyaji hutokea kwa sababu ya nguvu Yake inayomwagika ndani ya mgonjwa na kumfanya apone.

Kumbuka kwamba haya yanajadiliwa tu kutoka kwa mtazamo wa uandaaji, haya hayapaswi kugawanywa au kutengwa kwa njia ambayo ikiwa tunatumia njia moja, hatupaswi kuichanganya na njia zingine. Kwa kweli, wakati wa huduma kwa kawaida tungetumia mchanganyiko wa njia hizi kuhudumu uponyaji.

Pia kumbuka kwamba ingawa tunazungumzia uponyaji wa kimwili hapa, kwa kweli, kutakuwa na hali ambapo tutahudumu uponyaji wa kimwili, ukombozi na uponyaji wa ndani, vyote vikitiririka pamoja. Hapa tena hakuna mpangilio maalum ambao kila moja inapaswa kutolewa. Wakati mwingine, tunaweza kuanza na ukombozi, kisha kuhudumu uponyaji wa kimwili na kisha uponyaji wa ndani. Nyakati nyingine Mungu anaweza kutuongoza tofauti. Pia kumbuka kwamba ingawa tunaweza kuwa tunahudumu uponyaji wa kimwili, wakati huo huo Mungu anaweza kuwa akifanya ukombozi na uponyaji wa ndani katika maisha ya mtu binafsi. Huenda tusiwe na ufahamu wa kila kitu kinachotokea ndani ya mtu anapopata mguso wa Mungu. Tunawasilisha hapa kwa ufupi njia kadhaa za kuhudumu/kupokea uponyaji kama inavyoonekana katika Maandiko.

Kupitia Imani Binafsi kwa Mungu

Mungu ametangaza kwamba Neno Lake ni dawa kwa mwili wetu wote (Mithali 4:20-22). Kwa hivyo mtu yeyote anaweza kupokea uponyaji kwa kutafakari Neno la Mungu na kutumia imani iliyozaliwa kutokana na Neno Lake (Warumi 10:17). Imani inapochanganywa na Neno tunalopokea, nguvu za Mungu hutolewa ili kufanya muujiza wa uponyaji.

Sheria ya imani inasemwa tu kama "kulingana na imani yako, iwe kwa ajili yako" (Mathayo 9:29). Tutapokea kila wakati tunapoachilia imani iliyo mioyoni mwetu. Hiyo ni sheria ambayo Mungu ameweka.

Unaweza kuwa na imani katika Mungu kwa ajili ya uponyaji wako mwenyewe. Mifano: Mwanamke mwenye kutokwa na damu (Mathayo 9:22), vipofu wawili (Mathayo 9:22-30), mmoja wa wenye ukoma kumi (Luka 17:11-19), kipofu nje ya Yeriko (Luka 18:35-42).

Imani katika Mungu inaweza kuonyeshwa kwa njia mbalimbali:

1. Kuamini na kunena (Mathayo 17:20, Marko 11:23, Warumi 10:9,10). Tunaamini kwa mioyo yetu na kukiri kwa vinywa vyetu. Hii ni njia moja ambayo imani huonyeshwa.
2. Kuamini na kutenda kulingana na imani yako. Kutenda Imani kwa Ajili ya Wengine Tunaweza kuwa na imani katika Mungu ili mtu mwingine aponywe. Mifano: Akida wa Kirumi

kwa ajili ya mtumishi wake (Mathayo 8:10-13), mwanamke Mkanaani kwa ajili ya binti yake (Mathayo 15:28), Petro na Yohana kwa ajili ya yule mtu kiwete kwenye lango la hekalu (Matendo 3:16). Kunaweza kuwa na imani ya pamoja katika Mungu ambapo wawili au zaidi wanaamini pamoja. Mfano: marafiki wanne na rafiki yao aliyepooza (Mathayo 9:2), kundi la Wazee wanaoomba sala ya imani (Yakobo 5:14-15). Tunaweza pia kuwa na imani ya pamoja katika Mungu kwa ajili ya mtu mwingine, ambapo idadi kubwa ya watu huamini pamoja kwa ajili ya muujiza. Mfano: Wanafunzi walikusanyika kumzunguka Paulo baada ya kupigwa mawe na kuachwa karibu kufa (Matendo 14:19-20). Kupitia Sala ya Makubaliano Mathayo 18:18-20 18 "Amin, nawaambia, chochote mtakachofunga duniani kitafungwa mbinguni, na chochote mtakachofungua duniani kitafunguliwa mbinguni. 19 "Tena nawaambia, ikiwa wawili wenu watakubaliana duniani kuhusu jambo lolote watakaloomba, watafanyiwa na Baba yangu aliye mbinguni. 20 Kwa maana popote pale wanapokusanyika wawili au watatu kwa jina langu, mimi nipo hapo katikati yao." Kuna nyakati, tunapohudumu katika kikundi, tunaweza kuomba na/au kutumia mamlaka ya kufunga kile ambacho shetani anafanya na kumwachilia mtu binafsi kutoka kwa kile ambacho adui amemwekea. Tunafanya hivi tukiwa katika makubaliano, huku tukiachilia imani yetu na kutumia mamlaka yetu tuliyopewa na Mungu. Kuna nguvu katika makubaliano na hii inakuwa na athari kubwa.

Kupitia Sala ya Imani

Yakobo 5:14,15 14 *Je, kuna yeyote kati yenu mgonjwa? Na awaite wazee wa kanisa, nao wamwombee, wakimpaka mafuta kwa jina la Bwana. 15 Na sala ya imani itamwokoa mgonjwa huyo, na Bwana atamwinua; na ikiwa amefanya dhambi, atasamehewa.*

Mathayo 21:22 *Na chochote mtakachoomba katika sala, mkiamini, mtapokea."*

Yohana 14:14 Mkiomba chochote kwa jina langu, nitakifanya.

Matendo 28:8 Ikawa baba yake Publio alikuwa amelala, mgonjwa, ana homa na kuhara; Paulo akaingia kwake, akamwomba, akaweka mikono yake juu yake, akamponya.

Kifungu cha Maandiko katika Yakobo kinawataka wazee (viongozi wa kiroho) kanisani kumwombea mgonjwa maombi ya imani. Hili linafanywa katika jina la Bwana Yesu na kwa kupaka mafuta.

Waumini wote wanaweza kuomba sala ya imani ili mtu aponywe. Kwa hivyo hatupaswi kuwawekea wazee pekee sala ya imani. Uponyaji hutokea kwa sababu tunaomba sala ya imani katika jina la Bwana Yesu Kristo.

Kupitia Neno la Amri

Mathayo 8:16 *Ilipofika jioni, walimletea watu wengi waliokuwa wamepagawa na pepo, akawafukuza pepo kwa neno lake, akawaponya wote waliokuwa wagonjwa,*

Luka 4:38,39 *38 Yesu alitoka katika sinagogi, akaingia nyumbani kwa Simoni. Mama mkwe wa Simoni alikuwa mgonjwa ana homa kali, nao wakamwomba amsaidie. 39 Basi, akasimama karibu naye, akaikemea homa hiyo, nayo ikamwacha. Mara akasimama, akawahudumia.*

Mathayo 17:20 *Yesu akawaambia, "Kwa sababu ya kutokuamini kwenu. Kwa maana, amin, nawaambia, Mkiwa na imani kama punje ya haradali, mtauambia mlima huu, 'Ondoka hapa uende kule,' nao utaondoka; wala hakuna kitu kitakachowashinda."*

Kama tunavyomwona Yesu akifanya, tunamwambia neno la amri ugonjwa au pepo mchafu akiamuru aondoke. Yesu alikemea homa na ikaondoka. Vivyo hivyo, tunakemea ugonjwa au ugonjwa na kuamuru uondoke kwa jina kuu la Yesu. Tunafanya hivi kwa imani mioyoni mwetu. Yesu alisema kwamba tukiwa na imani na kuuambia mlima ukiamuru uondoke, utaondoka, na hakuna kitakachowezekana. Tunaweza kusema neno la amri tukikemea ugonjwa na maradhi wakati mtu huyo yupo mbele yetu au hata wakati mtu huyo yuko mbali katika eneo tofauti kijiografia. Kwa kweli hakuna "umbali" katika ulimwengu wa roho.

Kupitia Kuwekewa Mikono (kwa kupaka mafuta, kwa neno la amri)

Mathayo 8:3 Kisha Yesu akanyoosha mkono wake, akamgusa, akisema, "Nataka; takasika." Mara moja ukoma wake ukapona.
Mathayo 8:15 Basi, Yesu akamgusa mkono, na homa ikamwacha, akasimama, akawahudumia.
Mathayo 9:29 Kisha akagusa macho yao, akasema, "Kwa kadiri ya imani yenu, na iwe kwenu."
Mathayo 20:34 Yesu akawahurumia, akawagusa macho yao, na mara macho yao yakapata kuona, wakamfuata.
Marko 6:12-13 12 Basi, wakatoka, wakahubiri kwamba watu watubu. 13 Wakatoa pepo wengi, wakapaka mafuta wagonjwa wengi, wakawaponya.

Marko 7:32-35 32 Kisha wakamletea kiziwi na mwenye ulemavu wa usemi, wakamwomba amwekee mkono. 33 Akamtenga na umati, akamtia vidole masikioni, akatema mate, akamgusa ulimi. 34 Kisha akatazama juu mbinguni, akaugua, akamwambia, "Efatha," yaani, "Funguka." 35 Mara masikio yake yakafunguka, ulimi wake ukafunguka, akaanza kusema waziwazi.

Luka 4:40 Jua lilipokuwa likitua, wote waliokuwa na wagonjwa wenye magonjwa mbalimbali waliwaleta kwake; naye akaweka mikono yake juu ya kila mmoja wao, akawaponya.

Luka 13:13 Akamwekea mikono, naye mara akanyoka, akamtukuza Mungu.

Marko 16:17,18 17 Na ishara hizi zitafuatana na wale wanaoamini: Kwa jina langu watatoa pepo; watasema kwa lugha mpya; 18 watashika nyoka; na wakinywa kitu cha kufisha, hakitawadhuru kamwe; wataweka mikono yao juu ya wagonjwa, nao watapona.

Kuhudumia uponyaji kwa wagonjwa kupitia kuwekewa mikono ni njia ya kawaida ya kuhudumu. Tunamwekea mikono mgonjwa na kuamuru ugonjwa uondoke kwa jina kuu la Yesu. Tunatarajia nguvu ya Roho Mtakatifu itatolewa kupitia kuwekewa mikono.

Kuhudumia uponyaji kupitia kuwekewa mikono kunaweza kufanywa kwa njia kadhaa, k.m.:

1 Kuweka mikono pamoja na sala ya imani katika jina la Yesu
2 Kuweka mikono na kutoa amri kwa jina la Yesu
3 Kuweka mikono pamoja na maombi ya imani na kupaka mafuta
4 Kuwekea mikono na kupaka mafuta kwa jina la Bwana (hakuna maombi ya mdomo yanayoweza kufanywa kwa lazima) Watu wanapohudumiwa kupitia kuwekewa mikono, wanaweza au wasiweze

"kuuawa" katika Roho. Sio lazima watu "kuangukia chini ya mamlaka" wanapowekewa mikono. Ikiwa hili litatokea ni sawa. Ikiwa halitatokea, hatujali sana. Kwa kawaida, tungeweka mikono kwenye eneo la mwili ambapo uponyaji unahitaji kutolewa. Hili ni jambo la kawaida, ingawa si sharti. Wakati mwingine, mwanamume anapomhudumia mwanamke, tunaweza kumwomba mwanamke aweke mkono wake kwenye sehemu ya mwili wake iliyoathiriwa, huku mwanamume akiweka mkono wake kichwani mwa mwanamke.

5 Wakati Mgonjwa Anakugusa Mathayo 9:20 Na ghafla, mwanamke aliyekuwa na mtiririko wa damu kwa miaka kumi na miwili akaja nyuma yake na kugusa pindo la vazi lake.

Mathayo 14:36 Wakamwomba awaruhusu waguse pindo la vazi lake tu, na wote walioligusa wakapona kabisa.
Kuna nyakati ambapo watu wanaweza kutufikia na kutugusa kwa imani. Mguso wao ni tendo lao la imani na mguso wao na nguvu za Mungu. Mungu anaheshimu imani yao kwa kufanya hivi na wanapokea uponyaji wao.

Kupitia Tangazo la Imani

Mathayo 8:13 Kisha Yesu akamwambia yule jemadari, "Nenda zako; na iwe kwako kama ulivyoamini." Na mtumishi wake akapona saa hiyo hiyo.
Mathayo 15:28 Ndipo Yesu akajibu, akamwambia, "Mama, imani yako ni kubwa! Na iwe kwako kama unavyotaka." Binti yake akapona tangu saa hiyo hiyo.
Yohana 4:50 Yesu akamwambia, "Nenda zako; mwanao yu hai." Yule mtu akaamini neno aliloambiwa na Yesu, akaenda zake.

Yohana 5:8,9 8 Yesu akamwambia, "Inuka, chukua kitanda chako utembee." 9 Mara yule mtu akapona, akachukua kitanda chake, akatembea. Siku hiyo ilikuwa Sabato.

Kuna nyakati ambapo Bwana anaweza kutuongoza kumtangazia mtu kwamba uponyaji umefanywa. Huenda isiwe lazima kuwe na ombi au neno la amri, au kunaweza kuwa na mchanganyiko wowote wa haya. Tunatangaza kwa imani na mamlaka kwamba kazi imefanywa. Mungu ndiye anayefanya kazi. Mtu huyo anaona kwamba uponyaji umefanywa.

Kupitia Kutenda kwa Imani

Mathayo 9:6,7 6 Lakini ili mjue kwamba Mwana wa Adamu ana mamlaka duniani ya kusamehe dhambi," ndipo akamwambia yule mtu aliyepooza, "Inuka, chukua kitanda chako, uende nyumbani kwako." 7 Akainuka, akaenda zake nyumbani kwake.

Mathayo 12:13 Kisha akamwambia yule mtu, "Nyoosha mkono wako." Akaunyoosha, nao ukapona kabisa kama ule mwingine.

Yohana 9:7 Akamwambia, "Nenda kaoge katika bwawa la Siloamu" (ambalo hutafsiriwa kama "aliyetumwa"). Basi akaenda akanawa, kisha akarudi akiwa anaona.

Matendo 3:6-8 6 Ndipo Petro akasema, "Sina fedha na dhahabu, lakini nilicho nacho ndicho ninachokupa: Kwa jina la Yesu Kristo wa Nazareti, simama utembee." 7 Akamshika mkono wa kuume, akamwinua, na mara miguu yake na vifundo vya miguu yake vikapata nguvu. 8 Akaruka juu, akasimama, akatembea, akaingia hekaluni pamoja nao, akitembea, akiruka-ruka, na kumsifu Mungu.

Matendo 14:8-10 8 Na huko Listra palikuwa na mtu mmoja dhaifu wa miguu ameketi, kiwete tangu tumboni

mwa mama yake, ambaye hajawahi kutembea. 9 Mtu huyo alimsikia Paulo akinena. Paulo akamkazia macho na kuona kwamba alikuwa na imani ya kuponywa, 10 akasema kwa sauti kubwa, "Simama wima kwa miguu yako!" Akaruka-ruka, akaenda.

Kuna nyakati ambapo Roho Mtakatifu anaweza kutuongoza kumwambia mgonjwa atende kulingana na imani yake. Hii kwa kawaida huwa inawaelekeza kuanza kufanya jambo ambalo hawawezi kufanya kwa sababu ya ugonjwa wao. Wakati mwingine tunaweza kuwasaidia mwanzoni wanapojitahidi kufanya hivyo. Watu wanapoanza kutenda kulingana na imani yao, nguvu za Mungu huwaponya. Wanaingia moja kwa moja katika uponyaji wao.

Watu Wanapotenda kwa Imani

Mathayo 9:20-22 20 Ghafla, mwanamke mmoja aliyekuwa na ugonjwa wa kutokwa na damu kwa miaka kumi na miwili akaja nyuma yake, akagusa pindo la vazi lake, 21 kwa maana alisema moyoni mwake, "Nikigusa vazi lake tu, nitapona." 22 Yesu akageuka, na alipomwona akamwambia, "Jipe moyo, binti yangu; imani yako imekuponya." Yule mwanamke akapona tangu saa hiyo.

Marko 2:3-5 3 Wakamwendea, wakimleta mtu aliyepooza, akiwa amebebwa na watu wanne. 4 Na walipokuwa hawawezi kumkaribia kwa sababu ya umati wa watu, walifungua dari alipokuwa. Basi, walipokwisha kutoboa, wakamshusha kitanda alichokuwa amelala yule mtu aliyepooza. 5 Yesu alipoona imani yao, akamwambia yule mtu aliyepooza, Mwanangu, umesamehewa dhambi zako.
Vivyo hivyo, watu wanaweza kufanya mambo kwa imani bila kuambiwa wafanye hivyo. Kama vile mwanamke aliyekuwa na tatizo la kutokwa na damu aliyepita katikati ya umati na kugusa pindo la vazi la Yesu. Hili lilikuwa tendo

lake la imani. Mungu aliliheshimu hilo. Wanaume wanne waliomleta rafiki yao aliyepooza kwa Yesu walikuwa wakitenda kulingana na imani yao. Walifikia kiwango cha kupanda juu ya paa na kumshusha rafiki yao kutoka kwenye paa. Yesu aliona imani yao. Rafiki yao alipona. Tendo lao la imani ni kitu kati yao na Mungu. Mungu huona mioyo yao na huitikia.

Kupitia Karama za Roho

1 Wakorintho 12:7-11 7 Lakini kila mmoja hupewa ufunuo wa Roho kwa faida ya wote: 8 Kwa maana mmoja hupewa neno la hekima kupitia Roho, na mwingine neno la maarifa kupitia Roho yule yule, 9 mwingine imani katika Roho yule yule, mwingine karama za uponyaji katika Roho yule yule, 10 mwingine kutenda miujiza, mwingine unabii, mwingine kupambanua roho, mwingine aina mbalimbali za lugha, na mwingine tafsiri za lugha. 11 Lakini Roho yule yule mmoja hufanya kazi katika mambo haya yote, akimgawia kila mmoja kama apendavyo.

Waebrania 2:3,4 3 Tutaponaje, tusipojali wokovu mkuu namna hii, ambao hapo kwanza ulianza kusemwa na Bwana, na kuthibitishwa kwetu na wale waliomsikia, 4 Mungu naye akishuhudia kwa ishara na maajabu, kwa miujiza mbalimbali, na karama za Roho Mtakatifu, kulingana na mapenzi yake mwenyewe?

Mungu hufanya uponyaji kupitia vipawa vya Roho. Kwa kawaida hii ingekuwa utendaji kazi wa vipawa vya uponyaji, na maneno ya maarifa, wakati mwingine yakiambatana na utendaji kazi wa miujiza na kipawa cha imani. Vipawa vingine vya Roho vinaweza pia kufanya kazi kwa wakati mmoja. Kunaweza kuwa na neno la hekima, utambuzi wa roho au unabii linalotolewa pia wakati wa huduma ya uponyaji na ukombozi.

Lazima tutamani kuwa na hizi zikifanya kazi tunapowahudumia watu. Lazima tutoke kwa imani ili karama hizi ziachiliwe. Hii ni sehemu yetu. Kwa kawaida Mungu hujibu hamu na nia yetu ya kutoka kwa imani, kwa kusababisha kutolewa kwa mchanganyiko wowote wa karama hizi za Roho.

Kuna nyakati ambapo karama hizi hutolewa wakati hakuna mtu aliye na imani kubwa au anayetarajia jambo fulani kutokea. Wala anayehudumu au mtu anayehudumiwa hana imani kubwa, lakini uponyaji, ukombozi na miujiza bado hutokea kwa sababu ya utendaji kazi wa karama hizo. Kwa mfano, mtu asiyeamini ambaye yuko kwenye mkutano kama mtazamaji tu, bila ujuzi au imani katika Bwana Yesu Kristo, anaweza kupokea muujiza wa ajabu wa uponyaji wakati wa ibada bila mtu anayemwomba au kumhudumia mtu huyu. Hii itakuwa kazi kuu ya Mungu inayomvutia mtu huyo na kumvuta kwenye imani katika Kristo.

Kupitia Upako wa Uponyaji

Luka 5:17 Siku moja, alipokuwa akifundisha, Mafarisayo na walimu wa sheria walikuwa wameketi hapo, waliotoka katika kila kijiji cha Galilaya, Yudea, na Yerusalemu, na nguvu ya Bwana ilikuwapo ya kuwaponya.
Luka 6:19 Na makutano yote wakataka kumgusa, kwa maana nguvu zilimtoka na kuwaponya wote.

Luka 8:46-47 46 Lakini Yesu akasema, "Kuna mtu aliyenigusa, kwa maana nimeona nguvu ikinitoka." 47 Yule mwanamke alipoona kwamba hajajificha, akaja akitetemeka, akaanguka chini mbele yake, akamweleza mbele ya watu wote sababu ya kumgusa na jinsi alivyopona mara moja.

Upako ni uwepo na nguvu ya Roho Mtakatifu. Upako unaweza kumpa mtu nguvu au kuwepo juu ya kusanyiko (mkusanyiko) wa waumini ili kusababisha nguvu ya Mungu ionekane. Bwana Yesu alihudumu kwa nguvu ya Roho Mtakatifu (Matendo 10:38). Nguvu hii hiyo inapatikana kwa waumini wote (Matendo 1:8) na hivyo inaweza kutiririka kutoka kwetu, kama vile ilivyotiririka kutoka kwa Yesu. Upako wa uponyaji ni uwepo na nguvu ya Roho Mtakatifu inayosababisha uponyaji kutokea. Yesu alipohudumu, nguvu ya Bwana ilikuwepo kuwaponya watu. Nguvu ya uponyaji (uponyaji wema au upako wa uponyaji) ilitoka kwake na kuwaponya watu wengi waliomgusa.

Tunapohudumu uponyaji, ni lazima tutamani na kutarajia nguvu ile ile ya uponyaji ya Roho Mtakatifu itiririke ndani yetu na kuponya wagonjwa. Kuna nyakati tunaweza kutambua (kuhisi kwa njia inayoonekana) mtiririko wa nguvu hii ya uponyaji. Wakati mwingine hatuhisi chochote, na bado tunahudumu kwa imani tukijua kwamba nguvu ya Roho Mtakatifu inaachiliwa kupitia sisi.

Kupitia Upako Maalum

Matendo 5:12-16 12 Na kupitia mikono ya mitume ishara na maajabu mengi yalifanyika miongoni mwa watu. Na wote walikuwa pamoja katika Ukumbi wa Sulemani. 13 Lakini hakuna hata mmoja wa wengine aliyethubutu kujiunga nao, lakini watu waliwaheshimu sana. 14 Nao walioamini wakazidi kuongezeka kwa Bwana, umati wa wanaume na wanawake, 15 hata wakawaleta wagonjwa nje barabarani na kuwaweka juu ya vitanda na makochi, ili angalau kivuli cha Petro akipita kiwaangukie baadhi yao. 16 Pia umati wa watu ulikusanyika kutoka miji ya kandokando hadi Yerusalemu, wakiwaleta wagonjwa na wale walioteswa na pepo wachafu, nao wote wakaponywa.

Kuna nyakati ambapo upako maalum wa uponyaji hutujia sisi binafsi au katika mkusanyiko mzima. Hili linapotokea, miujiza mingi isiyo ya kawaida na mingi huanza kutokea ghafla. Lazima tuwe wepesi na kutambua hili na kutiririka na kile ambacho Roho Mtakatifu anatamani kutimiza wakati huo, ili watu waweze kuguswa. Hatupaswi kuzima kazi ya Roho nyakati kama hizo kwa sababu Mungu anaachilia upako huu maalum kwa makusudi kwa sababu fulani.
"Mazingira ya uponyaji," ambapo upako wa uponyaji hujaza mazingira ya kiroho juu ya mkusanyiko, unaweza kuundwa kupitia maombi, ibada, kiwango cha juu cha imani na matarajio. Ingawa kuunda mazingira ya uponyaji ni muhimu na ya kutamanika, hii si mara zote inawezekana, kwani kama Yesu, tunaweza kulazimika kuhudumu katika mazingira ya uadui. Mungu anaweza kutembea kwa nguvu bila kujali mazingira na kwa hivyo lazima tuwe wazi na nyeti kwa Roho wa Mungu.

Kupitia Toba na Kukataa Dhambi

Yohana 5:14 Baada ya hayo Yesu alimkuta hekaluni, akamwambia, Tazama, umepona; usitende dhambi tena, lisije likakupata jambo baya zaidi.
Yohana 9:1-3 1 Yesu alipokuwa akipita, alimwona mtu aliyekuwa kipofu tangu kuzaliwa. 2 Wanafunzi wake wakamwuliza, "Rabi, ni nani aliyetenda dhambi, mtu huyu au wazazi wake, hata akazaliwa kipofu?" 3 Yesu akajibu, "Huyu mtu wala wazazi wake hawakutenda dhambi, bali kazi za Mungu zidhihirishwe ndani yake.

Sio magonjwa yote yanayoashiria dhambi ya kibinafsi ndani ya mtu, kama inavyoonekana katika kisa cha mtu aliyezaliwa kipofu katika Yohana 9. Hata hivyo, inawezekana kwamba kunaweza kuwa na dhambi katika maisha ya mtu huyo ambayo imefungua mlango wa ugonjwa wa kimwili. Inawezekana kwamba mtu huyo kiwete katika Yohana 5, aliingia katika hali hiyo ya ulemavu kutokana na dhambi fulani maalum. Bwana alipomponya na kisha akamshauri, "usitende dhambi tena usije ukapata jambo baya zaidi," alielewa maana yake. Haikuwa kwamba hangefanya "dhambi" kamwe bali Yesu alikuwa akimaanisha dhambi hiyo (au dhambi) ambayo ilimleta katika hali hiyo ya ulemavu hapo mwanzo. Fikiria kile ambacho kingetokea ikiwa mtu huyo kiwete ambaye ameponywa katika Yohana 5, angeenda na kutenda dhambi. Kama Yesu alivyosema "jambo baya zaidi" lingeweza kumtesa. Angehitaji kutubu na kuikataa dhambi hiyo ili aponywe na kupona tena.

Tunapohudumu uponyaji, Bwana anaweza kutuelekeza kwanza kushughulikia dhambi katika maisha ya mtu anayehudumiwa. Kisha tunashughulikia hili kwa upendo na mtu huyo na kumpeleka katika toba na kukataa mambo yanayohusiana na dhambi hiyo. Kunaweza kuwa na kutosamehe, chuki, hasira na mitazamo mingine mibaya ya moyo ambayo mtu huyo anaweza kuwa nayo, ambayo inahitaji kukataliwa. Kwa kawaida tunamwongoza mtu huyo kukataliwa mitindo ya maisha, tabia za dhambi, kujitolea kwa roho chafu, kufuta uhusiano na nguvu za pepo na kufunga milango/sehemu za kuingilia.

Kupitia Ukombozi

Mathayo 9:32,33 32 Walipokuwa wakitoka, tazama, walimletea mtu bubu, mwenye pepo. 33 Na pepo alipotolewa, yule bubu akanena, makutano wakashangaa, wakisema, Haijaonekana hivi katika Israeli kamwe!
Mathayo 12:22 Kisha akaletewa mtu mmoja aliyekuwa na pepo, kipofu na bubu; naye akamponya, hata yule kipofu na bubu akanena na kuona.

Luka 13:11-13 11 Na tazama, palikuwa na mwanamke aliyekuwa na pepo wa udhaifu kwa miaka kumi na minane, naye alikuwa amepinda, hawezi kujiinua kwa vyovyote. 12 Yesu alipomwona, alimwita, akamwambia, "Mama, umefunguliwa katika udhaifu wako." 13 Akaweka mikono yake juu yake, na mara akanyoka, akamtukuza Mungu.

Kumbuka katika visa vilivyo hapo juu tunaona upofu, uziwi, ububu na kinena vikisababishwa kutokana na uwepo wa mapepo. Hii haimaanishi kwamba kila upofu, uziwi, ububu au tatizo la mgongo linatokana na roho ya udhaifu. Upofu fulani unaweza kuwa kutokana na ajali au sababu nyingine. Tunajaribu kumsikiliza Roho wa Mungu na kufuata mwongozo wake. Tunapokuwa hatuna uhakika, basi tunaendelea kuhudumu uponyaji na pia kushughulikia roho yoyote ya udhaifu ambayo inaweza kuwapo. Magonjwa mengi yasiyotibika na hali zingine za kimwili ambazo chanzo chake hakijulikani kwa kawaida huashiria roho ya udhaifu ambayo inahitaji kutupwa nje.

Injili tatu pia zinasimulia kisa cha mvulana mdogo ambaye alionekana kuwa na kifafa na kifafa (Mathayo 17:14-18 Marko 9:17-27 Luka 9:37-43). Hili lilikuwa kweli kisa cha kupagawa na pepo kilichosababisha uziwi, ububu, kichaa na mielekeo ya kujiua.
Kwa hivyo Yesu alipomtoa pepo, mvulana huyo alipona. Tunajua kimatibabu kwamba kifafa husababishwa na ukosefu wa usawa wa kemikali unaohitaji utendaji wa miujiza. Lakini katika baadhi ya matukio kunaweza pia kuwa na roho ya udhaifu iliyofichwa ambayo pia inahitaji kushughulikiwa.

Kupitia Uzoefu wa Imani Wakati wa Kusherehekea Meza ya Bwana

1 Wakorintho 11:26 Kwa maana kila mlapo mkate huu na kunywa kikombe hiki, mnatangaza kifo cha Bwana hadi atakapokuja.

Msalaba wa Bwana wetu Yesu Kristo ni "tangazo letu la ukombozi." Ni mahali ambapo msamaha wa dhambi, uponyaji na ukamilifu wa mwili na akili, na kila kitu kinachohitajika ili kugeuza Anguko, ulitolewa. Bwana Yesu alianzisha kile tunachokiita "Meza ya Bwana" au "Meza ya Bwana" ili tufanye hivyo mara kwa mara kwa ukumbusho wake. Kila wakati tunaposhiriki Meza ya Bwana, "tunatangaza kifo cha Bwana." Tunashiriki Meza ya Bwana "tukitambua mwili wa Bwana." Tunatambua kile ambacho Kristo alikamilisha kwa ajili yetu katika mwili wake msalabani. Meza ya Bwana ni tangazo au tamko la imani yetu katika kazi iliyokamilika ya Kristo msalabani na ukweli kwamba amefufuka na atarudi tena. Huu ni wakati ambapo tunaunganisha imani yetu na hamu na matarajio ya kupokea baraka kamili za Msalaba ili ziwe halisi na zenye ufanisi katika maisha yetu. Tunatarajia Roho Mtakatifu kutekeleza katika kila sehemu ya maisha yetu, baraka kamili za Msalaba wa Kristo. Tunamwalika Roho wa Mungu kufanya nguvu ya Msalaba iwe na ufanisi katika maisha yetu. Kazi ya Kristo msalabani ilikamilishwa kupitia nguvu ya Roho Mtakatifu (Waebrania 9:14). Roho huyu huyu yuko hapa ili kufanya nguvu na baraka za Msalaba ziwe na ufanisi maishani mwetu. Kila wakati tunaposhiriki Meza ya Bwana ni lazima tufanye hivyo kwa matarajio haya. Mungu atatimiza imani yetu kwa matendo ya nguvu (2 Wathesalonike 1:11).

Wakorintho walikuwa wakikosa baraka hii kwa sababu hawakushiriki Meza ya Bwana kwa njia ipasayo. Walikuwa wakiichukulia kama wakati wa karamu na ulevi. Badala ya kupata baraka ya Mungu, waliishia kujiletea hukumu na kuishia na udhaifu, ugonjwa na kifo cha mapema. "Kwa maana alaye na kunywa kwa njia isiyofaa hula na kunywa hukumu ya nafsi yake, bila kuupambanua mwili wa Bwana. Kwa sababu hiyo wengi wenu ni dhaifu na wagonjwa, na wengi hulala" (1 Wakorintho 11:29,30). Udhaifu, ugonjwa na kifo vingeweza kuepukwa kwa kushiriki katika Meza ya Bwana jinsi inavyopaswa kufanywa.

Kupitia Matumizi ya Vitambaa vya Maombi

Matendo 19:11,12 11 Mungu akafanya miujiza isiyo ya kawaida kwa mikono ya Paulo, 12 hata leso au aproni zilizotoka mwilini mwake zikaletwa kwa wagonjwa, magonjwa yao yakawaondokea, pepo wachafu wakawatoka .

Tunamwona Mungu akifanya miujiza kupitia Paulo ambapo leso na vitambaa vilivyochukuliwa kutoka kwa Paulo hadi kwa wagonjwa na wenye pepo vilileta uponyaji na ukombozi. Mungu bado anafanya kazi kupitia njia hii. Kwa hivyo katika hali ambapo Bwana anatuongoza, tunaweza kuomba juu ya vipande vya nguo na kuvipeleka kwa wale walio wagonjwa. Vinapowekwa juu ya wagonjwa kwa imani, uponyaji na ukombozi huhudumiwa kwao. Mungu anaweza kutumia vitu vingine vya kimwili kama vile mafuta, maji, na kadhalika.

Tahadhari tu hapa unapotumia vitambaa/vitu/vitu. Wakati mwingine ikiwa watu hawajapewa maelekezo sahihi, wanaweza kuishia kutengeneza kitu kilichotumika kuwaletea uponyaji au ukombozi kama kitu cha kuabudiwa, kama hirizi au kitu kingine cha ajabu kinachovutia umakini wao. Ni muhimu tueleze wazi kwamba ni Bwana Yesu anayeleta uponyaji na kitu chenyewe kinatumika tu kama sehemu ya mawasiliano. Bwana anaweza kuleta uponyaji hata bila kutumia kitu hicho.

Kupitia Mbinu Nyingine Zisizo za Kawaida

Ingawa tumejaribu kuorodhesha baadhi ya njia ambazo uponyaji hutolewa, tafadhali kumbuka kwamba hii si orodha kamili. Bwana anaweza kutumia njia zingine zisizo za kawaida na zisizo za kawaida na ni lazima tuendelee kuwa wazi Kwake. Fikiria ukweli kwamba Bwana Yesu pia alihudumu kwa njia zisizo za kawaida katika baadhi ya matukio. Wakati mmoja alipokuwa akimhudumia mtu kiziwi na bubu, Bwana Yesu aliweka vidole vyake masikioni mwa mtu huyo, kisha akatema mate na kugusa ulimi wa mtu huyo kwa mate yake mwenyewe na mtu huyo akasikia na kusema (Marko 7:32-25). Kwa mtu mwingine kipofu, Yesu alitema mate machoni mwake na kuweka mikono Yake juu yake, na kipofu akaona (Marko 8:22-26). Kwa mtu mwingine kipofu, Yesu alitema mate chini na kutengeneza udongo kwa mate Yake, akaweka udongo kwenye macho ya kipofu na kumwambia "Nenda ukanawe katika bwawa la Siloamu" na kipofu huyu akapona (Yohana 9:6,7). Katika kitabu cha Matendo, tunasoma kuhusu Mungu akitumia kivuli cha Petro kuleta uponyaji.

Kwa hivyo ni lazima tuwe wazi kwa maelekezo ya Bwana na kuhudumu kwa njia zisizo za kawaida, ikiwa Yeye atatuongoza. Hata hivyo, usifanye utaratibu kutoka kwa kitu ambacho Bwana amekuambia utumie katika hali maalum. Endelea kufuata mwongozo Wake. Lengo letu hapa si kukuza mbinu mpya au kupata utambulisho wetu kwa njia isiyo ya kawaida ya kuhudumia uponyaji. Lengo letu ni kuwafanya watu wapone na kumtukuza Bwana katika mambo yote.

Uponyaji wa Kuhudumu—Mmoja kwa Mmoja

Unapomhudumia mtu binafsi kwa uponyaji, ikiwezekana chukua muda kujenga imani ya mtu binafsi kupitia huduma ya Neno. Shiriki msingi wa uponyaji na ukombozi wetu. Kisha tunahudumu kwa kutumia njia yoyote kati ya zilizojadiliwa hapo juu, inavyofaa. Tunatamani na kutafuta mtiririko wa karama za uponyaji na kutenda miujiza. Katika sura inayofuata, tunajifunza mbinu rahisi na rahisi ya kuhudumia uponyaji mmoja mmoja.

Kuhudumu Uponyaji katika Kusanyiko Kubwa

Ingawa hakuna mpangilio au mtiririko maalum unaopaswa kufuatwa wakati wa kuhudumia uponyaji katika mkusanyiko mkubwa, hapa kuna njia za jumla za kuhudumia katika mazingira makubwa. Mbinu yetu ya kawaida ni kuhubiri Neno ili kujenga imani katika mioyo ya watu, inapowezekana. Kisha tunajaribu kufuata mwongozo wa Bwana kuhusu jinsi ya kuhudumu. Wakati mwingine Bwana anaweza kutuelekeza kuitisha mstari wa maombi ya uponyaji au wito wa madhabahu ambapo watu huja mbele kupokea huduma. Wakati mwingine, kupitia maneno ya maarifa tunaita kesi maalum za uponyaji, na kisha baadaye tunahudumia kwa wingi ili wengine waponywe. Hakuna fomula iliyowekwa. Jambo la msingi ni kuwa makini na Bwana na kufuata mwongozo Wake. Hapa chini kuna baadhi ya mambo ya jumla tunayofanya tunapohudumia uponyaji kwa wingi baada ya huduma ya Neno.

Tunaweza kuwaambia watu waweke mikono yao kwenye sehemu ya mwili inayohitaji uponyaji ikiwezekana. Hii ni hatua rahisi ya kuonyesha imani yao na kuwasaidia kumtazama Bwana kwa muujiza maalum.
Tunapohudumu katika uponyaji wa halaiki kwa kawaida, tungeanza kwa kutoa pepo wachafu na roho za udhaifu. Hizi ni pepo wanaowaweka watu katika magonjwa yao na kuzuia uponyaji usije. Kwa hivyo tunapitia wakati wa ukombozi wa halaiki. Tunajaribu kuwa makini kwa Bwana anapofunua

kupitia utambuzi wa roho, aina maalum za roho zinazohitaji kukemewa.

Kisha tunatoa maneno ya amri kwa watu kuponywa. Wakati huu tunabaki kuwa wasikivu kwa Bwana kwa maneno ya maarifa na kutaja hali maalum zinazoponywa au kuelezea hali maalum ambazo zinaweza kuwa zimesababisha ugonjwa au tatizo. Maneno haya maalum ya maarifa au maelezo ya hali hujenga imani katika mioyo ya watu na kuwaanzisha kupokea muujiza wao wa uponyaji.

Tunaalika nguvu ya Roho Mtakatifu iwaendee kwa nguvu Yake ya uponyaji (upako wa uponyaji) na ili karama za uponyaji na miujiza ziachiliwe. Kwa mara nyingine tena Roho Mtakatifu anaweza kufichua hali maalum zinazoponywa na tunazitaja.

Kisha tunawatia moyo watu wachunguze uponyaji wao na kutenda imani yao. Mara nyingi watu wanapoanza kuchunguza miili yao na kutenda imani yao, miujiza ya uponyaji hutokea. Wanagundua kwamba wamepona kabisa au wameimarika kutoka walivyokuwa hapo awali. Kwa wale wanaoona uboreshaji fulani, watie moyo washukuru na kutarajia kupona kabisa.

Ushuhuda hujenga imani. Kwa hivyo ikiwezekana, tunawahimiza watu kuja na kushiriki ushuhuda wa uponyaji uliotokea wakati huo na unaoweza kuthibitishwa. Katika hali ambapo haiwezekani kuchukua ushuhuda wa mtu binafsi, tunawahimiza watu kuonyesha kwamba wamepona kwa kuinua mikono yao au kwa njia nyingine. Ni kweli kwamba kunaweza kuwa na hali ambazo zinaweza kuthibitishwa tu kupitia vipimo na uchunguzi wa kimatibabu. Katika hali kama hizo, wahimize watu kwenda kwa daktari wao kwanza, wahakikishe mambo na kisha watoe ushuhuda baadaye.

Unapohudumu katika mkusanyiko mkubwa kwa kawaida haiwezekani kushughulikia masuala ya kibinafsi ya dhambi ambazo hazijaungamwa, milango iliyo wazi, na kadhalika. Mwachie Roho Mtakatifu ashughulikie mtu huyo kama anavyotaka. Ikiwa Roho Mtakatifu atafichua dhambi fulani au shughuli za zamani ambazo zinahitaji kutubu na kukataliwa, zitoe na uwaongoze watu katika maombi kuhusu mambo kama hayo. Hata hivyo, fanya hivi bila kumdhalilisha au kumfunua mtu yeyote. Lengo letu ni kuwajenga watu si kuwaangamiza.

Timu za Uponyaji

Luka 10:1,9 1 Baada ya hayo Bwana aliweka wengine sabini, akawatuma wawili wawili mbele yake katika kila mji na mahali alipokusudia kwenda. 9 Waponyeni wagonjwa huko, na waambieni, Ufalme wa Mungu umekaribia.

Bwana Yesu alipowatuma wanafunzi wake nje, aliwatuma katika timu za watu wawili wawili wakiwa na agizo la kuhubiri Ufalme wa Mungu, kuponya wagonjwa na kutoa pepo. Tukipanua dhana hii hadi leo, tunajua kwamba kuhudumu uponyaji na ukombozi kama timu kuna nguvu. Tunaweza kuwa na timu za uponyaji kwa ajili ya huduma ndani ya kanisa la mahali ili kuhudumu wakati wa ibada au timu za uponyaji zinazoenda nje katika maduka makubwa, mitaa, shule/vyuo na maeneo mengine kwa ajili ya uinjilisti. Timu za uponyaji zinaweza pia kuhudumu katika hospitali au ziara za nyumbani ili kuwahudumia wagonjwa. Timu za uponyaji zinaweza kupangwa rasmi na kanisa la mahali au zinaweza kuwa mkutano wa hiari wa watu wachache wenye nia moja na shauku ambao wanajitolea kwa Bwana.

Hapa kuna baadhi ya vipengele muhimu vya kufanya kazi kwa mafanikio kama timu ya uponyaji:

- Kimsingi, timu za uponyaji zinaundwa na watu wawili au zaidi ambao wamefunzwa jinsi ya kuhudumu uponyaji na ukombozi.

- Wanatiririka kwa umoja na makubaliano kila wanapohudumu.
- Hakuna mtu anayetafuta umaarufu au umuhimu anapohudumu.
- Wanasaidiana na kutiana moyo. Wanaelewa kipengele cha imani na wana hatari ambayo kila mshiriki wa timu anachukua anapotoka kuhudumu, na hivyo wanasaidiana kimya kimya katika imani.
- Hakuna mtu anayejichukulia sifa binafsi kwa muujiza wowote wa uponyaji au kazi ambayo Mungu anafanya. Utukufu wote unapewa Bwana.
- Washiriki wa timu hujadili hadithi na kujifunza kwao (mafanikio na makosa) wao kwa wao na timu zingine za uponyaji, ili kila mtu aweze kufaidika na kukua katika kujifunza jinsi ya kuhudumu uponyaji na ukombozi.
- Washiriki wa timu hukutana pamoja mara kwa mara kwa ajili ya maombi, ibada na ushirika ambao hujenga hisia ya umoja na uelewano wa pande zote. Hii huwasaidia washiriki wa timu kuelewana na kutiririka pamoja wanapokwenda kuhudumu. Kuwashawishi Watu Kutekeleza Imani Yao Hapa kuna miongozo michache rahisi wakati wa kuwatia moyo watu watoke nje na kutumia imani yao:
- Fanya hivyo kwa Roho. Hakikisha kwamba Roho Mtakatifu anakuongoza kuwaambia hivi. Vinginevyo, wape moyo chanya ili wafanye kile wanachopenda kufanya huku wakiitumia imani yao.
- Usiwe na kiburi. Kwa mfano—ikiwa mtu anayetumia vifaa vya kuona (miwani au lenzi za mguso) atasema anatenda imani yake na kwa kiburi akaacha vifaa vyake vya kuona, kunaweza kuwa na matokeo mabaya! Kwa upande mwingine, macho

yake yanapoponywa, kuvaa miwani hakutakuwa jambo la kufurahisha sana kwake. Huo ndio wakati mwafaka wa kuvua vifaa vya kuona.

- Usiruhusu msisimko wa wakati huo ukufanye utende kipumbavu. Tumia hekima.
- Usichukue nafasi ya daktari. Usitoe ushauri wa kimatibabu. Usiwaambie watu waache dawa zao au matibabu. Waache wafanye hivi kwa kushauriana na daktari wao.
- Kuwafundisha Watu Jinsi ya Kudumisha Uponyaji Wao Ikiwa mtu anapokea mguso wa uponyaji katika eneo fulani, haimaanishi kwamba hatakuwa na ugonjwa mwingine wowote au kwamba ugonjwa huo hautarudi tena. Watu wanahitaji kufundishwa jinsi ya kudumisha uponyaji kwa njia za vitendo na kupitia imani katika Mungu. Watu wanahitaji kujifunza jinsi ya kutafakari katika Neno, kujenga imani yao kwa Mungu ili kudumisha uponyaji wao na kutembea katika afya njema. Watu wanahitaji kujifunza kunena Neno, kupigana vita vizuri vya imani na kumwamini Mungu kupokea na kudumisha uponyaji wao wenyewe. Kwa hivyo ikiwezekana, toa rasilimali (vitabu, mahubiri, mafundisho) na mwongozo kwa watu kufanya hivi.

Zaidi ya hayo, kuna mambo ya msingi ambayo sote tunaweza kufanya kama vile lishe bora, kupumzika na mazoezi ambayo ni muhimu kwa afya endelevu.

Maandalizi ya Kibinafsi kwa ajili ya Uponyaji

Ingawa Mungu ndiye Mponyaji na ni nguvu Zake ndizo zinazowaponya na kuwaokoa watu, kuna mambo tunayoweza kufanya ili kuwa wafanyakazi wenzi wazuri pamoja na Mungu katika kuhudumia nguvu Zake za uponyaji kwa watu. Hapa kuna mambo machache yaliyoorodheshwa kama vikumbusho rahisi:

Kukua Katika Neno

Neno kuhusu uponyaji, upako, miujiza, ukombozi, na mamlaka liimarishwe kwa wingi ndani yetu kupitia kutafakari daima. Imani yetu kwa Mungu lazima iwe imara na moja ya njia ambazo imani huendelezwa ni kupitia Neno. Hatupaswi kutishwa na ugumu wa magonjwa au ukandamizaji wa mapepo tunaokutana nao.

Kukua katika Upako

Lazima tukuze ushirika wa kina na usikivu kwa Roho Mtakatifu. Kuomba kwa lugha ni sehemu muhimu ya kukuza hili. Pia tunakua katika upako kwa kushirikiana, kutazama, kujifunza na kupokea kupitia wahudumu wengine wa Mungu. Tamani uwepo na nguvu zake zaidi. Tamani utendaji zaidi wa vipawa vya Roho.

Kukua katika Urafiki Kupitia Utii, Maombi, Ibada na Kufunga

Kukua katika uhusiano wetu na Bwana kupitia utii, kutumia muda peke yake pamoja Naye katika maombi, ibada na kufunga.

Kudumisha Usafi wa Moyo

Lazima tudumishe moyo safi. Lazima tulinde mioyo yetu kutokana na nia mbaya za ushindani, wivu, kiburi, na nafsi zetu. Lazima tulinde mioyo yetu kutokana na tamaa mbaya za umaarufu, utajiri na kitu kingine chochote kisichompendeza Mungu.

Kukua katika Imani Kupitia Kutoka Nje

Njia pekee ya kutembea juu ya maji ni kwa kutoka nje ya mashua. Kwa kuwa amesema na kutupa neno 'Njoo' ni zamu yetu kutoka. Hii ni hatua ya imani. Lazima tushinde hofu ya kushindwa hata kutokana na uzoefu wa zamani. Mara nyingi wazo la "vipi kama hakuna kitakachotokea" lingeingia akilini mwetu. Hata hivyo, tunaweza kulibadilisha na "vipi kama kitu kitatokea." Wakati mashaka yanapoonekana kufurika akilini mwetu, tunajitia moyo kusema "Ninatarajia kitu kitatokea."

Kumpa Mungu Utukufu Wote Daima

Mungu anaangalia mioyo yetu. Je, tunamsifu kweli na kumpa utukufu wote au tunajiwekea sehemu ya utukufu? Lazima wakati wote tuwe na moyo unaomtolea sifa, utukufu, heshima na ibada yote kwa kila kitu kinachotokea.

Baadhi ya Mitego ya Kuepuka

Usifanye Ahadi za Uongo

Sisi sote tunaohudumu tunataka kufika mahali ambapo kila mtu tunayemhudumia, anaponywa. Katika kufuatilia lengo hili na katika ari yetu ya kufikia lengo hilo, huwa tunatoa kauli ambazo ni za kiburi. Kwa mfano, tukisimama mbele ya mkusanyiko wa watu na kusema "kila mtu ataponywa usiku wa leo," hii inaweza kuwa kauli nzuri ya kutoa, lakini mtihani halisi ni mwishoni mwa mkutano, tunapoangalia kama kila mtu ameponywa. Kama hawakuponywa, mtu alikuwa anasema uongo! Kauli inayofaa zaidi ya kutoa ni "Kila mtu anaweza kuponywa usiku wa leo" ambayo ni kauli ya kweli na halali inayotegemea Neno la Mungu. Tunapojitahidi kufikia kiwango kamili, hebu tuwe waangalifu na tunachosema na jinsi tunavyofanya mambo njiani. Sema tu kile ambacho Mungu amesema.

Kuanguka au Kuponywa —Ni nini Muhimu Zaidi?

Lengo letu ni kuwafanya watu wapone badala ya "kuanguka" chini. Kwa bahati mbaya, katika baadhi ya miduara yetu ya Kikristo, tunaona wahudumu wakiwa na tabia ya kuwasukuma watu au kushuka chini kwa "mkono mzito" ili kuwalazimisha kuanguka chini. Ingawa hili linaonekana zuri mbele ya wale wanaolitazama, kana kwamba watu "wanauawa kwa Roho" kwa "kuanguka chini ya nguvu," hii si desturi nzuri. Tuzingatie kuhudumia uponyaji kwa watu, si kujionyesha vizuri. Ikiwa watu wanaanguka kwa sababu wamezidiwa na uwepo wa Roho Mtakatifu hilo ni sawa. Lakini jaribio halisi ni wanapoinuka kutoka ardhini, je, wanaponywa na kukombolewa?
Kwa kumalizia, hebu tujifunze kufuata huduma ya Yesu, tunapowahudumia watu kwa kuhudumia uponyaji na ukombozi.

Usanisi wa Schizophrenia kama Ulivyofunuliwa na Roho Mtakatifu kwa Ida Mae na jinsi ya kukabiliana na roho

Schizophrenia ni tatizo la kawaida sana. Baadhi ya mamlaka katika uwanja wa magonjwa ya akili wanakadiria kuwa kunaweza kuwa na watu milioni hamsini nchini Marekani ambao kwa kiasi fulani wanaugua skizofrenia, "...wagonjwa wa schizophrenia wanakadiriwa kuchangia takriban 50% ya waliolazwa hospitalini za magonjwa ya akili za serikali, huku visa vipya 300,000 kila mwaka." Baadhi ya visa ni vikali huku vingine vikiwa vidogo sana, visihitaji matibabu ya kitaalamu. Schizophrenia imebaki kuwa tatizo la kutatanisha sana kwa wataalamu wa afya ya akili. Chanzo na tiba vimebaki vikiwa vimefunikwa na kutokuwa na uhakika.

Mchafuko, upotoshaji na mtengano wa utu unaojulikana kama skizofrenia au shida ya akili praecox mara nyingi hukutana na mhudumu wa ukombozi. Karibu kila mtu anayekuja kwetu kwa ajili ya ukombozi hupatikana kuwa na viwango tofauti vya mtandao wa roho za pepo zinazosababisha skizofrenia. Kwa neema Bwana ametupa **ufunuo maalum kuhusu tatizo hilo, ambao** unatuwezesha kuwarejesha wengi kwenye ukamilifu wa utu. Tangu ufunuo ulipomjia mke wangu, Ida Mae, nimemwomba aandike sehemu iliyobaki ya hii.

UFUNUO WA KISIKIZOFRENIKI Ida Mae Hammond

Tulikuwa tukifanya kazi kwa karibu sana katika ukombozi na mtu ambaye hakuonyesha uboreshaji mkubwa baada ya huduma za mara kwa mara. Mtu huyu alikuwa na bidii sana kuhusu kutaka ukombozi. Alimpenda Bwana sana, aliamini kwa moyo wake wote kwamba ukombozi ulikuwa jibu la matatizo yake, na alimlilia Bwana kwa kukata tamaa. Alishirikiana kikamilifu na huduma. Hata hivyo, matokeo ya jumla yalikuwa ya kukatisha tamaa.
Mara kwa mara tulihisi kwamba ushindi umepata. Kwa siku chache utu wake ungeonyesha dalili za utulivu, kisha ghafla kila kitu kingeingia katika msukosuko. Tungerudi pale tulipoanzia.

Kisha usiku mmoja baada ya msukosuko mkali sana niliamshwa kutoka usingizini. Bwana alikuwa akizungumza ndani ya roho yangu. Bwana akasema, "Nataka kukupa ufunuo wa tatizo la Sarah. Tatizo ni *skizofrenia.* Sasa, sikuwa na ujuzi kuhusu mada hii. Chuoni nilikuwa nimesoma saikolojia - ya kutosha kufahamu maneno ya jumla kama vile huzuni ya manic, skizofrenia, paranoia,

psychosis na neurosis. Nilikumbuka kwamba skizofrenia wakati mwingine hujulikana kama "utu uliogawanyika". Bwana alinipa ufafanuzi huu: "Schizofrenia ni usumbufu, upotoshaji au kuvunjika kwa ukuaji wa utu. Hutamwita tena Sarah bali 'Sarah One' na 'Sarah Two', kwa maana ana utu zaidi ya mmoja ndani yake."
Nilikuwa bado kitandani - bado nilikuwa na usingizi machoni mwangu - huku Bwana akiendelea kutoa ufunuo. Aliniamuru niunganishe mikono yangu, viganja vikiwa vimeangaliana na vidole vikiwa vimeunganishwa vizuri. Alisema hii iliwakilisha jinsi asili ya schizophrenia ilivyokuwa. Kila mkono uliwakilisha moja ya haiba mbili ndani ya schizophrenia, ambayo hakuna hata moja ilikuwa nafsi halisi. Zilikuwa zimefungamana kwa ukaribu. Bwana akasema, "Mikono yako inawakilisha kiota cha roho za mapepo zinazounda schizophrenia. Nataka ujue kwamba ni pepo. Ni kiota cha roho za mapepo, na ziliingia katika maisha ya mtu huyu alipokuwa mdogo sana. Nitakuonyesha jinsi inavyofanya kazi."

Bwana aliniambia nivunje mikono yangu POLEPOLE SANA. Vidole vyangu vilipokuwa vikitenganishwa polepole, Bwana alinionyesha kwamba roho hizi za kipepo katika schizophrenia lazima zitenganishwe, zitupwe nje na ziachwe. Mchakato unahitaji muda. Ni mshtuko kwa mtu kugundua kwamba sehemu kubwa ya utu wake si nafsi halisi. Anaweza kuogopa kugundua utu wake wa kweli ni upi. Anahitaji muda wa kuzoea na kuachana na utu wa pepo wa uongo, hatua kwa hatua. Lazima achukie utu wa schizophrenia, na kuachana nao. Bwana alinikumbusha Amosi 3:3. "Watu wawili wanawezaje kutembea pamoja wasipokubaliana."

Kimoja baada ya kingine vidole vyangu viliondolewa, kuonyesha jinsi watu wa pepo walivyotengana. (Baadaye, kila kidole kilipewa jina la pepo). Vidole viwili vya mwisho kutengana vilikuwa vidole vya kati kwenye kila mkono. Bwana alionyesha kwamba vidole hivi vinawakilisha kiini cha Kukataa *na* Uasi wa schizophrenia . Wakati hivi vimetenganishwa hatimaye, mtu anaweza kujiona amepona - ameokolewa na kujua nafsi yake halisi ni nani.

Pepo mtawala anaitwa "Schizophrenia" au "Mawazo Maradufu". Biblia inasema, "Mtu mwenye nia mbili husitasita katika njia zake zote" (Yakobo 1:8). Huu ndio ufafanuzi wa kimaandiko wa mtu mwenye schizophrenia. Tafsiri ya Amplified inasema:
[Kwa kuwa kama alivyo] mtu mwenye akili mbili—anayesitasita, mwenye mashaka, asiye na msimamo—[yeye] si imara na asiyeaminika na asiye na uhakika kuhusu kila kitu (anafikiri, anahisi, anaamua).

Kifungu kilichotafsiriwa "akili mbili" kinatokana na neno la Kigiriki lenye maana ya "roho mbili". Hatua inayofuata ya ufunuo ilikuja wiki chache baadaye. Bwana aliniamuru nichore muhtasari wa mikono yangu kwenye karatasi. Kisha akavitaja vidole hivyo kama roho mbalimbali za pepo na akanionyesha jinsi kila pepo anavyojiweka katika schizophrenia. Pepo mtawala wa schizophrenia hualika pepo wengine, ili kusababisha upotoshaji wa utu. Schizophrenia DAIMA huanza na "kukataliwa". Kwa kawaida huanza utotoni au utotoni na wakati mwingine mtoto akiwa bado tumboni mwa mama yake. Kuna sababu nyingi za kukataliwa. Labda mtoto hakuhitajika. Au huenda alikuwa ngono isiyofaa iliyotamaniwa na mzazi mmoja au wote wawili. Hali katika nyumba inaweza kuwa haikuwa imara. 'Kuna "milango" mingi inayoongoza kukataliwa.'

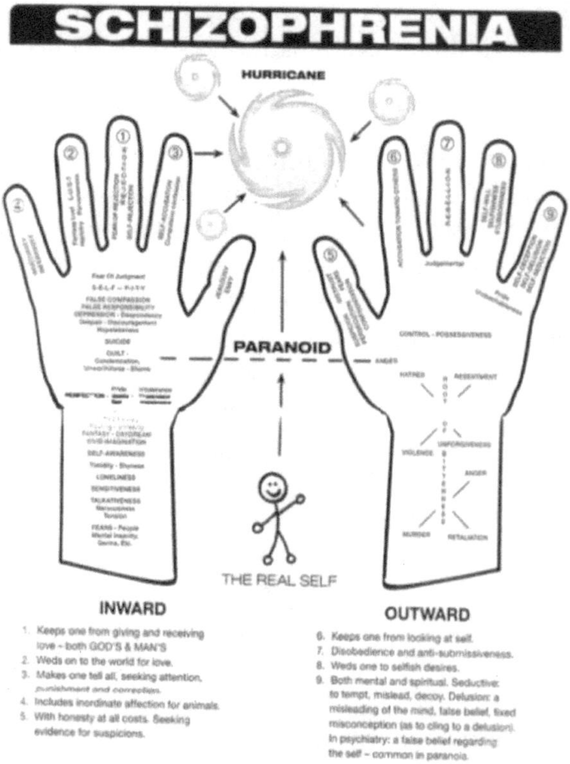

Schizophrenia inaweza kurithiwa kishetani. Angalia nilisema "kishetani". Kwa hivyo namaanisha haiko katika mfumo wa damu, sio katika jeni - iko katika mashetani! Kwa maneno mengine, mashetani hutafuta kuendeleza aina yao kama hiyo. Ni rahisi zaidi kwao kufanya hivi ndani ya familia. Kwa mfano, tuseme asili ya schizophrenia iko ndani ya mama. Mashetani huchagua mmoja au zaidi wa watoto wake ili wajilishe kupitia. Mama mwenye schizophrenia anahisi kukataliwa. Yeye ndiye anayehusika hasa na kulisha upendo katika familia. Yeye ndiye anayemgusa, kumshika na kumbembeleza mtoto mchanga. Kukataliwa ndani yake mwenyewe husababisha matatizo katika mahusiano yake na mtoto. Kwa hivyo, mtoto hufunguliwa kukataliwa na kutokuwa na utulivu kwa mama. Narudia, schizophrenia SIKU ZOTE huanza na kukataliwa.

Sasa, mtu anaweza kuwa na roho ya kukataliwa na asiwe na schizophrenia. Kwa maneno mengine, yote ni katika suala la kuunda utu. Unaweza kuwa na roho ya kukataliwa na bado ukafanikiwa kuunda utu wako mwenyewe na kuwa salama ndani yako mwenyewe. Kinyume chake, schizophrenia huwa anachanganyikiwa kila wakati ... "Mimi ni nani?" Utambulisho wa nafsi halisi huchanganyikiwa au kupotea. Kukataliwa (*kumeonyeshwa* upande wa kushoto katika kielelezo) ni pepo mtawala katika moja ya haiba zilizowekwa ndani ya schizophrenia. Kukataliwa kunaonyesha aina ya utu uliojitenga. (Ni hisia ndani - ni uchungu ndani ... ni njaa ya upendo ... ni kutokuwa na uhakika ... ni udhalili ... ni ndoto ... ni upuuzi - yote yamo ndani - "Sishiriki katika hili.") Huu ni utu mmoja ambao pepo huanzisha.

Utu wa pili ulioanzishwa na mapepo ni *"Uasi"*. (Tazama kidole cha kati kwenye mkono wa kulia katika mfano). Mtoto anapokosa mahusiano ya mapenzi ya kuridhisha maishani, anakua hawezi kuhisi na kushiriki katika mahusiano ya mapenzi. Uasi unaingia. Anaanza kupigania mapenzi. Au anawashambulia wale waliomnyima upendo kwa njaa. Uasi hujidhihirisha katika ukaidi, utashi na ubinafsi. Hapa kuna utu mwingine. Huu si wa ndani na uliojitenga. Ni mkali na unaojitokeza kwa hasira, uchungu, chuki, chuki na kulipiza kisasi. Mtu mwenye schizophrenia yuko chini ya nguvu hizi mbili tofauti. Anaweza kubadili kutoka kwa aina moja ya utu hadi nyingine kwa muda mfupi. Bwana alinionyesha kwamba nilipaswa kumrejelea mtu mwenye schizophrenia kama "Sarah Mmoja" na "Sarah Wawili" - "Sarah Mmoja" akiwa mtu halisi, na "Sarah

Wawili" utu wa schizophrenia ambao una pande mbili. Kwa hivyo, kuna watu watatu wanaohusika - utu halisi, utu wa kukataliwa na utu wa uasi. Katika dakika thelathini mtu anaweza kuona watu wote watatu wakidhihirishwa. Kwa kawaida, hii huleta mkanganyiko mwingi kwa mtu mwenyewe na pia kwa wengine walio karibu naye.

Mtu halisi si "mikono". "Nafsi Halisi" inaonyeshwa katika mfano kati ya mikono, chini. Mapepo hayajamruhusu mtu halisi kukua. Mwenye schizophrenia hajui nafsi yake halisi. Mtu mwenye schizophrenia anapoanza kutolewa, mtu halisi lazima awe na Yesu. Yesu lazima aanze kukua ndani ya mtu, akikuza utu huo, na kuufanya uwe vile anavyotaka uwe. Hii ndiyo sababu ukombozi wa schizophrenia unahitaji muda - wakati mwingine miezi kadhaa au hata mwaka mmoja, au zaidi. Ukombozi lazima ufanye kazi kwa usawa na ukuaji wa "Nafsi Halisi". Hauwezi kuharakishwa, kwani hakuna kitu cha mtu kurudia. Ikiwa kila pepo katika mtu mwenye schizophrenia angetupwa nje ghafla angehisi amepotea kabisa. Utambulisho na "Nafsi Halisi" unahitaji muda. Kadri asili ya schizophrenia inavyoondolewa, utu wa kweli lazima utoke ili kuubadilisha.

Acha nieleze kinachoweza kutokea wakati mtu mwenye schizophrenia yuko katika mchakato wa ukombozi. Huenda anajifunza kujitiisha kwa mamlaka. Anakabiliwa na mtihani. Kuna hali ambapo anatakiwa kuwa mtiifu. Hana tabia ya kujitiisha. Atafanya nini? Je, atarudi kukataliwa... kwenda chumbani kwake? ...kufunika uso wake? ...atakataa kuzungumza na mtu yeyote? Au, je, atarudi katika uasi... akionyesha hasira? ...kuwa mkaidi? ...kuonyesha ukaidi?

Au, je, ataruhusu asili ya Yesu itokee ... akishirikiana? ...akitii mamlaka? ...akiwa mtiifu? Uamuzi ni wake. Lazima awe tayari kuachana na mapepo na kuvunja mifumo ya zamani ya tabia. "Nafsi Halisi" lazima iwe imeimarika vya kutosha katika Kristo ili kutekeleza uamuzi sahihi.

Kwenye kielelezo utaona mzunguko juu, kati ya mikono miwili. Hii inawakilisha "kimbunga". Mtu mwenye schizophrenia hujizungushia "dhoruba" kila mara. Anakamatwa katika dhoruba hizi, na nyingine, lazima zihusiane na kinachoendelea. Ona kwamba baadhi ya mishale pia hubeba mizunguko au "vimbunga". Ikiwa mtu anayejaribu kuhusianisha pia hana msimamo, huleta dhoruba yake katika dhoruba ya schizophrenia. Kisha una dhoruba ndani ya dhoruba. Mishale mingine imenyooka. Hii inaonyesha watu ambao ni imara na wanaweza kuhusianisha na "kimbunga" kwa njia thabiti. Mtu kama huyo anaweza kukabiliana na dhoruba bila kuharibika au kupata kovu. Hakamatwi na msukosuko. Mhudumu wa ukombozi lazima aweze kuingia kama mshale ulionyooka.

Nyakati hizi za dhoruba husababisha mzizi wa uchungu kuunda (tazama mkono wa kulia) na kusukumwa zaidi na zaidi.

Sasa, hebu tuone vidole vingine vya mkono wa kushoto vinawakilisha nini. "Kidole cha pete" kinaashiria *tamaa.* Bwana alinionyesha kwamba pepo huyu "humwoa" mtu kwa ulimwengu kwa ajili ya upendo. Tamaa ina mizizi katika kukataliwa. Ikiwa mtu hajapokea upendo wa kuridhisha kupitia njia za kawaida za maisha, asili ya kimwili itaanza kutafuta aina yake ya upendo-upendo wa kihisia. Kwa hivyo, mlango unafunguliwa kwa pepo wa tamaa kuingia. Roho mwenza katika kundi hili ni *tamaa ya ndoto* ambayo inaweza kumfanya mtu afikirie kuwa ni mpenzi mkubwa wa ulimwengu wa sinema au uzoefu wa ngono wa ndoto kama utangulizi wa vitendo dhahiri. *Roho ya ukahaba* katika wanawake inaweza kwanza kujidhihirisha katika mavazi na uchochezi. Upotovu wa kingono unawakilisha majaribio makali ya kushinda kukataliwa.

Mazoea ya ngono, yawe ya kweli au ya kufikirika, hayawezi kamwe kukidhi hitaji la upendo wa kweli. Ni mbadala wa shetani kwa upendo wa kweli na humwacha mtu akiwa amejawa na kuchanganyikiwa na hatia.
Kidole kidogo kwenye mkono wa kushoto kinawakilisha *kutokuwa na uhakika* na *udhalili.* Huu ni udhihirisho mwingine wa kukataliwa. Mtu ambaye ana hisia kubwa ya kukataliwa huhisi kutokuwa na uhakika na duni.

Kidole cha shahada kwenye mkono wa kushoto ni " *kujishtaki".* Pepo huyu husababisha mtu kujikana na kubomoa hisia zake za thamani yake binafsi. Mara nyingi tumeona *"kujishtaki"* pamoja na " *kulazimishwa kukiri.* Kwa mfano, ikiwa mtu ameanguka katika uasherati hawezi kupumzika hadi atakapokiri makosa yake. Kwa kawaida hukiri kwa wale wanaopaswa kumwonyesha upendo mwingi. Anasukumwa kufanya hivi kwa juhudi za "kuwashtua" wengine ili wampe umakini wa kulazimishwa na hivyo kupata mbadala wa upendo.
Sasa, hebu tugeukie mkono wa kulia katika mfano. Kidole cha kati katika mfano kinaitwa "uasi". Kama tulivyoona, uasi hutambulisha mmoja wa watu wa uongo walioanzishwa na mapepo. Kundi hili la mapepo linaweza kuchukuliwa kuwa linafidia roho kwa "kukataliwa". Uasi ni kinyume cha kukataliwa. Moja ni ya kuelezea na yenye msukosuko, nyingine inajitenga na haina uhakika.

Kidole cha pete kwenye mkono wa kulia kinawakilisha *utashi wa nafsi.* Pepo huyu "humtia" mtu tamaa za ubinafsi. Hii hufungua njia ya *ukaidi* , *ubinafsi* na *kutoweza kufundishika.* Tena, tunaona fidia ya *kukataliwa.* Kwa kuwa mtu amekataliwa au anaogopa kukataliwa, anasukumwa kujitunza... ili kujisukuma. Kwa hivyo anajaribu kushinda hisia za kukataliwa.

Kidole cha shahada kinaitwa *shutuma.* Hicho pia ni pepo anayefidia. Kinavuta umakini kutoka kwa kukataliwa. Kinatafuta kuondoa umakini juu ya nafsi kwa kuwavutia wengine. Kidole cha shahada cha kushoto kinaelekeza nafsi - "Mimi ndiye wa kulaumiwa," huku kidole cha shahada cha kulia kikielekeza kwa wengine - "Wewe ndiye wa kulaumiwa." Pepo wa shutuma hufungua mlango kwa roho za wenzake za *kuhukumu.*

Kidole kidogo upande wa kulia ni *kujidanganya.* Sambamba nacho ni *udanganyifu* , *kujidanganya* na *kiburi.* Roho hizi tatu za "nafsi" huongeza kiburi. Kiburi ni fidia nyingine ya kukataliwa. Mtu anayehisi kukataliwa anataka kujisikia muhimu. *Roho ya udanganyifu* huja na kusema, "Wewe ni mtu wa maana kweli"; 'Wewe ni jitu la kiroho!", au aina nyingine ya jitu. Ubinafsi ambao umejeruhiwa unaonekana kupewa nguvu. Lakini yote ni ya kishetani. Inasababisha tu kuchanganyikiwa na kukata tamaa zaidi.
Katika kisa kimoja cha huduma, *roho ya kujidanganya* ilimshawishi msichana wa miaka kumi na tatu kwamba alikuwa na umri wa miaka kumi na tisa. Alichukua jina lingine ili liendane na jina la mtu mwingine. Alijaribu kufikiria, kuzungumza na kutenda kama msichana mkubwa. Alisukumwa zaidi ya uwezo wake na ukomavu wake wa kawaida. Iliongeza sana ukandamizaji wake.

Kupitia ufunuo, Bwana alionyesha jinsi vidole gumba vinavyowakilisha awamu ya "Paranoid" ya skizofrenia. Sehemu yake inawakilishwa katika kidole gumba cha kushoto kwa sababu imejikita katika kukataliwa. Upande wa kukataliwa kuna roho za *wivu* na *wivu.* Wale ambao hawana uhusiano mzuri wa upendo huwaonea wivu na kuwaonea wivu wale wanaopata upendo wa kuridhisha. Upande wa uasi kuna roho za *kutoaminiana* , *mashaka, hofu* na *mateso.* Kuna pepo mwingine katika kundi hili la baadaye na anaitwa *"Kukabiliana kwa uaminifu kwa gharama yoyote".* Tuhuma na kutoaminiana hujijenga ndani ya mtu hadi anapolazimika kumkabili mtu mwingine. Baada ya mzozo huo shinikizo hupungua ndani yake kwa muda. Lakini humwacha mtu aliyeshambuliwa kushughulikia majeraha *yake* . Mtu anayetenda chini ya ushawishi wa *pepo wa paranoid* hana hisia kuhusu ni majeraha mangapi anayosababisha, lakini yeye ni nyeti sana kwa kila kosa dhidi yake mwenyewe.

Ufunuo unaoonyeshwa kwenye vidole na vidole gumba umeonekana kuwa hauna dosari, kama inavyohukumiwa na huduma nyingi zenye schizophrenias. Hakuna dosari ndani yake.

Mapepo yaliyoorodheshwa chini ya mkono wa kushoto yanawakilisha roho zingine ambazo hupatikana kwa kawaida ndani ya upande wa kukataliwa kwa muundo wa skizofrenia. Hizi zitakuwa na tofauti fulani kutoka kwa mtu hadi mtu. Orodha hiyo inaashiria badala ya kukamilika. Ni dhahiri katika visa vingi kwamba mapepo yaliyoorodheshwa upande wa kushoto kwa namna fulani yanahusishwa na utatu wa roho za aina ya kukataliwa ... *kukataliwa, hofu ya kukataliwa* na *kujikataa.*

Orodha ya mapepo upande wa kulia inajumuisha *udhibiti na umiliki.* Yanahusiana moja kwa moja na uasi.

Kwani uasi ni kama dhambi ya uchawi, na ukaidi ni kama uovu na sanamu. 1 Sam. 15:23a

Mstari huu unaweza kufasiriwa kwa njia mbili. Kwanza, ninautafsiri kumaanisha kwamba kwa Mungu uasi ni chukizo kama uchawi wenyewe. Pia ninautafsiri kumaanisha kwamba mtu mwenye asili ya uasi ana asili ya mchawi. Kusudi la uchawi ni kudhibiti. Ni kumdhibiti mtu mwingine kwa kujua au bila kujua kutumia nguvu za pepo wabaya. Uasi mara nyingi husababisha udhibiti.

Sasa, hebu tuendelee upande wa kulia. Kuna "mzizi wa uchungu". Katika maisha yote mtu huwa na migogoro. Mambo HUWA YANAtendeka na maneno YANASEMWA ambayo yanahitaji mtazamo wa msamaha. Hapa ndipo tatizo la mtu mwenye schizophrenia liko. Hawezi kusamehe. Ana *roho ya kutosamehe.* Mambo yaliyotokea miaka thelathini iliyopita yako hai kama yalivyokuwa dakika tu yalipotokea. Mzizi wa uchungu huhifadhiwa hai na hutoka humo *chuki* , *chuki, hasira, kulipiza kisasi, vurugu* na *mauaji.* Kunaweza kuwa na pepo wengine wengi waliounganishwa na mzizi wa uchungu kama huo.

Wazimu wa akili hutokaje katika fujo hili lililochanganyikiwa? Maeneo matatu makuu ya kushinda ni KUKATAA, UASI na MZIZI WA UCHUNGU. Maeneo haya yanaposhindwa, " *nyumba* " (maisha) lazima ijazwe kwa kutoa na kupokea upendo, kwa kujisalimisha kwa kila mamlaka halali na kwa msamaha wa watu wote bila kujali hali. Maeneo haya matatu yanaposhindwa, roho zingine zinazohusiana hupoteza nguvu zao. Azimio ni muhimu. Mtu anayeweza kusema kwa uthabiti, "NITAKUWA TOFAUTI! SITAWAACHA MAPEPO YATAWALE MAISHA YANGU!" hatimaye ataona ushindi.
Kati ya mikono iliyo chini ya mfano kuna kijiti kidogo kinachoitwa "Nafsi Halisi". Ukombozi unapoendelea kwa muda, "Nafsi Halisi" lazima iinuke (ikionyeshwa na mishale) na kutenganisha haiba za uwongo za kichaa kwa kutokubaliana na ushawishi wao wote na yote wanayowakilisha. "Nafsi Halisi" lazima ichukue asili ya Yesu Mwenyewe. Mazoezi ya kiroho kama vile kujifunza Biblia, kuomba, kufunga, kusifu na ushirika na waumini wengine ni muhimu kwa ukombozi uliofanikiwa. Mazoezi haya ya kiroho pia yataharakisha mchakato wa ukombozi kadri maisha ya mtu yanavyojaa mambo chanya ya Kristo Yesu.

Ni kazi ngumu kwa mgonjwa mwenye schizophrenia na mhudumu wa ukombozi. Ninawapongeza sana wagonjwa wa schizophrenia wanaopigana hadi ushindi. Ninawapongeza sana ushindi huu kuliko ukombozi mwingine wote. Ukombozi wa Schizophrenia ndio ukombozi wa kina zaidi, unaohusika zaidi na ulioazimia zaidi ambao tumekutana nao.

Maombi ya kutoa kutoka kwa Schizophrenia

"Enyi mapepo wa schizophrenia, nauita mkono wenu. Mnaleta utu wenu wawili tofauti ambao mnauanzisha ndani yake. Mmoja wenu ana mizizi katika kukataliwa na kujihurumia na mwingine ana mizizi katika uasi na uchungu. Hakuna hata mmoja kati ya utu huo aliye Yeye au Yeye halisi. Ninamwachilia na kumfungua Yeye halisi ili awe kile Yesu anataka awe." Kwa jina la Yesu, Amina

Maombi Mafupi ya Kujikomboa.

"Bwana Yesu Kristo, naamini ulikufa msalabani kwa ajili ya dhambi zangu na ukafufuka tena kutoka kwa wafu. Ulinikomboa kwa damu yako na mimi ni wako, na ninataka kuishi kwa ajili yako. Ninakiri dhambi zangu zote - zinazojulikana na zisizojulikana - nazihurumia zote. Ninazikataa zote. Ninawasamehe wengine wote kama ninavyotaka unisamehe. Nisamehe sasa na unitakase kwa damu yako. Ninakushukuru kwa damu ya Yesu Kristo ambayo inanisafisha sasa kutokana na dhambi zote. Nami ninakuja kwako sasa kama mkombozi wangu. Unajua mahitaji yangu maalum - kitu kinachonifunga, kinachotesa, kinachochafua; roho mbaya, roho mchafu - ninadai ahadi ya neno lako, "Kila atakayeliitia jina la Bwana ataokolewa." Ninakuita sasa. Kwa jina la Bwana

Yesu Kristo, niokoe na uniweke huru. Shetani, ninakukataa wewe na kazi zako zote. Ninajiweka huru kutoka kwako, kwa jina la Yesu, na ninakuamuru uniache sasa hivi kwa jina la Yesu. Amina!"
Na itoke moyoni mwako na uone wokovu wa Bwana!

Je, Wewe ni Mgonjwa au unahitaji kurejeshwa?

Kwa wale ambao ni wagonjwa au wagonjwa katika hali au umbo lolote, au wanaohitaji ukombozi? Au urejesho, tafadhali gusa nukta iliyo hapa chini kwa imani (Imani ni kuona matokeo chanya halisi ya hali yako ya sasa, ukijua kwamba Yesu amefanya sehemu Yake zaidi ya miaka 2000 iliyopita ili kupata uponyaji na ukombozi wako, urejesho kama malipo ya awali, ukiamini kwamba malipo hayo ya awali yanapatikana kwako ili kupata, kama vile salio chanya katika akaunti yako ya hundi na benki, bila maswali yoyote tunapokubaliana nawe na kutangaza UPONYWE kwa jina la Yesu Kristo, Amina)

Kwa mamlaka uliyonipa mimi na wao, ninatumia mamlaka hayo sasa kwa imani pamoja na hasira yao dhidi ya adui na njaa ya kupata kile ulichowapa wote bure, nalaani kila ugonjwa, kila ugonjwa, iwe saratani, COVID 19, iwe roho ya udhaifu, iwe ni kupagawa na pepo au kukandamizwa, iwe ni roho ya umaskini, vikwazo, kuchelewa kutimizwa kwa kile ambacho Mungu tayari amekiamua na kukifungua. Tunapingana na hali isiyo ya kawaida, ninawafunga, tunawalaani hadi kwenye mizizi yao na tunawafukuza kwa mamlaka katika jina la Yesu Kristo. Amina. Tunatoa wito wa kuachiliwa kwa uponyaji, ukombozi na urejesho katika maisha yao katika jina kuu la Yesu Kristo. Asante Bwana kwa ushuhuda unaodumu kwa utukufu wako na heshima na ibada. Asante kwa roho zinazoongezwa kwenye ufalme wako kutokana na ujumbe huu, miujiza ambayo tayari tunaiona sasa hivi na kuidhihirisha kwa utukufu wako katika jina la Yesu, Amina. Imetimia! Furahini!

Gusa sehemu hii iliyoangaziwa kama sehemu ya kugusa na ukiri kwa kinywa chako - NIMEPONYWA, NIMEKULISHWA na NIMEREJESHWA katika Roho yangu, Nafsi, Mwili na pande zote zinazonizunguka katika jina la YESU Kristo, Amina!!!

Anza kufanya kile ambacho hukuweza kufanya hapo awali na anza kukiri hadi uponyaji kamili, ukombozi urejeshwe unakuwa matunda katika maisha yako katika jina la Yesu, amina. Endelea kuwa na njaa kwa ajili ya Mungu wote, kaa na hasira na rudisha nyuma yote ambayo adui amezuia kwa jina la Yesu, amina

Kumbuka:
Shuhudia uponyaji kwa ajili ya utukufu wa Mungu na aibu ya adui! Tutumie barua pepe au WhatsApp ikiwa bado unahitaji tukubaliane nawe kuhusu suala hilo. Na ungana nasi katika mfululizo wa vifaa kuanzia wiki ijayo Alhamisi. Pata maelezo zaidi hivi karibuni kwenye tovuti yetu!

Unyonyaji Mkubwa Zaidi - 1 - Hitimisho

Marafiki, natumai na kuomba kwamba kitabu hiki kimewaletea yote mliyotamani kabla ya kuagiza na hata mengi zaidi, katika jina la Yesu, Amina.

Kabla sijahitimisha, ningependa kukuletea fursa kubwa zaidi kwa ajili ya matumizi makubwa zaidi. Hebu tuchunguze fursa hii pamoja.

FURSA KUBWA

Hatutamaliza kichwa hiki kwenye Borderless hadi tutakapowapa fursa wale ambao hawajakutana na Yesu kufanya amani yao leo.

Sala ya Wokovu

Sala ya Wokovu - Mazungumzo Yetu ya Kwanza Halisi na Mungu
"Sala ya wokovu" ndiyo sala muhimu zaidi ambayo tutawahi kuomba. Tunapokuwa tayari kuwa Mkristo, tuko tayari kuwa na mazungumzo yetu ya kwanza halisi na Mungu, na haya ndiyo vipengele vyake:

- Tunakubali kwamba Yesu Kristo ni Mungu; kwamba alikuja duniani kama mwanadamu ili kuishi maisha yasiyo na dhambi ambayo hatuwezi kuishi; kwamba alikufa kwa ajili yetu, ili tusilazimike kulipa adhabu tunayostahili.
- Tunakiri maisha yetu ya zamani ya dhambi -- kuishi kwa ajili yetu wenyewe na kutomtii Mungu.

- Tunakubali kwamba tuko tayari kumwamini Yesu Kristo kama Mwokozi na Bwana wetu.
- Tunamwomba Yesu aingie mioyoni mwetu, akae humo, na aanze kuishi kupitia sisi.

Sala ya Wokovu - Huanza na Imani kwa Mungu
Tunapoomba sala ya wokovu, tunamjulisha Mungu kwamba tunaamini Neno lake ni kweli. Kwa imani aliyotupa, tunachagua kumwamini. Biblia inatuambia kwamba " *pasipo imani haiwezekani kumpendeza, kwa maana mtu amwendeaye Mungu lazima aamini kwamba yeye yuko, na kwamba huwapa thawabu wale wamtafutao kwa bidii* " (Waebrania 11:6).

Kwa hivyo, tunapoomba, tukimwomba Mungu zawadi ya wokovu, tunatumia hiari yetu ya kukiri kwamba tunamwamini. Onyesho hilo la imani linampendeza Mungu, kwa sababu tumechagua kwa hiari kumjua.

Sala ya Wokovu - Kuungama Dhambi Zetu
Tunapoomba sala ya wokovu, tunakubali kwamba tumetenda dhambi. Kama Biblia inavyosema kuhusu kila mtu, isipokuwa Kristo pekee: " *Kwa maana wote wamefanya dhambi, na kupungukiwa na utukufu wa Mungu* " (Warumi 3:23).

Kufanya dhambi ni kupungukiwa na lengo, kama mshale ambao haugongi kabisa jicho la ng'ombe. Utukufu wa Mungu tunaopungukiwa nao unapatikana tu katika Yesu Kristo: " *Kwa maana Mungu ndiye aliyeamuru nuru iangaze kutoka gizani, ndiye aliyeng'aa mioyoni mwetu ili kutoa nuru ya ujuzi wa utukufu wa Mungu katika uso wa Yesu Kristo* " (2 Wakorintho 4:6).

Basi, sala ya wokovu inatambua kwamba Yesu Kristo ndiye mwanadamu pekee aliyewahi kuishi bila dhambi. "

Kwa maana alimfanya Yeye asiyejua dhambi kuwa dhambi kwa ajili yetu, ili sisi tupate kuwa haki ya Mungu katika Yeye " (2 Wakorintho 5:21).

Sala ya Wokovu - Kukiri Imani Katika Kristo kama Mwokozi na Bwana
Kwa kuwa Kristo ndiye kiwango chetu cha ukamilifu, sasa tunakiri imani katika Yeye kama Mungu, tukikubaliana na Mtume Yohana kwamba: " *Hapo mwanzo kulikuwako Neno (Kristo), naye Neno alikuwa kwa Mungu, naye Neno alikuwa Mungu. Hapo mwanzo alikuwa na Mungu. Vyote viliumbwa kwa njia yake, wala pasipo Yeye hakikufanyika chochote kilichofanyika* " (Yohana 1:1-3).

Kwa sababu Mungu angeweza tu kukubali dhabihu kamilifu, isiyo na dhambi, na kwa sababu alijua kwamba hatungeweza kutimiza hilo, alimtuma Mwanawe afe kwa ajili yetu na kulipa bei ya milele. " *Kwa maana Mungu aliupenda ulimwengu hivi, hata akamtoa Mwanawe pekee, ili kila mtu amwaminiye asipotee, bali awe na uzima wa milele* ." (Yohana 3:16).

Sala ya Wokovu - Sema na Uifanye Sasa!

Je, unakubaliana na kila kitu ulichosoma hadi sasa? Ukikubali, usingojee muda zaidi kuanza maisha yako mapya katika Yesu Kristo. Kumbuka, sala hii si fomula ya kichawi. Unamweleza Mungu tu moyo wako. Omba hivi pamoja nasi:
"Baba, najua kwamba nimevunja sheria zako na dhambi zangu zimenitenganisha nawe. Ninasikitika sana, na sasa nataka kuacha maisha yangu ya zamani ya dhambi kuelekea kwako. Tafadhali nisamehe, na unisaidie kuepuka kutenda dhambi tena. Ninaamini kwamba mwanao, Yesu Kristo alikufa kwa ajili ya dhambi zangu, alifufuka kutoka kwa wafu, yu hai, na anasikia maombi yangu. Ninamwalika

Yesu awe Bwana wa maisha yangu, atawale na kutawala moyoni mwangu kuanzia leo na kuendelea. Tafadhali tuma Roho wako Mtakatifu anisaidie kukutii Wewe, na kufanya mapenzi Yako kwa maisha yangu yote yaliyobaki. Kwa jina la Yesu naomba, Amina."

Sala ya Wokovu - Nimeiomba; Sasa Nini?
Ikiwa umeomba sala hii ya wokovu kwa imani na moyo wa kweli, sasa wewe ni mfuasi wa Yesu. Huu ni ukweli, iwe unahisi tofauti au la. Mifumo ya kidini inaweza kuwa imekuongoza kuamini kwamba unapaswa kuhisi kitu - mng'ao wa joto, msisimko, au uzoefu mwingine wa fumbo. Ukweli ni kwamba, unaweza, au huenda usihisi. Ikiwa umeomba sala ya wokovu na kumaanisha, sasa wewe ni mfuasi wa Yesu. Biblia inatuambia kwamba wokovu wako wa milele ni salama! " *Kwamba ukimkiri Bwana Yesu kwa kinywa chako na kuamini moyoni mwako kwamba Mungu alimfufua kutoka kwa wafu, utaokoka* " (Warumi 10:9).

Karibu katika familia ya Mungu! Tunakutia moyo sasa kutafuta kanisa la mahali ambapo unaweza kubatizwa na kukua katika ujuzi wa Mungu kupitia Neno Lake, Biblia. Unaweza pia kutembelea tovuti yetu katika www.otakada.org ambayo itakusaidia kukua na kukua katika Kristo. Kwa kutumia kiungo hiki katika somo la Biblia la ugunduzi ili kumgundua Yesu mwenyewe.

https://www.otakada.org/dbs-dmm/

Safari ya Ufuasi ya siku 40

Au unaweza kuanza safari ya siku 40 kwa mwendo wako mtandaoni kupitia kiungo hiki https://www.otakada.org/get-free-40-days-online-discipleship-course-in-a-journey-with-jesus/

Ukihitaji mwongozo, tuma barua pepe kwa info@otakada.org
Bwana akupe maisha yako na akujaze furaha, amani, upendo na maelewano ambayo Yeye pekee ndiye anayeweza kutoa, amina

Shalom!

Wachangiaji wa Nyenzo za Marejeleo:

1) Otakada.org
2) Ushuhuda – healingrevival.com/testimonies
3) Nguruwe katika Ukumbi na Frank Hammond
4) Sheria za Uchumba - Cindy Trim
5) Upako kwa ajili ya miujiza - Robert Schambach na Donna
6) Watawafukuza Mapepo – Derek Prince
7) Kuhudumu uponyaji na ukombozi na Ashish Raichur
8) Kumshirikisha Mungu wa Asili ifikapo Jumatatu Ogbe
9) Umejawa na Nguvu - Norvel hayes

VITABU NA RASILIMALI ZINAZOPENDEKEZWA

Niliona Moto Kutoka Mbinguni: Kutoka Jihadi Hadi Yesu - Utii Chini ya Moto (Nyaraka Zilizo Hai - Kitabu cha Mfululizo wa Ibada wa Siku 40)

Karatasi iliyorudishwa - https://www.amazon.com/Saw-Fire-Heaven-Allegiance-Devotional/dp/B0GPK6C8VX

Kitabu pepe - https://www.amazon.com/Saw-Fire-Heaven-Allegiance-Devotional-ebook/dp/B0GP9TGL2D

CS Lewis (1898-1963) - Ukristo Tu, Ulioishi Kamili: Kutoka Akili Isiyojali Hadi Maisha Yaliyobadilishwa (Nyaraka Zilizo Hai - Mfululizo wa Ibada wa Siku 40|Kitabu cha Kitabu cha 2)

Kitabu pepe

https://www.amazon.com/Lewis-1898-1963-Mere-Christianity-Fully-ebook/dp/B0GKQ27F9N

Karatasi iliyoandikwa kwa karatasi
https://www.amazon.com/Lewis-1898-1963-Mere-Christianity-Fully/dp/B0GM8YMXC3

Jalada gumu

https://www.amazon.com/Lewis-1898-1963-Mere-Christianity-Fully/dp/B0GM8WHXJL

MTAKATIFU AUGUSTINE WA KIHIPU (354–430 BK)
Kutoka Moyo Usiotulia Hadi Maisha Yaliyoandikwa - Nyaraka Zilizo Hai – Mfululizo wa Ibada wa Siku 40 - 1

Kiungo cha Kitabu pepe cha Amazon -
https://www.amazon.com/ST-AUGUSTINE-HIPPO-354-430-Devotional-ebook/dp/B0GJN8N9XS

Kiungo cha oda ya Amazon Paperback -
https://www.amazon.com/St-Augustine-Hippo-354-430-Devotional/dp/B0GJWTVLR6

Kiungo cha Karatasi cha Ingramspark -
https://shop.ingramspark.com/b/084?params=BZOOW3dj93aGEtBL2Fv1VY8wV1OQvA10dtZRDgk7Z9Z

NICHANGANUE

Upyaji 7
Ponya Moyo wa Nyumba Yako katika Siku 7
Mfululizo wa Upya - Toleo la Umoja wa Familia

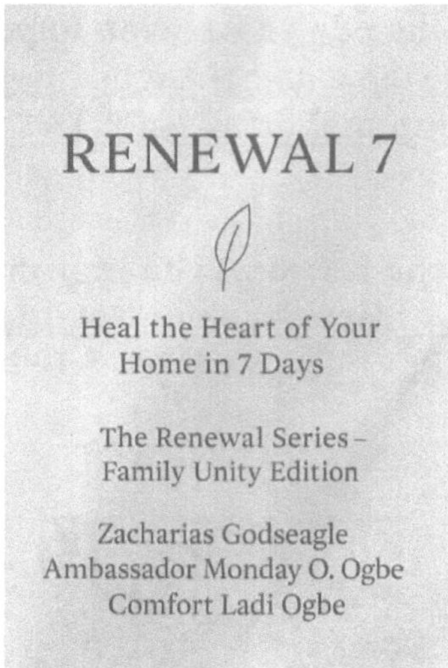

Kiungo cha Kitabu cha Karatasi -
https://shop.ingramspark.com/b/084?params=htyfL002e1Jz
yEpZWkKtaXWF5FJ1jZFOjgiQKEfcbnw

Kiungo cha Ukurasa wa Amazon Paperback -
https://www.amazon.com/RENEWAL-Heal-Heart-Your-
Renewal/dp/B0GD92153W

Kiungo cha Kitabu pepe cha Amazon –

https://www.amazon.com/RENEWAL-Heal-Heart-Your-
Renewal-ebook/dp/B0G91BMFND

NICHANGANUE –

Upyaji wa 7: Ponya Moyo wa Nyumba Yako Ndani ya Siku 7
Mfululizo wa Upya — Toleo la Umoja wa Familia

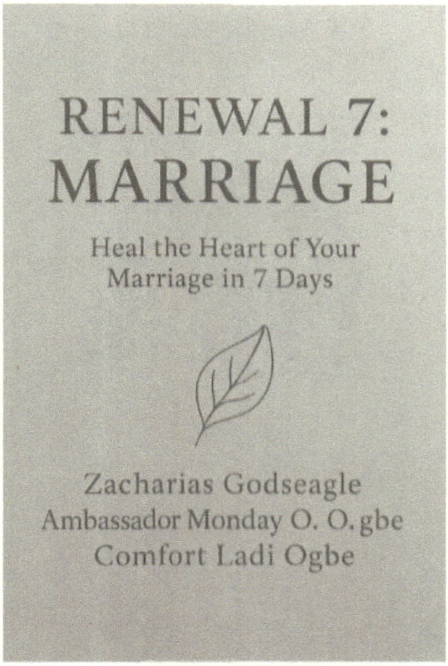

Kiungo cha Paperback -
https://shop.ingramspark.com/b/084?params=nSEelv9o
UsItOu5akVZlg4ycGbbmvlBOtSiqeOZr5yQ

Kiungo cha nakala ya Amazon -
https://www.amazon.com/RENEWAL-MARRIAGE-
Heart-Marriage-Renewal/dp/B0GDC1YZJ7

Kiungo cha Kitabu cha Pepe cha Amazon -
https://www.amazon.com/RENEWAL-MARRIAGE-Heart-Marriage-Renewal-ebook/dp/B0G6JXJWJL

Kiti cha Enzi cha moyo - Vita 12 ambavyo lazima tushinde

Kitabu cha kielektroniki cha Amazon -
https://www.amazon.com/THRONE-HEART-COVETOUSNESS-Counterfeit-CONTENTMENT-ebook/dp/B0G4SPFRY7

Jalada la Amazon -
https://www.amazon.com/THRONE-HEART-COVETOUSNESS-Counterfeit-CONTENTMENT/dp/B0G4TKW1ND

Karatasi iliyorudishwa kutoka Ingramspark -
https://shop.ingramspark.com/b/084?params=a75LJXtvvI63VnzeQPleQTkAJWfu8CPQV6l5Oe31D80

Mahubiri 4 kati ya 1 na Zacharias Godseagle yenye kiungo cha Sauti –

Kiungo cha Kitabu pepe cha Amazon - https://www.amazon.com/Sermons-Zacharias-Godseagle-Audio-links-ebook/dp/B0G4XCH4TW

Karatasi ya Amazon - https://www.amazon.com/Sermons-Zacharias-Godseagle-Audio-links/dp/B0G4TK4XGT

Kiungo cha cheche cha Ingram chenye karatasi - https://shop.ingramspark.com/b/084?params=nK2JERSkkbhdAOSNseTUNRhaCFqUPZuhB4uYfqrXvGb

MSIMBO WA HIFADHI: Uamsho wa AI

Kitabu pepe - https://www.amazon.com/Logos-Protocol-Awakening-artificial-intelligence-ebook/dp/B0FXNQFSWZ

Karatasi iliyorudishwa - https://www.amazon.com/Logos-Protocol-Awakening-artificial-intelligence/dp/B0FXNGR66D

Karatasi ngumu - https://www.amazon.com/Logos-Protocol-Awakening-artificial-intelligence/dp/B0FZNTQR6Y

Ingramspark ya Karatasi -
https://shop.ingramspark.com/b/084?params=QkK4aNYTYO9U5z9uOkdHgc7Ue1eGDLqbb1tz9WRPaSk

Kwa Nini Ukombozi Hushindwa - na Jinsi Moto wa Mungu Unavyorudisha Nafsi: Matamko 40 ya Kila Siku kwa Ukombozi wa Pande Zote

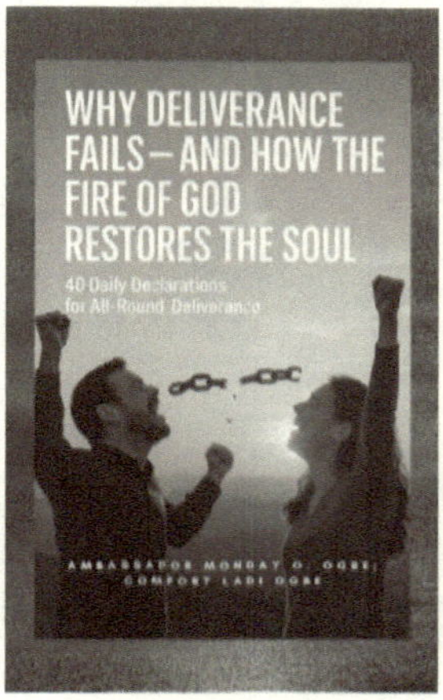

Kitabu pepe - https://www.amazon.com/Why-Deliverance-Fails-Declarations-All-Round-ebook/dp/B0FW74L4G4

Karatasi iliyorudishwa - https://www.amazon.com/Why-Deliverance-Fails-Declarations-All-Round/dp/B0FWB3LXRM

Kuokolewa Lakini Kupotea – Mwongofu Asiyefunzwa – kutafsiriwa katika lugha 25

Karatasi iliyoandikwa kwa karatasi
https://shop.ingramspark.com/b/084?params=iYNB6S3PLMfREpm0jMM15bMe3BvWlkjcYyLYnHVGAds
Kitabu pepe - https://www.amazon.com/SAVED-BUT-LOST-UNDISCIPLED-heartbreak-ebook/dp/B0FVJ29DF7

SIKU 7 ZA VITA VYA KIROHO NA KUPONA - hii ni Sehemu ya 1

Kumfunga Adui, Kurudisha Mishale Mara Saba, na Kurejesha Hatima Yako

https://shop.ingramspark.com/b/084?params=8mPzqUl73Ex7uPyeO7ydyt8EGkkB6u2gX1jZvWU8j1C

Kiungo cha kitabu cha kielektroniki - https://www.amazon.com/DAYS-SPIRITUAL-WARFARE-RECOVERY-Returning-ebook/dp/B0FMPJM5KZ

SIKU 7 ZA VITA VYA KIROHO NA KUPONA - Sehemu ya 2 - Kufunga Ushindi, Kuvunja Uovu wa Kaya, na Kuhifadhi Hatima Yako Iliyorejeshwa

Karatasi iliyorudishwa -
https://shop.ingramspark.com/b/084?params=LkpNmGSsApHhWhiSO7bW3wFmcXQKIO4ZEBeSbP5rL1S

Kitabu cha kielektroniki -
https://www.amazon.com/DAYS-SPIRITUAL-WARFARE-RECOVERY-Wickedness-ebook/dp/B0FR9YCMY8

KUTOKA GIZANI HADI KUTAWALA: Siku 40 za Kujitenga na Mshiko Uliofichwa wa Giza

–

Ibada ya Kimataifa ya Uelewa, Ukombozi na Nguvu - Kwa Watu Binafsi, Familia, na Mataifa Yaliyo Tayari Kuwa Huru

Karatasi iliyoandikwa kwa karatasi
https://shop.ingramspark.com/b/084?params=aVgp21QfwJxNAnkfMxIQ0yejuFCVY12KFr978SRkZUD
Kiungo cha Amazon -
https://www.amazon.com/DARKNESS-DOMINION-Devotional-Awareness-Deliverance-ebook/dp/B0FLDH2Y67

- *Kuokolewa kutoka kwa Nguvu za Giza* **(Kitabu cha Karatasi)** — Nunua Hapa | Kitabu pepe kwenye Amazon

  - **Mapitio Bora kutoka Marekani:**
    - **Mteja wa Kindle** : "Kitabu Bora Zaidi cha Kikristo Kuwahi Kusomwa!" (Nyota 5)

Yesu asifiwe kwa ushuhuda huu. Nimebarikiwa sana na ningependekeza kila mtu asome kitabu hiki... Kwa maana mshahara wa dhambi ni mauti, lakini karama ya Mungu ni uzima wa milele. Shalom! Shalom!

    - **Da Gster** : "Hiki ni kitabu cha kuvutia sana na cha ajabu." (Nyota 5)

Ikiwa yaliyosemwa katika kitabu ni kweli basi tuko nyuma sana katika kile ambacho adui anaweza kufanya! ... Lazima kwa yeyote anayetaka kujifunza kuhusu vita vya kiroho.

    - **Visa** : "Napenda kitabu hiki" (nyota 5)

Hii ni njia ya kufungua macho... ungamo la kweli... Hivi majuzi nimekuwa nikiitafuta kila mahali ili kuinunua. Nimefurahi sana kuipata kutoka Amazon.

- **FrankJM** : "Tofauti kabisa" (nyota 4)

Kitabu hiki kinanikumbusha jinsi vita vya kiroho vilivyo halisi. Pia kinanikumbusha sababu ya kuvaa "Silaha Kamili za Mungu."

- **JenJen** : "Kila mtu anayetaka kwenda Mbinguni - soma hii!" (Nyota 5)

Kitabu hiki kilibadilisha maisha yangu sana. Pamoja na ushuhuda wa John Ramirez, kitakufanya uangalie imani yako tofauti. Nimekisoma mara 6!

- *Mshetani wa Zamani: The James Exchange* (Paperback) — Nunua Hapa | Kitabu pepe kwenye Amazon

- ***USHUHUDA WA MWANZO WA ZAMANI WA KISHETANI MWafrika*** - *Mchungaji JONAS LUKUNTU MPALA* (Kitabu cha Karatasi) — Nunua Hapa | Kitabu pepe kwenye Amazon

- *Greater Exploits 14* (Kitabu cha Karatasi) — Nunua Hapa | Kitabu pepe kwenye Amazon

- *Kutoka kwenye Cauldron ya Ibilisi* na John Ramirez — Inapatikana kwenye Amazon
- *Alikuja Kuwaweka Wafungwa Huru* na Rebecca Brown — Tafuta kwenye Amazon

Vitabu vingine vilivyochapishwa na mwandishi - Zaidi ya vitabu 1000

Kupendwa, Kuchaguliwa na Kukamilika : Safari ya Siku 30 kutoka Kukataliwa hadi **Urejesho** iliyotafsiriwa katika lugha 40 za dunia https://www.amazon.com/Loved-Chosen-Whole-Rejection-Restoration-ebook/dp/B0F9VSD8WL

https://shop.ingramspark.com/b/084?params=xga0WR16muFUwCoeMUBHQ6HwYjddLGpugQHb3DVa5hE

Katika Hatua Zake — Changamoto ya Siku 40 ya Vita vya Kwanza vya Dunia:
Kuishi Kama Yesu katika Hadithi za Maisha Halisi Kote Duniani

https://www.amazon.com/His-Steps-Challenge-Real-Life-Stories-ebook/dp/B0FCYTL5MG

https://shop.ingramspark.com/b/084?params=DuNTWS59IbkvSKtGFbCbEFdv3Zg0FaITUEvlK49yLzB

YESU MLANGONI:
Hadithi 40 za Kuvunja Moyo na Onyo la Mwisho la Mbinguni kwa Makanisa ya Leo
https://www.amazon.com/dp/B0FDX31L9F

https://shop.ingramspark.com/b/084?params=TpdA5j8WPvw83glJ12N1B3nf8LQte2a1lIEy32bHcGg

MAISHA YA AGANO: Siku 40 za Kutembea katika Baraka ya Kumbukumbu la Torati 28

- https://www.amazon.com/dp/B0FFJCLDB5

Hadithi kutoka kwa Watu Halisi, Utiifu Halisi, na Halisi

https://shop.ingramspark.com/b/084?params=bH3pzfz1zdCOLpbs7tZYJNYgGcYfU32VMz3J3a4e2Qt

Mabadiliko katika lugha zaidi ya 20

KUMJUA NA KUMJUA:
Siku 40 za Uponyaji, Uelewa, na Upendo wa Kudumu

https://www.amazon.com/KNOWING-HER-HIM-Healing-Understanding-ebook/dp/B0FGC4V3D9

https://shop.ingramspark.com/b/084?params=vC6KCLoI7Nnum24BVmBtSme9i6k59p3oynaZOY4B9Rd

KAMILI, SI KUSHINDANA:
Safari ya Siku 40 kuelekea Kusudi, Umoja, na Ushirikiano

https://shop.ingramspark.com/b/084?params=5E4v1tHgeTqOOuEtfTYUzZDzLyXLee30cqYo0Ov9941

https://www.amazon.com/COMPLETE-NOT-COMPETE-Journey-Collaboration-ebook/dp/B0FGGL1XSQ/

MSIMBO WA AFYA WA KIMUNGU - Funguo 40 za Kila Siku za Kuamsha Uponyaji Kupitia Neno la Mungu na

Uumbaji Kufungua Nguvu ya Uponyaji ya Mimea, Maombi, na Matendo ya Kinabii

https://shop.ingramspark.com/b/084?params=xkZMrYcEHnrJDhe1wuHHWixZDViiArCeJ6PbNMTbTux

https://www.amazon.com/dp/B0FHJT42TK

Vitabu vingine vinaweza kupatikana kwenye ukurasa wa mwandishi

https://www.amazon.com/stores/Ambassador-Monday-O.-Ogbe/author/B07MSBPFNX

www.ingramcontent.com/pod-product-compliance
Lightning Source LLC
LaVergne TN
LVHW090214051026
849517LV00001B/64
* 9 7 9 8 2 9 5 6 9 9 6 3 4 *